நண்பர்களை எளிதில் பெறுவதும் மக்களிடம் செல்வாக்கை உயர்த்திக் கொள்வதும் எப்படி

டேல் கார்னெகி (24 நவம்பர் 1888 முதல் 1 நவம்பர் 1955 வரை) ஒரு அமெரிக்க எழுத்தாளர் விரிவுரையாளர் ஆவார். அவர் சுய முன்னேற்றம், விற்பனைத் திறன், பெரும் நிறுவன ஊழியர்களுக்கான சிறப்புப் பயிற்சி, பொதுப் பேச்சு மற்றும் தனி மனித உறவு போன்றவற்றை மேம்படுத்துவது எப்படி என்று பாட வகுப்புகளாக தொகுத்து அமைத்தார். ஏழ்மை நிறைந்த குடும்பத்தில் மிசௌரியில் ஒரு பண்ணையில் பிறந்த அவர், நண்பர்களை வெல்வது மற்றும் அவர்கள் மீது சிறந்த தாக்கத்தை ஏற்படுத்துவது எப்படி (1936), *கவலைப்படுவதை விடுத்து சிறப்பாக வாழ்வது எப்படி* (1948) மற்றும் பற்பல சுய உதவி நூல்கள் என இன்றளவும் சிறப்பாக விற்பனையாகும் பல புத்தகங்களின் ஆசிரியர்.

நண்பர்களை எளிதில் பெறுவதும் மக்களிடம் செல்வாக்கை உயர்த்திக் கொள்வதும் எப்படி

டேல் கார்னெகி

தமிழாக்கம்: மாலதி கிருஷ்ணா

RUPA

First published by
Rupa Publications India Pvt. Ltd 2024
7/16, Ansari Road, Daryaganj
New Delhi 110002

Sales Centres:

Bengaluru Chennai
Hyderabad Jaipur Kathmandu
Kolkata Mumbai Prayagraj

Edition copyright © Rupa Publications India Pvt. Ltd 2016
The contents are based on public domain sources.
Cover image copyright © Bashutskyy/shutterstock.com
Tamil Translation copyright © Rupa Publications India Pvt. Ltd 2024

The views and opinions expressed in this book are the author's own and the
facts are as reported by him, which have been verified to the extent possible,
and the publishers are not in any way liable for the same.

All rights reserved.
No part of this publication may be reproduced, transmitted
or stored in a retrieval system, in any form or by any means,
electronic, mechanical, photocopying, recording or otherwise,
without the prior permission of the publisher.

P-ISBN: 978-93-5702-753-3
E-ISBN: 978-93-5702-683-3

First impression in Tamil by Rupa Publications India Pvt. Ltd. in association with
Mysticwrite Private Limited 2024
Translated by Malathy Krishna

First impression 2024

10 9 8 7 6 5 4 3 2 1

The moral right of the author has been asserted.

Printed in India

This book is sold subject to the condition that it shall not,
by way of trade or otherwise, be lent, resold, hired out or otherwise
circulated, without the publisher's prior consent, in any form of binding
or cover other than that in which it is published.

உள்ளே...

பதிப்பீட்டாளரின் குறிப்பு — 7

பகுதி 1

1. உங்களால் ஒரு விவாதத்தை வெல்லமுடியாது — 3
2. எதிரிகள் உருவாவதை தவிர்ப்பது எப்படி — 10
3. நீங்கள் தவறாக இருந்தால் ஒப்புக்கொள்ளுங்கள் — 23
4. ஒரு துளித் தேன் — 32
5. சாக்ரடீஸின் ரகசியம் — 42
6. புகார்களை கையாள பாதுகாப்பு வால்வு — 48
7. ஒத்துழைப்பை பெறுவது எப்படி — 54
8. மந்திர சூத்திரம் — 60
9. அனைவரும் விரும்புவது என்ன? — 66
10. அனைவரும் விரும்பும் வேண்டுகோள் — 74
11. திரைப்படங்கள் செய்கின்றன, தொலைக்காட்சி செய்கிறது, நீங்கள் ஏன் செய்யக்கூடாது — 81
12. வேறு எதுவும் வேலை செய்யாதபோது இதை முயற்சி செய்து பாருங்கள் — 86

பகுதி 2

13. இதைச்செய்யுங்கள். எங்கும் வரவேற்கப்படுவீர்கள் — 93
14. முதல் தாக்கம் சிறப்பானதாக இருக்கட்டும் — 107
15. இதை செய்யாவிட்டால் நீங்கள் பிரச்சனையை நோக்கி நகர்கிறீர்கள் — 117
16. நல்ல உரையாடலில் வல்லுனராக ஆகுங்கள் — 127
17. மக்களின் ஆர்வத்தை பெறுவது எப்படி — 138
18. மக்கள் உங்களை உடனே விரும்பும்படிச்செய்வது எப்படி — 143

பகுதி 3

19 நீங்கள் கட்டாயமாக குற்றம் கண்டுபிடிக்கவேண்டுமென்றால் இது தான் துவங்கும் வழி — 159

20 மற்றவர்களால் வெறுக்கப்படாத வகையில் விமர்சனம் செய்வது எப்படி — 165

21 உங்கள் தவறுகளைப்பற்றி முதலில் பேசுங்கள் — 170

22 எவரும் கட்டளைகள் ஏற்க விரும்பமாட்டார்கள் — 176

23 இகழ்ச்சிக்குரிய முறையில் தோன்றாமல் மற்றவர் தன்னை காப்பாற்றிக்கொள்ளட்டும். — 179

24 மக்களை ஊக்கப்படுத்துவது எப்படி — 184

25 நாய்க்கு ஒரு நல்ல பெயரிடுங்கள் — 190

26 சுலபமாக திருத்தக்கூடியது என்பது போல் தவறை தோன்றச்செய்யுங்கள் — 195

27 நீங்கள் விரும்புவதை மக்கள் மகிழ்ச்சியுடன் செய்ய வைப்பது — 200

பகுதி 4

28 விமர்சனம் செய்யும் முன் சிந்தித்து செயல்படுங்கள் — 209

29 மனிதர்களை கையாள்வதன் பெரிய ரகசியம் — 226

30 மற்றவர்களின் கண்ணோட்டத்தை புரிந்துகொள்ளுங்கள் — 241

பதிப்பீட்டாளரின் குறிப்பு

உங்கள் செயலில் உங்களுக்கு நம்பிக்கையிருந்தால் உங்கள் வேலையை வேறு எதுவும் பிடித்து நிறுத்துவதை அனுமதிக்காதீர்கள். உலகத்தில் சிறப்பானது என்று போற்றப்படும் வேலைகள் பல சாத்தியமற்றது என்று தோன்றியவையே. வேலை செயல்படுத்தப்படுவதுதான் முக்கியம். —டேல் கார்னெகி

டேல் கார்னெகியின் எண்ணங்களின் எளிமையும் தெளிவும் பல வருடங்களாக வாசகர்களின் தனிப்பட்ட மற்றும் தொழில்முறை வாழ்க்கையில் வழிகாட்டியாய் விளங்குகிறது. வெற்றிகரமான ஆளுமையின் பின் உள்ள உளவியல் காரணங்களை நன்கு புரிந்துகொண்டு, தங்களது சுய முன்னேற்றத்தை நோக்கி நகர்வதுதான் வாழ்க்கையின் ஒருங்கிணைந்த தேர்வாக ஏற்றுக்கொள்ள தன் வாசகர்களை திறம்பட வழிகாட்டினார். சுருக்கமாக, உள்ளார்ந்த நமது மனித திறன்களை முறுக்கேற்றி திறம்பட அவற்றை பயன்படுத்துவது எப்படியென்று நமக்கு கூறுகிறார். விற்பனைத்திறன் அல்லது தலைமை; தொடர்பு அல்லது விற்றல் அல்லது மகிழ்ச்சி மற்றும் நிறைவு—நமக்கிருக்கும் வளங்களை எப்படி சிறப்பாக பயன்படுத்தி நமது முழு ஆற்றல் வளத்தையும் பெறுவது என்று கார்னெகி நமக்கு கூறுகிறார்.

கார்னெகி அவர்களின் எழுத்துக்களிலிருந்து உங்களுக்காக சிறப்பாக ஒருங்கிணைத்துள்ள இந்த புத்தகத்தை படியுங்கள். நீங்கள் பெறவேண்டிய வெற்றியாக நீங்கள் இருங்கள்.

பகுதி 1

1

உங்களால் ஒரு விவாதத்தை வெல்லமுடியாது

முதலாம் உலகப்போர் முடிந்த சிறிது காலத்திற்குள் லண்டனில் ஓரிரவு நான் விலைமதிப்பில்லாத ஒரு பாடம் கற்றேன். அந்த சமயம் நான் சர் ராஸ் ஸ்மித் அவர்களது மேலாளராக பணிபுரிந்தேன். போரின்போது சர் ராஸ் பாலஸ்தீனில் ஆஸ்திரேலியாவின் சிறந்த விமான ஓட்டுனராக இருந்தார்; அமைதிப் பிரகடனம் அறிவிக்கப்பட்டவுடன் பாதி உலகை முப்பது நாட்களில் சுற்றிவந்து அனைவரையும் வியக்கச்செய்தார். அது போன்ற எந்த முயற்சியும் எவரும் அதற்கு முன்னால் எடுக்கவில்லை. அது மாபெரும் பரபரப்பை ஏற்படுத்தியது. ஆஸ்திரேலியாவின் அரசு அவருக்கு ஐம்பதாயிரம் டாலர்களை பரிசாக அளித்தது; இங்கிலாந்து அரசர் அவருக்கு வீரப்பெருந்தகை என்று பட்டமளித்தார்; சிறிது காலம் வரை அந்நாட்டு கொடியின் கீழ் வாழ்ந்த மக்களுள் அதிகம் பேசப்பட்டவர் இவர்தான். ஒரு முறை சர் ராஸ் அவர்களை கௌரவிக்கும் விதமாக கொடுக்கப்பட்ட விருந்தில் நான் பங்குகொண்டேன். அந்த விருந்தில் எனக்கு அருகில் அமர்ந்திருந்த ஒருவர் 'நம் கட்டுப்பாட்டில் இல்லாத விஷயங்களை செயல்படுத்துபவர் கடவுளே, அவர்தான் நம் விதியை தீர்மானிப்பவர்' என்னும் பழமொழி ஒன்றை சார்ந்திருந்த வேடிக்கையான கதை ஒன்றை கூறினார்.

கதை சொல்வதில் வல்லமை மிகுந்த அவர், இந்த வாசகம் பைபிளில் இருந்து எடுக்கப்பட்டது என்று கூறினார். அவர் சொன்னது தவறு. அது எனக்குத் தெரிந்திருந்தது. அது எனக்கு உறுதியாக தெரிந்திருந்தது. அதைப்பற்றி எனக்கு சிறிதளவும் சந்தேகமில்லை. அதனால் என் மேன்மை மற்றும் என்னுடைய முக்கியத்துவத்தை உணர்த்த அவர் தவறை சுட்டிக்காட்டி திருத்துவது என் கடமை என்று கேட்காமலேயே என் அறிவுரையை கொடுத்தேன். அவரோ தான் சொன்னதுதான் சரி என்று உறுதியாக தன் வார்த்தையில் நின்றார். என்ன? ஷேக்ஸ்பியரிலிருந்தா? சாத்தியமேயில்லை! அபத்தம்! அது பைபிளில் உள்ள வாசகம். அது அவருக்கு தெரிந்திருந்தது.

அந்த கதை சொல்பவர் எனக்கு வலது பக்கம் அமர்ந்திருந்தார்; பிராங்க் கம்மோன் என்னுடைய பழைய நண்பன் எனக்கு இடது பக்கம் இருந்தார்.

மிஸ்டர் கம்மோன் ஷேக்ஸ்பியர் குறித்து படிப்பதில் தன் வாழ்வின் பல வருடங்களை கழித்திருந்தார். அதனால் அந்த கேள்வியை மிஸ்டர் கம்மோன்னிடம் சமர்ப்பிப்பது என்று நாங்கள் இருவரும்

ஒப்புக்கொண்டோம். மிஸ்டர் கம்மோன் நாங்கள் சொன்னதை கேட்டுவிட்டு, மேஜையின் அடியிலிருந்து என்னை காலால் உதைத்தார். பின்னர்: 'டேல், நீ சொல்வது தவறு. இந்த பண்பானவர் சொல்வது சரி. இது பைபிளில் வரும் வாசகம்தான்' என்றார்.

அன்றிரவு வீடு திரும்புகையில் நான் மிஸ்டர் கம்மோன்னிடம்: 'பிராங்க், அந்த வாசகம் ஷேக்ஸ்பியரின் நாடகத்திலிருந்து எடுக்கப்பட்டது என்று உனக்குத்தெரியும்.'

'கண்டிப்பாக,' அவர் பதிலளித்தார், *'ஹாம்லெட்*, ஐந்தாம் பாகம், இரண்டாம் காட்சி. ஆனால் ஒரு விழாவில் நாம் இருவரும் விருந்தினர்கள் என் அன்பான டேல். ஒரு மனிதன் சொல்வது தவறு என்று ஏன் நாம் அங்கு நிரூபிக்கவேண்டும்? அது உன்னை அவர் விரும்பும்படி செய்யுமா? அவர் உன் கருத்தை கேட்கவில்லை. அதை அவர் விரும்பவில்லை. பின் ஏன் அவருடன் தர்க்கம் செய்யவேண்டும்? எப்போதுமே சரியான கோணம் என்று நிரூபிப்பதை தவிர்த்துவிடு.' அதனை சொன்ன மனிதர் எனக்கு கற்றுக்கொடுத்தப்பாடத்தை நான் எப்போதுமே மறக்கமாட்டேன். கதை சொல்லியவரை அசௌகரியமாக உணரச்செய்ததுடன் என் நண்பரையும் தர்மசங்கடத்தில் ஆழ்த்தி விட்டேன். நான் விவாதங்களில் ஈடுபடாதவராக இருந்தால் எவ்வளவு சிறப்பாக இருந்திருக்கும். அது எனக்கு மிகவும் தேவையான பாடம் ஏனென்றால் நான் வெகுநாட்களாக தர்கவாதியாக இருந்து வந்தேன். எனது இளமையில் எனது சகோதரருடன் இந்த விண்மீன் மண்டலத்திற்குள் அடங்கிய அனைத்து விஷயங்கள் குறித்தும் விவாதம் செய்துள்ளேன். நான் கல்லூரிக்கு சென்றபோது தர்க்கவாதம் படித்து பல விவாதப்போட்டிகளில் பங்கேற்றேன். மிசூரி குறித்து பேசினால், நான் அங்குதான் பிறந்தேன். நான் யார் என்பதை அனைவருக்கும் காட்டவேண்டியது அவசியமானது. பின்னர் விவாதங்கள் தர்க்கம் ஆகியவற்றை நியூயார்க் நகரில் கற்றுக்கொடுத்தேன்; ஒரு முறை, அந்தத்தலைப்பைப்பற்றி புத்தகம் ஒன்று எழுதுவது குறித்தும் சிந்தித்திருந்தேன் என்று சொல்லவே வெட்கமாக இருக்கிறது. அப்போதிலிருந்து ஆயிரக்கணக்கான விவாதங்களை கேட்டும் அவற்றில் ஈடுபட்டும், அவற்றின் விளைவுகளை கண்டும் இருக்கிறேன். இவை அனைத்தின் விளைவாக, ஒரு விவாதத்திலிருந்து சிறப்பான பயன் பெறுவது என்னவென்று அறிந்து கொண்டேன்—அதனை தவிர்ப்பதே. நச்சுப்பாம்புகள் மற்றும் நிலநடுக்கத்தை எப்படி தவிர்ப்பீர்களோ அப்படி அதனை தவிர்த்துவிடுங்கள்.

பத்தில் ஒன்பது முறை ஒரு விவாதம் இரு தரப்பினரும் தான் நினைப்பதுதான் சரியென்று தத்தம் உறுதியில் இன்னும் அதிகமாக நிலையாக இருப்பதில்தான் முடியும்.

உங்களால் ஒரு விவாதத்தை வெல்லமுடியாது. உங்களால் முடியாது, ஏனென்றால் அதனை தோற்றுவிட்டால், நீங்கள் தோற்றுவிடுவீர்கள்; அதனை வென்றாலும் நீங்கள் தோற்றுவிடுவீர்கள். ஏன்? ஒரு வேளை நீங்கள் மற்றவரை வெற்றிகொண்டு அவரது விவாதங்களில் உள்ள ஓட்டைகளை வெளிச்சமிட்டு காட்டி அவர் சரியான மனநிலையில் இல்லையென்று நிரூபித்தால், பிறகென்ன? நீங்கள் நன்றாக உணர்வீர்கள். ஆனால் அவர் எப்படி உணர்வார்? அவர் உங்களை விட தாழ்ந்தவர் என்று உணரவைத்து விட்டீர்கள். அவரது பெருமையை குலைத்துவிட்டீர்கள். உங்கள் வெற்றியை அவர் வெறுப்பார். மேலும்:

> தனக்கு விருப்பமில்லாத ஒன்றை ஏற்கும் மனிதனின் கருத்து மாறாது.

பல வருடங்கள் முன்பு பேட்ரிக் ஜே. ஓஹையர் என் வகுப்பு ஒன்றில் வந்து சேர்ந்துகொண்டார். அவரது கல்வியறிவு குறைவாகவே இருந்தது. ஆனால் அவர் சிதைந்த பழைய வாகனங்களின் எச்சங்களை மிகவும் விரும்பினார்! முன்பொரு காலத்தில் வாகன ஒட்டுனராக இருந்தபோது ட்ரக் விற்பனையில் அதிக வெற்றிகள் பெறாத காரணத்தால் என்னிடம் வந்திருந்தார். அவரிடம் சில கேள்விகள் கேட்டபோது அவர் தொடர்ந்து வியாபாரம் செய்பவர்களுடன் நல்ல உறவில் இல்லாமல் அவர்களை விரோதித்து கொண்டிருந்தார் என்ற உண்மையை அறிந்தேன். அவர் விற்க முயன்ற வாகனத்தைப்பற்றி வாங்கவிருந்த வாடிக்கையாளர் ஏதேனும் தவறாக பேசினால் கோபமடைந்து அவருடன் சண்டையிடுவதை வழக்கமாக கொண்டிருந்தார். பிறகு அவர் என்னிடம் சொன்னதுபோல், ‘அவரிடம் என் மனதில் இருந்ததை கூறினேன், ஒன்றும் விற்கவில்லை,’ என்று கூறிக்கொண்டுதான் நான் அடிக்கடி என் வாடிக்கையாளர்களின் அலுவலகங்களிலிருந்து வெளியேறுவேன்,’ என்றார்.

பேட்ரிக் ஜே. ஓஹையருக்கு பேச சொல்லிக்கொடுப்பது என் பிரச்சனையில்லை. அவர் எப்படி பேசாமல் இருப்பது வாக்குவாதங்களை தவிர்ப்பது என்பதில் பயிற்சி அளிப்பதுதான் என் உடனடி வேலையாக இருந்தது.

மிஸ்டர் ஓஹையர் நியூ யார்க் நகரத்தின் வைட் மோட்டார் கம்பெனியின் முன்னனி விற்பனையாளராக ஆனார். அவர் அதை எப்படிச்செய்தார்? இதோ, அவர் கதை அவர் சொந்த வார்த்தைகளில்: ‘இப்போது நான் ஒரு வாடிக்கையாளரின் அலுவலகத்திற்கு செல்லும்போது அவர்: ‘என்ன? வெள்ளை நிற ட்ரக்கா? அது நல்லதில்லை! அதை எனக்கு நீங்கள் கொடுத்தால் நான் வாங்க மாட்டேன். நான் ஹூஸ் இட் ட்ரக் தான் வாங்குவேன்,’ என்று கூறினால், நான் பதிலுக்கு,

'ஹூஸ் இட் சிறப்பான ட்ரக். நீங்கள் அதை வாங்கினால் நீங்கள் செய்வது தவறாகாது. ஹூஸ் இட் நல்ல கம்பெனியால் தயாரிக்கப்படுகிறது நல்லவர்களால் விற்கப்படுகிறது' என்றேன்.

'அவர் வாயடைத்துப்போகிறார். அங்கு விவாதத்திற்கு இடமில்லை. அவர் ஹூஸ் இட் ட்ரக் சிறந்தது என்று கூறினால் நானும் அதனை உறுதி செய்கிறேன். அவர் பேசுவதை நிறுத்தவேண்டிவரும். முழு நேரமும் 'அதுதான் சிறந்தது' என்று அவரால் கூறிக்கொண்டிருக்கமுடியாது. பிறகு அதைப்பற்றி பேசுவதை நிறுத்தி வைட் ட்ரக்கின் நன்மைகள் பற்றி பேசத் துவங்குவேன்.

'அவர் முதலில் குறிப்பிட்ட வார்த்தைகள் எனக்குள் கோபத்தை வரவழைத்த காலம் ஒன்றிருந்தது. நான் ஹூஸ் இட் ட்ரக்கிற்கு எதிராக பேசத்துவங்குவேன்; அந்த விஷயத்தைப்பற்றி நான் அதிகம் விவாதம் செய்யச்செய்ய அதன் சார்பாக என் வாடிக்கையாளர் பேசுவார்; அவர் அதிகம் விவாதம் செய்யச்செய்ய எனது போட்டியாளரின் பொருளை வாங்கும் எண்ணம் அதிகமானது.

'அந்தக்காலத்தை குறித்து நான் இப்போது சிந்தித்தால், என்னால் எப்போதாவது எதையேனும் விற்கமுடிந்ததா என்ற கேள்வி எழும்புகிறது? என் வாழ்க்கையின் பல வருடங்களை மற்றவர்கள் பொருள் வீண் என்று கூறி தர்க்கம் செய்வதில் இழந்துவிட்டேன். இப்போது நான் என் வாயை அடைத்து வைக்கிறேன். அதில் பலனுள்ளது.'

விவேகமான பென் பிராங்கிளின் கூறியது போல்:

> எதிராக பேசி விவாதம் செய்தால் சில நேரங்களில் வெற்றிபெறலாம்; ஆனால் அந்த வெற்றி வெற்றாக இருக்கும். ஏனென்றால் உங்கள் எதிரியின் நல்ல கருத்தை உங்களால் பெறவேமுடியாது.

அதனால் நீங்களே முடிவு செய்துகொள்ளுங்கள். ஒரு மனிதரின் நல்லெண்ணமா அல்லது நாடகபாணியில் ஏட்டளவில் வெற்றியா? இரண்டும் பெறுவது சாத்தியமல்ல.

பாஸ்டன் *டிரான்ஸ்கிரிப்ட்* ஒருமுறை மிகக் குறிப்பிடத்தக்க கீழ்த்தரமான நையாண்டி செய்யும் விதமான விஷயம் ஒன்றை அச்சிட்டிருந்தது:

> தன் வழிதான் சிறந்தது என்று இறுதிவரை காத்து வந்த வில்லியம் ஜே அவர்களின் பூத உடல் இங்குள்ளது—அவர் வாழ்ந்த காலத்தில் அவர் கூறியது செய்தது எல்லாம் சரியாகத்தான் இருந்தது. அவர் ஒரு வேளை தவறாக இருந்திருந்தால் எப்படி இறந்து கிடப்பாரோ, அப்படியேதான் இப்போதும் இறந்து கிடக்கிறார்.

உங்கள் விவாதத்தில் நீங்கள் முந்திச்செல்லும்போது நீங்கள் மிகச்சரியாக இருக்கலாம்; ஆனால் மற்றவரின் மனதை மாற்றுவதை பொறுத்தமட்டில் நீங்கள் தவறானவர் என்பது போன்ற பயனற்ற முறையில்தான் கருதப்படுவீர்கள்.

வருமான வரி ஆலோசகராக இருந்த ஃப்ரெடரிக் எஸ். பார்சன்ஸ் அரசாங்க வரி ஆய்வாளரிடம் ஒரு மணி நேரமாக காரசாரமான முறையில் வாதாடிக்கொண்டிருந்தார். ஒன்பது ஆயிரம் டாலர்கள் குறித்த விஷயம் அது. பார்சன் உண்மையில் அந்த ஒன்பது ஆயிரம் டாலர்களும் வசூலிக்கப்படமுடியாத வாராக்கடன் என்பதால் அதற்கு வரி விதிக்கக்கூடாது என்று கோரினார். 'வாராக்கடன் என்பது நம்ப முடியாமல் இருந்தாலும் அதற்கு வரி விதிக்கப்பட வேண்டும்' என்று பதிலளித்தார் ஆய்வாளர்.

மிஸ்டர். பார்சன், வகுப்பில் இந்த விஷயத்தைப்பற்றி கூறும்போது, 'இந்த ஆய்வாளர் அலட்சியமாகவும் திமிராகவும் நடந்துகொள்ளக்கூடிய பிடிவாதக்காரர்' என்று கூறினார். 'தவறான காரணம் என்பதால், உண்மைகளும் வீணானவை. நாங்கள் அதிக நேரம் விவாதிக்க, அவர் மேலும் பிடிவாதமாக ஆனார். அதனால் நான் விவாதிப்பதை தவிர்க்க அந்த விஷயத்தை மாற்ற முடிவெடுத்து, அவரை பாராட்டினேன்.'

'நான் அவரிடம், "உண்மையிலேயே நீங்கள் முடிவெடுக்க வேண்டிய பல முக்கியமான மற்றும் கடினமான பிரச்சனைகளுடன் ஒப்பிடும்போது இது மிகவும் அற்பமான விஷயம் என்று நான் நினைக்கிறேன். வரி விதிப்பு பற்றி நானே படித்து அறிந்துகொண்டேன். ஆனால் என்னுடைய அறிவெல்லாம் புத்தகங்களிலிருந்து பெறப்பட்டது. கடுமையான அனுபவங்களின் அடிப்படையில் அதனை நீங்கள் பெறுகிறீர்கள். உங்களது வேலைப்போன்ற ஒரு வேலை எனக்குக் கிடைத்தால் நன்றாக இருக்குமென்று நான் சிலசமயம் விரும்புவேன். இது எனக்கு நிறைய கற்பிக்கும்." என்று கூறினேன்.' நான் சொல்லிய ஒவ்வொரு வார்த்தையும் உணர்ந்து பேசப்பட்ட உண்மை.

'நன்று' என்று கூறி ஆய்வாளர் நாற்காலியில் நிமிர்ந்து உட்கார்ந்து, தன் முதுகைப் பின்னால் சாய்த்து, தன் வேலையைப் பற்றியும் அவர் கண்டுபிடித்த பல புத்திசாலித்தனமாக நிறைவேற்றப்பட்ட மோசடிகள் பற்றியும் நீண்ட நேரம் பேசினார். மெள்ள அவருடைய தொனி நட்பை வெளிப்படுத்த, அவர் தன் குழந்தைகளைப் பற்றி கூறினார். பேசி முடித்து அவர் வெளியேறும்போது, என்னுடைய பிரச்சனையை மீண்டும் கவனிப்பதாகவும், சில நாட்களில் தன் முடிவைத் தெரிவிப்பதாகவும் கூறினார்.

'மூன்று நாட்கள் கழித்து என் அலுவலகத்தை அழைத்து அந்த வரி பற்றிய அறிக்கை எப்படி சமர்ப்பிக்கப்பட்டதோ அப்படியே அதனை ஏற்றுக்கொள்வதாகக் கூறினார்.'

இந்த வரி ஆய்வாளர், பொதுவாக மனிதர்களுக்கு இருக்கும் பலவீனத்தையே மெய்ப்பித்தார். அவர் தன் முக்கியத்துவத்தை உணர விரும்பினார். மிஸ்டர். பார்சன் அவருடன் விவாதித்த வரை அவர் தன் அதிகாரத்தை உரத்த குரலில் பேசி நிலைநாட்டி தன் முக்கியத்துவத்தை தனக்கே உணர்த்திக்கொண்டார். ஆனால் விவாதம் நிறுத்தப்பட்டு அவரது முககியத்துவம் ஒப்புக்கொள்ளப்பட்டவுடனேயே, அவர் அகந்தை விரிவடைய அனுமதிக்கப்பட்டவுடன், கனிவானவராகவும் கருணையுள்ள மனிதராகவும் அவர் தன்னை உயர்த்திக் கொண்டார்.

புத்தர் இவ்வாறு கூறினார்: 'வெறுப்பை ஒருபோதும் வெறுப்பினால் தீர்க்கமுடியாது. அன்பினால்தான் அதனைச் செய்யமுடியும்,' கருத்து வேறுபாடு ஒருபோதும் விவாதத்தால் முடிவடைவதில்லை. மற்றவரது கண்ணோட்டத்தை உணர்ந்து பார்க்கும் புத்திசாலித்தனம் பெருந்தன்மை, அனுசரனை மற்றும் இரக்கமான ஆர்வமும் கொண்டுதான் அதனை முடிக்கமுடியும்.

ஒருமுறை லிங்கன், ஒரு இளைய இராணுவ அதிகாரியை தன் சக ஊழியருடன் வன்முறையான எதிர்ப்பில் ஈடுபட்டதற்காக கடிந்து கொண்டார். 'தன் வாழ்வை சிறப்பானதாக ஆக்கிக்கொள்ள விழையும் எந்த மனிதனும் தனிப்பட்ட சண்டைகளுக்கு நேரம் ஒதுக்கமாட்டான். கோபப்படுவது மற்றும் கட்டுப்பாட்டை இழப்பதால் உண்டாகும் விளைவுகளை ஏற்கவும் தயாராக இருக்கமாட்டான். சமமான உரிமை கொடுக்கப்பட வேண்டிய விஷயங்களுக்கு முக்கியத்துவம் கொடுங்கள். உங்களுக்குச் சொந்தமானவை என்றாலும் குறைவான முக்கியத்துவம் வாய்ந்தவற்றை விட்டுக்கொடுங்கள். செய்ய சரியானது என்று நாயுடன் சண்டையிடாமல் அது செல்ல வழியை விட்டு, அதனால் கடிபடுவதைத் தவிர்த்துவிடுங்கள். நாயை கொல்வது கூட நாய் கடியை குணப்படுத்தமுடியாது." என்று அவர் கூறினார்.

ஓபெரா பாடகர் ஜென் பீர்ஸ் கிட்டத்தட்ட ஐம்பது வருட திருமண வாழ்க்கைக்குப்பிறகு ஒருமுறை: 'நானும் என் மனைவியும் வெகு காலம் முன்பு ஒரு உடன்படிக்கை செய்துகொண்டோம். நாங்கள் ஒருவர் மீது ஒருவர் எவ்வளவு கோபமாக இருந்தாலும், ஒருவர் கத்திப்பேசும்போது மற்றவர் கேட்கவேண்டும்—ஏனென்றால் இருவர் ஒரே நேரத்தில் கத்தினால் எந்த தகவலும் பரிமாற்றிக்கொள்ளப்படமுடியாது. வெறும் சத்தமும் மோசமான அதிர்வும்தான் மிஞ்சும்.' என்றார்.

விதி 1
விவாதங்களை தவிர்த்துவிடுங்கள்.

உங்கள் குரலை உயர்த்தாதீர்கள். உங்கள் விவாதத்தை மேம்படுத்துங்கள்.

—டெஸ்மாண்ட் டுட்டு

உற்சாகமாக இருப்பது போல் பாசாங்கு செய்யுங்கள் நீங்கள் உற்சாகமாக இருப்பீர்கள்.

—டேல் கார்னெகி

2

எதிரிகள் உருவாவதை தவிர்ப்பது எப்படி

தியோடர் ரூஸ்வெல்ட் வெள்ளை மாளிகையில் இருந்தபோது, 75 சதவிகிதம் தன்னால் சரியாக இருக்க முடியுமென்றால், அவர் தன் எதிர்பார்ப்பின் உச்ச அளவை எட்ட முடியும் என்று ஒப்புக்கொண்டார்.

இருபதாம் நூற்றாண்டின் புகழ்பெற்ற மனிதரால்தான் எட்ட முடிந்த அளவு இதுவென்று நம்பினால், நம்மால் எது சாத்தியமாகும்?

ஐம்பத்தியைந்து சதவிகித நேரம் மட்டுமே சரியாக இருக்க முடியுமென்பதில் நீங்கள் நிச்சயமாக இருந்தால் கூட உங்களால் வால் ஸ்ட்ரீட்டில் நாள் ஒன்றிற்கு மில்லியன் டாலர் சம்பாதிக்க முடியும். ஐம்பத்து ஐந்து சதவிகித நேரம் கூட நீங்கள் சரியாக சிந்திப்பதாக உறுதியாக கூறிக்கொள்ள முடியவில்லையென்றால் நீங்கள் மற்றவர்களை ஏன் தவறானவர் என்று கூறுகிறீர்கள்?

ஒருவர் சொல்வது தவறு என்பதை வார்த்தைகளால் சொல்ல முடிவது போல், ஒரு பார்வை, குரலின் ஏற்றத்தாழ்வு மற்றும் சைகையால் சொல்லமுடியும். அவர்கள் சொல்வதோ செய்வதோ தவறு என்று நீங்கள் சொன்னால் அவர்கள் உங்களுடன் ஒத்துபோகவேண்டுமென்று விரும்புகிறீர்களா? ஒருபோதும் முடியாது! ஏனென்றால், நீங்கள் அவர்களது அறிவுக்கூர்மை, தீர்ப்பு, கௌரவம், சுயமரியாதை ஆகியவற்றை நேரடியாக தாக்குகிறீர்கள். அது அவர்களை எதிர்வினையாற்ற வற்புறுத்தும். அவர்கள் தங்கள் மனதை மாற்றிக்கொள்ளும் நிலைக்குக் கொண்டு செல்லாது. பிறகு நீங்கள் அவர்களிடம் பிளாட்டோ அல்லது இம்மானுவேல் கன்ட் ஆகியோரின் தர்க்கவாதங்களையெல்லாம் அள்ளி வீசினாலும் உங்களால் அவர்களது கருத்துக்களை மாற்ற முடியாது. ஏனென்றால், நீங்கள் அவர்களது உணர்வுகளைக் காயப்படுத்தி விட்டீர்கள்.

'உங்களுக்கு இதை நிரூபிக்கப் போகிறேன்' என்று சொல்லிக்கொண்டு ஒருபோதும் துவங்காதீர்கள். அது மோசமானது. இது, 'நான் உங்களை விட சாமர்த்தியமானவன். நான் ஓரிரண்டு விஷயங்களைக் கூறி உங்கள் மனதை மாற்றப்போகிறேன்' என்று சொல்வதற்கு சமம்.

அது ஒரு சவால். நீங்கள் துவங்கும் முன்னரே நீங்கள் சொல்வதை எதிர்க்கும் உணர்வை தூண்டி கேட்பவரை சண்டையிடச் செய்யும்.

ஆபத்தற்ற நிலைகளிலும் கூட மக்களின் மனத்தை மாற்றுவது மிகவும் கடினமானதாகும். ஆகவே அதை ஏன் இன்னமும் கடினமானதாக ஆக்கவேண்டும்? உங்களை நீங்களே ஏன் முடக்கிக்கொள்கிறீர்கள்?

நீங்கள் எதையேனும் நிரூபிக்கப் போகிறீர்கள் என்றால், வேறு எவரும் அதைப்பற்றி அறியவேண்டாம். அதனை நுட்பமாகவும் திறமையாகவும் மற்றவர் அறியாத வகையில் செய்யுங்கள். இது அலெக்ஸான்டர் போப்பினால் சுருக்கமாகக் கூறப்பட்டுள்ளது:

> நீங்கள் கற்றுக்கொடுக்கிறீர்கள் என்பதை உணர்த்தாமல் கற்றுக்கொடுக்கவேண்டும். அவர்கள் மறந்துவிட்டதை நினைவு படுத்துவது போல் அது இருக்கவேண்டும்.

முன்னூறு ஆண்டுகளுக்கு முன் கலிலியோ இவ்வாறு கூறினார்:

> ஒரு மனிதனுக்கு நீங்கள் எதையும் கற்றுக் கொடுக்க முடியாது; அதனை அவருக்குள் கண்டுபிடிக்க உங்களால் உதவ மட்டுமே முடியும்.

லார்ட் செஸ்டர்ஃபீல்ட் தன் மகனுக்குக் கூறியது போல:

> உன்னால் முடிந்தால் மற்றவர்களைவிட விவேகமாக இரு. ஆனால் அவர்களிடம் அதைச் சொல்லிவிடாதே.

ஏதென்ஸில் உள்ள தன்னுடைய சீடர்களுக்கு சாக்ரடீஸ் மீண்டும் மீண்டும் ஒரு விஷயத்தை கூறினார்:

> எனக்கு ஒன்று மட்டுமே தெரியும், அது எனக்கு ஒன்றுமே தெரியாது என்பதுதான்.

சாக்ரடீஸை விட நான் சாமர்த்தியமாக இருப்பதாக நம்ப முடியாது. அதனால் மற்றவர்கள் தவறு என்று சொல்வதை நான் விட்டு விட்டேன். அது மிகவும் பயனுள்ளதாக இருப்பதை காண்கிறேன்.

நீங்கள் தவறு என்று நினைக்கும் ஒன்றை ஒருவர் சொன்னால்—ஆம், அது தவறென்று உங்களுக்குத் தெரிந்திருந்தாலும்—இப்படிச் சொல்லி உங்கள் பேச்சை துவங்குவது சிறந்தது இல்லையா: 'இப்போது பாருங்கள். நான் வேறு விதமாக சிந்தித்தேன். ஆனால் நான் நினைப்பது தவறாக இருக்கலாம். அடிக்கடி நான் நினைப்பது தவறாக இருக்கிறது. நான் அதனைச் சரிசெய்ய விரும்புகிறேன். நாம் இதிலுள்ள உண்மைகளை ஆராயலாம்.'

இதுபோன்ற வாசகங்களில் மந்திரங்கள், நேர்மைமறையான மந்திரங்கள் உள்ளன: 'நான் நினைப்பது தவறாக இருக்கலாம். நான் நினைப்பது அடிக்கடி தவறாக இருக்கிறது. நாம் உண்மைகளை ஆராய்வோம்.'

வானத்தின் மேலோ, பூமியின் கீழோ அல்லது பூமிக்கு கீழுள்ள நீரின் உள்ளேயோ இருக்கும் எவரும் உங்களுடைய இந்த வாசகத்தை நிராகரிக்க முடியாது: 'நான் நினைப்பது தவறாக இருக்கலாம். நாம் உண்மைகளை ஆராய்வோம்.'

பில்லிங்கில் மோன்டனாவில் என் பயிற்சி வகுப்பு மாணவர்களில் ஒருவரான டாட்ஜ் விற்பனையாளரான ஹெரால்ட் ரெய்ன்கே தன் வாடிக்கையாளர்களிடம் இந்த அணுகுமுறையைக் கையாண்டார். ஆட்டோமொபைல் வணிகத்தில் உள்ள அழுத்தத்தால், வாடிக்கையாளர்களின் புகார்களைக் கையாளும் போது அடிக்கடி கோபமானவராகவும் இரக்கமற்றவராகவும் ஆகிவிடுவதாக அவர் கூறினார். இது கோபத்தை அதிகரித்து தொழிலில் இழப்பு மற்றும் மகிழ்ச்சியற்ற சூழ்நிலையை உருவாக்கியது.

வகுப்பில் அவர் இவ்வாறு கூறினார்: 'இது எனக்கு எந்த நற்பயனையும் அளிக்கவில்லை என்பதை வேகமாக உணர்ந்து ஒரு புதிய யுத்தியை கையாண்டேன். இப்படிச்சொல்ல முயற்சி செய்தேன்: "எங்களுடைய விற்பனைப்பகுதி நான் வெட்கப்படும்படியான பலவிதமான தவறுகளைச் செய்துள்ளது. உங்கள் விஷயத்தில் நாங்கள் தவறு செய்திருக்கலாம். அதைப்பற்றி என்னிடம் கூறுங்கள்."

'இந்த அணுகுமுறை எதிராளியை நிராயுதபாணியாக ஆக்கிவிடுகிறது. வாடிக்கையாளர் சுதாரித்துக்கொண்டு தன் உணர்வுகளை வெளிப்படுத்தும் போது, அந்த விஷயம் தீர்க்கப்படும் நிலையை அடைந்து அவர் மிகவும் நியாயமாக நடந்துகொள்கிறார். உண்மையில், நான் வெளிப்படுத்திய இந்த புரிந்துகொள்ள முயலும் மனநிலைக்காக பெரும்பாலான வாடிக்கையாளர்கள் எனக்கு நன்றியும் சொன்னார்கள். அவர்களில் இருவர் புது கார்களை வாங்குவதற்காக தங்கள் நண்பர்களையும் அழைத்து வந்தார்கள். தற்போது நிலவும் போட்டிகள் நிறைந்த சூழ்நிலையில் இவர்களைப்போன்ற அதிக வாடிக்கையாளர்கள் தேவைப்படுகின்றனர். வாடிக்கையாளர்களின் எல்லாக் கருத்துக்களுக்கும் மதிப்புக் கொடுத்து, அவர்களை உயர்ந்த நிலையிலும் கனிவுடனும் நடத்தி வருவது போட்டிகளைத் தகர்க்க உதவும் என்று நான் நம்புகிறேன்.'

நீங்கள் தவறு என்று ஒப்புக்கொள்வதனால் பிரச்சனையில் மாட்டிக்கொள்ள மாட்டீர்கள். அது எல்லா விவாதங்களையும் நிறுத்தி உங்கள் எதிரிகளை ஊக்கப்படுத்தி, அவர்களும் உங்களைப் போலவே நேர்மையுடனும் திறந்த பரந்த மனத்தோடும் இருக்க வைக்கும்.தான் கூடத் தவறாக இருக்கலாம் என்று அது அவரை ஒப்புக்கொள்ள வைத்துவிடும். ஒருவர் தவறு என்று உங்களுக்கு உறுதியாக தெரிந்திருந்து நீங்கள் அதனை அவரிடம் உடைத்து உள்ளதை உள்ளவாறு கூறினால் என்ன ஆகும்? இதனை நான் எடுத்துக்காட்டுடன் விளக்குகிறேன். ஒருமுறை நியூ யார்க்கை சேர்ந்த வழக்கறிஞர் ஒருவர்

ஒரு முக்கியமான வழக்கில் விவாதித்துக்கொண்டிருந்தார் (லஸ்ட்கார்டென் மற்றும் பிளீட் கார்பொரேஷன் 280 யூ எஸ் 320). இந்த வழக்கு பெரும் தொகை ஒன்று மற்றும் சட்டத்தின் முக்கியமான ஒரு கேள்வியுடனும் தொடர்புடையதாக இருந்தது. வாதாடும்போது சுப்ரீம் கோர்ட் நீதிபதி ஒருவர், 'கடற்படை சட்ட விதிகளில் வரையறை ஆறு ஆண்டுகள் தானே? என்றார் கூறினார்.

மிஸ்டர் எஸ் நிறுத்தி ஒரு நொடி அந்த நீதிபதியை கூர்ந்து பார்த்துவிட்டு வெளிப்படையாக 'ஐயா, கடற்படை சட்ட விதிகளில் வரையறை எதுவுமில்லை" என்றார்.

'கோர்ட் அமைதியானது,' என்றார் மிஸ்டர் எஸ்—ஒரு எழுத்தாளர் வகுப்பில் தன் அனுபவத்தை பகிர்ந்துகொண்ட போது. 'அந்த அறையின் வெப்பம் குறைந்து பூஜ்யத்திற்கு இறங்கியது. நான் கூறியது சரி. நீதிபதி சொன்னது தவறு. அதனை அவரிடம் நான் சொல்லியும் விட்டேன். அது அவரை நட்புடன் திகழச்செய்ததா? இல்லை. இருப்பினும் சட்டம் என் பக்கம் இருந்ததாக நான் நம்புகிறேன். அதற்கு முன்னர் நான் எப்போதும் பேசியதை விட அன்று சிறப்பாக பேசியிருக்கிறேன். ஆனால் அதை நான் தொடரவில்லை. அதிகம் படித்த புகழ்ப்பெற்ற மனிதரிடம் அவரது தவறை சுட்டிக்காட்டி நான் மாபெரும் தவறை செய்துவிட்டேன்.

சில மனிதர்கள் தர்க்கவாதிகளாக இருக்கிறார்கள். நம்மில் பலர் சார்புடையவர்களாவும் பாரபட்சம் உள்ளவர்களாகவும் இருக்கிறோம். நம்மில் மிகப்பலர் முன்னரே முடிவெடுத்த நிலையிலும், பொறாமையுடன், சந்தேகம், பயம், தற்பெருமை கொண்டவர்களாகவும் இருக்கிறோம். பெரும்பாலான குடிமக்கள் மதம், அல்லது தங்கள் சிகையலங்காரம், சாதி அல்லது தங்களுக்கு விருப்பமான நடிகர் என்று எதைக்குறித்த தனது கருத்தையும் மாற்றிக்கொள்ள விரும்புவதில்லை. அதனால் மற்றவர்கள் நினைப்பது அல்லது சொல்வது தவறு என்று நீங்கள் சொல்ல நினைத்தால் ஒவ்வொரு நாள் காலை உணவிற்கு முன்பு பின்வரும் பத்தியை தயவு செய்து படியுங்கள். இது ஜேம்ஸ் ஹார்வே ராபின்சன் அவர்களின் *தி மைண்ட் இன் தி மேக்கிங்* என்ற அறிவூட்டும் நூலிலிருந்து எடுக்கப்பட்டுள்ளது.

> சில சமயங்களில் எவ்வித உணர்ச்சிபூர்வமான வெளிப்பாடோ அல்லது எதிர்ப்புகளோ இல்லாமல் நம் மனதை நாம் எளிதாக மாற்றிக் கொள்வதை பார்க்கிறோம். ஆனால் நாம் தவறென்று கூறப்பட்டால் அந்த பழியை ஏற்க மறுத்து நம் மனதை கல்லாக்கிக் கொள்கிறோம். நம்முடைய நம்பிக்கைகளை உருவாக்கிக் கொள்வதில் நம்பமுடியாத அளவிற்கு கவனக்குறைவாக இருக்கிறோம். ஆனால் அந்த நம்பிக்கைகளை மற்றவர்கள் நீக்க விழைந்தால் அப்போது நாம் அவற்றின் மீது நியாயமற்ற அளவில் ஆர்வம் மிகுந்தவர்களாக இருப்பதை

காண்கிறோம். மிக வெளிப்படையாக, நமக்கு விருப்பமானது இந்த நம்பிக்கைகள் மட்டுமில்லை. அச்சுறுத்தப்படும் நம் தன்மானமும்தான். மக்களை பொறுத்தமட்டில் 'என்னுடைய' என்ற சிறிய வார்த்தை மிகவும் முக்கியமானது. அதை முறையாகக் கணக்கிடுவதில்தான் அறிவின் தொடக்கம் இருக்கிறது. 'என்னுடைய' இரவு உணவு, 'என்னுடைய நாய்' 'என்னுடைய' வீடு, அல்லது 'என்னுடைய' தந்தை, 'என்னுடைய' நாடு மற்றும் 'என்னுடைய' கடவுள் என்ற அனைத்து விஷயங்களிலும் வலியுறுத்தல் ஒருமித்த அளவில்தான் இருக்கிறது. நம் கைக்கடிகாரம் காட்டும் நேரம் சரியில்லை, நம்முடைய கார் அழுக்காக உள்ளது என்பதற்கான பழியை ஏற்க மறுப்பதுடன், செவ்வாய் கிரகத்தின் சுற்றுப்பாதை, 'எபிக்டேட்ஸ்' என்ற சொல்லின் உச்சரிப்பு, சாலிசின் (மருந்து) மருத்துவ குணங்கள், அல்லது முதலாம் சர்கானின் சரியான தேதி பற்றிய விபரங்களை குறித்த நம்முடைய முடிவில் மாற்றத்திற்கும் இணங்க மறுக்கிறோம். நாம் உண்மை என்று நம்ப பழக்கப்பட்டவற்றில் நம் நம்பிக்கையை தொடர விரும்புகிறோம். அதன்மீது சந்தேகம் எழுப்பப்படும் போது கோபம் தோன்றுகிறது. நமது நம்பிக்கையை வலியுறுத்த எல்லாவிதமான சமாதானங்களையும் தேடுகிறோம். அதன் விளைவாக ஏற்கனவே நாம் கொண்டுள்ள நம்பிக்கைகளை உறுதி செய்யும் விவாதங்களை முன்வைப்பதில்தான் நம் பகுத்தறிவு உள்ளது.

மிகப்புகழ்பெற்ற மனோதத்துவ நிபுணரான கார்ல் ரோஜர்ஸ் எழுதிய ஆன் பிகமிங் எ பர்சன் என்ற நூலிலிருந்து எடுக்கப்பட்டது:

ஒருமுறை என் வீட்டின் அறைகளில் திரைசீலைகள் தைத்து பொருத்த உள் அறைகளை அலங்கரிப்பவர் ஒருவரை பணியில் அமர்த்தி இருந்தேன். அந்த வேலைக்கான கூலியை கொடுக்கும் நேரத்தில் அந்த தொகைக்கான ரசீது வந்தவுடன் நான் திகைத்துப்போனேன்.

சில நாட்களுக்குப் பிறகு, ஒரு நண்பர் என் வீட்டுக்கு வந்து அந்த திரைசீலைகளைப் பார்த்தபோது அதற்காக நான் கொடுத்த கட்டணத்தொகையை அறிந்து, 'என்ன? மிகவும் மோசமானது. அவர் உங்களிடம் ஒரு பங்கு அதிகமாக வாங்கி விட்டார் என்று கூற அஞ்சுகிறேன்' என்று எதையோ சாதித்துவிட்டது போன்ற வியப்புடன் கூறினார்.

உண்மையா? ஆமாம் அவர் உண்மையைத்தான் சொல்லியிருந்தார். ஆனால் ஒரு சிலர் தங்கள் முடிவின் சரியான தன்மையை பிரதிபலிக்கின்ற உண்மையை மட்டுமே கேட்க விரும்புவார்கள். ஆகவே மனித இயல்பு உந்த, நான் என்னை தற்காத்துக்கொள்ள முயற்சித்தேன். குறைவான பணம் செலவிடுவதே இறுதியில் சிறந்தது என்றாலும்

சிறந்த தரமான மற்றும் கலை நுணுக்கத்தையும் அந்த குறைவான மதிப்பில் வாங்க முடியாது என்று நான் குறிப்பிட்டேன்.

அடுத்த நாள் மற்றொரு நண்பர் வந்தார். அவர் அந்த திரைசீலைகளை பார்த்து ரசித்து உற்சாகத்துடன் இதுபோன்ற திரைசீலைகளை தன்னால் வாங்க முடிந்தால் எவ்வளவு நன்றாக இருக்கும் என்று கூறினார். என் எதிர்வினை முற்றிலும் வித்தியாசமாக இருந்தது. 'உண்மையை சொல்லவேண்டுமென்றால்,' நான் கூறினேன், 'என்னாலும் இவ்வளவு அதிக மதிப்புள்ள பொருளை வாங்கமுடியாது. நான் அதிகமாகத்தான் கொடுத்துவிட்டேன். இதனை ஆர்டர் செய்ததற்காக வருந்துகிறேன்.'

நாம் தவறு செய்துவிடும் போது அதனை நமக்கு நாமே ஒப்புக்கொள்ளலாம். நாம் சிறப்பாகவும் திறமையாகவும் கையாளப்பட்டால், மற்றவர்களிடமும் அதனை ஒப்புக்கொள்ளலாம். இதன் மூலம் நம்முடைய வெளிப்படைத் தன்மை மற்றும் பரந்த மனப்பான்மைக்காக பெருமைப்படும் வாய்ப்பும் உள்ளது. ஆனால் மற்றவர் அந்த சுவையற்ற விஷயத்தை நம்மிடம் வலியுறுத்த முயன்றால் அது நடக்காது.

உள்நாட்டு போர் நடந்து கொண்டிருந்த சமயத்தில் அமெரிக்காவின் மிகப் புகழ்பெற்ற பத்திரிகை ஆசிரியர், ஹோரேஸ் க்ரீலி லிங்கனின் கொள்கைகளை ஒப்புக்கொள்ளாமல் அவற்றை மிகத்தீவிரமாக எதிர்த்தார். விவாதங்கள், நையாண்டி மற்றும் குற்றம் சுமத்துதல் மூலமாக லிங்கனை தன் கருத்துக்கு ஒப்புக்கொள்ள வைத்துவிடலாம் என்று அவர் நம்பினார். லிங்கனுக்கு எதிரான கசப்பான பிரசங்கங்களை மாதா மாதம் வருடா வருடம் நடத்தினார். உண்மையில், பூத் அவரை சுட்டு கொன்ற இரவில் ஜனாதிபதி லிங்கனை தனிப்பட்ட முறையில் தாக்கி கொடுமையான, கசப்பான மற்றும் கேலி செய்யும் முறையில் அவரைப்பற்றிய விஷயங்களைப் எழுதினார்.

ஆனால் இது போன்ற கசப்பான செயல்பாடுகள் லிங்கனை க்ரீலியுடன் ஒத்துப்போக வைத்ததா? ஒருபோதுமில்லை. கிண்டலும் குற்றம் சுமத்துதலும் ஒருபோதும் பயனளிக்காது.

மக்களைக் கையாள்வது, உங்களை நீங்களே மேம்படுத்தி கொள்வது, மற்றும் உங்களது ஆளுமையை மேம்படுத்திக் கொள்வது ஆகியவற்றை விரும்பினால் பெஞ்ஜமின் ஃப்ராங்க்ளின் சொல்லும் மிகச்சிறந்த யோசனைகளை அவரது சுயசரிதையில் படியுங்கள். இதுவரை எழுதப்பட்ட சுயசரிதைகளுள் நல்ல ஈர்ப்புடைய கதையாகவும், அமெரிக்க இலக்கியங்களில் மிகச்சிறந்த ஒன்றாகவும் அது விளங்குகிறது. பென் ஃப்ராங்க்ளின் எப்படி எதற்கெடுத்தாலும் விவாதம் செய்யும் தனது மோசமான பழக்கத்தை வெற்றி கொண்டார் என்றும் அது எவ்வாறு தன்னை அமெரிக்க வரலாற்றில் மிகவும் திறமை

வாய்ந்த, நளினமான, இராஜதந்திரியாக மாற்றியது என்பதையும் பற்றி அதில் கூறுகிறார்.

தவறுகள் பல புரிந்த இளைஞனாக பென் இருந்தபோது ஒரு நாள் அவரது வயதான நண்பர் ஒருவர் அவரை ஒருபுறம் அழைத்துச்சென்று வலியூட்டும் உண்மைகள் சிலவற்றால் அவரை தாக்கினார். அது இது மாதிரியானது:

பென், நீ பேசிப்புரிய வைக்க சாத்தியமற்றவனாக இருக்கிறாய். உன்னோடு முரண்படும் ஒவ்வொருவருக்கும் உன்னுடைய கருத்துக்களால் ஒரு தாக்கம் ஏற்படுகிறது. மிகவும் மனதை புண்படுத்தும் விதமாக இருப்பதால் இனி எவரும் அதனை மதிப்பதில்லை. உன்னுடைய நண்பர்கள் நீ அவர்களோடு இல்லாத சமயத்தில் மகிழ்ச்சி அடைகிறார்கள். வேறு எவரும் எதையும் பகிர்ந்துகொள்ள முடியாத வகையில் நீ எல்லாம் அறிந்தவனாக இருக்கிறாய். உண்மையில், யாரும் அதை செய்ய முற்படமாட்டார்கள். ஏனென்றால், முயற்சி, அதிக உழைப்பு மற்றும் சங்கடம்தான் அவர்களுக்கு மிஞ்சும். ஆகவே உனக்கு தற்போது இருக்கும் குறைவான அறிவைவிட அதிகம் அறிந்துகொள்ள வாய்ப்பில்லை.

சாமர்த்தியமான இந்த எதிர்ப்பை அவர் ஏற்றுக்கொண்ட முறையில்தான் பென் ஃப்ராங்க்ளினைப் பற்றிய ஒரு அற்புதமான விஷயத்தை நான் அறிந்துகொண்டேன். இது உண்மை என்றும் தான் தோல்வி மற்றும் சமுதாய அழிவை நோக்கி நகர்கிறோம் என்பதையும் உணரும் வகையில் அவர் பெரியவராகவும் விவேகமானவராகவும் இருந்தார். ஆகவே அவர் சரியான வழிக்குத் திரும்பி தன்னுடைய ஆணவமிக்க கருத்துக்களை உடனே மாற்றிக்கொள்ளத் துவங்கினார்.

'மற்றவர்களின் நேரடி கருத்து வேறுபாட்டை அவர்கள் உணர்வுக்கு ஏற்ப பொறுமையாகவும் உறுதியாகவும் ஏற்றுக்கொள்வது மற்றும் என்னுடைய நேர்மறை நிலைப்பாட்டில் உறுதியாக இருப்பதை ஒரு விதிமுறையாகவே வைத்துக் கொண்டேன். ஒரு வரையறுக்கப்பட்ட கருத்தை வெளிப்படுத்தும் "நிச்சயமாக," "சந்தேகமே இல்லாமல்" போன்ற சொற்றொடர்களை முற்றிலும் தடை செய்து அதற்கு பதிலாக, "எனக்குத் தோன்றுகிறது," நான் நினைக்கிறேன்" அல்லது "நான் கற்பனை செய்கிறேன்," அல்லது "தற்போது எனக்கு அது இப்படித் தோன்றுகிறது" போன்ற சொற்றொடர்களை உபயோகித்தேன். மற்றவர்கள் கூறுவதில் ஏதேனும் தவறு இருந்தாலோ அல்லது அவர்கள் வெளிப்படுத்துவது என் எண்ணத்திற்கு மாறாக இருக்கும்பட்சத்தில் உடனடியாக அவர்கள் தவறை சுட்டிக்காட்டி திருத்தும் இன்பத்தை எனக்கு அளிக்க மறுத்தேன். சில சந்தர்ப்பங்களில் அல்லது சில விஷயங்களில் அவருடைய கருத்து

சரியானதுதான் என்றாலும் இந்தக் குறிப்பிட்ட ஒன்றில் சில வேறுபாடுகள் இருப்பதாகத் தோன்றுகிறது என்பது போன்ற வாசகங்களை பதில் அளிக்கும் போது பயன்படுத்தினேன். விரைவிலேயே இந்த மாற்றங்களில் நன்மைகள் இருப்பதைக் கண்டேன்; நான் மேற்கொண்ட கலந்துரையாடல்கள் மிகவும் இனிமையாக இருந்தன. என்னுடைய கருத்துக்களை அமைதியாகவும் பணிவுடனும் வெளிப்படுத்திய முறையில் அவை உடனே வரவேற்க்கப்பட்டு குறைவான எதிர்ப்புகளையே பெற்றன. என்னுடைய கருத்து தவறாக இருந்த போது ஏற்பட்ட அவமானமும் குறைவாகவே இருந்தது. நான் சொல்வது சரியாக இருந்த சந்தர்ப்பங்களில் மற்றவர்கள் தங்கள் தவறுகளை உதறிவிட்டு என்னுடைய சரியான முறைகளை ஏற்றுக் கொள்வது எளிதாக இருந்தது.

முதன்முதலில் இயற்கைக்கு மாறாக வலிமையுடன் என் எண்ணங்களை இம்முறையில் நான் வெளிப்படுத்தத் துவங்கியது, காலப்போக்கில் மிகவும் எளிதானதாகவும் வழக்கமான ஒன்றாகவும் மாறிவிட்டது. கடந்த ஐம்பது ஆண்டுகளில் எவரும் நான் இந்த சித்தாந்தத்திலிருந்து விலகியதாக கண்டிருக்கமுடியாது. என்னுடைய நேர்மையான பண்பிற்குப் சான்றாக விளங்கும் இந்த பழக்கமே சக குடிமக்களிடையே எனக்கு மிகுந்த மதிப்பைப் பெற்றுத்தந்ததாக நினைக்கிறேன். சில நிறுவனங்களைத் தொடங்க வேண்டும் அல்லது முன்பிருப்பவற்றில் மாற்றங்களை ஏற்படுத்த வேண்டும் என்ற என் கருத்துக்கள் ஏற்றுக்கொள்ளப்பட்டதற்கும் இந்த கொள்கைக்கு நான் கடமை பட்டிருக்கிறேன். நான் உறுப்பினரான பின் பொதுமக்கள் குழுக்களில் எனக்கு மிகுந்த மரியாதை கிடைத்தது; நான் சிறந்த பேச்சாளராக இல்லாதபோதும், பெரிய உரைகள் நிகழ்த்திய அனுபவம் இல்லாத போதும், வார்த்தைகளைப் பயன்படுத்துவதில் மிகுந்த தயக்கம் காட்டிய போதும் மொழியைச் சரிவரக் கையாளாதபோதிலும் கூட என் கருத்து மற்றவர்களைச் சென்றடைந்தது.'

பென் ஃப்ராங்க்ளினின் வழிமுறைகள் வணிகத்தில் எப்படி பயன்படும்? நாம் இரண்டு உதாரணங்களைக் காண்போம்.

வடக்கு கரோலினாவில் உள்ள கிங்ஸ் மௌண்டன் என்ற இடத்தில் உள்ள நூற்பாலை ஒன்றில் கேதரின் ஏ. ஆல்ரெட் என்பவர் தொழிற்சாலை பொறியியல் மேற்பார்வையாளராக இருந்தார். எனது வகுப்பில் பயிற்சி பெறுவதற்கு முன்பும் அதற்குப்பிறகும் அவர் ஒரு உணர்ச்சிபூர்வமான பிரச்சனையை எப்படி கையாண்டார் என்பதை எங்கள் பயிற்சி வகுப்பு ஒன்றில் பகிர்ந்துகொண்டு இவ்வாறு கூறினாள்:

"என்னுடைய பொறுப்புகளில் ஒருபகுதி" என்று துவங்கி, "அதிக நூல் உற்பத்தி மூலம் அதிக வருமானம் பெறக்கூடிய வகையில் எங்கள் இயந்திர இயக்குநர்களுக்கு ஒரு ஊக்கத்தொகைத் திட்டத்தை உருவாக்கி அதற்கான தகுதிமுறைகளைக் கொண்டு வரும் வேலைகளைச்

செய்வதாகும். ஏற்கனவே நடைமுறையில் இருந்த வழிமுறை இரண்டு அல்லது மூன்று வகையான நூல்களை மட்டும் உற்பத்தி செய்து கொண்டிருந்த வரையில் சரியாக இருந்தது. ஆனால் சமீபத்தில் எங்கள் உற்பத்தி முறையை விரிவுபடுத்தி பன்னிரெண்டிற்கும் மேலான நூல் வகைகளை உற்பத்தி செய்யத்துவங்கியிருந்தோம். தற்போதைய முறை பணியாளர்களின் வேலைகளுக்கு ஏற்ப நேர்மையான முறையில் ஊக்கத்தொகை வழங்குவதற்கும் உற்பத்தியைப் பெருக்குவதற்கும் ஏற்றவகையில் இல்லை. அந்த ஊழியர்களுக்கு அவர்கள் ஒரு குறிப்பிட்ட நேரத்தில் ஒரு ஊழியர் உற்பத்தி செய்யும் நூல் வகைக்கு ஏற்ப ஊக்கத்தொகை வழங்கும் ஒரு முறையை நான் வடிவமைத்தேன். இந்தப் புதிய முறையைப் பற்றிய தகவல்களுடன், இந்த முறை சரியானது என்று மேலாண்மைக்கு நிரூபிக்கும் எண்ணத்தில் உறுதியுடன் அவர்களை சந்தித்தேன். அந்த சந்திப்பில் தற்போது அவர்கள் பின்பற்றும் முறை எவ்வளவு தவறானது மற்றும் அவர்களது எந்த செயலில் நேர்மையில்லையென்றும் விரிவாக விளக்கி அவர்களது அனைத்து பிரச்சனைகளுக்கும் என்னிடம் பதில் இருப்பதாகவும் கூறினேன். சுருக்கமாகச் சொல்ல வேண்டுமென்றால், நான் முற்றிலும் தோற்றுப்போனேன்! நான் முன்மொழிந்த புதிய வழிமுறையை பாதுகாக்கவேண்டிய கட்டாயத்திற்கு ஆளாக்கப்பட்ட நான் அவர்களது பழைய முறையில் உள்ள பிரச்சனைகளை அவர்கள் ஒப்புக்கொள்ளச் செய்யும் வாய்ப்பையும் இழந்தேன். அந்த விஷயம் அத்தோடு முடிந்துவிட்டது.

இப் பயிற்சியின் பல வகுப்புகளுக்கு பிறகு, நான் எங்கெல்லாம் தவறு செய்திருந்தேன் என்பதை உணர்ந்தேன். மீண்டும் என்னுடன் ஒரு முறை சந்திக்கும்படிமேலாண்மைக்கு அழைப்பு விடுத்தேன். இம்முறை எந்த இடத்தில் அவர்கள் பிரச்சனைகளை சந்திக்கிறார்கள் என்று கேட்டேன். ஒவ்வொரு விஷயத்தையும் பற்றி நாங்கள் கலந்துரையாடினோம். மேற்கொண்டு செயல்பட எது சிறந்தவழி என்று அவர்களது கருத்துக்களை கேட்டேன். சரியான இடைவெளி விட்டு சில எளிமையான தீர்வுகளுடன் எனது திட்டத்தை அவர்களே ஏற்று மேம்படுத்த அனுமதித்தேன். இறுதியில், உண்மையாக என் திட்டத்தை நான் முன் வைத்த போது, அவர்கள் ஆர்வத்துடன் அதனை ஏற்றுக் கொண்டனர்.

‘ஒரு நபரிடம் அவர் செய்வது மற்றும் சொல்வது தவறு என்று நேரடியாக சொல்வது எவ்விதமான நன்மையையும் ஏற்படுத்தாமல், மிகுதியான கெடுதலையே உண்டாக்கும் என்பதை நான் இப்போது தெரிந்து கொண்டேன். அவரது சுயகௌரவத்தை குலைப்பது மற்றும் எந்த ஒரு கலந்துரையாடலிலும் வரவேற்கப்படாதவராக உங்களை நீங்கள் ஆக்கிக் கொள்வதைத் தவிர வேறு எந்த வெற்றியையும் உங்களால் காண முடியாது.’

மற்றுமொரு உதாரணத்தை எடுத்துக் கொள்வோம். நான் சொல்லும் ஒவ்வொரு விஷயமும் ஆயிரக்கணக்கான மக்களின் அனுபவங்களின் மிகச்சரியான எடுத்துக் காட்டுகளாகும். ஆர். வி. க்ரௌலே என்பவர் நியூயார்க்கில் மரப்பொருட்கள் விற்பனை செய்யும் ஒரு கடையில் பணியாளராக இருந்தார். பல ஆண்டுகளாக அங்குள்ள மர ஆய்வாளர்களிடம் அவர்கள் தவறு செய்வதாக சொல்லிக்கொண்டிருந்ததாக ஒப்புக்கொண்டார். அவ்விவாதங்களில் அவர் வெற்றியும் பெற்றிருந்தார். ஆனால் அது அவருக்கு எந்த நன்மையையும் அளிக்கவில்லை. 'ஏனென்றால் இந்த ஆய்வாளர்கள் அனைவரும் பேஸ்பால் போட்டிக்கான நடுவர்களைப் போன்றவர்கள். ஒரு முறை தீர்மானம் செய்துவிட்டால் தங்கள் முடிவுகளை மாற்றிக்கொள்ளாதவர்கள்.' என்று மிஸ்டர் க்ரௌலே கூறினார்.

அவர் வெற்றி பெற்ற விவாதங்களால் அவரது நிறுவனம் ஆயிரக்கணக்கான டாலர்களை இழந்து கொண்டிருந்ததை கண்டார். ஆகவே என் பயிற்சி வகுப்பில் சேர்ந்து பயின்ற போது அவர் தன்னுடைய தொழில் தந்திரத்தை மாற்றிக் கொள்வதென்றும் விவாதம் செய்வதை விட்டு விடுவதென்றும் முடிவெடுத்தார். அதன் விளைவுகள் என்ன? தன் வகுப்பில் இருந்த மற்ற மாணவர்களுக்கு அவர் கூறிய கதை இதோ அவர் கூறியபடியே:

'ஒரு நாள் காலையில் என்னுடைய அலுவலக தொலைப்பேசி ஒலித்தது. மறுமுனையில் நாங்கள் அனுப்பிய பொருள்கள் முழுவதும் திருப்தியற்றவையாக இருப்பதாக தெரிவித்த ஒரு மனிதர் கோபமாக பேசினார். நாங்கள் அனுப்பிய பொருட்களை இறக்கும் வேலையை அவர்கள் நிறுவனம் நிறுத்திவிட்டதாகவும் தங்கள் இடத்திலிருந்து அவற்றை உடனடியாக நீக்க நடவடிக்கை எடுக்க வேண்டுமென்றும் அவர் என்னிடம் கேட்டுக் கொண்டார். ஊர்தியில் இருந்த பொருட்களில் கால்பகுதி இறக்கப்பட்ட பிறகு, அவர்களது ஆய்வாளர் அந்தப் பொருட்களை ஆராய்ந்துவிட்டு அவை 55 சதவிகிதம் தரம் தாழ்ந்ததாக இருப்பதாக அறிக்கைக் கொடுத்துள்ளார். இத்தகைய சூழ்நிலையில் அவற்றை அவர்கள் ஏற்றுக்கொள்ள மறுத்தனர்.

'நான் உடனேயே அவர்களது தொழிற்சாலைக்குச் கிளம்பினேன். வழியெங்கும் இந்தச் சூழ்நிலையை எப்படிக் கையாள்வது என்ற சிந்தனையிலேயே இருந்தேன். பொதுவாக இம்மாதிரியான சூழ்நிலைகளில், ஒரு ஆய்வாளர் என்ற முறையில் நான் என்னுடைய அனுபவங்களையும் அறிவையும் கொண்டு அந்த நிறுவன ஆய்வாளரிடம் அவரைத் திருப்திப்படுத்த, நாங்கள் தரம் பிரிக்கும் விதிமுறைகளைக் கூறியிருக்க வேண்டும். உண்மையில் அந்தப் பொருட்கள் சரியான உயர்வான தரத்தில்தான் இருப்பதாகவும் அவர் தன்னுடைய ஆய்வில் இந்த விதிமுறைகளைத் தவறாகப் பொருள் கொண்டிருந்தார் என்றும்

விளக்கியிருக்க வேண்டும். ஆனால் என் பயிற்சி வகுப்பில் கற்றுக்கொண்ட கொள்கைகளைச் செயல்படுத்த எண்ணினேன்.

'நான் அந்தத் தொழிற்சாலையை சென்றடைந்தபோது, வாங்குகிற முகவரும் ஆய்வாளரும் கிண்டலான முறையில் விவாதம் செய்து கொண்டு சண்டையிடும் முனைப்பில் இருந்தார்கள். பொருட்கள் இறக்கப்பட்டுக் கொண்டிருக்கும் இடத்திற்கு சென்று அவர்கள் தங்கள் பணியை தொடர வேண்டும் என்று கேட்டுக்கொண்டேன். அவர் செய்து வந்தது போல் மறுக்கப்படும் மரத்துண்டங்களை ஒருபுறமும் நல்ல பயன்படுத்தப்படக்கூடிய மரத்துண்டங்களை மறுபுறம் என தனித்தனியே ஒதுக்கி வைக்கவேண்டும் என்று அந்தத் தொழிற்சாலையின் ஆய்வாளரை கேட்டுக்கொண்டேன்.

'அவரைச் சிறிது நேரம் கவனித்தப் பிறகு, அவருடைய ஆய்வு மிகவும் கராறாகவும் விதிமுறைகளைத் தவறாகப் புரிந்த கொண்ட நிலையிலும் இருப்பதை அறிந்தேன். இந்தக் குறிப்பிட்ட மரங்கள் வெள்ளை பைன் வகையைச் சேர்ந்தவை. இந்த ஆய்வாளர் கடினமான மரங்களைப் பற்றிய முழுமையான அறிவு கொண்டவராக இருந்தார் என்றும் வெள்ளை பைன் மர வகைகளைப்பற்றி அதிகம் படித்திருக்கவில்லையென்றும் அறிந்துகொண்டேன். ஆனால் வெள்ளை பைன் மரங்களைப் பற்றிய தெளிவான அறிவை நான் பெற்றிருந்தேன். அவர் தரம் பிரிக்கும் முறையைப் பற்றி நான் என்னுடைய கருத்தைக் கூறினேனா? இல்லை. நான் கவனித்துக் கொண்டே இருந்துவிட்டு, கொஞ்சம் கொஞ்சமாக அவர் திருப்தியில்லையென்று ஒதுக்கியவற்றைப் பற்றி விவரம் கேட்டேன். ஒரு முறை கூட அந்த ஆய்வாளர் செய்வது தவறு என்று சொல்லவில்லை. அடுத்தமுறை அனுப்பும் போது அவர்கள் விருப்பத்திற்கேற்ப சரியான தரம் வாய்ந்தவற்றையே அனுப்புவதற்காகவே அந்த கேள்விகளை கேட்கிறேன் என்று வலியுறுத்தினேன்.

'மிகவும் நட்பான மற்றும் என் ஒத்துழைப்பை உணர்த்தும் வகையில், அவர்களுக்குத் தேவையற்றதை அவர்கள் ஒதுக்கி வைப்பது சரிதான் என்ற தொடர்ந்து வலியுறுத்திக் கொண்டு அதற்கான கேள்விகளைக் கேட்டேன். இது அவரை நெகிழச்செய்து எங்களிடையே இருந்த இறுக்கம் கரைந்து மறைந்துவிட்டது. என் தரப்பிலிருந்து நான் கவனமாக அவ்வப்போது வெளியிட்ட குறிப்புகள், தான் தரம் தாழ்ந்தது என்று ஒதுக்கிய மரத்துண்டங்கள் நல்லதாக இருக்குமோ என்ற எண்ணத்தை உருவாக்கியது. இருப்பினும் இப்படி சுட்டிக்காட்டும்போது இந்தக் கருத்தை நான் ஒரு பிரச்சனையாக ஆக்குவதாக அவர் நினைத்துவிடக்கூடாது என்பதில் கவனமாக இருந்தேன்.'

படிப்படியாக அவரது முழு மனப்பாண்மையும் மாறியது. இறுதியாக தனக்கு வெள்ளை பைன் மரங்கள் பற்றி போதிய அனுபவம் இல்லை என்று ஒப்புக்கொண்டு, வாகனத்திலிருந்து இறங்கிய ஒவ்வொன்றைப்

பற்றியும் என்னிடம் கேள்விகள் கேட்டு அறிந்துகொண்டார். அவற்றின் தரம் எப்படி குறிப்பிட்ட முறையில் தீர்மானிக்கப்படுகிறது என்று அவருக்கு விளக்கியபடி அவற்றால் பயனில்லை என்றால் எடுத்துக்கொள்ள வேண்டிய அவசியமில்லை என்றும் வலியுறுத்தினேன். இறுதியாக தரம் பிரிக்கப்படும் முறையை அறிந்துகொண்ட பின்னர் அவர் ஒவ்வொரு மரத்துண்டும் நிராகரிக்கப்பட்ட மற்ற துண்டங்களுடன் போடப்படும்போது குற்றஉணர்ச்சியால் உந்தப்பட்டார். கடைசியில் குற்றம் தன் பக்கம்தான் என்பதை கண்டு கொண்டார். ஏனென்றால் ஆர்டர் கொடுக்கும் போது அவர்களுக்குத் தேவையான நல்ல தரத்தைப் பற்றி அவர்கள் குறிப்பிட்டிருக்கவில்லை.

'அதன் இறுதி விளைவாக, நான் அங்கிருந்து சென்ற பிறகு அவர் வண்டியில் வந்த மொத்த மரத்துண்டங்களை மீண்டும் ஆராய்ந்து பார்த்து, முழுவதையுமே ஏற்றுக் கொள்ள, அவை அனைத்திற்குமான முழு தொகையையும் நாங்கள் காசோலையாக பெற்றோம்.'

'இந்த ஒரு நிகழ்வில் மட்டுமே சிறிதளவு புத்திசாலித்தனம் மற்றும் மற்றவர் செய்வது தவறு என்று கூறுவதை தவிர்த்தது என்னுடைய கம்பெனிக்கு நல்ல ஒரு தொகையை காப்பாற்றிக் கொடுத்தது. மேலும் காப்பாற்றப்பட்ட நல்லிணக்கத்திற்கு எந்தவிதமான பணமதிப்பையும் ஈடாக சொல்ல முடியாது.'

மார்டின் லூதர் கிங்கிடம், அமைதியை விரும்புபவராக இருந்து கொண்டு எப்படி அவரால் அந்தகாலக்கட்டத்தில் நாட்டின் மிக உயர்ந்த பதவியிலிருந்த கருப்பின விமானப்படை அதிகாரியான ஜெனரல் டேனியல் "சாப்பி" ஜேம்ஸை புகழ முடிகிறது என்று கேட்கப்பட்டது. 'நான் மக்களை அவர்களது கொள்கைகளின் படியே மதிப்பிடுகிறேன்—என்னுடைய சொந்தக் கொள்கையால் அல்ல" என்று பதிலளித்தார்.'

இதே முறையில், ஜெனரல் ராபர்ட் ஈ. லீ கூட்டமைப்பின் தலைவர் ஜெஃப்பர்சனிடம் தன் கீழ் பணிபுரிந்த ஒரு குறிப்பிட்ட அதிகாரியைப் பற்றிப் பேசினார். அப்போது அங்கிருந்த மற்றொரு அதிகாரி வியப்படைந்தார். 'ஜெனரல், நீங்கள் இப்போது உயர்வாகப் பேசும் அந்த அதிகாரி உங்களது மோசமான பகைவர் மற்றும் வாய்ப்புக் கிடைக்கும் போதெல்லாம் உங்களைப் பற்றி அவதூறாக பேசுபவர் என்றும் உங்களுக்குத் தெரியாதா?' என்று கேட்டார். 'ஆமாம் தெரியும். ஆனால், தலைவர் அவரைப் பற்றிய என்னுடைய கருத்தைக் கேட்டார். என்னைப் பற்றி அவருக்குள்ள கருத்தை கேட்கவில்லை' என்று ஜெனரல் லீ பதிலளித்தார்.

இந்தப் பகுதியில் நான் புதிய தகவல் ஒன்றையும் அளிக்கவில்லை. இரண்டாயிரம் ஆண்டுகளுக்கு முன்பே ஏசுநாதர், "உங்கள் எதிரியுடன் உடனே ஒத்துப்போகவும்" என்று கூறினார்.

கிறிஸ்து பிறப்பதற்கு 2,200 ஆண்டுகளுக்கு முன்பே எகிப்தின் அரசர் அக்தோய் தன் மகனுக்கு சில புத்திசாலித்தனமான அறிவுரைகளை கொடுத்திருந்தார்—அது இன்றளவும் தேவையான ஒன்றுதான். 'சாதுரியமாக இரு. அது உன்னுடைய கருத்தை வளப்படுத்த உதவும்.'

வேறு வார்த்தைகளில் சொல்வதென்றால், உங்கள் வாடிக்கையாளர் அல்லது உங்கள் வாழ்க்கைத் துணை அல்லது உங்கள் பகைவர் ஆகிய எவருடனும் விவாதம் செய்யாதீர்கள். அவர்கள் சொல்வது அல்லது செய்வது தவறு என்று அவர்களிடம் கூறாதீர்கள். அவர்களைக் கலங்கச் செய்யாதீர்கள். கொஞ்சம் சாதுரியத்தைப் பயன்படுத்துங்கள்.

விதி 2
மற்றவரிடம், 'நீங்கள் சொல்வது தவறு' என்று ஒருபோதும் கூறாதீர்கள்.

யார் சரி, யார் தவறு அல்லது யார் சிறந்தவர் என்பதைப் பற்றி சிந்திக்க வேண்டாம். எதற்கும் ஆதரவாகவோ எதிராகவோ இருக்க வேண்டாம்.

—ப்ரூஸ் லீ

எந்த மூடனாலும் விமர்சனம் செய்து, நிந்தித்து, குறைகூற முடியும்—பெரும்பாலான மூடர்கள் செய்வது அது.

—டேல் கார்னெகி

3

நீங்கள் தவறாக இருந்தால் ஒப்புக்கொள்ளுங்கள்

என் வீட்டிலிருந்து ஒரு நிமிடத்தில் நடந்து சென்று அடையக்கூடிய தொலைவில் ஒரு வனப்பகுதி இருந்தது. அங்கே வசந்த காலத்தில் பிளாக் பெர்ரி தோப்புகளில் பனிமூடி வெண்மையாகத் தோன்றும். அணில்கள் கூடுகள் கட்டித் தம் குஞ்சுகளை வளர்க்கும். குதிரைகள் உண்ணும் புல்வகை அதன் தலைமட்டத்திற்கு வளர்ந்திருக்கும். இந்த சீரழிக்கப்படாத வனப்பகுதி வனப்பூங்கா என்று அழைக்கப்பட்டது. இந்த வனம் கொலம்பஸ் அமெரிக்காவைக் கண்டுபிடித்த போது இருந்தது போலவே தோற்றத்தில் எந்த மாறுபாடும் இல்லாமல் இருந்தது என்று சொல்லலாம். நான் இந்தப் பூங்காவில் வழக்கமாக ரெக்ஸ் என்ற என் பாஸ்டன் நாயுடன் நடந்து செல்வேன். அது நட்புடன் விளங்கும் தொல்லைகள் எதுவும் கொடுக்காத சிறிய வேட்டை நாய்; அரிதாகவே எவரையும் சந்திப்பேன் என்ற காரணத்தால், தோல்வாரும் முகவாய் கட்டும் இல்லாமல் நான் ரெக்ஸை அங்கு அழைத்துச் செல்வேன்.

ஒரு நாள் தன் அதிகாரத்தை காட்ட ஆர்வமாக இருந்த ஒரு காவலரை நாங்கள் எதிர்கொள்ள நேர்ந்தது.

'இப்படி நாயைக் கட்டாமல் சுதந்திரமாக சுற்றித்திரிய விடுவதன் நோக்கமென்ன? இது சட்டத்திற்கு விரோதமானது என்று உங்களுக்குத் தெரியாதா?' என்று கடிந்துகொண்டார்.

'ஆமாம். அது எனக்குத்தெரியும்,' நான் மென்மையாக பதிலளித்தேன், 'ஆனால் இது எவருக்கும் எந்த பிரச்சனையும் கொடுக்காது என்று நினைத்து அப்படிச்செய்தேன்.'

'நீங்கள் நினைக்கவில்லை! நீங்கள் நினைக்கவில்லை! நீங்கள் என்ன நினைக்கிறீர்கள் என்பதைப் பற்றி சட்டம் கவலைப்படாது. அந்த நாய் ஒரு அணிலைக் கொன்றுவிடலாம் அல்லது ஒரு குழந்தையைக் கடித்து விடலாம். இப்போது, இம்முறை நான் உங்களை விட்டு விடுகிறேன். ஆனால் மீண்டும் நீங்கள் நாயைக் கட்டாமல் கொண்டு வந்து, நான் உங்களை கையும் களவுமாக பிடித்துவிட்டால், இந்த விளக்கங்களை நீங்கள் நீதிபதியிடம்தான் கூற வேண்டும்.'

அதற்கு அடிபணிவதாக அடக்கத்துடன் உறுதியளித்தேன்.

நான் கீழ்ப்படிந்தேன்—சில முறை. ஆனால் ரெக்ஸ் கட்டப்படுவதை விரும்பவில்லை. எனக்கும் அதில் விருப்பமில்லை; எனவே அப்படியே சென்றுபார்ப்போம் என்று முடிவு செய்தோம். சில நாட்கள் எல்லாம்

சரியாகத்தான் இருந்தது. ஆனால் மீண்டும் ஒருமுறை நாங்கள் பிரச்சனையில் மாட்டிக்கொண்டோம். ஒரு நாள் மதியம் ரெக்ஸும் நானும் மலையருகில் ஓடிக்கொண்டிருந்தோம். வருந்தத்தக்க வகையில் திடீரென்று அங்கே சட்டத்தின் காவலரான அதே அதிகாரி குதிரை சவாரி செய்துகொண்டபடி எங்கள் பக்கம் வந்துகொண்டிருந்தார். ரெக்ஸ் அந்த அதிகாரியை நோக்கி முன்னே நகர்ந்தது.

இதற்கான தண்டனை கிடைக்கும் என்பதை நான் அறிந்திருந்தேன். அதனால் அவர் எதுவும் சொல்ல காத்திராமல் அவர் பேசத் துவங்கும் முன்பாக நானே பேசத் துவங்கினேன். நான் அவரிடம், 'ஐயா நீங்கள் என்னைக் கையும் களவுமாகப் பிடித்துவிட்டீர்கள். நான் குற்றம் செய்துள்ளேன். நான் பொய்யான காரணங்களையோ சால்ஜாப்புகளையோ சொல்லப் போவதில்லை. மீண்டும் ஒரு முறை நாயைக் கட்டாமல் சுதந்திரமாக திரியவிட்டால் அபராதம் கட்ட வேண்டிவருமென்று சென்ற வாரமே கூறினீர்கள்.'

அந்தக் காவலர் கனிவான குரலில் பதிலளித்தார். 'எவரும் சுற்றியில்லாத போது ஒரு சிறிய நாயை இப்படி சுதந்திரமாக விட வேண்டும் என்ற சலனம் எழக்கூடும்.'

'நிச்சயமாக அந்த உந்துதல் இருக்கும். ஆனால் இது சட்டத்திற்குப் புறம்பானது' என்று நான் பதிலளித்தேன்.

'ம்ம்ம், இதுபோன்ற சிறிய நாய் யாரையும் துன்புறுத்தப் போவதில்லை' என்று அந்த காவலர் ஆட்சேபித்தார்.

'இல்லை. ஆனால் இது அணில்களைக் கொல்லக்கூடும்,' என்றேன்.

'நான் சொன்னதைக் கொஞ்சம் கடுமையாகத்தான் எடுத்துக் கொண்டு விட்டீர்கள். நான் என்ன செய்வதென்று சொல்கிறேன். உங்கள் நாயை அந்த குன்றின் மேல் உலவ விடுங்கள், என் கண்களுக்கு எட்டாத தொலைவில். நாம் நடந்ததை மறந்துவிடுவோம்.' என்று அவர் என்னிடம் கூறினார்.

அந்தக் காவலரும் மனிதர் தானே. தனக்கு முக்கியத்துவம் அளிக்கப்பட வேண்டும் என்று விரும்பியிருந்தார். ஆகவே என்னை நானே குறை கூறத் துவங்கியதும் அவர் தன் சுய மதிப்பு மேலோங்கும் வகையில் கருணையுடன் நடந்து கொள்ள வற்புறுத்தப்பட்டார்.

ஆனால் ஒருவேளை நான் என்னை தற்காத்துக்கொள்ள விரும்பி முயற்சித்திருந்தால், என்னவாகியிருக்கும்.—நீங்கள் எப்போதாவது ஒரு காவலருடன் விவாதத்தில் ஈடுபட்டிருக்கிறீர்களா?

ஆனால் அவருடன் சண்டையில் ஈடுபடுவதற்குப் பதிலாக, உண்மையிலேயே அவர் சொல்வது சரியென்றும் நான் முற்றிலும் தவறு செய்துவிட்டதாகவும் ஒப்புக்கொண்டேன். நான் இதனை விரைவாக, வெளிப்படையாக, ஆர்வத்துடன் ஒப்புக்கொண்டேன். நான்

அவர் பக்கத்தை எடுக்க அவர் என் சார்பாக பேச, விவகாரம் சுமூகமாக முடிந்துவிட்டது. ஒரு வாரம் முன்பு சட்டத்தை மேற்கோள் காட்டி என்னை பயமுறுத்தியிருந்த குதிரையேறி வந்த இந்த காவலரை விட லார்ட் செஸ்டர்ஃபீல்டால் கூட அதிக கனிவுடன் இருந்திருக்க முடியாது.

கண்டனத்துக்கு உள்ளாகப் போகிறோம் என்று தெரிந்தால், மற்றவர் தாக்கும் முன்னர் நம்மை நாமே கண்டனம் செய்து கொள்வது சிறந்தது அல்லவா? மற்றவர் வாயிலிருந்து கண்டனச் சொற்களைப் பெறுவதைவிட நம்மை நாமே விமர்சித்துக் கொள்வதைக் கேட்பது எளிதாக இருக்குமல்லவா?

உங்களைப் பற்றிய தாழ்வான விஷயங்களை, மற்றவர் நினைத்துக் கொண்டிருக்கும் அல்லது சொல்ல விரும்பும் அல்லது சொல்ல முயலும் முன்பு நீங்களே சொல்லிவிடுங்கள். நூற்றில் ஒன்றான வாய்ப்பில் மட்டும்தான் பரந்த மனத்துடனும் மன்னிக்கும் குணத்துடனும் செயல்பாடு இருக்கும். குதிரையில் வந்த அந்த காவலர் என்னுடனும் ரெக்ஸுடனும் நடந்து கொண்டது போல் உங்கள் தவறுகள் சிறிதாக பார்க்கப்படும் வாய்ப்பு குறைவானதுதான்.

கடுமையாகப் பேசி திட்டிக்கொண்டே கலைப்பொருட்கள் வாங்கும் ஒருவரின் நன்மதிப்பைப்பெற ஃபெர்டினன்ட் ஈ. வாரன் என்ற வணிகக் கலைஞர் இந்த உத்தியைத்தான் பயன்படுத்தினார்.

'விளம்பரத்திற்காகவும் வெளியிடுவதற்காகவும் ஓவியங்களை வரையும் போது அவை சுருக்கமாகவும் கச்சிதமான முறையிலும் இருப்பது மிகவும் முக்கியம்,' என்று சொல்லி பின்வரும் கதையைக் கூறினார்:

'சில பத்திரிகை கலை ஆசிரியர்கள் தங்கள் தரகுப் பங்குத்தொகை உடனே கொடுக்கப்பட வேண்டும் என்று கேட்பார்கள்; இந்த விஷயங்களில் சில சிறிய குறைபாடுகள் இருப்பதற்கான வாய்ப்புகள் உண்டு. சிறிய விஷயங்களில் கூட குற்றம் கண்டு மகிழும் ஒரு குறிப்பிட்ட பத்திரிகை கலை ஆசிரியரை எனக்குத் தெரியும். அவரது அலுவலகத்தை விட்டு அடிக்கடி சலித்துக்கொண்டபடி வெளியேறி இருக்கிறேன். அது அவரது விமர்சனங்களுக்காக அல்ல, அவர் தாக்குகின்ற முறைக்காகத்தான். அண்மையில் அவருக்கு அவசர வேலை ஒன்றை செய்து கொடுத்திருந்தேன். அவர் தொலைப்பேசியில் அழைத்து என்னை தன் அலுவலகத்திற்கு உடனே வரும்படி கூறினார். ஏதோ தவறு நடந்து விட்டதாக கூறியிருந்தார். நான் அங்கே சென்றபோது, நான் எதிர்பார்த்தபடியே நடந்தது. பகைமையுடன் விமர்சனம் செய்யத் தயாராக மகிழ்ச்சியுடன் காத்திருந்தார். விவரங்களை கோபமாக விளக்கி, நான் ஏன் அப்படிச்செய்தேன் என்று கேட்டார். நான் கற்றுக்கொண்டிருந்த சுயவிமர்சனக் கண்டன முறையைப் பயன்படுத்த இப்போது என்க்கு ஒரு வாய்ப்புக் கிடைத்தது.

ஆகவே நான், "அய்யா நீங்கள் சொல்வது சரியென்றால், தவறு என் மீதுதான் உள்ளது. இந்தப் பெரிய தவறுக்கு எந்தவித மன்னிப்பும் கிடையாது. இதை விட சிறப்பாக செய்யமுடியும் என்று நன்றாகத் தெரிந்திருக்கும் அளவிற்கு நான் பல காலமாக உங்களுக்காக ஓவியங்கள் வரைந்து வந்திருக்கிறேன். நான் என் தவறுக்காக வெட்கப்படுகிறேன்.' என்று கூறினேன்.

"உடனேயே அவர் எனக்கு சாதகமாக பேசத்துவங்கினார். "ஆம், நீங்கள் சொல்வது சரி, ஆனால் இது ஒன்றும் கடுமையான தவறு இல்லை. இது ஒரு சாதாரண...'

'அவரை இடைமறித்து, "எந்தத் தவறானாலும், அது பண விரயம் ஏற்படுத்துவதோடு எரிச்சலூட்டும் ஒன்றாக இருக்கக் கூடியது தானே," என்றேன்.'

'அவர் மீண்டும் பேச முற்பட்டார். ஆனால் நான் அவரை பேச அனுமதிக்கவில்லை. எனக்கு இது ஒரு சிறந்த நேரம். வாழ்க்கையில் முதல்முறையாக என்னை நானே விமர்சனம் செய்தேன் அது எனக்கு மகிழ்ச்சி அளித்தது.

'நான் இன்னும் கவனமாக இருந்திருக்க வேண்டும்.' என்று கூறியபடி தொடர்ந்தேன். "எனக்கு நீங்கள் மிக அதிக வேலைக் கொடுக்கிறீர்கள். உங்களுக்கு நான் சிறந்த முறையில் பணியாற்றவேண்டும். ஆகவே இந்த ஓவியங்களையெல்லாம் நான் மீண்டும் ஒரு முறை வரையப்போகிறேன்."

"இல்லை, இல்லை! வேண்டாம்." என்று அவர் எதிர்த்தார். "அப்டியொரு துன்பத்தை நான் உங்களுக்குக் கொடுக்க விரும்பவில்லை." என்று சொல்லிவிட்டு, என் வேலையைப்பற்றி புகழ்ந்து பேசினார். தான் ஒரு சிறிய மாற்றத்தை மட்டுமே விரும்புவதாகவும், என் சிறு தவறு தன் நிறுவனத்திற்கு பெரிய இழப்பு எதையும் ஏற்படுத்தப்போவதில்லை என்றும் கூறினார்; இது ஒரு சாதாரண விஷயம். கவலைப்படும் அளவிற்கு பெரியதல்ல.

'என்னை நானே விமர்சித்துக் கண்டனம் செய்து கொள்ள காட்டிய ஆர்வம் அவரது சண்டையிடும் மனப்பாங்கை அழித்துவிட்டது. என்னை அவர் மதிய உணவு சாப்பிட அழைத்துச் செல்ல, அனைத்து விஷயங்களும் சுமூகமாக முடிவடைந்துவிட்டன. நாங்கள் அங்கிருந்து கிளம்பும் முன் எனக்கு ஒரு காசோலையையும் மற்றுமொரு தரகுத்தொகையும் கொடுத்தார்.'

தனது தவறுகளை ஒப்புக் கொள்ளும் தைரியத்தில் ஒரு குறிப்பிட்ட அளவு திருப்தி நிறைந்திருக்கிறது. குற்ற உணர்சி மற்றும் தற்காத்துக்கொள்ளும் சூழலை நீக்குவதோடு அந்த தவறினால் ஏற்பட்ட பிரச்சனையை தீர்ப்பதற்கும் உதவுகிறது.

நியூமெக்ஸிகோவில் உள்ள அல்புக்யூர்க்யூவைச் சேர்ந்த புரூஸ் ஹார்வே என்பவர் மருத்துவ காரணங்களால் விடுப்பில் இருந்த ஒரு ஊழியருக்கு முழுச்சம்பளம் வழங்க தவறுதலாக அனுமதியளித்து உத்தரவிட்டு விட்டார். அந்தத் தவறைக் கண்டுபிடித்தவுடன், சம்பந்தப்பட்ட ஊழியரின் கவனத்திற்குக் கொண்டு வந்து அந்தத் தவறைத் திருத்துவதற்கு அடுத்த மாதச் சம்பளத்தில் கூடுதலாக வழங்கப்பட்ட தொகையைப் பிடித்துக்கொண்டு காசோலை வழங்குவதாகக் கூறினார். அதனால் தனக்கு மிகுந்த பொருளாதார நெருக்கடி ஏற்படும் என்றும் அந்தத்தொகையை கொஞ்சம் கொஞ்சமாக காலப்போக்கில் பிடித்துக்கொள்ள முடியுமா என்று அந்த ஊழியர் கெஞ்சினார். அப்படிச் செய்ய தன் மேற்பார்வையாளரின் ஒப்புதலைப் பெற வேண்டும் என்று ஹார்வே விளக்கினார். 'இது தலைமைப் பொறுப்பில் இருப்பவர்களை மிகவும் கோபப்பட செய்யும் என்று எனக்குத் தெரியும். இந்தச் சூழ்நிலையை எப்படி கையாள்வது என்று சிந்திக்க முயற்சித்தபோது, எல்லாத்தவறும் என்னுடையது என்று என் முதலாளியிடம் ஒப்புக்கொள்வதே சரியாக இருக்கும் என்று முடிவெடுத்தேன்' என்று குறிப்பிட்டார்.

'அவரது அலுவலகத்திற்குள் நுழைந்து, நான் தவறு செய்துவிட்டேன் என்பதைச் சொல்லி நடந்த முழு விவரத்தையும் எடுத்துக் கூறினேன். அவர் மிகுந்த கோபத்துடன் இது மனிதவளத் துறையினரின் தவறு என்றார். அது என்னுடைய தவறுதான் என்று மீண்டும் கூறினேன். அவர் மறுபடியும் கோபமுற்று இது கணக்கு வைப்புத் துறையின் கவனக்குறைவுதான் என்றார். மறுபடியும் அது என்னுடைய தவறுதான் என்று விளக்கிக் கூறினேன். அவர் அலுவகத்தில் இருந்த வேறு இருவரின் தவறு என்று குற்றம் சாற்றினார். ஆனால் ஒவ்வொரு முறையும் அது என்னுடைய தவறுதான் என்று மீண்டும் மீண்டும் கூறினேன். இறுதியாக, அவர் என்னைப் பார்த்து, 'சரி, இது உங்கள் தவறுதான். இப்போது இதைச் சரி செய்து விடுங்கள்' என்றார். அந்தத் தவறு திருத்தப்பட்டது. யாருக்கும் தொந்தரவு இல்லாமலும் அது செய்யப்பட்டது. ஒரு நெருக்கடியான சூழலைக் கையாள முடிந்ததால் நான் சிறப்பாக உணர்ந்தேன். பொய்யான குற்றச்சாட்டுகளை மற்றவர்கள் மீது சுமத்தாமல் துணிவுடன் நடந்துகொண்டேன். அதற்குப்பிறகு என் மீதான என் முதலாளியின் மதிப்பு அதிகரித்தது.

எந்த ஒரு முட்டாளும் தன் தவறை மறைக்க முயற்சி செய்யலாம்—பெரும்பாலான முட்டாள்கள் அதைத்தான் செய்கிறார்கள்—ஆனால் தன் தவறை ஒப்புக்கொள்வது சமுதாயத்தில் உயர்ந்தவர் என்ற அந்தஸ்தையும் உன்னதமானவர் என்ற உணர்வையும் ஒருவருக்கு அளிக்கிறது. உதாரணமாக, கெட்டிஸ்பர்கில் நடந்த பிக்கெட்டின் படையெடுப்பின் தோல்விக்குத் தான்மட்டுமே காரணம் என்று ராபர்ட்

ஈ. லீ தன்னைப்பற்றி கூறியது வரலாற்றில் அவரைப்பற்றி பதிவு செய்யப்பட்ட அழகான விஷயங்களில் ஒன்றாகும்.

மேற்கத்திய நாடுகளில் இதுவரை நடந்த போர்த் தாக்குதல்களில் பிக்கெட்டின் தாக்குதல் மிகவும் அறிவுக்கூர்மையுடனும், அழகானதாகவும் இருந்த ஒன்று என்பதில் ஐயமில்லை. ஜெனரல் ஜார்ஜ் ஈ. பிக்கெட் தானே அழகாக இருந்தார். தோள்பட்டையைத் தொடும் நீளத்திற்கு தன் செம்பட்டையான முடியை வளர்த்திருந்தார். நெப்போலியன் தன் இத்தாலியப் படையெடுப்புகளில் செய்தது போல, இவரும் தீவிரமான கடிதங்களை படைக்களத்திலிருந்தபடி ஒவ்வொரு நாளும் எழுதினார். ஜூலை மாதத்தின் துன்பகரமான பிற்பகல் ஒன்றில் அணிந்திருந்த தொப்பி தனது வலது காதோரமாக சரிந்திருக்க கவலையற்ற நிலையில் யூனியன் லைன்களை நோக்கி சவாரி செய்து சென்ற போது விசுவாசமான அவரது போர்வீரர்கள் அவரை உற்சாகப்படுத்தினர். உற்சாகமான முழக்கங்களுடன் பதாகைகள் காற்றில் பறக்க, பீரங்கிகள் சூரிய ஒளியில் பளிச்சிட அவரது வீரர்கள் தரவரிசைப்படி தோளோடு தோள் சேர நடந்து அவரை பின்தொடர்ந்து சென்றனர். அது ஒரு துணிச்சலான, தைரியமான மற்றும் பிரமாண்டமான காட்சியாக இருந்தது. தங்கள் தேசிய கொடியைப்பாராட்டி மக்கள் ஒருவருக்கொருவர் கிசுகிசுத்தனர்.

பிக்கெட்டின் படைகள் எளிதான முறையில் தோப்புகள், சோளப்பயிர்கள் மற்றும் சமவெளிகள் வழியாக பள்ளத்தாக்குகளின் மேல் முன்னேறிச் சென்றன. முழுநேரமும் எதிரிகளின் துப்பாக்கிகள் அவர்களின் நிலைகளைத் துளைத்துக் கொண்டிருந்தன. இருப்பினும் அவர்கள் விடாப்பிடியாக, தடுக்க இயலாதவாறு தொடர்ந்து நடந்தனர். வேகமாக முன்னேறிக் கொண்டிருந்த பிக்கெட்டின் படைகள் மீது திடீரென்று, யூனியன் காலாட் படை தாங்கள் மறைந்திருந்த கல்லறைத் தோட்டத்தின் கல் சுவர்களுக்குப் பின்னாலிருந்து எழுந்து சரமாரியாக துப்பாக்கிச் சூடு நடத்தினர். அந்த மலை உச்சி ஒரு தீச் சுடர் விரிப்பாகவும், ஒரு கசாப்புக்கடை போலவும், வெடித்துச் சிதறிய எரிமலை போன்றும் தோன்றியது. சில நிமிடங்களிலேயே பிக்கெட்டினுடைய படைத்தளபதிகளில் ஒருவரைத் தவிர மற்ற அனைவரும் அவருடைய ஐயாயிரம் வீரர்களில் ஐந்தில் நான்கு பங்கினருடன் வீழ்ந்தனர்.

கடைசித் தாக்குதலில் தலைமை தாங்கிக் கொண்டிருந்த ஜெனரல் லூயிஸ் ஏ. ஆர்மிஸ்டட் வேகமாக முன்னேறி கல் சுவர் மேலேறி தன் தொப்பியை தன் கத்தியின் முனையில் வைத்து அதனை அசைத்தபடி இவ்வாறு சத்தமிட்டார்:

'வீரர்களே இரும்புக் கரம் கொண்டு அவர்களைத் தாக்குங்கள்!'

அவர்களும் அப்படியே செய்தார்கள். எகிறிச்சென்று சுவரைத்தாண்டிச் தங்கள் பகைவர்களைத் தாக்கினார்கள். துப்பாக்கிகளால் தலைகளைத் தூளாக்கி, தெற்கு பகுதியினரின் வெற்றிக்கொடிகளை கல்லறைத் தோட்டத்தில் நட்டார்கள்.

பதாகைகள் அங்கு ஒரு நொடியே அசைந்தன. ஆனால் அந்த நொடி சிறியதாக இருந்தாலும் கூட்டமைப்பாளர்களின் அடையாளத்தைப் பதித்தன.

பிக்கெட்டின் அற்புதமான வீரத் தாக்குதல் முடிவின் ஆரம்பமாக அமைந்தது. லீ தோல்வி அடைந்திருந்தார். அவரால் வடக்கு திசையில் ஊடுருவிச் செல்ல முடியவில்லை. அதை அவர் அறிந்திருந்தார்.

தெற்கு பேரழிவிற்கு ஆளானது.

லீ எந்த அளவிற்கு வருத்தமும் அதிர்ச்சியும் அடைந்திருந்தார் என்றால், அவர் தன் ராஜினாமாவை கூட்டமைப்பின் தலைவரான ஜெஃப்பர்சன் டேவிஸுக்கு அனுப்பி, 'இளமையான திறமையுள்ள ஒருவரை நியமிக்க' கோரினார். லீ விரும்பியிருந்தால், பிக்கெட்டின் படையெடுப்பின் அழிவு நிறைந்த தோல்விக்கு காரணம் வேறு எவரோ என்று குற்றம் சாற்றியிருக்க முடியும். அவரது படைப்பிரிவின் தளபதிகளில் சிலர் அவரைத் தோல்வியுறச் செய்திருந்தார்கள். காலாட்படைத் தாக்குதலின் உதவிக்கு சரியான நேரத்தில் குதிரைப்படை வரவில்லை. அதில் நேர்ந்த தவறுதான் தோல்விக்கு காரணமாகியிருந்தது. ஆனால், மற்றவர்கள் மீது பழி சுமத்தமுடியாத அளவில் உன்னதமானவர் லீ. வெகுவாக காயமடைந்திருந்த பிக்கெட்டின் படைகள் எல்லைக்குத் திரும்பிவரப் போராடிக் கொண்டிருந்த சமயத்தில் ராபர்ட் ஈ. லீ அவர்களை தனிமையில் சந்திக்க விரைந்தார். அங்கு அவர் தன்னை தாழ்த்திக்கொண்டும் அவர்களை பாராட்டியும் பேசினார். 'இவை அனைத்தும் என் தவறுதான். நான் மட்டுமே இந்தப் போரின் தோல்விக்குக் காரணம்' என்று பழியை தன் மீது ஏற்றுக் கொண்டார்.

இப்படி முழு பழியையும் ஏற்க வரலாற்றில் ஒரு சில தளபதிகளுக்கு மட்டுமே துணிவிருந்திருக்கிறது.

ஹாங்காங்கில் எங்கள் பயிற்சி வகுப்பில் பாடம் நடத்திய மைக்கேல் ச்யூங் எப்படி சீன கலாச்சாரத்திற்கு சில பிரத்யேகமான பிரச்சனைகள் உள்ளது என்றும் அதற்கு தீர்வாக பழைய மரபுகளை கண்மூடித்தனமாக பின்பற்றுவதைவிட சில சந்தர்ப்பங்களில் ஒரு கொள்கையைப் பின்பற்றுவது அதிக நன்மை பயக்கிறது என்றும் கூறினார். பல ஆண்டுகளாக தன் மகனிடமிருந்து பிரிந்திருந்த, முன்பு போதை பொருளுக்கு அடிமையாகி இப்போது அதிலிருந்து விடுபட்டிருந்த நடுத்தர வயது மனிதர் ஒருவர் அவர் வகுப்பில் இருந்தார். சீன பாரம்பரியப்படி வயதில் முதிர்ந்தவர் தன் தரப்பிலிருந்து முதலடி எடுத்துவைக்க முடியாது. சமாதானத்திற்கு அவருடைய மகன்தான்

முதல்கட்ட நடவடிக்கை எடுக்க வேண்டும் என்று நினைத்தார் தந்தை. முந்தைய ஒரு வகுப்பில் தான் முன்பு சந்தித்திராத தனது பேரக்குழந்தைகளைப்பற்றி சொல்லி அவர் தன் மகனுடன் இணைந்து வாழ விரும்புவதாகவும் கூறினார். அங்கு அவருடன் வகுப்பில் இருந்த சீனர்களான அனைத்து மாணவர்களும் தன் சுய விருப்பம் மற்றும் தொன்றுத்தொட்டு பின்பற்றப்பட்ட சீன பாரம்பரிய வழிமுறைக்கும் இடையே அவர் சிக்கித்தவிப்பதை புரிந்து கொண்டார்கள். அந்தத் தந்தை இளையவர்கள் முதியவர்கள் மேல் மரியாதை வைத்திருக்க வேண்டும் என்றும் தன் விருப்பத்திற்கு இணங்காமல் தன் மகன் தன்னிடம் வரும்வரை காத்திருப்பதே சரியானது என்றும் நினைத்தார்.

பயிற்சி முடியவிருந்தபோது அந்தத் தந்தை மீண்டும் வகுப்பில் உரையாற்றினார். 'இந்தப் பிரச்சனையைப்பற்றி நான் ஆழ்ந்து சிந்தித்தேன்,' என்றார். "நீங்கள் தவறு செய்திருந்தால் அதை உடனேயே வலிமையான உணர்வோடு ஒத்துக்கொள்ளுங்கள்" என்று டேல் கார்னெஜி சொல்கிறார். உடனே ஒப்புக்கொள்ள முடியாதவாறு காலம் கடந்துவிட்டது. இருப்பினும் வலிமையான உணர்வோடு இப்போது என்னால் ஒப்புக்கொள்ள முடியும். நான் என் மகனுக்குத் தவறிழைத்துவிட்டேன். என்னை பார்க்க விரும்பாமல் அவன் என்னை ஒதுக்கி வைத்திருப்பது சரிதான். வயதில் இளையவரிடம் மன்னிப்புக் கேட்பது என் கௌரவத்திற்கு இழுக்காக இருக்கக்கூடும். ஆனால் நான் செய்தது தவறு. அதை ஒப்புக்கொள்வது என் பொறுப்பு.' அந்த வகுப்பு அவரைப் பாராட்டித் தன் முழு ஆதரவையும் அளித்தது. அடுத்த வகுப்பில் எப்படி அவர் தன் மகனின் வீட்டிற்கு சென்று மன்னிப்புக் கோரி அதனைப்பெற்றார் என்றும் எப்படி இறுதியில் அவர் தன் மருமகள் மற்றும் தன் பேரப்பிள்ளைகளை சந்தித்தார் என்றும் அவர்களுடனான ஒரு புதிய உறவை எப்படி ஏற்படுத்திக்கொண்டார் என்றும் எடுத்துக் கூறினார்.

உங்களை இப்படி நடத்தியவரிடம் உங்களால் வேறென்ன சொல்ல முடியும்?

நாம் சரியாக இருக்கும் போது, மென்மையாகவும் நுட்பத்துடனும் மக்கள் நம் சிந்தனையை ஏற்கும்படிச் செய்யலாம். நாம் தவறாக இருக்கும் போது—நாம் நியாயமாக நடந்துகொள்பவர் என்றால், வியக்கத்தக்க வகையில் அப்படித்தான் பெரும்பாலும் இருக்கும்—அந்தத் தவறை உடனடியாக ஆர்வத்துடன் ஒப்புக்கொள்ள வேண்டும். வியக்கத்தக்க வகையில் பயனுள்ளதாக இருப்பதுடன் இந்த உத்தி, நீங்கள் நம்பினாலும் நம்பா விட்டாலும், அந்தச் சூழ்நிலையில் மிகுந்த மகிழ்ச்சியை அளிப்பதுடன் உங்களை நீங்களே தற்காத்து கொள்வதை விட சிறப்பானதாக அமையும்.

'சண்டையிடுவதால் போதுமான அளவில் எதையும் நீங்கள் ஒருபோதும் பெற முடியாது. ஆனால் விட்டுக்கொடுப்பதால், எதிர்பார்ப்பதைவிட அதிகமாகப் பெறமுடியும்' என்ற பழமொழியை நினைவில் கொள்ளுங்கள்.

விதி 3
நீங்கள் தவறாக இருந்தால், அதனை உடனடியாகவும் முழுமனத்துடனும் ஒப்புக்கொள்ளுங்கள்.

உண்மையே வலுவான விவாதம்.

—சோபோக்லேஸ்

நீங்கள் வாழ்க்கையில் சோர்வடைந்துவிட்டீர்களா? முழு மனதுடன் நீங்கள் உறுதியாக நம்பும் ஒரு வேலையில் நீங்கள் ஈடுபடுங்கள். அதற்காகவே உயிர் வாழுங்கள், அதற்காக மடியுங்கள். நீங்கள் அடையவே முடியாது என்று நினைத்த மகிழ்ச்சியை அடைவீர்கள்.

—டேல் கார்னெகி

4

ஒரு துளித் தேன்

நீங்கள் கோபமான மனநிலையில் இருந்து மற்றவரிடம் ஓரிரண்டு விஷயங்களைக் கூறினால், அந்த வெளிப்பாடு அந்நேரத்தில் உங்களை நன்றாக உணரச்செய்யும். ஆனால் மற்றவரின் நிலை என்ன? உங்கள் மகிழ்ச்சியை அவரும் பகிர்ந்து கொள்வாரா? உங்களது சண்டையிடும் குரலும், விரோத மனப்பான்மையும் அவரை உங்களோடு எளிதில் ஒத்துப் போகச் செய்யுமா?

'உங்கள் முட்டியை மடக்கி அடிக்கத்தயாராக என்னிடம் நீங்கள் வந்தால், அதைவிட இரண்டு மடங்கு அதிக வேகமாக என்னால் என் முட்டியை மடக்க முடியும் என்று உறுதியாகச் சொல்ல முடியும் என்று நான் நினைக்கிறேன். ஆனால் நீங்கள் என்னருகில் வந்து, 'நாம் ஒன்றாக அமர்ந்து முறையாகப் பேசினால், நாம் ஏதேனும் விஷயத்தில் வேறுபட்டால் அது ஏனென்றும், எந்தக் கருத்தில் வேறுபடுகிறோம் என்றும் புரிந்து கொண்டு விடுவோம்,' அந்நேரத்தில் நம் எண்ணங்களில் நாம் அதிகம் வேறுபடவில்லை என்பதைக் காண்போம். நம் சிந்தனைகள் வேறுபடுவது சிலவற்றில்தான். நம் பார்வை ஒத்துப்போகும் விஷயங்கள் ஏராளம் என்றும் பொறுமை நடுநிலைத்தன்மை மற்றும் ஒன்று சேரும் ஆசை இருந்தால் நாம் ஒன்றாக இணைந்திருப்போம்' என்று உட்ரோ வில்சன் கூறினார்.

உட்ரோ வில்சனின் இந்த உண்மையை ஜான் டி. ராக்ஃபெல்லர் ஜூனியரைப் போல் வேறு யாரும் போற்றவில்லை. 1915 ற்கு முன் கொலராடோவில் மிகவும் வெறுக்கப்பட்ட மனிதராக ராக்ஃபெல்லர் இருந்தார். அமெரிக்கத் தொழில்துறை வரலாற்றில் மிகவும் கடுமையான வேலை நிறுத்த போராட்டங்களில் ஒன்று அந்த மாநிலத்தை இரண்டு ஆண்டுகளாக பாதித்துக் கொண்டிருந்தது. கடுங்கோபத்துடன் சுரங்கத் தொழிலாளர்கள், ராக்ஃபெல்லரின் கட்டுப்பாட்டில் இருந்த கொலராடோ ஃப்யூயல் அன்ட் அயர்ன் கம்பெனியிடமிருந்து அதிக ஊதியம் கோரி போராட்டம் நடத்திக்கொண்டிருந்தனர். சொத்துக்கள் சேதப்படுத்தப்பட்டதனால் இராணுவப்படை வரவழைக்கப்பட்டிருந்தது. ரத்தம் சிந்தப்பட்டிருந்தது. போராளிகள் மீது துப்பாக்கிச் சூடு நடத்தப்பட்டு அவர்களது உடல்கள் குண்டுகளால் துளைக்கப்பட்டிருந்தன.

எங்கும் வெறுப்பு சூழ்ந்திருந்த அம்மாதிரியான நேரத்தில், போராட்டக்காரர்களைத் தன் சிந்தனைப்படி செயல்படச் செய்து வெற்றி பெற வேண்டுமென்று ராக்ஃபெல்லர் விரும்பினார். அதை அவர் செய்தார். எப்படி? இதோ அந்தக் கதை. போராளிகளுடன் நட்பான

உறவுமுறை பெற பல வாரங்கள் செலவிட்ட பின், வேலை நிறுத்தம் செய்பவர்களின் பிரதிநிதிகளுடன் அவர் பேசினார். அந்த உரை முழுவதுமே அற்புதமாக இருந்தது. அது வியக்கத்தக்க பலன்களை ஏற்படுத்தியது. ராக்ஃபெல்லரைச் விழுங்கவிருந்த வெறுப்பு என்னும் கோபம் நிறைந்த அலைகளை அது அமைதிப்படுத்தியது. அவரைப் பாராட்டுபவர்களின் பெருங்கூட்டம் ஒன்றை அது உருவாக்கியது. சம்பள உயர்விற்காக கடுமையாகப் போராடிக் கொண்டிருந்த போராட்டக்காரர்கள் அதைப்பற்றி ஒரு வார்த்தைகூட பேசாமல் வேலைக்குத் திரும்ப வைக்கும் அளவிற்கு அது உண்மையான தகவல்களை அவர்கள் முன் எடுத்து வைத்தது.

அந்த குறிப்பிடத்தக்க உரையின் துவக்கம் பின்வருமாறு. எப்படி நட்பை வெளிப்படுத்தும் விதமாக இருந்தது என்பதைப்பாருங்கள். சில நாட்களுக்கு முன்பு வரை அவரை ஆப்பிள் மரத்தில் கட்டித்தொங்கவிட விரும்பிய மனிதர்களிடம் அவர் பேசிக்கொண்டிருந்தார் என்பதை நினைவில் கொள்ளுங்கள்; இருப்பினும் மருத்துவ சேவையாளர்கள் மத்தியில் கூட இவ்வாறு கனிவாகவும் மிகுந்த நட்புடனும் அவரால் பேசியிருக்க முடியாது என்று கூறலாம். நான் இங்கு இருப்பதில் மிகவும் *பெருமைப்*படுகிறேன். *உங்கள் இல்லங்களுக்குச் சென்று* உங்கள் மனைவி மக்களை சந்தித்திருக்கிறேன். இங்கு நாம் அந்நியர்களாக இல்லாமல் *நண்பர்களாகச்* சந்திக்கிறோம்...... *பரஸ்பர நட்பு மற்றும் பொதுவான நன்மையைக் கருத்தில் கொண்டு*தான் *உங்கள் தயவுடன்* நான் இங்கு நின்று கொண்டிருக்கிறேன் போன்ற வாசகங்கள் பிரயோகப்படுத்தப்பட்டன

'இன்று என் வாழ்க்கையின் பொன்னான நாள்,' என்று ராக்ஃபெல்லர் துவங்கினார். " இந்த மாபெரும் கம்பெனியின் ஊழியர்கள், அதிகாரிகள், கண்காணிப்பாளர்கள் ஆகியோரின் பிரதிநிதிகளை ஒருசேர சந்திக்கும் சிறந்த வாய்ப்பை இப்போதுதான் முதல் முறையாக பெறுகிறேன். இங்கு இருப்பதை எண்ணி பெருமை அடைகிறேன் என் வாழ்நாள் உள்ளவரை இந்த கூட்டத்தை மறக்க மாட்டேன் என்றும் என்னால் உறுதியாகக் கூறமுடியும். இந்தக் கூட்டம் இரண்டு வாரங்களுக்குமுன் நடைபெற்றிருந்தால் ஒருசில முகங்களைத் தவிர, மற்றவர்களுடன் பரிச்சயப்படாதவனாகவே இருந்திருப்பேன். தெற்குப்பகுதி நிலக்கரி வயல்களில் உள்ள அனைத்து முகாம்களையும் பார்க்கும் வாய்ப்பு சென்ற வாரத்தில் கிடைத்ததால், வெளியே சென்றிருந்தவர்களைத் தவிர மற்ற ஒவ்வொரு பிரதிநிதியிடமும் நேரடியாகப் பேசியதாலும் உங்கள் வீடுகளுக்குச் சென்று வந்ததாலும், உங்கள் மனைவி மக்களைச் சந்தித்து வந்ததாலும், இங்கே நாம் அந்நியர்களாக இல்லாமல், நண்பர்களாககச் சந்திக்கின்றோம். அந்தப் பரஸ்பர நட்புடன் பொதுவான விஷயங்கள் பற்றிக் கலந்துரையாட கிடைத்த இந்த நல்ல வாய்ப்பிற்காக மகிழ்ச்சி அடைகிறேன்.

'இது கம்பெனி அதிகாரிகள் மற்றும் ஊழியர் பிரதிநிதிகளுக்கு இடையில் நடக்கும் பேச்சு வார்த்தை என்பதால் நான் இங்கே நிற்பது கூட நீங்கள் எனக்கு கொடுத்த மரியாதைதான். ஏனென்றால் நான் இவ்விரண்டு பக்கங்களிலும் இல்லை; இருப்பினும் நான் உங்களுடன் நெருக்கமாக இணைந்திருப்பதாக உணர்கிறேன். சொல்லப்போனால் நான் பங்குதாரர்கள் மற்றும் இயக்குநர்கள் ஆகியோரின் பிரதிநிதியாக இருக்கிறேன்.'

எதிரிகளை நண்பர்களாக மாற்றியமைத்துக் கொள்ளும் மிகச்சிறந்த கலைக்கு இது உன்னதமான உதாரணமல்லவா?

ஒரு வேளை ராக்ஃபெல்லர் வேறொரு வழியை மேற்கொண்டிருந்தார் என்று வைத்துக்கொள்வோம்.

அந்தச் சுரங்கத் தொழிலாளர்களிடம் அவர் விவாதம் செய்து, அவர்களை பாதிக்கும் தகவல்களை அவர்கள் முகத்திற்கு நேராக விட்டெறிந்தார் என்று வைத்துக்கொள்வோம். அவர்கள் செய்வது தவறு என்று கோபமான குரலில் கூறியிருந்தால். எல்லாவிதமான தர்க்க வாதங்களை முன்வைத்து அவர்கள் செய்வது தவறு என்று நிரூபித்திருந்தால் என்ன நடந்திருக்கும்? அதிகமான கோபம் கிளறப்பட்டிருக்கும். அதன் விளைவாக அதிக வெறுப்புணர்வு மற்றும் அதிக அளவிலான போராட்டங்களும் ஏற்பட்டிருக்கும்.

> ஒரு மனிதனின் மனதில் உங்களை குறித்து முரண்பாடான மற்றும் மோசமான எண்ணங்கள் இருந்தால், உலகளாவிய வரைமுறைகளை குறிப்பிட்டாலும் உங்களால் அவரை உங்களின் எண்ண ஓட்டத்துடன் உடன்பட வைக்க முடியாது. திட்டிக்கொண்டேயிருக்கும் பெற்றோர், ஆதிக்கம் செலுத்தும் முதலாளிகள் மற்றும் கணவர்கள், நச்சரிக்கும் மனைவிகள் ஆகியோர், மக்கள் தங்கள் மனதை மாற்றிக் கொள்ள விரும்பமாட்டார்கள் என்பதை உணர வேண்டும். என்னுடனும் உங்களுடனும் ஒத்துபோகும்படி அவர்களை வற்புறுத்த முடியாது. ஆனால் ஒரு வேளை இதுவரை இல்லாத அளவில் நாம் பெருந்தன்மையுடனும் நட்புடனும் நடந்துகொண்டால் அவர்களை அவ்வழிக்கு நம்மால் கொண்டுவர முடியும்.

இதையே லிங்கன் நூறு ஆண்டுகளுக்கு முன்னர் கூறியிருந்தார். அவர் கூறிய வார்த்தைகள் இதோ:

> 'ஒரு காலன் அளவு பித்தநீரால் ஈர்க்க முடியாத ஈக்களை ஒரு துளி தேன் கவர்ந்திழுக்கும்' என்பது பழமையான மற்றும் உண்மையான வாசகம். ஆகவே மனிதர்களைப் பொருத்தமட்டில், உங்கள் கருத்துக்களை அவர்கள் ஏற்றுக்கொள்ள வேண்டும்

> என்று நீங்கள் விரும்பினால், முதலில் நீங்கள் அவரது உண்மையான நண்பர் என்று உறுதிப்படுத்துங்கள். அவரது இதயத்தைக்கவரும் ஒரு துளி தேன் அதில்தான் அடங்கியிருக்கிறது. நீங்கள் எதை சொன்னாலும் அதிலுள்ள காரணத்தை அவர் பார்க்க வற்புறுத்தும்.

வணிக நிர்வாகிகள் வேலை நிறுத்தம் செய்பவர்களுடன் நட்புணர்வுடன் பழகுவது மிகுந்த நன்மையளிக்கும் என்பதைக் கற்றிருக்கிறார்கள். உதாரணமாக, ஒயிட் மோட்டார் கம்பெனியின் தொழிற்சாலையில் இருந்த 2500 ஊழியர்கள் அதிக ஊதியம் மற்றும் ஒரு தொழிற்சங்கக் கடை வேண்டுமென்று கோரி வேலை நிறுத்தம் செய்தார்கள். அப்போது அந்தக் கம்பெனியின் ப்ரெசிடெண்ட் ஆக இருந்த ராபர்ட் எ.ப். ப்ளேக் கோபப்படாமல், மற்றவர்களை கம்யூனிஸ்ட்கள் என்றும் கொடூரமானவர்கள் என்று சொல்லி பயமுறுத்தாமல், அவர்களை புகழ்ந்து பேசினார். ஃக்ளீவ்லேண்ட் பத்திரிகையில் ஊழியர்கள் 'அமைதியான முறையில் தங்கள் கருவிகளை கீழே கிடத்தி வேலைநிறுத்தம் செய்ததைப் பாராட்டி' ஒரு விளம்பரம் கொடுத்தார். வேலை நிறுத்தத்தில் ஈடுபட்டிருந்தவர்கள் பயனற்ற முறையில் நேரத்தை செலவிடுவதைப்பார்த்து, டஜன் கணக்கில் பேஸ் பால் மட்டைகள் மற்றும் கையுறைகள் வாங்கிக் கொடுத்து காலியாக இருக்கும் இடங்களில் விளையாடச் சொல்லி அவர்களை வரவேற்றார். பௌலிங் செய்வதில் நாட்டம் கொண்டவர்கள் விளையாடவும் ஏற்பாடு செய்தார்.

மிஸ்டர். பிளாக்கின் தோழமை, நட்புணர்வு எப்போதும் எதைக்கொடுக்குமோ அதையே நல்கியது. அது மேலும் நட்புணர்வை கொண்டு வந்தது. அதனால் வேலை நிறுத்தம் செய்தவர்கள் துடைப்பம், குப்பை அள்ளும் மண்வாரிகள் மற்றும் குப்பை வண்டிகள், ஆகியவற்றை கடனாக வாங்கி வந்து எரிந்த தீக்குச்சிகள், குப்பைத் தாள்கள், சிகரெட் அட்டைகள், சிகரெட் துண்டுகள் ஆகியவற்றைப் பொறுக்கி எடுத்து தொழிற்சாலைப் பகுதியை சுற்றியிருந்த குப்பைகளை நீக்கி சுத்தம் செய்தனர். இதனை கற்பனை செய்து பாருங்கள்! வேலை நிறுத்தம் செய்பவர்கள், தங்கள் ஊதிய உயர்விற்காகவும், தொழிற்சங்க அங்கீகாரத்திற்காகவும் போராடிக் கொண்டிருக்கும் வேளையில், தொழிற்சாலைப் பகுதிகளை சுத்தம் செய்து கொண்டிருப்பதைக் கற்பனை செய்து பாருங்கள். நீண்டகாலங்கள் நீடித்த கடுமையான அமெரிக்க தொழிற்சங்க போராட்ட வரலாற்றில் இத்தகைய நிகழ்வு அதுவரை நிகழ்ந்ததில்லை. அப்படியொரு விஷயத்தை எவரும் கேள்விப்பட்டதுமில்லை. ஒரு வாரத்திற்குள் அந்த வேலை நிறுத்தம் எந்தவிதமான தவறான கருத்துக்களும் கசப்பான உணர்வுகளும் இல்லாமல் ஒரு சமாதான உடன்படிக்கையுடன் முடிவடைந்தது.

தோற்றத்தில் கடவுள் போன்றும் பேச்சில் யோஹாவை போன்றும் இருந்த டேனியல் வெப்ஸ்டர் அந்த காலக்கட்டம்வரை வாதாடிய வழக்கறிஞர்களில் மிகவும் வெற்றிகரமானவராகக் கருதப்பட்டார்; இருப்பினும் தனது வலுவான வாதங்களை இப்படிப்பட்ட தோழமையான குறிப்புகளுடன் துவங்கினார்: 'இது நடுவர் மன்றம் கவனத்தில் கொள்வதற்கு,' 'இது சிந்திக்க தகுதியானதாக இருக்கலாம்,' 'இந்த உண்மைத்தகவல்களை நீங்கள் கவனிக்க தவர மாட்டீர்கள் என்று நம்புகிறேன்' அல்லது 'நீங்கள் மனித இயல்பின் காரணமாக இந்த உண்மைகளின் முக்கியத்துவத்தை எளிதாகக் காண்பீர்கள்.' முரட்டுத்தனமாக தன் எண்ணங்களை நிலைநாட்டுவதில்லை. அதிக அழுத்தம் உணரச்செய்யும் முறைகள் இல்லை. மற்றவர் மேல் தன் கருத்தைத் திணிக்கும் முயற்சி இல்லை. மென்மையாகப் பேசுதல், அமைதி, நட்பான அணுகுமுறை ஆகியவற்றைக் கையாண்டார் வெப்ஸ்டெர். அது அவரைப் பிரபலமாக்கியது.

நீங்கள் ஒரு வேலை நிறுத்தப் பிரச்சனையைத் தீர்ப்பதற்காகவோ அல்லது ஒரு நடுவர் மன்றத்தின் முன் உரை நிகழ்த்தவோ ஒருபோதும் அழைக்கப்படாமல் இருக்கலாம். ஆனால் நீங்கள் உங்கள் வீட்டு வாடகையைக் குறைக்க விரும்பலாம். அப்போது இந்த தோழமையான அணுகுமுறை உதவுமா? அதை நாம் பார்க்கலாம்.

பொறியாளரான ஓ.எல்.ஸ்ட்ராப் தன் வீட்டு வாடகை குறைக்கப்பட வேண்டுமென்று விரும்பினார். அவர் தங்கியிருந்த வீட்டின் உரிமையாளர் எளிதில் கோபப்படக்கூடியவர் என்பதையும் அறிந்திருந்தார். பயிற்சி வகுப்பில் பேசும்போது மிஸ்டர். ஸ்ட்ராப், 'ஒப்பந்த காலம் முடிவடைந்தவுடன் குடியிருப்பைக் காலி செய்யப்போவதாக நான் அவருக்கு கடிதமொன்று எழுதினேன். உண்மை என்னவென்றால், நான் அங்கிருந்து காலி செய்ய விரும்பவில்லை. என்னுடைய வாடகைக் குறைக்கப்பட்டால், நான் அங்கு தொடர்ந்து குடியிருக்க விரும்பினேன். ஆனால் அங்கு நிலவிய சூழ்நிலை அப்படி நடக்கும் என்ற நம்பிக்கையை அளிக்கவில்லை. மற்ற வாடகைதாரர்கள் முயற்சி செய்து தோற்றுவிட்டிருந்தனர். எல்லோரும் என்னிடம், அந்த வீட்டின் உரிமையாளர் கையாள மிகவும் கடினமானவர் என்று கூறினார்கள். ஆனால் எனக்கு நானே கூறிக்கொண்டேன், 'மக்களை கையாள்வது எப்படியென்று அறிய பயின்று கொண்டிருக்கிறேன். எனவே நான் கற்ற யுத்திகளை அவர் மீது முயற்சிக்கிறேன். அது எவ்வாறு நடக்கிறது என்று பார்க்கலாம்.'

என் கடிதம் கிடைத்தவுடன் அவரும் அவரது செயலாளரும் என்னைப் பார்க்க வந்தார்கள். அறை வாசலுக்கு சென்று அவரை நட்புடன் சந்தித்து வாழ்த்தி வரவேற்றேன். என்னிடம் நல்லிணக்கமும் ஆர்வமும் நிறைந்திருந்தது. வாடகை அதிகமாக இருக்கிறது என்பதைப் பற்றி சொல்லி நான் பேச்சைத் துவங்கவில்லை. அவருடைய

அடுக்குமாடி வீட்டை நான் எவ்வளவு விரும்பினேன் என்று கூறிப் பேச்சைத் துவங்கினேன். அவரை 'மனப்பூர்வமாக வாழ்த்துவதிலும், அதிகமாகப் புகழ்வதிலும்' உண்மையாக இருந்தேன் என்பதை நம்புங்கள்.' அந்தக் கட்டிடத்தை அவர் சிறப்பாக நிர்வகித்து வருவதைப் பற்றி வாழ்த்தி இன்னும் ஒரு ஆண்டு அங்கு குடியிருக்க விரும்புவதாக கூறினேன். ஆனால் அதிக வாடகை கொடுக்கும் அளவுக்கு எனக்கு வசதியில்லை என்றேன்.'

'அது போன்ற வரவேற்பை அவர் ஒரு வாடகைதாரரிடமிருந்து அதுவரை பெற்றதில்லை என்பது தெளிவாக இருந்தது. அதை எப்படிப்புரிந்துகொள்வதென்று அவருக்குத் தெரியவில்லை.

'பிறகு அவர் தன் பிரச்சனைகளைப்பற்றி சொல்லத் துவங்கினார். குடியிருப்பவர்களைப் பற்றிய குறைகள். ஒரு குத்தகைகாரர் பதினான்கு கடிதங்கள் எழுதியிருந்தார். அவற்றில் பலவும் துன்பம் அளிப்பதாகவும் அவமானப்படுத்தும் விதமாகவும் இருந்தன. ஒருவர் தான் குடியிருக்கும் வீட்டின் மேல் உள்ள பகுதியில் குடியிருப்பவர் குறட்டை விடுவதை வீட்டின் சொந்தக்காரர் நிறுத்தவில்லை என்றால் தன் ஒப்பந்தத்தை ரத்து செய்யப்போவதாகவும் பயமுறுத்தினார். 'உங்களைப் போன்ற மனநிறைவுடன் இருக்கும் குத்தகைக்காரரை பெற்றிருப்பதில் எவ்வளவு மகிழ்ச்சி அடைகிறேன் தெரியுமா' என்றும் என்னிடம் கூறினார். அதன் பிறகு நான் கேட்காமலேயே என்னுடைய வாடகையில் சிறிதளவு குறைத்துக் கொள்ள முன்வந்தார். நான் வாடகையை இன்னும் குறைக்க வேண்டும் என்று விரும்பினேன். ஆகவே என்னால் கொடுக்க முடிந்த தொகையை குறிப்பிட்டேன். அவர் ஒரு வார்த்தை கூடப் பேசாமல் அதற்கு இணங்கினார்.

அவர் புறப்படும் போது, என்னை நோக்கித் திரும்பி, 'மேற்கொண்டு எம்மாதிரியான சீரமைப்பு பணிகள் உங்கள் வீட்டிற்குச் செய்து தரவேண்டும்? என்று கேட்டார்.'

மற்றவர்கள் பயன்படுத்திய முறைகளை நானும் பயன்படுத்தியிருந்தால், அவர்கள் சந்தித்த தோல்வியைத்தான் நிச்சயமாக நானும் அடைந்திருப்பேன். தோழமை உணர்வு, கனிவு, பாராட்டுதல் உடனான அணுகுமுறைதான் வெற்றிக்கு காரணமாக இருந்தது.

பென்சில்வேனியாவின் பிட்ஸ்பர்கைச் சேர்ந்த உள்ளூர் மின்சாரக் கம்பெனியில், ஒரு துறையின் கண்காணிப்பாளராக டீன் உட்காக். அவரது பணியாளர் ஒருவர் ஒரு கம்பத்தின் மேல் அமைந்திருந்த கருவி ஒன்றை சரிசெய்ய அழைக்கப்பட்டிருந்தார். இவ்வகையான வேலைகள் முன்பு வேறு ஒரு துறையினரால் செய்யப்பட்டு வந்தது. அண்மையில்தான், உட்காக்கின் துறைக்கு அது மாற்றப்பட்டிருந்தது. அவருடைய பிரிவு ஊழியர்கள் இந்த வேலையில் பயிற்சி

பெற்றிருந்தாலும், இப்போதுதான் உண்மையில் முதல் முறையாக அதைச் செய்ய அழைக்கப்பட்டிருந்தனர். நிறுவனத்தில் இருந்த அனைவரும் இதை அவர்களால் செய்ய முடியுமா, முடியுமென்றால் அவர்களது அணுகுமுறை எப்படி உள்ளது என்பதைப் பார்க்க ஆர்வமாக இருந்தனர். மிஸ்டர் உட்காக், அவர் கீழ் இருந்த மேலாளர்கள், மற்றும் பயன்பாட்டு துறையின் இதர உறுப்பினர்களும் அந்த செயல்பாட்டைக் கவனிக்க அங்கு சென்றார்கள். பல கார்கள் மற்றும் லாரிகள் அங்கே இருந்தன. இருவர் கம்பத்தின் உச்சியில் வேலை செய்து கொண்டிருக்க பலர் அதனை காண கம்பத்தை சூழ்ந்தபடி நின்று கொண்டிருந்தனர்.

சுற்றிலும் நோட்டம் விட்ட உடகாக், அந்தத் தெருவில் ஒரு காரிலிருந்து ஒரு மனிதர் கேமராவுடன் இறங்குவதைப்பார்த்தார். அவர் அந்தக் காட்சியை படமெடுக்கத் துவங்கினார். மின் பயன்பாட்டுப் பிரிவினர் மக்கள் தொடர்பு விஷயங்களில் மிகவும் கவனமாக இருப்பவர்கள். திடீரென்று உட்காக் அந்த மனிதருக்கு அங்கு நடப்பது எம்மாதிரியான தோற்றத்தை அளிக்கின்றது என்பதை உணர்ந்தார். மிக அதிக மக்கள் பயன்பாடு, இருவர் மட்டுமே செய்யவேண்டிய வேலைக்கு டஜன் கணக்கில் ஆட்கள் அழைக்கப்பட்டிருக்கிறார்கள் என்பது போன்ற தோற்றத்தை அளிக்கின்றது. அவர் தெருவை கடந்து அந்த புகைப்படக்காரரை சென்றடைந்தார்.

'எங்கள் செயல்பாட்டில் உங்களுக்கு ஆர்வம் இருப்பதாக நான் பார்க்கிறேன்.'

'ஆமாம், என் அம்மா என்னைவிட அதிக ஆர்வம் கொள்வாள். உங்கள் கம்பெனியின் பங்குதாரர் அவர். இது அவளது அறியாமையை நீக்கும். தனது முதலீடு விவேகமானது இல்லை என்று அவள் முடிவெடுக்கக் கூடும். உங்கள் கம்பெனி போன்றவற்றில் வீணான செயல்பாடுகள் இருப்பதாக நான் பல ஆண்டுகளாக சொல்லிவருகிறேன். இது அதனை நிரூபிக்கின்றது. இந்தப் படங்களை செய்தித்தாள்கள் கூட விரும்பலாம்.'

'இது அப்படித்தான் தோன்றுகிறது இல்லையா? உங்கள் நிலைமையிலிருந்தால் நானும் அப்படித்தான் நினைப்பேன். ஆனால் இது ஒரு தனித்துவமான சூழ்நிலை...' இதுமாதிரியான வேலை அவர்கள் துறைக்கு முதல்முறையாக கொடுக்கப்பட்டதாகவும் எப்படி நிர்வாகி முதல் அடிமட்ட ஊழியர் வரை அனைவரும் இதில் ஆர்வம் கொண்டுள்ளனர் என்பதை டீன் உட்காக் விளக்கினார். வழக்கமான சூழ்நிலையில் அந்த வேலையை இருவர் மட்டுமே செய்வார்கள் என்பதை அந்த மனிதரிடம் உறுதியாகக் கூறினார். புகைப்படக்காரர் கேமராவை தள்ளி வைத்துவிட்டு உட்காக்கின் கைகளைக் குலுக்கி சூழ்நிலையைப் பற்றி விளக்க நேரம் எடுத்துக்கொண்டதற்கு நன்றி கூறினார்.

டீன் உட்காக்கின் நட்பான அணுகுமுறை அவர் கம்பெனியை தர்மசங்கடம் மற்றும் தவறான விளம்பரத்திலிருந்து காப்பாற்றியது.

எங்கள் வகுப்பின் மற்றொரு உறுப்பினரான, நியூஹேம்ப்ஷையரில் உள்ள லிட்டில்டனைச் சேர்ந்த ஜெரால்ட் ஹெச். வின் என்பவர் தோழமையுடன் அணுகி சேதார இழப்பீடு வழக்கில் எப்படி திருப்தியான தீர்ப்பைப் பெற்றார் என்பதைப்பற்றிக் கூறினார்.

'குளிர்கால பனி மூட்டத்திற்கு முன்னால், வசந்த காலத்தின் துவக்கத்தில், வழக்கத்திற்கு மாறாக பலத்த இடியுடன் கூடிய மழை பொழிந்தது,' அவர் விளக்கினார். 'வழக்கமாக அருகில் உள்ள பாதாள சாக்கடைகளுக்குள் பாய்ந்திருக்க வேண்டிய மழைநீர், சாலையில் வழிந்தோடி நான் புதிதாகக் வீடு கட்டியிருந்த கட்டிட பகுதிக்கு தன் பாதையை மாற்றிப் பாய்ந்தது.

'பாய்ந்தோட வழியில்லாமல் அது என் வீட்டின் அஸ்திவாரத்தைச் சுற்றி அழுத்தத்தை ஏற்படுத்தியது. தண்ணீரின் அழுத்தம் அதனை கான்க்ரீட்டுக்கு அடியில் புகும்படி செய்து அதன் கீழ்த்தளத்தை வெடிக்கச் செய்துவிட்டது. இதனால் அங்கிருந்த உலை மற்றும், சுடுநீர் கருவியை சேதப்படுத்திவிட்டது. இவற்றைச் சரிசெய்ய இரண்டாயிரம் டாலர்களுக்கும் அதிகமாக செலவாகும். இது போன்ற சேதங்களை ஈடுகட்ட என்னிடம் காப்பீடு இல்லை.

எனினும், இந்தப் பிரச்சனையைத் தவிர்க்க துணை பிரிவின் சொந்தக்காரர், வீட்டிற்கு அருகில் மழைநீருக்கு வடிகால் ஏற்படுத்த தவறிவிட்டார் என்பதை நான் விரைவில் கண்டு பிடித்தேன். அவரைச் சந்திக்க முன்னேற்பாடு செய்தேன். அவரது அலுவலகத்தை அடைய நான் மேற்கொண்ட இருபத்தியைந்து மைல் பயணத்தின் போது, சூழ்நிலையை குறித்து ஆழ்ந்து சிந்தித்தேன். என் பயிற்சி வகுப்பில் நான் கற்றுக்கொண்ட கொள்கைகளை நினைவுபடுத்திக் கொண்டு, கோபத்தை வெளிப்படுத்துவது பிரச்சனைக்கு தீர்வாகாது என்று முடிவு செய்தேன். அங்கு சென்றடைந்த போது, அமைதியாக அவர் அண்மையில் மேற்கிந்தியத் தீவுகளில் மேற்கொண்ட உல்லாசப் பயணத்தைப் பற்றி பேச்சுக் கொடுத்தேன். பிறகு சரியான நேரம் என்று தோன்றியபோது இந்தத் தண்ணீர் சேதப் பிரச்சனைப் பற்றி 'சிறிய அளவில்' மட்டுமே குறிப்பிட்டேன். இந்தப் பிரச்சனையைத் தீர்க்க தன் பங்களிப்பை த்தருவதாக உடனே ஒப்புக்கொண்டார்.

'சில நாட்களுக்குப் பிறகு என்னை அழைத்து அந்த சேதத்திற்கான உரிய தொகையைக் கொடுத்து விடுவதாகவும், எதிர்காலத்தில் இப்படி ஆகாமலிருக்க மழைநீர் வடிகாலும் போட்டுத் தருவதாக கூறினார்.

'இது துணைப்பிரிவின் உரிமையாளரின் தவறுதான் என்றாலும், தோழமையான அணுகுமுறையை கையாண்டு பேச்சை துவங்கியிருக்கவில்லையென்றால், அந்த சேதத்தொகை முழுவதையும்

அவர் ஏற்றுக் கொள்வதை உறுதி செய்வதில் மிகுந்த சிரமம் ஏற்பட்டிருக்கும்.

பல வருடங்களுக்கு முன், வெற்றுக் காலில் நடக்கும் சிறுவனாக, வடமேற்கு மிஸௌரியில் உள்ள ஒரு கிராமத்து பள்ளிக்கு நான் நடந்து சென்று கொண்டிருந்த போது, சூரியன் மற்றும் காற்று பற்றிய கதை ஒன்றைப் படித்தேன். அவை தங்களுள் யார் வலியவர் என்று சண்டையிட்டுக் கொண்டிருந்தன. 'நான்தான் பலசாலி என்பதை நிரூபிக்கிறேன். அங்கே கோட் அணிந்து கொண்டு செல்லும் முதியவரைக் கீழே தள்ளுகிறேன். உன்னை விட வேகமாக அவரது கோட் காற்றில் பறக்குமாறு செய்து காட்டுவேன் என்று பந்தயம் கட்டுகிறேன்' என்று காற்று கூறியது.

ஆகவே சூரியன் மேகத்திற்குப்பின்னால் சென்றுவிட காற்று சூறாவளியின் வேகம் பெறும் வரை தொடர்ந்து பலமாக வீசியது. ஆனால் காற்றின் வேகம் அதிகரிக்க அதிகரிக்க அந்த முதியவர் தன் கோட்டை இறுக்கமாகப் பிடித்துக் கொண்டார்.

இறுதியாக காற்று தன் முயற்சியைக் கைவிட்டு அமைதியாக சூரியன் மேகத்தின் பின்னாலிருந்து வெளியே வந்து அந்த முதியவரைப் பார்த்து மென்மையாக புன்னகைத்தது. இப்போது அவர் தன் புருவத்தை துடைத்தபடி அந்த கோட்டை கழற்றினார். பிறகு சூரியன் காற்றிடம், பெருந்தன்மையும் நட்புறவும் கோபம் மற்றும், வேகத்தை விட எப்போதுமே வலிமை வாய்ந்தது என்று கூறியது.

ஒரு காலன் அளவு பித்தநீரை விட ஒரு துளி தேன் அதிக ஈக்களைத் தன்வசம் கவர்ந்திழுக்கும் என்பதைக் கற்றவர்கள் பெருந்தன்மை மற்றும் தோழமையுடனான அணுகுமுறையை பயன்படுத்துவதன் பலனை நாளுக்கு நாள் மெய்ப்பித்து வருகிறார்கள். ஈசோப், க்ரோசியஸ் அரசவையில் வாழ்ந்து வந்த கிரேக்க அடிமை. அவர் கிறிஸ்துவுக்கு 600 ஆண்டுகளுக்கு முன்பு அழியாமல் பேசப்படும் கதைகளை உருவாக்கினார். இருப்பினும் 26 நூற்றாண்டுகளுக்கு முன்பு ஏதென்ஸ் நகரத்தில் எப்படி அது மனித இயல்பைப்பற்றிய உண்மைகளை எடுத்துரைத்ததோ அதே போன்று இன்றளவும் பாஸ்டன் மற்றும் பிர்மிங்ஹாம்மில் உண்மையென கூறப்பட்டுவருகிறது. சூரியனால் காற்றை விட விரைவாக உன் மேலாடையை உடனே நீக்கச்செய்யமுடியும்; உலகில் கடல் அலைகள் ஏற்படுத்தும் ஆரவாரம் மற்றும் புயல்களை விட கருணையான நெஞ்சமும் தோழமையுடனான அணுகுமுறையும் மக்கள் தம் மனதை விரைவில் மாற்றிக்கொள்ள வற்புறுத்தும்.

லிங்கன் கூறியதை நினைவில் வைத்துக்கொள்ளுங்கள்: 'ஒரு காலன் அளவு பித்தநீரை விட ஒரு துளி தேன் அதிக ஈக்களைத் தன்வசம் கவர்ந்திழுக்கும்.'

விதி 4
நட்பு வழியில் துவங்குங்கள்.

முரண்பாடுகள் இல்லாமல் முன்னேற்றமில்லை. ஈர்ப்பு மற்றும் வெறுப்பு, காரணம் மற்றும் சக்தி, அன்பு மற்றும் வெறுப்பு எல்லாமே மனித இருப்பிற்கு தேவையானது.

—வில்லியம் பிளேக்

நன்மைக்கோ அல்லது தீமைக்கோ வாழ்க்கை என்னும் இசைக்குழுவில் உங்கள் சொந்த கருவியை நீங்கள் வாசிக்க வேண்டும்.

—டேல் கார்னெகி

5

சாக்ரடீஸின் ரகசியம்

மக்களுடன் பேசும்போது, உங்களுக்குள் கருத்து வேறுபாடு இருக்கும் விஷயங்களைப்பற்றி உரையாடத் துவங்காதீர்கள். நீங்கள் ஒப்புக்கொள்கிற விஷயங்களைப் பற்றி வலியுறுத்தி துவங்குங்கள். அதையே மீண்டும் மீண்டும் செய்யுங்கள். முடிந்தால், நீங்கள் இருவருமே ஒரே விளைவை எதிர்நோக்குகிறீர்கள் என்றும் உங்களுக்குள் இருக்கும் வேறுபாடு ஏற்கின்ற வழிமுறையில் மட்டும்தான் உள்ளது என்பதை வலியுறுத்துங்கள்.

எடுத்த உடனேயே அடுத்தவர் 'ஆமாம் ஆமாம்' என்று கூறும்படி செய்யுங்கள். உங்கள் எதிராளி 'இல்லை' என்று கூறாத அளவில் உங்கள் உரையாடல் இருக்கும்படியாக பார்த்துக்கொள்ளுங்கள்.

திறமையான பேச்சாளர் எடுத்த எடுப்பிலேயே, 'ஆம்' என்ற பதில்களை அதிகம் பெறுகிறார். இது கேட்பவர்களின் மனநிலையை நேர்மறையான திசையில் இயங்கவைக்கிறது. இது பில்லியர்ட் விளையாட்டில் பயன்படும் பந்தின் நகர்வைப் போல் இருக்கிறது. ஒரு திசையில் உந்துதல் அளித்தால், பின் அதன் திசையை மாற்ற கூடுதலான சக்தி தேவையாக இருக்கும்; அதை எதிர் திசையில் அனுப்ப மிக அதிக வலிமை தேவைப்படும்.

இதிலுள்ள மனோதத்துவ முறைகள் மிகவும் தெளிவாக இருக்கின்றன. ஒருவர் 'இல்லை' என்று மனப்பூர்வமாகக் கூறினால், அதை அவர் இரண்டு எழுத்துக்கள் அல்லது ஒரு வார்த்தையாக பயன்படுத்துவதாக எடுத்துக்கொள்ளக்கூடாது. அந்த முழுமையான உயிரினம்—சுரப்பிகள், நரம்புகள், தசைகள் போன்ற அனைத்தையும் ஒருங்கிணைந்து மறுப்பதற்கான நிலைக்கு செல்கின்றது. வழக்கமாக பார்க்கக்கூடிய அளவில் சிறியதாக இருந்தாலும், ஒரு உடலளவில் பின்னால் நகர்தல் அல்லது குறைந்தபட்சம் அதற்கு தயாரான நிலையில் இருக்கிறது. சுருக்கமாகச் சொல்லவேண்டுமென்றால், நரம்பு தசை மண்டலம் முழுவதுமாக இணங்குவதற்கு எதிராகத் தன்னை அமைத்துக் கொள்கிறது. அதற்கு மாறாக, ஒருவர் 'சரி அல்லது ஆமாம்' என்று கூறும்போது இப்படிப்பட்ட பின்செல்லுதல் நடவடிக்கை எதுவும் நிகழ்வதில்லை. அந்த உயிரினம் முன்னோக்கிச் செல்லும், ஏற்றுக்கொள்ளும், திறந்த மனநிலையுடன் இருக்கிறது. ஆகவே துவக்க நிலையிலேயே 'ஆமாம், சரி' என்ற வார்த்தைகள் அதிகம் வெளிப்பட்டால் நமது இறுதி முன்மொழிவை அவர் ஏற்க தேவையான கவனத்தை பெறுவதில் நாம் வெற்றியடையும் வாய்ப்பு உள்ளது.

ஆமாம் சரி என்ற வார்த்தைகளை பதிலாக பெறும் முறை மிகவும் எளிதான உத்தி. இருப்பினும் இது எவ்வளவு குறைவாக பயன்படுத்தப்படுகிறது! ஆரம்பத்திலேயே மற்றவர்களை எதிர்ப்பதில் மக்கள் தங்களுக்கான முக்கியத்துவத்தை உணர்கிறார்கள் என்பது போல் தோன்றுகிறது.

ஆரம்பத்திலேயே ஒரு மாணவர் அல்லது ஒரு வாடிக்கையாளர், ஒரு குழந்தை, ஒரு கணவன் அல்லது ஒரு மனைவியை 'இல்லை' என்று சொல்ல வையுங்கள். அதன் பிறகு அந்த எதிர்மறை உணர்வை நேர்மறையாக மாற்றுவதற்கு தேவதைகளின் விவேகமும் பொறுமையும் தேவைப்படும்.

நியூயார்க் நகரில் உள்ள க்ரீன்விச் சேமிப்பு வங்கியின் காசாளரான ஜேம்ஸ் எபர்சன் இந்த 'ஆமாம், சரி' உத்தியைப் பயன்படுத்தியதால் ஒரு மிகச்சிறந்த வாடிக்கையாளரை அந்த வங்கியில் சேர்க்க முடிந்தது. இல்லையென்றால் வங்கி அந்த வாடிக்கையாளரை இழந்திருக்கும்.

'இந்த மனிதர் ஒரு வங்கிக்கணக்கை துவங்குவதற்காக வந்தார். நான் அவரிடம் பூர்த்தி செய்ய வழக்கமான படிவங்களை கொடுத்தேன். கேட்கப்பட்ட சில கேள்விகளுக்கு விருப்பத்துடன் அவர் பதில் அளித்தார். ஆனால் சிலவற்றிற்கு பதிலளிக்க முற்றிலுமாக மறுத்துவிட்டார்.' என்றார் மிஸ்டர் எபர்சன்.

'மனித உறவுகள் பற்றிய பயிற்சிக்கு முன்பு இந்த நிகழ்வு நடந்திருந்தால், அந்த மிகச்சிறந்த வாடிக்கையாளரிடம், வங்கி கேட்கும் இந்தத் தகவல்களை அவர் தர மறுத்தால், அவருடைய கணக்கு துவக்க கோரிக்கையை நிராகரிக்க வேண்டியிருக்கும் என்று கூறியிருப்பேன். முன்பு அவ்வாறு பலமுறை செய்ததற்க்காக வெட்கப்படுகிறேன். இயற்கையாகவே, அப்படியொரு இறுதி நிபந்தனையிடுவது என்னை மகிழ்ச்சியாக உணரச்செய்தது. அங்கு முதலாளி யார் என்பதை காட்டினேன். வங்கியின் சட்ட திட்டங்கள் உதாசீனப்படுத்தப்படக்கூடாதென்று காட்டினேன். ஆனால் அது மாதிரியான மனபான்மை தனது ஆதரவை எங்களுக்கு அளிப்பதற்காக அங்கு வந்திருந்த அவருக்கு எவ்விதமான வரவேற்பு மற்றும் முக்கியத்துமும் பெற்றதான உணர்வை அளிக்கவில்லை.

'இன்று காலை பொது அறிவை பயன்படுத்துவதென்று உறுதி செய்துகொண்டேன். வங்கி எதை விரும்புகிறது என்பது பற்றிப் பேசாமல் வாடிக்கையாளர் எதை விரும்புகிறார் என்பது பற்றிப் பேசுவதென்று முடிவெடுத்தேன். எல்லாவற்றிற்கும் மேலாக தொடக்கத்திலேயே அவரை 'ஆமாம், ஆமாம்' என்று சொல்ல வைக்க வேண்டுமென்பதில் உறுதியாக இருந்தேன். ஆகவே அவர் தர மறுத்த தகவல் கண்டிப்பாக தேவையான ஒன்று இல்லை என்றேன்.

'இருப்பினும், நீங்கள் இறக்கும் போது இந்த வங்கியில் உங்கள் பணம் இருக்கிறது என்று வைத்துக்கொள்வோம். சட்டப்படி அதனை பெறவேண்டிய உங்கள் குடும்பத்தினருக்கு மாற்றப்படவேண்டுமென்று நீங்கள் விரும்பமாட்டீர்களா?' என்றேன்.

'ஆமாம், கண்டிப்பாக' என்று அவர் பதிலளித்தார்.

'உங்கள் நெருங்கிய உறவினரின் பெயர் விவரங்களை கொடுப்பது நல்லதாக அமையும் இல்லையா. உங்கள் இறப்பிற்குப்பிறகு எந்த கால தாமதமும் தவறும் இல்லாமல் உங்கள் விருப்பம் நிறைவேற்றப்படலாம்,' நான் தொடர்ந்தேன்.

அவர் மீண்டும், 'ஆமாம்.' என்றார்.

'இந்தத் தகவல்களை நாங்கள் வங்கியின் நலனுக்காக இல்லாமல் அவருடைய நன்மைக்காகவே கேட்கிறோம் என்பதை உணர்ந்தவுடன் அந்த இளைஞரின் மனப்பாங்கு இளகியது. வங்கியை விட்டு வெளியேறும் முன்னர் அந்த இளைஞர் தன்னைப்பற்றிய முழு விவரங்களையும் பகிர்ந்துகொண்டது மட்டுமல்லாமல் என் ஆலோசனைபடி ஒரு அரக்கட்டளை கணக்கை துவங்கி அதற்கு தன் தாயை பயனாளராகப் போட்டார். தன் தாயை ப்பற்றிய எல்லா கேள்விகளுக்கும் மகிழ்ச்சியுடன் பதிலளித்தார்.

'ஆரம்பத்திலிருந்து அவரை எல்லாவற்றிற்கும் "ஆமாம், ஆமாம்" என்று கூற வைத்ததால் தன் பிரச்சனையை மறந்து என் ஆலோசனைபடி நடந்துகொள்ள மகிழ்ச்சியுடன் உடன்பட்டார் என்பதைக் கவனித்தேன்.'

வெஸ்டிங்ஹவுஸ் எலெக்டிரிக் கம்பெனியின் விற்பனை பிரதிநிதியான ஜோசப் அலிசனிடம் இந்தக் கதை இருந்தது பகிர்ந்துகொள்ள: 'என் கட்டளையின் கீழிருந்த பிரதேசம் ஒன்றில் ஒரு நபரிடம் நாங்கள் தயாரித்த சில பொருட்களை விற்க எங்கள் கம்பெனி மிகவும் ஆர்வமாக இருந்தது. எனக்கு முன் அந்தப்பிரதேசத்தை கையாண்ட எங்கள் கம்பெனியின் முந்தைய பிரதிநிதி பத்து வருடங்களாக அவற்றை அவருக்கு விற்க முயற்சி செய்திருந்தார். நான் பொறுப்பேற்ற பிறகும் தொடர்ந்து மூன்று ஆண்டுகள் அவரைச் சந்தித்து அவற்றை விற்க முயற்சி செய்து வந்தேன். எந்த ஆர்டரும் கிடைக்கவில்லை. இறுதியாக, பதிமூன்று ஆண்டுகள் விற்பனைக்கான பேச்சுவார்த்தைகள் மற்றும் பல சந்திப்புகளுக்குப்பிறகு, நாங்கள் சில மோட்டார்களை அவருக்கு விற்பனை செய்தோம். இவை சரியாக இருந்தால் தொடர்ந்து பல நூற்றுக்கணக்கான ஆர்டர்கள் கிடைக்கும். என் எதிர்பார்ப்பு அப்படித்தான் இருந்தது.

'சரிதானா? அவை சரியாக இருக்குமென்று எனக்குத் தெரியும். ஆகவே மூன்று வாரங்களுக்குப்பின் நான் அவரை அழைத்தபோது மிகுந்த உற்சாகத்தில் இருந்தேன்.

'முதன்மைப் பொறியாளர் திடுக்கிடும் அறிவிப்புடன் என்னை வாழ்த்தினார்: 'அலிசன், மீதமுள்ள மோட்டார்களை என்னால் உங்களிடமிருந்து வாங்க முடியாது."

"ஏன்?" நான் வியப்புடன் கேட்டேன். "ஏன்?"

"ஏனென்றால் உங்கள் மோட்டார்கள் அதிக சூடாகி விடுகின்றன. அவற்றை என்னால் கையாள முடியவில்லை."

'அவருடன் விவாதத்தில் இறங்குவது எந்த நன்மையும் அளிக்காது என்று எனக்குத்தெரியும். அது போன்ற முயற்சியை பலகாலம் செய்துள்ளேன். ஆகவே அவரிடமிருந்து "ஆம், ஆம்" என்ற பதிலைப் பெறும் யுத்தியே சிறப்பானது என்று நினைத்தேன்.

"இதோ பாருங்கள் மிஸ்டர். ஸ்மித், நான் உங்களுடன் நூறு சதவிகிதம் உடன்படுகிறேன். அந்த மோட்டார்கள் அதிக அளவில் சூடாகிவிடுகிறதென்றால் நீங்கள் எங்களிடமிருந்து மேற்கொண்டு வாங்கக்கூடாது. தேசிய மின்சாதன உற்பத்தியாளர்கள் சங்கம் விதித்துள்ள அளவிற்கு மேல் சூடாகாத மோட்டார்கள்தான் உங்களிடம் இருக்கவேண்டும். அப்படித்தானே?"

"அவர் ஆமாம் என்று ஒப்புக்கொண்டார். "ஆமாம்" என்னும் பதிலை முதல் முறையாகப் பெற்றுவிட்டேன்.

"முறையாக உருவாகப்பட்ட மோட்டார் அறையின் வெப்பநிலையை விட 72 டிகிரி ஃபாரன்ஹீட் அதிகமாக இருக்கும் என்று மின்சாதன உற்பத்தியாளர்கள் சங்கத்தின் வரைமுறைகள் கூறுகின்றன. அது சரிதானே?"

"ஆம்" அவர் உடன்பட்டார். "அது மிகவும் சரியானது. ஆனால் உங்கள் மோட்டார்கள் அதை விட அதிக அளவு சூடாக உள்ளன."

"நான் அவருடன் விவாதம் செய்யவில்லை. "மில் அறை எவ்வளவு சூடாக உள்ளது?" என்று சாதாரணமாக கேட்டேன்.

"ஓ, சுமாராக 75 டிகிரி ஃபாரன்ஹீட்" என்றார்.

"ம்ம்ம், ஆலை 75 டிகிரி. அதனுடன் 72 சேர்த்துக்கொள்ளுங்கள். அது மொத்தம் 147 டிகிரி ஃபாரன்ஹீட் ஆகிறது. 147 டிகிரி ஃபாரன்ஹீட் வெப்பத்தில் உள்ள சுடுநீரில் கை வைத்தால் உங்கள் கை வெந்து விடாதா?"

'மீண்டும் அவர் "ஆம்" என்று கூறவேண்டியிருந்தது.

"அவ்வளவு சூடான மோட்டர் மீது உங்கள் கைகள் படாமல் பார்த்துக்கொள்வது நல்ல யோசனை தானே?" என்றேன்.

"ம்ம்ம், நீங்கள் சொல்வது சரியென்று நினைக்கிறேன்" என்று ஒப்புக்கொண்டார். நாங்கள் பேசுவதை சிறிது நேரம் தொடர்ந்தோம்.

பிறகு அவர் தன் செயலாளரை அழைத்து, ஏறக்குறைய 35,000 டாலர் வர்த்தகத்தை அடுத்துவந்த மாதத்திற்காக உறுதி செய்தார்.

“விவாதிப்பது பயனற்றது என்றும் மற்றவரது கருத்தை புரிந்துகொண்டு செயல்பட்டு அவரை ஆம் என்று சொல்ல வைப்பதே மிகவும் லாபகரமானதாகவும் ஆர்வமிக்கதாகவும் இருக்கும் என்றும் உணர எனக்கு பல ஆண்டுகள் பிடித்தன. எண்ணிக்கையில் அடங்காத ஆயிரக்கணக்கான டாலர்களையும் இதனால் இழந்திருக்கிறேன்.”

கலிஃபோர்னியாவில் உள்ள ஓக்லேன்டில் நடக்கும் எங்கள் பயிற்சி வகுப்புகளுக்கு ஆதரவு அளிக்கும் எட்டி ஸ்நோ, தன்னை “ஆம், ஆம்” என்று சொல்ல வைத்த ஒரு கடை முதலாளியின் சிறந்த வாடிக்கையாளராக ஆனது பற்றி கூறுகிறார். எட்டி வில் கொண்டு வேட்டை ஆடுவதில் ஆர்வமுள்ளவராக இருந்தார். உள்ளூரில் இருந்த வில் கடை ஒன்றில் வில்லும் அதற்கான உபகரணங்களும் வாங்குவதில் நிறைய பணம் செலவழித்தார். அவரை சந்திக்க அவரது சகோதரர் வந்தபோது அந்தக்கடையிலிருந்து வில் ஒன்றை வாடகைக்கு எடுக்கவிரும்பினார். அந்த கடையின் விற்பனையாளர் வில் வாடகைக்குத் தருவதில்லை என்று கூறியவுடன் மற்றொரு கடையை தொலைப்பேசியில் அழைத்தார். நடந்த சம்பவத்தை எட்டி விவரித்தார்:

‘ஒரு இனிமையான மனிதர் அழைப்பை ஏற்று பேசினார். வாடகைக்கு வில் கிடைக்குமா என்ற என் கேள்விக்கு மற்ற கடைகள் அளித்த பதிலிலிருந்து மாறுபட்ட ஒரு பதிலை அளித்தார். வாடகைக்கு வில் கொடுப்பது கட்டுப்படியாகாத காரணத்தினால் அப்படி செய்வதில்லையென்று சொல்லி வருத்தம் தெரிவித்தார். பிறகு நான் முன்பு வாடகைக்கு எடுத்திருக்கிறேனா என்று என்னிடம் கேட்டார். ‘ஆமாம் பல ஆண்டுகளுக்கு முன்’ என்று பதிலளித்தேன். அதற்கு 25 அல்லது 30 டாலர்கள் கட்டணமாக கொடுத்திருப்பேன் என்று நினைவுபடுத்தினார். நான் மீண்டும் “ஆமாம்” என்றேன். பிறகு பணம் மிச்சப்படுத்துவதில் எனக்கு ஆர்வம் உள்ளதா என்று அவர் கேட்டார். இயல்பாக, “ஆமாம்” என்று பதிலளித்தேன். பிறகு அவர் தொடர்ந்து, தன்னிடம் தேவையான அனைத்து உபகரணங்களுடன் 34.95 டாலருக்கு வில் விற்பனையில் இருப்பதாக விளக்கினார். ஒரு முழு செட்டையும் வெறும் 4.95 டாலர் வித்தியாசத்தில் என்னால் வாங்கி விடமுடியும் என்று கூறினார். அதனால்தான் அவர் அதனை வாடகைக்கு கொடுப்பதை நிறுத்திவிட்டதாக விளக்கினார். அது நியாமான காரணம் என்று நான் நினைத்தேனா? “ஆமாம்” என்ற என் பதில் உபகரணங்களுடன் ஒரு முழு செட்டை வாங்கச்செய்தது. அந்த கடைக்கு சென்று அதனை எடுத்துக்கொண்ட போது வேறு பல பொருட்களையும் வாங்கினேன். அந்த நிகழ்விற்குப் பிறகு நான் அந்தக் கடையின் நிரந்தர வாடிக்கையாளராக ஆகிவிட்டேன்.’

"விழிப்புணர்வு ஊட்டுபவர் என்ற அர்த்தத்தில் கால்நடைகளை கடிக்கும் ஏதென்ஸ் நகர பூச்சி" என்று அழைக்கப்படும் சாக்ரடீஸ் உலகத்தின் தலைசிறந்த தத்துவஞானிகளில் ஒருவர். விரல் விட்டு எண்ணக்கூடிய அளவில் மட்டுமே இத்தகைய ஒன்று வரலாற்றில் செய்யப்பட்டுள்ளது என்று சொல்லும்படியான ஒரு செயலை இவர் ஆற்றியுள்ளார்: மக்களின் எண்ண ஓட்டத்தை முழுவதுமாக மாற்றி அமைத்துள்ளார்; அவர் மறைந்து இப்போது இருபத்தி நான்கு நூற்றாண்டுகள் முடிந்த பிறகும் காரசாரமாக சண்டையிடும் இவ்வுலகத்தில், தனது கருத்தை ஏற்றுக்கொள்ள வற்புறுத்தும் விவேகமான மனிதர்களில் ஒருவர் என்று மதிக்கப்படுகிறார்.

அவர் பின்பற்றிய வழிமுறை என்ன? மக்கள் செய்வது தவறு என்று அவர்களிடம் கூறினாரா? ஓ, இல்லை. சாக்ரடீஸ் அப்படி செய்யவில்லை. அதைவிட சாதுரியம் மிக்கவர் சாக்ரடீஸ். இப்போது "சாக்ரடீஸ் வழிமுறை" என்று அழைக்கப்படும் அவருடைய உத்தி முழுவதும் "ஆம், ஆம்" என்ற பதிலை வரவழைக்கும் உத்தியை அடிப்படையாகக் கொண்டது. எதிராளிகளும் ஒப்புக்கொள்ளும் கேள்விகளை அவர் கேட்டார். ஒன்றன் பின் ஒன்றாக கேள்விகள் கேட்டு தனக்கு சாதகமான ஆம் என்ற பதில்களை குவித்தார். சில நிமிடங்கள் முன்பு வரை கடுமையாக எதிர்த்த விஷயத்தை எதிராளிகள் தங்களை அறியாமல் ஏற்றுக்கொள்ளும்படி வலியுறுத்தும் வகையில் கேள்விகள் கேட்டுக்கொண்டேயிருந்தார்.

அடுத்தமுறை நாம் எவரையேனும் தவறு என்று சொல்ல தூண்டப்படும் முன்பு முதியவர் சாக்ரடீஸை நினைவில் கொண்டு மென்மையாக கேள்வி ஒன்றை கேட்போம். 'ஆம்' என்று பதிலைப் பெறும் கேள்வி.

கிழக்கத்திய நாடுகளில் பிரபலமான சீன ஞானத்தை பிரதிபலிக்கும் பழமொழி ஒன்று உள்ளது: 'மெதுவாக காலடியெடுத்து வைப்பவன் வெகு தூரம் செல்வான்.'

விதி 5
மற்றவர் உங்களுடன் உடனடியாக உடன்படும்படி செய்யுங்கள்

நேருக்கு நேர் மோதல் இல்லாமல் முன்னேற்றம் காணமுடியாது
—கிறிஸ்டோபர் ஹிச்சன்ஸ்

தோல்விகளிலிருந்து வெற்றிகளை உருவாக்குங்கள். தோல்வி மற்றும் ஊக்கமின்மைதான் நிச்சயமாக வெற்றிக்கான படிக்கற்கள்
—டேல் கார்னெகி

6
புகார்களை கையாள பாதுகாப்பு வால்வு

தங்கள் சிந்தனையை மற்றவர்கள் ஏற்றுக்கொள்ளவேண்டுமென்ற முயற்சியில் ஈடுபட்டிருப்பவர்கள் பெரும்பாலாக தாங்களே பேசுவார்கள். மற்றவர்களும் தங்கள் எண்ணங்களை வெளிப்படுத்த அனுமதியுங்கள். தங்களது செயல்பாடு மற்றும் பிரச்சனைகளைப் பற்றி அவர்களுக்கு அதிகமாகத் தெரியும். ஆகவே அவர்களிடம் கேள்விகளைக் கேளுங்கள். சில விஷயங்களை உங்களிடம் அவர்கள் சொல்லட்டும்.

நீங்கள் அவர்களுடன் ஒத்துப்போகாத போது குறுக்கிடத்தூண்டப்படுவீர்கள். ஆனால் அப்படிச்செய்யாதீர்கள். அது ஆபத்தானது. பகிர்ந்துகொள்ள இன்னும் அவர்களிடம் பல யோசனைகள் இருக்கும்போது நீங்கள் சொல்வதில் கவனம் செலுத்தமாட்டார்கள். ஆகவே பொறுமை மற்றும் திறந்த மனத்துடன் அவர்கள் சொல்வதைக் கேளுங்கள். அதில் உண்மையாகவும் இருங்கள். அவர்கள் தங்கள் கருத்தை முழுமையாகச் வெளிப்படுத்த ஊக்கமளியுங்கள்.

தொழில் ரீதியான விஷயங்களிலும் இது எடுபடுமா? பார்க்கலாம். இம்முறையை பயன்படுத்த வற்புறுத்தப்பட்ட ஒரு விற்பனையாளரின் கதை இதோ:

அமெரிக்காவின் பெரிய வாகன உற்பத்தி நிறுவனங்களில் ஒன்று, வாகன இருக்கைகளின் மேல் போடப்படும் விரிப்புத் துணிகளுக்கான ஓராண்டுத் தேவைக்கான வர்த்தகத்தில் பேரம் பேசிக் கொண்டிருந்தது. மூன்று முக்கியமான உற்பத்தியாளர்கள் தங்கள் மாதிரிகளை உருவாக்கி வைத்திருந்தார்கள். வாகன கம்பெனியின் நிர்வாகிகளால் அவை ஆய்வு செய்யப்பட்டபின் ஒரு குறிப்பிட்ட நாளில் ஒவ்வொரு உற்பத்தியாளருக்கும் ஒப்பந்தத்தை கைப்பற்ற கடைசி வாய்ப்பு அளிக்கப்படும் என்று அறிக்கை ஒன்று அனுப்பப்பட்டிருந்தது.

அந்த உற்பத்தியாளர்களில் ஒருவரது பிரதிநிதி, ஜி பி ஆர், நகருக்கு வந்த போது அவரது தொண்டை கடுமையாக பாதிக்கப்பட்டிருந்தது. 'அந்த மாநாட்டில் அந்த பிரதிநிதிகளை சந்திக்கும் நேரம் வந்தபோது, என்குரல் முற்றிலுமாக எழவில்லை. என்னால் கிசுகிசுக்கக்கூட முடியவில்லை. நான் அறைக்குள் நுழைந்தபோது ஒரு ஜவுளி பொறியாளர், வாங்கும் முகவர், விற்பனைத்துறை இயக்குநர், கம்பெனியின் தலைவர் ஆகியோரை நேருக்கு நேர் சந்திக்க நேர்ந்தது. எழுந்து நின்று பேச முற்பட்டபோது என்னால் கீச்சென்ற ஒலியைக்கூட எழுப்ப முடியவில்லை.

'அவர்கள் அனைவரும் மேஜையை சுற்றி அமர்ந்திருந்ததனால் ஒரு காகிதத்தை எடுத்து: 'சீமான்களே, நான் என் குரலை இழந்துவிட்டேன். வார்த்தை வெளிவரவில்லை.' என்று எழுதினேன்.

"உங்களுக்காக நான் பேசுகிறேன்," என்றார் ப்ரெசிடெண்ட். அப்படியே செய்தார். என் மாதிரிகளை காண்பித்து அதில் உள்ள நல்ல விஷயங்களை குறிப்பிட்டு பாராட்டினார். என் பொருட்களில் இருந்த நன்மைகள் பற்றிய ஒரு உயிரோட்டமான உரையாடல் நடந்தது. எனக்காக பேசிக்கொண்டிருந்ததால் அந்த ப்ரெசிடெண்ட் உரையாட்டில் நான் என்ன நிலைப்பாடு எடுத்திருப்பேனோ அதையே அவரும் எடுத்துக்கொண்டார். சில புன்னகைகள், தலை அசைவுகள் மற்றும் சைகைகள் மட்டுமே என் பங்களிப்பாக இருந்தது.

'இந்தத் தனித்துவம் வாய்ந்த மாநாட்டின் பயனாக ஒரு மில்லியன் கஜம் என்ற அளவிலான 1,60,000 டாலர்கள் மதிப்புள்ள ஒப்பந்தம் எனக்கு வழங்கப்பட்டது—நான் இதுவரை பெற்றிருந்த ஆர்டர்களிலேயே மிகப்பெரியது.

'என் குரலை இழந்திருக்காவிட்டால் இந்த ஒப்பந்தத்தை பெறும் வாய்ப்பை இழந்திருப்பேன் என்று எனக்குத் தெரியும். ஏனென்றால் அவரது முன்மொழிவின் விளைவு குறித்த தவறான கருத்தே எனக்கிருந்தது. பிறரை பேச அனுமதிப்பது மிகுந்த பயனுள்ளது என்பதை தற்செயலான இந்த நிகழ்வால் கண்டு கொண்டேன்.

பிறரை பேச அனுமதிப்பது குடும்ப சூழ்நிலைகளிலும் மிகுந்த பயனைத் தருகிறது. தன் மகளுடனான பார்பரா வில்சனின் உறவு வேகமாக அழிந்துகொண்டிருந்தது. அமைதியாகவும், திருப்தியான மனநிலை கொண்டவளாகவும் குழந்தை பருவத்தில் இருந்த லாரி, இணக்கமில்லாத, சண்டையிடும் இளம் பெண்ணாக வளர்ந்திருந்தாள். திருமதி. வில்சன் அறிவுரைகள் வழங்கியும், பயமுறுத்தியும், தண்டித்தும் அவளை மாற்ற முயன்றார். ஆனால் இவை அனைத்தும் பயனளிக்கவில்லை.

எங்கள் பயிற்சி வகுப்பு ஒன்றில் திருமதி. வில்சன் இதை பகிர்ந்துகொண்டார். 'ஒரு சமயம் போகட்டும் என்று அவளை மாற்றும் என் முயற்சிகளை கைவிட்டேன். என் வார்த்தைகளுக்கு கீழ்ப்படியாமல் லாரி வீட்டு வேலைகளை முடிக்காமல் தன் பெண் தோழியை சந்திக்க வீட்டைவிட்டு சென்றிருந்தாள். அவள் வீடு திரும்பியவுடன் பத்தாயிரமாவது முறையாக கூச்சலிட இருந்தேன். ஆனால் அப்படிச் செய்ய தெம்பில்லாமல் அவளை அப்படியே வருத்தத்துடன் பார்த்து, "ஏன் லாரி, ஏன்?" என்று மட்டும் கேட்டேன்.

'என் நிலையை கவனித்து லாரி, அமைதியான குரலில், "நீங்கள் உண்மையிலேயே தெரிந்து கொள்ள விரும்புகிறீர்களா?" என்று கேட்டாள். நான் ஆம் என்று தலை அசைக்க முதலில் லாரி தயக்கத்துடன்

துவங்க. பின் அனைத்தும் மடை திறந்த வெள்ளமாக பாய்ந்தது. நான் ஒருபோதும் அவள் கூறுவதைக் கவனத்துடன் கேட்டிருக்கவில்லை. அதைச்செய் இதைச் செய் என்றே எப்போதும் அவளிடம் சொல்லிக் கொண்டிருந்தேன். அவள் தன் எண்ணங்கள், உணர்வுகள் மற்றும் யோசனைகளைச் சொல்ல விரும்பிய போது, இன்னும் அதிகமான கட்டளைகளுடன் குறுக்கிட்டேன். அவளுக்கு என் தேவை இருந்தது என்பதை உணரத் துவங்கினேன். ஆதிக்கம் செலுத்தும் தாயாக இல்லாமல், நம்பிக்கைக்குரியவளாக, வளரும் நாட்களில் அவளது குழப்பங்களுக்கு ஒரு வடிகாலாக இருக்க வேண்டும் என்று உணர்ந்தேன். அவள் சொல்வதைக் மௌனமாகக் கேட்டிருக்க வேண்டிய நேரத்தில் நான் செய்ததெல்லாம் பேசிக்கொண்டே இருந்ததுதான். ஒருபோதும் அவள் கூறியதை நான் கவனமாக கேட்கவில்லை.

'அந்த நேரத்திலிருந்து, அவள் விரும்பிய அளவு பேச நான் அவளை அனுமதிக்கிறேன். அவள் தன் மனத்திலிருப்பவை பற்றியெல்லாம் என்னிடம் கூறுகிறாள். எங்கள் உறவு அளவிட முடியாதபடி மேம்பட்டுள்ளது. அவள் மீண்டும் ஒத்துழைக்கும் நபராக இருக்கிறாள்.

நியூயார்க் செய்தித்தாள் ஒன்றின் நிதி சம்பந்தமான செய்திகள் அச்சிடப்படும் ஒரு பக்கத்தில் அசாதாரணத் திறமை மற்றும் அனுபவம் வாய்ந்த ஒரு நபர் தேவை என்று ஒரு மிகப்பெரிய விளம்பரம் வெளியிடப்பட்டிருந்தது. சார்லஸ் டி. குபெல்லிஸ் அந்த விளம்பரத்திற்கு பதிலாக தன் விவரங்களை ஒரு தபால் பெட்டி எண்ணுக்கு அனுப்பினார். சில நாட்களுக்குப் பிறகு, அஞ்சல் மூலம் நேர்முகத் தேர்விற்கு வரும்படி அழைப்புக்கடிதம் வந்தது. நேர்முகத்தேர்விற்கு செல்லும் முன் அந்த வணிகத்தைத் தொடங்கிய நபர் பற்றிய அனைத்து விஷயங்களையும் அறிந்துகொள்ள வால் ஸ்ட்ரீட்டில் பல மணி நேரங்களை செலவிட்டார். நேர்முகத் தேர்வின் போது, அவர் இவ்வாறு குறிப்பிட்டார்: 'உங்கள் நிறுவனத்தைப் போல புகழ்பெற்ற சாதனைகள் புரிந்த ஒரு நிறுவனத்துடன் இணைவதில் மிகுந்த பெருமையடைகிறேன். ஒற்றை மேஜை மட்டுமே இருந்த ஒரு அறையில் ஒரு சுருக்கெழுத்தாளருடன் இருபத்தியெட்டு ஆண்டுகளுக்கு முன் இந்த நிறுவனத்தை நீங்கள் துவங்கினீர்கள் என்று அறிகிறேன். அது உண்மைதானா?

ஏறக்குறைய ஒவ்வொரு வெற்றியாளரும் தனது ஆரம்ப நாட்களில் தான் எதிர்கொண்ட போராட்டங்களை நினைத்துப் பார்க்க விரும்புவார்கள். இந்த மனிதரும் அதற்கு விதிவிலக்கல்ல. வெறும் 450 டாலர் பணம் மற்றும் ஒரு புதிய திட்டம் மட்டுமே கொண்டு எப்படி அந்த தொழிலை தொடங்கினார் என்பதைப் பற்றி நீண்ட நேரம் அவர் பேசினார். ஊக்கமின்மை மற்றும் கேலிப்பேச்சு ஆகியவற்றை எதிர்த்து போராடி, ஞாயிற்றுக்கிழமைகள் மற்றும் விடுமுறை நாட்களில் கூட பன்னிரெண்டிலிருந்து பதினாறு மணி நேரம் வரை வேலை செய்தார்

என்று விளக்கினார்; இறுதியாக, இன்றளவும் வால் ஸ்ட்ரீட்டில் உள்ளவர்கள் தகவல் பரிமாற்றம் மற்றும் வழிநடத்துதலுக்காக தன்னிடம் வரும் அளவில் இடையூறுகளையெல்லாம் கடந்து இந்த நிலைக்கு வந்தார் என்பது பற்றி எடுத்துக் கூறினார். அத்தகைய சாதனைக்காக அவர் தன்னைக்குறித்து மிகவும் பெருமைபட்டுக்கொண்டார். அதற்கு அவருக்கு உரிமையும் இருந்தது. அதனை பகிர்ந்துகொண்டது அவருக்கு பெருமகிழ்ச்சியையும் கொடுத்தது. இறுதியாக மிஸ்டர். குபெல்லிஸிடம் அவருக்கிருந்த வேலை அனுபவம் பற்றி சுருக்கமாகக் கேட்டார். பிறகு தன் துணைத் தலைவர்களில் ஒருவரை அழைத்து, 'நாம் தேடிக் கொண்டிருந்த நபர் இவர்தான் என்று நினைக்கிறேன்' என்றார்.

மிஸ்டர். குபெல்லிஸ் அது தனது வருங்கால நிறுவனமாக ஆகும் வாய்ப்பு உள்ளது என்று அறிந்து அதன் முதலாளியை குறித்த எல்லா விவரங்களையும் சேகரிக்க கஷ்டங்கள் எடுத்துக்கொண்டார். மற்ற நபரின் மீதும் அவரது பிரச்சனைகளின் மீதும் அவர் தன் அக்கறையை வெளிப்படுத்தினார். அவரையே அதிகம் பேசவிட்டு ஊக்கமளித்து அவர் மீது தன்னைப்பற்றிய நல்ல தாக்கத்தை ஏற்படுத்திக்கொண்டார்.

கலிஃபோர்னியாவில் உள்ள சக்ரமென்டோவைச் சேர்ந்த ராய் ஜி. பிராட்லி இதற்கு நேர்மாறான பிரச்சனையை கொண்டிருந்தார். நல்ல ஒரு வருங்கால பணியாளர் போல் ப்ராட்லியின் நிறுவனத்தில் விற்பனைத்துறையில் வேலை செய்ய விரும்பிய ஒருவர் மற்றவரை பேசவிட்டு உன்னிப்பாக கவனித்தார். ராய் பின்வருமாறு குறிப்பிட்டார்: 'சிறிய தரகு வணிக நிறுவனம் என்பதால், மருத்துவ சிகிச்சை, மருத்துவ காப்பீடு, ஓய்வூதியம் போன்ற மற்ற கூடுதல் சலுகைகள் எங்களிடம் இல்லை. ஒவ்வொரு பிரதிநிதியும் சுதந்திரமாக செயல்படும் முகவர். எங்களது பெரிய போட்டியாளர்கள் செய்வது போல விளம்பரம் செய்யவோ விற்பனைக்கான சிறப்பு வழிநடத்துதல்களோ கூட நாங்கள் வழங்குவதில்லை.

'இந்த வேலைக்கு நாங்கள் விரும்பிய அனுபவத்தை ரிச்சர்ட் ப்ரையார் பெற்றிருந்தார். இந்த வேலையில் இருந்த எதிர்மறை அம்சங்களைப்பற்றி முதலில் என் உதவியாளரால் முதல்கட்ட நேர்முக ஆய்வு செய்யப்படும்போது தெரிவிக்கப்பட்டிருந்தார். என் அலுவலகத்திற்கு அவர் வந்த போது சிறிது ஊக்கமிழந்தவராக தோற்றமளித்தார். என் நிறுவனத்துடன் இணைவதில் இருந்த ஒரே ஒரு நன்மையைப் பற்றிக் நான் குறிப்பிட்டேன். சுதந்திரமான ஒப்பந்தக்காரர் என்பதால் சுயவேலை வாய்ப்பாக இது அமையும் என்பதுதான் அது.

'என்னிடம் இந்த நன்மையைப்பற்றி அவர் பேசப் பேச அதன் எதிர்மறை விஷயங்களை ஒவ்வொன்றாக நீக்கிக்கொண்டிருந்தார். பல முறை அவர் தன் ஒவ்வொரு எண்ணத்தையும் வெளிப்படுத்தியபோது அவர் தனக்குத்தானே அதைப்பற்றி சிந்தித்துக்கொண்டிருப்பது போல்

தோன்றியது. அவ்வப்போது அவர் எண்ணங்களுக்கு சாதகமாக பேசும் எண்ணம் எனக்குத் தோன்றியது. இருப்பினும் அந்த நேர்முகத்தேர்வு முடியும் போது, அவர் தானே முன்வந்து என் நிறுவனத்தில் வேலை செய்ய விரும்புகிறார் என்று கருதினேன்.

'நான் பொறுமையுடன் கேட்கும் திறன் படைத்தவராக இருந்ததால் அவரை பேச அனுமதித்தேன். நன்மை தீமை இரண்டையும் குறித்து நன்கு ஆலோசித்து மனதை திடப்படுத்திக்கொள்ள அவரால் முடிந்தது. தனக்குத்தானே சவாலாக அவர் அமைத்துக்கொண்ட ஒரு விஷயத்தில் நேர்மறையான ஒரு முடிவை எடுக்க அவரால் முடிந்தது. அவரை நாங்கள் பணியில் சேர்த்துக்கொண்டோம். அவர் இன்றுவரை எங்கள் நிறுவனத்தின் தலைசிறந்த பணியாளராக இருந்துவருகிறார்.'

நம் நண்பர்கள் கூட தங்கள் சாதனைகளைப் பற்றி நம்மிடம் அதிகமாகப் பேசுவார்களேயன்றி நாம் நம் சாதனைகளை பகிர்ந்துகொள்வதை கேட்கமாட்டார்கள்.

ஃபிரெஞ்ச் தத்துவஞானியான லா ரோச்ஃபோகால்ட், 'நீங்கள் பகைவர்களைப் பெற விரும்பினால், உங்கள் நண்பர்களை விட சிறப்பாக விளங்குங்கள். ஆனால் நீங்கள் நண்பர்களைப் பெற விரும்பினால், உங்களை விட உங்கள் நண்பர்கள் சிறந்து விளங்க அனுமதியுங்கள்,' என்று கூறினார்.

அது உண்மையாக இருப்பது ஏன்? ஏனென்றால் நம் நண்பர்கள் நம்மை விட மேலான நிலைமையில் இருக்கும் போது அவர்கள் தங்களை முக்கியமானவர்களாக உணர்கிறார்கள். அதுவே நாம் அவர்களை விஞ்சும் போது அவர்களோ அவர்களில் சிலரோ தாழ்வு மனப்பான்மை கொண்டிருப்பதோடு நம்மைக்கண்டு பொறாமைப்படுகிறார்கள்.

ஹென்றீட்ட ஜி—என்பவர் நியூயார்க் நகரின் மிட்டவுன் பர்ஸோன்னெல் ஏஜென்சியில் மிகவும் விரும்பப்பட்ட மனிதவள ஆலோசகராக இருந்தார். எப்போதும் அது போன்ற நற்பெயர் அவருக்கு இருக்கவில்லை. அந்த ஏஜென்ஸியின் தொடர்பு பெற்ற முதல் சில மாதங்கள்வரை, தன் சக ஊழியர்கள் எவருடனும் ஹென்றீட்ட நண்பராகவில்லை. ஏன்? அவள் தான் ஏற்படுத்திய பணியமர்த்தல் பற்றியும், தான் திறந்த புதிய கணக்குகள் பற்றியும், தான் அடைந்த வேறு சிறப்புகள் பற்றியும் ஒவ்வொரு நாளும் தற்பெருமையடித்துக் கொண்டேயிருந்தாள்.

'நான் என் வேலையில் சிறப்பாக இருந்தேன். அது குறித்து மிகுந்த பெருமிதமும் கொண்டிருந்தேன். ஆனால் என் சக ஊழியர்கள் என் வெற்றிகளில் பங்கேற்காமல் அதனை வெறுப்பது போல் தோற்றமளித்தார்கள். நான் அவர்களால் நேசிக்கப்பட விரும்பினேன். உண்மையில் அவர்கள் என் நண்பர்களாக இருக்கவேண்டுமென்று

விரும்பினேன். இந்தப் பயிற்சியில் கூறப்பட்ட யோசனைகளைக் கேட்டு நான் என்னைப் பற்றிப்பேசுவதை குறைத்துக்கொண்டு மற்றவர்கள் கூறுவதை அதிகமாகக் கவனித்து கேட்கத் துவங்கினேன். அவர்களிடமும் பெருமை படும்படியான விஷயங்கள் இருந்தன. அவற்றை என்னிடம் கூறுவது என் பேச்சைக் கேட்பதைவிட அதிக மகிழ்ச்சி அளித்தது அவர்களுக்கு. இப்போது பேசிப்பழக நேரம் கிடைக்கும் போது அவர்களது மகிழ்ச்சியை என்னோடு பகிர்ந்து கொள்ளுமாறு கேட்கிறேன். அவர்கள் விரும்பிக் கேட்டால் மட்டுமே என் சாதனைகள் பற்றிப் பேசுகிறேன்.'

விதி 6
அடுத்தவர் அதிகம் பேச அனுமதியுங்கள்.

நகைச்சுவையில் சிரிப்பு அனைத்து தர்க்கத்தையும் சீரமைக்கிறது.
—ராபர்ட் மெக்கி

7

ஒத்துழைப்பை பெறுவது எப்படி

வெள்ளித்தட்டில் வைத்து உங்களிடம் தரப்படும் கருத்துக்களை விட நீங்களே சிந்தித்து உருவாக்கும் கருத்துக்களை நீங்கள் அதிகம் நம்புகிறீர்கள் இல்லையா? அப்படியென்றால், உங்கள் கருத்துக்களை மற்றவர் தொண்டைக்குள் அடைக்க முயற்சிப்பது தவறான மதிப்பீடாகாதா? யோசனைகளை மட்டும் வழங்கிவிட்டு முடிவை மற்றவர் எடுக்க அனுமதிப்பது புத்திசாலித்தனம் இல்லையா?

ஒரு வாகன விற்பனைக் காட்சி அரங்கத்தின் மேலாளரும், என் பயிற்சி வகுப்பு ஒன்றின் மாணவருமான ஃபிலடெல்ஃபியாவைச் சேர்ந்த அடோல்ஃப் செல்ட்ஸ் என்பவர் ஊக்கமும், ஒழுங்கற்ற முறைகளும் கொண்டிருந்த வாகன விற்பனையாளர்களுக்கு ஊக்கத்தை ஊட்டவேண்டிய அவசியத்தைத் திடீரென்று உணர்ந்தார். விற்பனையாளர் கூட்டம் ஒன்றைக் கூட்டி அதில், அவர்கள் தன்னிடமிருந்து உண்மையில் என்ன எதிர்பார்க்கிறார்கள் என்று வற்புறுத்திக் கேட்டார். அவர்கள் பேசப்பேச அவர்களது யோசனைகளை ஒரு கரும்பலகையில் எழுதினார். பிறகு அவர்: 'என்னிடமிருந்து நீங்கள் எதிர்பார்க்கும் எல்லா நற்குணங்களையும் நான் வழங்குகிறேன். இப்போது உங்களிடமிருந்து எதை எதிர்பார்க்கும் உரிமை என்னிடமுள்ளது என்று நீங்களே சொல்லுங்கள்' என்றார். பதில்கள் வேகமாகவும் விரைவாகவும் வந்தன: விசுவாசம், நேர்மை, ஆக்கபூர்வமாக இருப்பது, நேர்மறை சிந்தனைகள் கொண்டிருப்பது, குழு உணர்வுடன் பணியாற்றுவது, தினந்தோறும் ஆர்வத்துடன் எட்டு மணி நேர பணி. அந்தக் கூட்டம் புதியதொரு தைரியம் மற்றும் ஒரு உத்வேகத்துடன் முடிந்தது—ஒரு விற்பனையாளர் நாள் ஒன்றில் பதினான்கு மணி நேரங்கள் பணியாற்ற தானாகவே முன்வந்தார்—விற்பனை அற்புதமாக அதிகரித்தது என்று மிஸ்டர். செல்ட்ஸ் என்னிடம் கூறினார்.

'அவர்கள் ஒருவகையில் நேர்மையான பேரம் ஒன்றை என்னுடன் செய்திருந்தார்கள். நான் என் உறுதியில் திடமாக இருக்கும் வரையில் அவர்களும் தங்களது செயல்பாடுகளில் சரியாக இருப்பதென்று உறுதியாக இருந்தார்கள். அவர்களது விருப்பங்கள் மற்றும் ஆசைகள் பற்றி கலந்தாலோசித்தது அவர்களுக்குத் தேவையான ஊக்கத்தை கொடுத்தது போல் இருந்தது' என்று மிஸ்டர். செல்ட்ஸ் கூறினார்.

எவரும் ஒரு பொருள் தங்கள் மீது திணிக்கப்படுவதாகவோ அல்லது எதையும் செய்யச்சொல்லி வற்புறுத்தப்படுவதாகவோ உணர விரும்புவதில்லை. சுயமாக சிந்தித்துத்தான் ஒரு பொருளை

வாங்குவதாகவோ அல்லது சுய விருப்பப்படிதான் செயல்படுகிறோம் என்றோதான் நாம் உணர விரும்புகிறோம். நம் விருப்பங்கள், ஆசைகள் மற்றும் எண்ணங்கள் பற்றி கலந்தாலோசிக்கப்படுவதை நாம் விரும்புகிறோம்.

யூஜின் வெஸ்ஸன் என்பவரின் உதாரணத்தை எடுத்துக் கொள்ளுங்கள். இந்த உண்மையை கற்கும்முன் அவர் அளவற்ற ஆயிரக்கணக்கான டாலர்களைக் கமிஷனாகக் கொடுத்து நஷ்டப்பட்டார். ஒப்பனையாளர்கள் மற்றும் ஜவுளி உற்பத்தியாளர்களுக்கும் வரைகலைவகைமாதிரிகளை செய்து கொடுத்த ஒரு புகைப்பட நிலையத்திற்கு மிஸ்டர். வெஸ்ஸன் திட்ட உருவ வரைபடங்களை விற்றார். மிஸ்டர். வெஸ்ஸன் நியூயார்க்கிலுள்ள முன்னணி ஒப்பனையாளர் ஒருவரை வாரம் ஒரு முறையென்று மூன்று ஆண்டுகளுக்கு ஒவ்வொரு வாரமும் சந்தித்திருக்கிறார். 'அவர் ஒருமுறை கூட என்னை சந்திக்க மறுக்கவில்லை. ஆனால் அவர் என்னிடமிருந்து வாங்கவுமில்லை. அவர் எப்பொழுதும் என் திட்ட உருவ வரைபடங்களை கவனமாகப் பார்ப்பார். அதன்பிறகு, "இல்லை வெஸ்ஸன் நம்மால் இன்று தொழில்முறையாக இணைய முடியாது என்று கருதுகிறேன்" என்று சொல்லி திருப்பி அனுப்பிவிடுவார்' என்றார் வெஸ்ஸன்.

இப்படி 150 முறை தோல்வியைத் தழுவிய பிறகு, வெஸ்ஸன் மீண்டும் மீண்டும் ஒரே தடத்தில் தனது மனம் செல்வதை உணர்ந்து புதிய சிந்தனைகளை உருவாக்கவும் புதிய உற்சாகத்தை தோற்றுவிக்கவும் வாரம் ஒருநாள் மாலையில் மனித நடத்தையில் தாக்கம் விளைவிக்கும் முறைகளை கற்க வேண்டுமென்று உறுதிசெய்துகொண்டார்.

இந்தப் புதிய அணுகுமுறையை தீர்மானித்தார். முற்றுப்பெறாத தன்னுடைய அரை டஜன் ஓவிய வரைபடங்களை கையில் எடுத்துக்கொண்டு வாங்குபவர்களின் அலுவலகத்தை நோக்கி விரைந்தார். 'உங்களுக்கு விருப்பம் உள்ளதென்றால் எனக்கு நீங்கள் ஒரு சிறிய உதவி செய்ய வேண்டுமென்று விரும்புகிறேன்.' என்று கூறினார். 'இங்கே சில முற்றுப்பெறாத படங்கள் உள்ளன. இவற்றை எப்படி முற்றுப்பெறச் செய்து பயன்படுத்திக் கொள்வதென்று தயவு செய்து சொல்ல முடியுமா?'

அவர் ஒரு வார்த்தை கூட பேசாமல் சிறிது நேரம் அந்த படங்களைப் பார்த்தார். இறுதியாக அவர், 'வெஸ்ஸன் இவற்றைச் என்னிடம் சில நாட்களுக்கு விட்டுச் செல்லுங்கள். பிறகு என்னை வந்து பாருங்கள்' என்று கூறினார்.

மூன்று நாட்களுக்குப் பிறகு வெஸ்ஸன் அங்கு திரும்பிச் சென்று அவரது ஆலோசனைகளை ஏற்றுக்கொண்டு, அந்த படங்களை அவர்

விருப்பப்படியே முடித்துவிட்டு அவற்றை புகைப்பட நிலையத்திற்கு எடுத்து வந்தார். விளைவு? எல்லாமே ஏற்றுக் கொள்ளப்பட்டன.

அதன் பிறகு, அவர் தனது யோசனைப்படி உருவாக்கப்பட்ட மற்றப் பல படங்களையும் வெஸ்ஸனிடமிருந்து வாங்கிக் கொண்டார். 'பல ஆண்டுகளாக அவரிடம் எதுவும் விற்க முடியாமல் போனது என்பதை உணர்ந்தேன். அவருக்கு என்ன வேண்டும் என்று நான் முடிவு செய்து அவற்றை அவர் வாங்கவேண்டுமென்று வற்புறுத்தினேன். பிறகு எனது அணுகுமுறையை நான் முற்றிலும் மாற்றிக் கொண்டேன். அவரை எனக்கு ஆலோசனைகள் வழங்கசொல்லி வற்புறுத்தினேன். இது அவர் தானே தன் வரைகலைகளை உருவாக்குவது போன்ற எண்ணத்தை உருவாக்கியது. உண்மையில் அவர் அதைத்தான் செய்தார். நான் அவரிடம் விற்க வேண்டியதாக இல்லை. அவரே அவற்றை வாங்கிக் கொண்டார்' என்று மிஸ்டர் வெஸ்ஸன் கூறினார்.

மற்றவரை அந்த யோசனை தன்னுடையது என்று உணர வைப்பது என்ற யோசனை தொழில் சம்மந்தப்பட்ட மற்றும் அரசியல் சம்மந்தப்பட்ட விஷயங்களில் மட்டுமல்லாமல் குடும்ப வாழ்க்கையிலும் கூட சிறப்பாகச் செயல்படுகிறது. ஒக்லஹாமாவில் உள்ள டுல்சாவைச் சேர்ந்த பால் எம். டேவிஸ் இந்தக் கொள்கையை எப்படிப் பயன்படுத்தினார் என்பதை தன் வகுப்பில் பகிர்ந்துகொண்டார்:

'என் மிகவும் சுவாரசியமான விடுமுறை சுற்றுலா பயணத்தை நாங்கள் மேற்கொண்டு மகிழ்ந்தோம். கெட்டிஸ்பர்கில் உள்நாட்டுப்போர் நடந்த போர்க்களம், ஃபிலடெல்ஃபியாவில் உள்ள சுதந்திர அரங்கம் மேலும் நம் நாட்டின் தலைநகரம் போன்ற வரலாற்று முக்கியத்துவம் வாய்ந்த இடங்களைப் பார்க்கவேண்டுமென்று நீண்ட நாட்களாக கனவு கண்டிருந்தேன். ஃபோர்ஜ் பள்ளத்தாக்கு, ஜேம்ஸ்டவுன், வில்லியம்ஸ்பர்கில் உள்ள புணரமைக்கப்பட்ட காலனித்துவ கிராமம் ஆகியவையும் நான் பார்க்க வேண்டிய இடங்களின் பட்டியலில் முதன்மையில் இருந்தன.

மார்ச் மாதம் என் மனைவி நான்ஸி கோடை விடுமுறையில் ஒரு சுற்றுலா சென்று வருவதற்கான யோசனையை வைத்திருப்பதாகக் கூறினாள். அதில் மேற்கு மாநிலங்களுக்குச் சுற்றுலா சென்று நியூ மெக்ஸிகோ, அரிஸோனா, கலிஃபோர்னியா, நெவாடா ஆகிய இடங்களுக்கு பயணம் செய்வதென்ற திட்டம் இருந்தது. பல ஆண்டுகளாக இந்தச் சுற்றுலா செல்லவேண்டுமென்று அவள் சொல்லிக் கொண்டேயிருந்தாள். ஆனால் வெளிப்படையான காரணங்களால் எங்களால் இரண்டு பயணங்களையும் மேற்கொள்ள முடியாது.

'இளநிலை உயர்பள்ளியில் அப்போதுதான் அமெரிக்க வரலாற்று வகுப்பை முடித்திருந்தாள் எங்கள் மகள் ஆன். நம் நாட்டின் வளர்ச்சியை வடிவமைத்த நிகழ்வுகளைப் பற்றி அறிவதில் மிகுந்த ஆர்வம்

கொண்டிருந்தாள். எங்களது அடுத்த கோடை விடுமுறையில் அவள் படித்திருந்த இடங்களுக்கு சுற்றுப்பயணம் மேற்கொள்வது எப்படியிருக்கும் என்று நான் கேட்டேன். அதை செய்ய மிகவும் விரும்புவாள் என்று கூறினாள்.

'இரண்டு மாலைகளுக்குப் பிறகு நாங்கள் உணவு மேஜையை சுற்றி அமர்ந்திருந்தபோது என் மனைவி நான்ஸி, அனைவரும் சம்மதித்தால், கோடை விடுமுறைக்கு கிழக்கு மாநிலங்களுக்குச் செல்லலாம் என்று தெரிவித்தாள். எங்களுக்கு புத்துணர்சியூட்டுவதாக இருப்பதோடு ஆனுக்கும் சிறந்த பயணமாக இருக்குமென்றாள். நாங்கள் அனைவரும் ஒப்புதல் அளித்தோம்.

ரால்ப் வால்டோ எமெர்சன் 'சுய சார்பு' என்ற தன் கட்டுரையில் குறிப்பிட்டிருந்தது: 'மேதாவியின் ஒவ்வொரு வேலையிலும் நாம் முன்பு நிராகரித்த எண்ணம் இருப்பதை கண்டுகொள்கிறோம்; ஒரு விதமான அந்நிய கம்பீரத்துடன் அது நம்மிடம் திரும்பிவருகிறது.' வுட்ரோ வில்சன் வெள்ளை மாளிகையில் இருந்தபோது கர்னல் எட்வார்ட் எம் ஹவுஸ் தேசிய மற்றும் சர்வதேச விஷயங்களில் பெரிய செல்வாக்கு கொண்டிருந்தார்.

தனது சொந்த சபை உறுப்பினர்களை விட ரகசிய ஆலோசனை மற்றும் அறிவுரைகளுக்கு வில்சன், கர்னல் ஹவுஸை சார்ந்திருந்தார். ஜனாதிபதியின் மீது வில்சன் இப்படிப்பட்ட தாக்கத்தை எப்படி உருவாக்கினார்? அதிர்ஷ்டவசமாக ஹவுஸ் தானே இதை ஆர்தர் டி அவர்களிடம் சொன்னதால் அது நமக்குத் தெரியும். ஹௌடேன் ஸ்மித்துக்கு வெளிப்படுத்தினார். ஹௌஸ் வெளிப்படுத்தியதை தி சாட்டர்டே ஈவினிங் போஸ்ட் பத்திரிகையில் ஒரு கட்டுரையில் ஸ்மித் குறிப்பிட்டார். """ஜனாதிபதியை நான் தெரிந்து கொண்ட பிறகு, ஒரு கருத்தை அவர் ஏற்றுக்கொள்ளும்படி செய்யவேண்டுமென்றால் மிகவும் சாதாரண முறையில் அவர் மனத்தில் அவருக்கு ஆர்வம் ஏற்படும் விதத்தில் அந்தக் கருத்தைப் புகுத்தி விடுவதுதான் சிறந்த வழியென்று நான் கற்றுக் கொண்டேன். அதைப்பற்றி அவர் தானே சிந்திக்கவும் விட்டுவிடுவேன். முதல் முறையாக இது வெற்றி பெற்றது ஒரு தற்செயலான நிகழ்வுதான். நான் அவரை வெள்ளை மாளிகையில் சந்தித்து அவர் மறுப்பது போல் தோன்றிய ஒரு புதிய கொள்கையை மெள்ள அவர் மனதிற்குள் புகுத்தினேன். ஆனால் பல நாட்களுக்குப் பிறகு, ஒரு நாள் இரவு உணவு சாப்பிட்டுக்கொண்டிருக்கும் போது அதே கொள்கையை அவர் தனது சொந்த யோசனை போல் வெளிப்படுத்தியதை கேட்டு வியந்து போனேன்.""

அது உங்கள் யோசனை இல்லை. என் யோசனை என்று ஹவுஸ் குறுக்கிட்டாரா? இல்லை. ஹவுஸ் அப்படிச்செய்பவர் இல்லை. அதை செய்யமுடியாத அளவு சாமர்த்தியமான மனிதர் அவர். அந்த ஆலோசனைக்கான புகழைப்பற்றி அவர் கவலைப்படவில்லை. அவர்

பலன்களை விரும்பினார். அதனால் வில்சன் அந்த எண்ணம் தன்னுடையது என்று நினைக்க அனுமதித்தார். ஹவுஸ் அதற்கும் மேலாக ஒரு படி சென்று அந்த எண்ணங்களுக்காக வில்சனை பொது மேடையில் பாராட்டினார்.

நாம் தொடர்பு கொள்ளும் ஒவ்வொருவரும் உட்ரோ வில்சனைப் போன்ற மனிதர்களே என்பதை நினைவில் கொள்வோம். ஆகவே கர்னல் ஹவுஸின் உத்தியைப் பயன்படுத்துவோம்.

நியூ ப்ருன்ஸ்விக்கில் என்ற அழகான கனடியன் மாகாணத்தைச் சேர்ந்த ஒரு மனிதர் இந்த உத்தியை என் மீது பயன்படுத்தி என் ஆதரவைப் பெற்றார். அந்த சமயத்தில் நான் நியூ ப்ருன்ஸ்விக் பகுதிக்கு மீன் பிடிக்க படகில் செல்ல திட்டமிட்டுக் கொண்டிருந்தேன். ஆகவே சுற்றுலா வாரியத்திற்கு தகவல் கேட்டு கடிதம் எழுதினேன். என் பெயர் மற்றும் விலாசம் தெளிவாக தகவல் அனுப்பும் பெயர் பட்டியலில் போடப்பட்டதால் பல கடிதங்கள், குறிப்பேடுகள், அச்சிட்ட நற்சான்று குறிப்புகள் ஆகியவை முகாம்கள் மற்றும் வழிகாட்டிகளிடமிருந்து உடனே வந்து குவிந்தன. நான் குழம்பிப் போனேன். எதைத் தேர்ந்தெடுப்பது என்று எனக்குத் தெரியவில்லை. பிறகு ஒரு முகாம் உரிமையாளர் ஒரு புத்திசாலித்தனமான விஷயத்தைச் செய்திருந்தார். அவர் முன்பு தன் முகாமில் தங்கிய நியூயார்க்கைச் சேர்ந்த பலரது பெயர்களையும் தொலைபேசி எண்களையும் எனக்கு அனுப்பி அவர்களுடன் தொலைபேசியில் தொடர்பு கொண்டு பேசி அவர்வழங்கவிருப்பது என்ன என்பதை அறிந்துகொண்டு முடிவெடுக்குமாறு கேட்டுக் கொண்டார்.

ஆச்சரியப்படும் வகையில் அந்தப் பட்டியலில் நான் அறிந்த ஒரு நபரின் பெயர் இருந்தது. நான் அவரைத் தொலைபேசியில் அழைத்து அவரது அனுபவம் பற்றி அறிந்து கொண்டேன். அதன் பின்னர் முகாமிற்கு தந்தி அனுப்பி நான் அங்கு சென்றடையவிருந்த தேதியை தெரியப்படுத்தினேன்.

மற்றவர்கள் தங்கள் சேவைகளை எனக்கு விற்கமுயற்சி செய்துகொண்டிருந்தார்கள் ஆனால் ஒருவர் நான் தானாகவே முன்வந்து வாங்குவதை உறுதிசெய்திருந்தார். அந்த நிறுவனம் வென்றது.

லாவோ-ட்ஸி என்ற ஒரு சீன முனிவர் இருபத்தியைந்து நூற்றாண்டுகளுக்கு முன், இந்நூலின் வாசகர்கள் இன்றும் பயன்படுத்தக்கூடிய சில விஷயங்களைப் பற்றிக் கூறியுள்ளார்:

'நூறு மலையருவிகளைவிட ஆறுகளும் கடல்களும் ஏன் மதிக்கப்படுகின்றனவென்றால் அவை அனைத்தும் தங்களை கீழ் நிலையில் வைத்துள்ளன. இப்படிச்செய்து அவை எல்லா மலையருவி களையும் தன் ஆட்சிக்குள் அடங்குவதாக வைத்திருக்கின்றன. ஆகவே மனிதர்களுக்கு மேல் உயர்ந்தவராக இருக்க விரும்பும் துறவி, தன்னை

அவர்களுக்குக் கீழ் வைத்துக் கொள்கிறார்; அவர்களுக்கு முன் இருக்கும் விருப்பத்துடன் தன்னைப் பின்நிறுத்திக்கொள்கிறார். இப்படியாக, அவரது இடம் மனிதர்களுக்கு மேல் தான் என்றாலும் அவர்கள் இவரது கனத்தை உணர்வதில்லை; அவரது இடம் மனிதர்களுக்கு முன்னால்தான் என்றாலும், அதை அவர்கள் அவமதிப்பாக கருதுவதில்லை.'

விதி 7
அந்த யோசனையின் உரிமையாளர் மற்றவராக இருக்கட்டும்.

விவாதிப்பதனால் பொறுமை சோதிக்கப்படுகிறது; அதன் விளைவை எவரால் முன்பே அறியமுடியும்?

—சி. எஸ். லீவிஸ்

கடினமான வேலைகளை முதலில் செய். எளிதானவை தானாக முடிந்துவிடும்.

—டேல் கார்னெகி

8

மந்திர சூத்திரம்

மற்றவர்கள் முற்றிலும் தவறாக இருக்கலாம் என்பதை நினைவில் வைத்துக்கொள்ளுங்கள். ஆனால் அவர்கள் அப்படி நினைப்பதில்லை. அதற்காக அவர்களை நிந்திக்கவேண்டாம். எந்த ஒரு முட்டாளாலும் அதைச் செய்ய முடியும். அவர்களைப் புரிந்து கொள்ள முயற்சி செய்யுங்கள். அறிவுள்ள, பொறுமையான, அசாதாரண மனிதர்களே அதைச் செய்ய முயற்சிப்பார்கள்.

மற்றவர் அப்படி நினைத்து நடந்து கொள்வதற்கு ஒரு காரணம் இருக்கிறது. அந்தக் காரணத்தைத் தேடிக் கண்டுபிடித்தால், அவரது செயல்களுக்கான காரணம் மற்றும் அவர் ஆளுமையைப் பற்றிக்கூட நீங்கள் அறியலாம்.

நேர்மையான முறையில் அவரிடத்தில் உங்களை நிறுத்துங்கள்.

'அவரிடத்தில் நான் இருந்தால் எப்படி உணர்வேன், எப்படி நடந்து கொள்வேன்?' என்று உங்களுக்கு நீங்களே கூறிக்கொண்டால், உங்கள் நேரம் மற்றும் எரிச்சலை மிச்சப்படுத்திக் கொள்வீர்கள். ஏனென்றால், 'காரணத்தின் மீது ஆர்வம் கொள்வது விளைவை வெறுப்பதை குறைத்துவிடும்.' அதோடு மக்கள் தொடர்பில் உங்கள் திறன் கூடும்.

'ஒரு நிமிடம் நில்லுங்கள்' என்கிறார் கென்னத் எம். கூட் தன்னுடைய *ஹௌ டு டர்ன் பீப்பிள் இன் டு கோல்ட்* என்ற நூலில், 'உங்கள் சொந்த விஷயங்களில் உங்களுக்குள்ள ஆர்வத்தை வேறு எதன் மீதும் நீங்கள் கொள்ளும் அக்கறையுடன் ஒப்பிட்டு அது எப்படி வேறுபடுகின்றது என்பதை குறித்து ஒரு நிமிடம் நின்று சிந்தியுங்கள். உலகில் உள்ள பிறரும் அப்படித்தான் உணர்கிறார்கள் என்பதை உணருங்கள்! பிறகு, லிங்கன் மற்றும் ரூஸ்வெல்டைப் போலவே மக்களைக் கையாள்வதன் ஒரே திடமான அடித்தள கொள்கையை நீங்களும் அறிந்துகொள்வீர்கள்; உதாரணத்திற்கு, மக்களை கையாள்வதில் வெற்றி பெறுவது மற்றவரது கருத்தை அனுதாபத்துடன் நோக்குவதில் உள்ளது.'

நியூயார்க்கில் உள்ள ஹெம்ப்ஸ்டடைச் சேர்ந்த சாம் டௌக்ளாஸ் தன் மனைவியிடம் வீட்டு முன்தோட்டத்தில் களைகளைப் பிடுங்குவதிலும், உரமிடுவதிலும், வாரம் இருமுறை புல் வெட்டுவதிலும் அதிக நேரத்தை அவள் செலவிட்டாலும் நான்கு ஆண்டுகளுக்கு முன் அந்த வீட்டிற்கு அவர்கள் குடியேறியபோது இருந்ததை விட சிறப்பான அழகுடன் அந்தத்தோட்டம் விளங்கவில்லை என்று வழக்கமாகக் கூறுவார்.

அவர் அப்படி குறிப்பிடுவது அவளை வருந்தச்செய்தது இயற்கையானதுதான். ஒவ்வொரு முறை அவர் அப்படிச்சொல்வது அந்த மாலைப்பொழுதின் எஞ்சிய நேரத்தை முழுவதுமாக பாழாக்கிவிடும்.

எங்களது பயிற்சியை மேற்கொண்ட பின்னர் மிஸ்டர். டக்ளஸ் இத்தனை வருடங்களாக எவ்வளவு முட்டாள்தனமாக நடந்து கொண்டுவிட்டோம் என்பதை உணர்ந்தார். அந்த வேலையைச் செய்வது அவளுக்கு மகிழ்ச்சி அளித்தது என்றும் அவளது விடாமுயற்சியை பாராட்டினால் அவள் மகிழ்ச்சியடைவாள் என்பதையும் உணராமல் இருந்துவிட்டார்.

ஒரு நாள் மாலை இரவு உணவிற்குப்பின் அவர் மனைவி, தோட்டத்தில் களை பிடுங்கும் போது உடனிருக்க அவரையும் அழைத்தாள். முதலில் மறுத்த அவர் பின்பு சிறிது யோசித்து வெளியே சென்று அவளுக்கு உதவ தொடங்கினார். அது அவளுக்கு மகிழ்ச்சியை அளித்தது வெளிப்படையாகத் தெரிந்தது. இருவரும் அடுத்த ஒரு மணி நேரத்தை கடும் உழைப்பு மற்றும் இனிமையான உரையாடலோடு கழித்தனர்.

அதன் பிறகு அடிக்கடி அவளுக்குத் தோட்ட வேலையில் அவர் உதவி செய்தார். வீட்டின் முன்பு புல்வெளி எவ்வளவு அழகாக இருக்கிறது என்றும் அவள் கல்லாக இருந்த மண் மீது அற்புதமான வேலை செய்துள்ளாள் என்றும் கூறி பாராட்டினார். விளைவு: இருவருக்கும் இனிமையான வாழ்வு கிடைத்தது. ஏனென்றால் மற்றவரது கண்ணோட்டத்திலிருந்து விஷயங்களைப் பார்ப்பதற்கு அவர் கற்றுக்கொண்டு விட்டார். அது சாதாரண களைகளாக இருந்தாலும் கூட.

என் வீட்டின் அருகில் உள்ள பூங்காவில் நடப்பதையும் சவாரி செய்வதையும் எப்போதும் மகிழ்ந்திருக்கிறேன். பழங்கால கௌலைச் சேர்ந்த ட்ரூயிட்ஸ்களைப் போல ஒரு ஓக் மரத்தை நான் ஆராதித்தேன். ஆகவே ஒவ்வொரு பருவகாலத்திலும் இளைய மரங்களும் புதர்களும் தேவையற்ற தீயினால் அழிக்கப்படுவதைப் பார்த்து துன்பப்பட்டேன். இந்தத் தீ புகை பிடிப்பவர்களின் கவனக்குறைவினால் ஏற்படவில்லை. இளைஞர்கள் காட்டுவாசிகளைப் போல் பூங்காவிற்குள் சென்று ஒரு ப்ராங்ஃபர்டர் அல்லது ஒரு முட்டையை மரங்களின் கீழ் அமர்ந்து சமைப்பதால்தான் பெரும்பாலும் தீ விபத்துகள் ஏற்பட்டன. சில சமயங்களில் இந்த தீகொழுந்துகளை அணைக்க தீயணைப்பு வீரர்களைக் அழைக்கவேண்டிய அளவில் அவை விரைந்து பரவியது.

தீவிபத்துகளைஏற்படுத்துபவர்அபராதம்செலுத்தவேண்டியிருக்கலாம் அல்லது சிறைபடுத்தப்படலாம் என்று கூறிய ஒரு அறிவிப்புப்பலகை அந்த பூங்காவில் அதிக ஆள் நடமாட்டம் இல்லாத ஒரு பகுதியில்

வைக்கப்பட்டிருந்தது. தவறிழைத்தவர்கள் சிலரே அதனை பார்க்கும் வாய்ப்பு இருந்தது; குதிரையில் சவாரி செய்த காவலர் ஒருவர் இதனை கண்காணிக்கவேண்டியிருந்தது. ஆனால் அவர் தன் கடமையை சரியாக செய்யாததால் ஒவ்வொரு பருவக்காலத்திலும் தீ பிடிப்பது தொடர்ந்தது. ஒரு சந்தர்ப்பத்தில் நான் அவரிடம் விரைந்து சென்று பூங்காவில் தீ வேகமாக பரவிக்கொண்டிருப்பதாக கூறி தீயணைப்புத்துறைக்கு தெரியப்படுத்துமாறு கேட்டுக்கொண்டேன். அது தன் எல்லைக்கு உட்பட்ட இடமில்லை என்று அவர் அலட்சியமாக பதிலளித்தார்! வேறுவழி தெரியாமல் பொது உடைமையின் பாதுகாவலன் என்று என்னை சுயமாக நிர்ணயித்துக்கொண்டு விரைந்தேன். ஆரம்பத்தில் மற்றவர்களது கண்ணோட்டத்தை பார்க்கக்கூட நான் முயற்சி செய்யவில்லை என்பதை சொல்ல அஞ்சுகிறேன். மரங்கள் கொழுந்துவிட்டு எரிவதை பார்த்தவுடன் மிகுந்த வருத்தமடைந்தவனாய் சரியான செயலை செய்யும் ஆர்வத்துடன் தவறான வேலையை செய்தேன். தீயை துவங்கியதற்காக அபராதம் செலுத்தவேண்டிவரலாம் அல்லது சிறைக்கு செல்ல நேரிடலாம் என்று அந்த சிறுவர்களிடம் சென்று கூறினேன். கட்டளையிடும் தொனியில் அதிகாரத்துடன் அதை கூறினேன்; நான் சொல்வதை அவர்கள் ஏற்கமறுத்தால் கைது செய்துவிடுவேன் என்று மிரட்டினேன். அவர்களது கண்ணோட்டம் என்னவென்று சிந்திக்காமல் என் உணர்வுகளை மட்டும் கொட்டித்தீர்த்தேன்.

அதன் விளைவு? அவர்கள் அடிபணிந்தார்கள்—ஏளனமான மனத்துடனும் கோபத்துடனும் கீழ்படிந்தார்கள். நான் குன்றின் மேல் குதிரையை ஓட்டிச் சென்றவுடன் மீண்டும் தீயை மூட்டி முழு பூங்காவையும் எரித்து விடவேண்டுமென்ற ஏக்கத்துடன் அவர்கள் இருக்கலாம்.

சில வருடங்கள் கழிந்தபின், சாதுர்யத்துடன், மற்றவர்கள் கண்ணோட்டத்தை குறித்து சிந்தித்து செயல்படுவது சிறந்தது என்றும் மக்களுடனான நல்லுணர்வு பற்றிய சற்றே அதிகமான அறிவை பெற்றேன். பிறகு உத்தரவிடுவதற்குப் பதிலாக தீ மூட்டப்பட்ட இடத்திற்குச் சென்று இவ்வாறு சொல்வேன்:

'சிறுவர்களே என்ன இன்பகரமான நேரமா? இரவு உணவிற்கு என்ன சமைக்கப் போகிறீர்கள்? நான் சிறுவனாக இருந்த போது தீ மூட்டுவது எனக்கு மிகவும் பிடிக்கும். இப்போதும் அதனை விரும்புகிறேன். ஆனால் இந்தப் பூங்காவில் அது ஆபத்தானது. நீங்கள் தீங்கு விளைவிக்கும் எண்ணம் கொண்டிருக்கவில்லை என்பதை நான் அறிவேன். ஆனால் மற்ற சிறுவர்கள் கவனமாக இருப்பதில்லை. அவர்கள் இங்கு வந்து நீங்கள் தீ மூட்டியிருப்பதைப் பார்ப்பார்கள். அதனால் அவர்களும் இங்கு ஒரு தீயை மூட்டிவிட்டு போகும் போது அதனை அணைக்காமல் போய்விடுவதால் காய்ந்த இலைகளின் மூலம் தீ பரவி மரங்களை

அழித்துவிடுகிறது. நாம் அதிக கவனமாக இல்லாவிட்டால் இங்கே எந்த மரமும் நமக்கிருக்காது. இங்கு தீ மூட்டியதற்காக நீங்கள் சிறைக்கு அனுப்பப்படலாம். ஆனால் நான் அதிகாரத் தோரணையில் நடந்து கொண்டு உங்கள் இன்பத்தைக் கெடுக்க விரும்பவில்லை. நீங்கள் மகிழ்ச்சியோடிருப்பதை நான் பார்க்க விரும்புகிறேன்; ஆனால் தீயை சுற்றியுள்ள எல்லா உலர்ந்த இலைகளையும் தயவு செய்து இப்போதே ஒதுக்கி தூரவிலக்கிவிடுங்கள். இங்கிருந்து செல்லும் முன் மண்ணைப் போட்டு அத்தீயை மூடிவிட்டுச் செல்லும் அளவில் கவனமாக இருப்பீர்கள் இல்லையா? அடுத்தமுறை நீங்கள் இங்கு மகிழ வரும்பொழுது அந்த குன்றின் மீதுள்ள மண்மேட்டில் தீ மூட்டிக் கொள்கிறீர்களா? அங்கு அது எந்தத் தீங்கும் செய்யாது. மிக்க நன்றி சிறுவர்களே. நன்கு மகிழுங்கள்.'

அது போன்ற உரை எத்தகைய மாற்றத்தை ஏற்படுத்தியது! ஒத்துழைக்கவேண்டுமென்ற எண்ணத்தை அது அவர்களுக்கு கொடுத்தது. உள்ளுக்குள் கோபமோ வெறுப்போ இல்லை. உத்தரவுகளை பின்பற்ற அவர்கள் வற்புறுத்தப்படவில்லை. அவர்கள் அவமானத்திலிருந்து தப்பியிருந்தார்கள். அவர்கள் மிகவும் நன்றாக உணர்ந்தார்கள். நானும் சிறப்பாக உணர்ந்தேன் ஏனென்றால் அந்தச் சூழ்நிலையை அவர்கள் கண்ணோட்டத்திலிருந்து பார்த்து சரியாக கையாண்டிருந்தேன்.

தனிப்பட்ட பிரச்சனைகள் சமாளிக்க கடினமாக இருக்கும்போது மற்றவரது கண்ணோட்டத்திலிருந்து பார்ப்பது பதட்டத்தை குறைக்கும்.

ஆஸ்திரேலியாவில் உள்ள நியூ சௌத் வேல்ஸை சேர்ந்த எலிசபெத் நோவாக் தன்னுடைய காருக்கான பணத்தை செலுத்துவதில் ஆறு வாரகாலம் தாமதப்படுத்திவிட்டார். 'ஒரு வெள்ளிக்கிழமையன்று,' அவள் கூறினாள், 'என் கணக்கைக் கையாண்ட ஒரு மனிதரிடமிருந்து மோசமான தொலைப்பேசி அழைப்பு ஒன்று வந்தது. திங்கட்கிழமை காலைக்குள் 122 டாலர்களுடன் நான் வரவில்லையென்றால் கம்பெனியிலிருந்து மேற்கொண்டு நடவடிக்கைகளை எதிர்பார்க்க வேண்டியிருக்கும் என்று தெரிவித்தார். வார இறுதியில் அவ்வளவு பணத்தை சேகரிக்க என்னிடம் எந்த வழியும் இல்லை. அதனால் திங்கட்கிழமை காலை அவரிடமிருந்து தொலைப்பேசி அழைப்பு வந்த போது மோசமான விளைவை எதிர்பார்த்தேன். வருத்தப்படுவதற்குப் பதிலாக அவர் கண்ணோட்டத்திலிருந்து இந்தச் சூழ்நிலையைப் பார்த்தேன். மிக அதிகமான தொந்திரவைக் கொடுத்தற்காக நேர்மையுடன் மன்னிப்புக் கேட்டேன். பணம் செலுத்துவதை முதல் முறையாக தாமதப்படுத்தவில்லை என்பதால் நான்தான் அவரது மிக மோசமான வாடிக்கையாளராக இருப்பேன் என்று குறிப்பிட்டேன். திடீரென்று அவர் பேசும் தொனி மாறியது. நான் அவ்வளவு மோசமான வாடிக்கையாளர் இல்லை என்று உறுதியாகக் கூறினார். சில நேரங்களில் அவரது

வாடிக்கையாளர்கள் எவ்வளவு கடுமையாக இருப்பார்கள் என்றும் பொய் சொல்வார்கள் என்றும், தொலைபேசி அழைப்பை கூட ஏற்கமாட்டார்கள் என்றும் பல உதாரணங்களை தொடர்ந்து கூறினார். நான் ஒன்றுமே சொல்லாமல் அமைதியாக கேட்டுக்கொண்டிருந்தேன். அவர் தன் பிரச்சனைகளைக் கொட்டித் தீர்க்க அனுமதித்தேன். பிறகு, என்னிடமிருந்து எந்தவித யோசனையும் பெறாமலேயே, நான் உடனே அந்தத் தொகையை முழுவதுமாக செலுத்த முடியவில்லை என்றால் கூட பரவாயில்லை என்று கூறினார். 20 டாலரை மாதம் முடியும் முன் கட்டிவிட்டு மீதமுள்ள தொகையை என் வசதிக்கு ஏற்றார் போல் கொடுக்கலாம் என்றும் கூறினார்.'

நாளை, யாரிடமாவது தீயை அணைக்கச் சொல்லும் முன்னரோ அல்லது உங்கள் பொருளை வாங்கச்சொல்லும் முன்னரோ அல்லது உங்கள் அபிமான அறக்கட்டளைக்கு நன்கொடை வழங்கச் சொல்லும் முன்னரோ ஒரு நிமிடம் நிறுத்தி, கண்களை மூடிக்கொண்டு மற்றவரது கண்ணோட்டத்திலிருந்து ஏன் சிந்தித்துப் பார்க்கக்கூடாது? உங்களை நீங்களே கேட்டுக் கொள்ளுங்கள்: 'இதை ஏன் அவர் செய்ய விரும்புவார்?' உண்மை, இது அதிக நேரம் எடுக்கும். ஆனால் இது பகைவர்கள் ஏற்படுவதை தவிர்த்து சிறப்பான விளைவுகளை உண்டாக்கும்—அதுவும் குறைவான கருத்துவேறுபாடு மற்றும் குறைவான முயற்சியுடன்.

' ஒரு நேர்முகத்தேர்வுக்குச் செல்லும்போது நான் என்ன சொல்லப் போகிறேன் என்ற தெளிவான சிந்தனை இல்லாமலும், தேர்வாளரின் விருப்பு வெறுப்புகள் ஆர்வங்கள் பற்றிய என் அறிவிலிருந்து அவர் எப்படி எதிர்வினையாற்றுவார் என்று தெரியாதிருந்தால் நான் அந்த நேர்முகத்தேர்வுக்குச் செல்லாமல் அந்த மனிதரது அலுவலகத்தின் பக்கம் உள்ள நடைபாதையில் தொடர்ந்து நடப்பதையே விரும்புவேன்.' என்று ஹார்வர்ட் வணிகப்பள்ளியைச் சேர்ந்த டீன் டோன்ஹாம் கூறினார்.

உங்கள் சொந்த பார்வை மற்றும் அடுத்தவரின் கண்ணோட்டம் மற்றும் கோணத்திலிருந்து எப்போதும் ஒரு விஷயத்தைப்பார்ப்பது என்பது மிகவும் முக்கியமான ஒன்று.

விதி 8
அடுத்தவரது கண்ணோட்டத்திலிருந்து விஷயங்களை காண முயற்சி செய்யுங்கள்.

மனிதர்களைப்போலவே விவாதங்களும் போலியானவை.
—பிளாட்டோ

நீங்கள் செய்ய அஞ்சுவதை தொடர்ந்து செய்யுங்கள்... பயத்தை வெல்ல இதுவரை கண்டுபிடிக்கப்பட்டுள்ள வழிகளில் விரைவான மற்றும் நிச்சயமான வழி அதுதான்.

—டேல் கார்னெகி

9

அனைவரும் விரும்புவது என்ன?

விவாதங்களை நிறுத்த, கசப்பான தீய உணர்வுகளை நீக்க, நல்லெண்ணத்தை உருவாக்க, மற்றும் அடுத்தவரை கவனமாக கேட்கச் செய்யக்கூடிய ஒரு மந்திர வாசகத்தை நீங்கள் பெற விரும்பமாட்டீர்களா?

ஆமாம் தானே? சரி. இதோ அது: 'நீங்கள் உணர்வது தவறு என்று ஒரு துளியும் உங்கள் மீது நான் பழி சுமத்தவில்லை. நான் உங்களிடத்தில் இருந்தால் நீங்கள் உணர்வது போலவேதான் நானும் உணர்வேன்.'

அது போன்ற ஒரு பதில் சாபமிடும் கோபமான ஒருவரை கூட மென்மைப்படுத்தி விடும். இதைச்சொல்லி உங்களால் நூறு சதவிகிதம் உண்மையாகவும் இருக்க முடியும். ஏனென்றால், நீங்கள் மற்றவரது நிலையில் இருந்தால் அப்படித்தான் உணர்வீர்கள். உதாரணத்திற்கு அல் கப்போனை எடுத்துக் கொள்ளுங்கள். அல் கப்போனிடமிருந்த அதே உடல், அதே குணம் மற்றும் அதே மனதை நீங்கள் பெற்றிருந்தீர்கள் என்று வைத்துக்கொள்வோம். ஒருவேளை அவரது சூழ்நிலை மற்றும் அனுபவங்களையும் கூட நீங்கள் பெற்றிருந்தால், அவர் இருந்த அதே சூழ்நிலையிலேயே நீங்களும் இருப்பீர்கள். ஏனென்றால் அந்த விஷயங்கள்தான் அவரை அப்படிச்செய்ய வற்புறுத்தின. உதாரணமாக, உங்கள் பெற்றோர் நச்சுப்பாம்பாக இல்லாத காரணத்தால் நீங்கள் நச்சுப்பாம்பு இல்லை.

நீங்கள் நீங்களாகவே இருப்பதற்கு மிகக்குறைவான புகழே உங்களுக்கு அளிக்கப்படுகிறது—அதே போல் உங்களிடம் கோபப்பட்டு, காரணமில்லாமல் வெறியோடு இருப்பவர்களும் மிகக் குறைந்த அளவிலான அவமதிப்பிற்கே தகுதியுடையவர். அந்த பரிதாபமான மனிதர்களுக்காக வருந்துங்கள். அவர்களைக்கண்டு பரிதாபப்படுங்கள். அவர்களை க்கண்டு அனுதாபப்படுங்கள். உங்களுக்கு நீங்களே கூறிக்கொள்ளுங்கள்: 'கடவுளின் அருளால் நான் நன்றாக இருக்கிறேன்.'

நீங்கள் காணும் முக்கால்வாசி நபர்கள் அனுதாபத்திற்காக ஏங்குகிறார்கள். அதை அவர்களுக்குக்கொடுங்கள். அவர்கள் உங்களை நேசிப்பார்கள்.

நான் ஒருமுறை லிட்டில் உமெனின் ஆசிரியர் லூசியா மே அல்காட் பற்றி ஒரு வானொலி உரை நிகழ்த்தினேன். அவர் மஸ்சுசூசெட்ஸில் உள்ள கான்கார்டில் வாழ்ந்து கொண்டு பல அழியாச் சிறப்புடைய நூல்களை எழுதினார் என்பதை அறிந்திருந்தேன். ஆனால், நான் என்ன

சொல்லிக் கொண்டிருந்தேன் என்பதை சிந்திக்காமல், நியூ ஹம்ப்ஷயரில் உள்ள கான்கார்டில் உள்ள பழைய வீட்டில் அவரை சந்தித்ததாக கூறினேன். நியூ ஹம்ப்ஷயர் என்பதை ஒருமுறை மட்டும் சொல்லியிருந்தால் அது மன்னிக்கப்பட்டிருக்கும். ஆனால், அதை நான் இரண்டு முறை கூறியிருந்தேன். கடிதங்களும், தந்திகளும், கடுமையான செய்திகளும் வெள்ளம் போல் பல திசைகளிலிருந்து வந்து குவிந்தது என் தலைக்குள் கொடிய வண்டுகள் வலம் வந்தது போலிருந்தது. பல கோபமாகவும் சில அவமானப்படுத்துவதாகவும் இருந்தன.

மஸ்சுசூசெட்ஸில் உள்ள கான்கார்டில் முன்பு வளர்ந்து தற்சமயம் ஃபிலடெல்ஃபியாவில் வசித்து வந்தவருமான ஒரு காலனித்துவ பெண்மணி தன் கடுமையான கோபத்தை என் மீது வெளிப்படுத்தினாள். நியூகினியாவை சேர்ந்த மனிதமாமிசம் உண்பவர் மிஸ் அல்காட் என்று கூறியிருந்தால் கூட அவரால் என் மீது அவ்வளவு கோபமாக இருந்திருக்கமுடியாது. அந்தக் கடிதத்தைப் படிக்கும்போது எனக்கு நானே 'நன்றி இறைவா, அந்தப் பெண்ணுடன் எனக்குத்திருமணமாகவில்லை,' என்று கூறிக்கொண்டேன். நான் பூகோளத்தில் தவறு செய்திருந்தாலும் பொதுவான மனித நாகரீகத்தில் அவள் தவறு செய்துவிட்டாள் என்று எழுதி தெரிவிக்கநினைத்தேன். அதுதான் என் கடிதத்தின் துவக்க வரிகளாக இருந்திருக்கும். அதன் பிறகு சட்டை கைகளை மடக்கிவிட்டுக்கொண்டு சண்டைக்கு தயாராக இருப்பவர் போல் என் மனதில் தோன்றிய உண்மையான எண்ணங்களை எழுதுவதாக இருந்தேன். எந்த ஒரு கோபமான முட்டாளாலும் அதைச்செய்ய முடியும்,—பெரும்பாலான முட்டாள்கள் அதைத்தான் செய்வார்கள் என்றும் உணர்ந்தேன். ஆனால் நான் அப்படிச் செய்யவில்லை. நான் என்னை கட்டுப்படுத்திக்கொண்டேன்.

நான் முட்டாள்களை விட மேலானவனாக இருக்கவிரும்பினேன். அதனால் அவளது கோபத்தை நட்பாக மாற்ற முயற்சிப்பது என்று உறுதி செய்தேன். அது ஒரு சவாலாக இருக்கும். நான் விளையாடக்கூடிய ஒரு விளையாட்டு போல. எனக்கு நானே கூறிக்கொண்டேன், 'அவள் இடத்தில் நான் இருந்திருந்தாலும் அவளைப்போல்தான் உணர்ந்திருப்பேன்.' அதனால் அவளது கண்ணோட்டத்துடன் அனுதாபப்படுவது என்று உறுதி செய்துகொண்டேன். அடுத்தமுறை நான் அவள் நகரத்திற்கு சென்றிருந்தபோது அவளை அவளது தொலைபேசியில் அழைத்தேன்.

எங்கள் உரையாடல் இம்முறையில் இருந்தது:

நான்: சில வாரங்கள் முன்பு நீங்கள் எனக்கு கடிதமொன்று எழுதியிருந்தீர்கள். அதற்காக நன்றிகூற விரும்புகிறேன்.

அவள்: (நாகரீகமான தொனியில்) யாருடன் பேசும் பாக்கியம் எனக்கு கிடைத்துள்ளது?

நான்: உங்களை பொறுத்தமட்டில் நான் ஒரு அந்நியன். என் பெயர் டேல் கார்னெகி. லூயிஸா மே அல்காட் பற்றிய ஒரு வானொலி உரையை சில வாரங்கள் முன்பு ஒரு ஞாயிற்றுக்கிழமையன்று நீங்கள் கேட்டிருந்தீர்கள். அல்காட் நியூ ஹாம்ஷைரில் உள்ள கான்கார்டில் வாழ்ந்ததாக கூறி மன்னிக்கமுடியாத தவறு ஒன்றை நான் அன்று செய்திருந்தேன். அது ஒரு முட்டாள்தனமான தவறு. அதற்காக மன்னிப்பு கேட்டுக்கொள்ள விரும்புகிறேன். நேரமெடுத்து நீங்கள் எனக்கு எழுதியது மிகவும் நல்ல செயல்.

அவள்: நான் எழுதிய முறைக்கு வருந்துகிறேன் மிஸ்டர் கார்னெகி. எனக்கு கோபம் வந்துவிட்டது. அதற்காக மன்னிப்பு கேட்கவேண்டும்.

நான்: இல்லை! இல்லை! மன்னிப்பு கேட்க வேண்டியது நீங்கள் இல்லை; நான்தான். என்னை விட ஒரு பள்ளி செல்லும் குழந்தைக்கு சரியான விவரம் தெரிந்திருக்கும். அடுத்த ஞாயிறன்று நான் வானொலியில் மன்னிப்பு கேட்டுக்கொண்டேன். உங்களிடம் இப்போது தனிப்பட்ட முறையில் மன்னிப்பு கேட்க விரும்புகிறேன்.

அவள்: நான் மஸ்சுசூசெட்டில் கான்கார்டில் பிறந்தேன். என் குடும்பம் மஸ்சுசூசெட்ஸ் விஷயங்கள் குறித்து இரண்டு நூற்றாண்டுகளாக நன்கு அறிந்திருந்தது. என் சொந்த ஊரைக் குறித்து நான் மிகவும் பெருமைப்படுகிறேன். மிஸ் அல்காட் நியூ ஹாம்ஷைரில் வாழ்ந்ததாக கூறியது என்னை மிகவும் மன உளைச்சலுக்கு ஆளாக்கியது. ஆனால் அப்படியொரு கடிதம் எழுதியதற்காக வெட்கப்படுகிறேன்.

நான்: நீங்கள் உணரும் மன உளைச்சல் நான் உணர்வதில் பத்தில் ஒரு பங்குகூட இல்லை என்பதை உறுதியாகக்கூறுவேன். என் தவறு மஸ்சுசூசெட்டை பாதிக்கவில்லை. என்னை காயப்படுத்தியது. வானொலியில் பேசுவதைக் கேட்டு உங்களைப்போன்ற அந்தஸ்த்தில் உள்ளவர்கள் கேட்டு அது பற்றி எழுத நேரமெடுப்பது அதிகமில்லை. என் உரைகளில் வேறு ஏதேனும் தவறு இருந்தால் கூட நீங்கள் எனக்கு மீண்டும் கடிதம் எழுதுவீர்கள் என்று நம்புகிறேன்.

அவள்: என் விமர்சனத்தை நீங்கள் எடுத்துக்கொண்ட விதம் எனக்கு மிகவும் பிடித்திருக்கிறது உங்களுக்கு அது தெரியுமா? நீங்கள் ஒரு நல்ல மனிதராக இருக்கவேண்டும். உங்களை இன்னும் நன்றாக அறிந்துகொள்ள விரும்புகிறேன்.

ஆகவே அவளுடைய கருத்தைப் பற்றி சிந்தித்து நான் மன்னிப்புக் கேட்டுக்கொண்டதால் அவளும் என் நோக்கத்தைப் புரிந்துகொண்டு மன்னிப்புக் கேட்டாள். என் கோபத்தைக் கட்டுப்படுத்தி, ஒரு அவமானத்தை கருணையால் திருப்பியதில் மனநிறைவு பெற்றேன். அவள் என்னை விரும்பும்படிச் செய்ததன் மூலம் நான் அவளை சூயில்கில் ஆற்றில் குதிக்கச் சொல்வதை விட அதிக அளவில் ஆனந்தமடைந்தேன்.

வெள்ளை மாளிகையில் குடியேறும் ஒவ்வொருவரும் தினமும் மனித உறவுகள் தொடர்பான கடுமையான பல பிரச்சனைகளை சந்திக்கவேண்டிவரும். ஜனாதிபதி டாஃப்ட்டும் அதற்கு விதிவிலக்கல்ல. கடுமையான உணர்வுகளை கரைக்க அனுதாபம் ஏற்படுத்தும் வேதியல் மாற்றங்கள் பற்றி அவர் தன் அனுபவத்திலிருந்து அதிகம் கற்றுள்ளார். அவர் 'எதிக்ஸ் இன் செர்விஸஸ்' என்ற தனது புத்தகத்தில் ஏமாற்றமடைந்த பேராவல் கொண்ட ஒரு அம்மாவின் கோபத்தை எப்படி இளக்கினார் என்று வேடிக்கையான முறையில் எடுத்துக்காட்டியுள்ளார்.

'அரசியல் செல்வாக்குள்ள கணவனை உடைய வாஷிங்டனைச் சேர்ந்த ஒரு பெண்மணி என்னிடம் வந்து ஆறு வாரங்களுக்கும் மேலாக தன் மகனை ஒரு நல்ல வேலையில் நியமிக்க வேண்டும் என்று பெருமுயற்சியுடன் போராடினாள். பெரும் எண்ணிக்கையில் செனட்டர்கள் மற்றும் காங்கிரஸ் உறுப்பினர்களின் ஆதரவை பெற்று அவர்கள் மூலமாக தன் கோரிக்கையை வலியுறுத்தினாள். அந்த வேலைக்கு தொழில்நுட்பத்திறன் கொண்டவர் தேவை என்பதால் அந்தத்துறையின் தலைவரின் சிபாரிசின் பெயரில் வேறொருவரை நியமித்தேன். பிறகு அந்தத்தாயிடமிருந்து எனக்கு ஒரு கடிதம் வந்தது. சுலபமாக என் கையை சுழற்றி அவள் மகனை பணியில் அமர்த்தாமல் அதனை நிராகரித்து அவளை சோகத்திற்கு ஆளாக்கியதற்காக என்னை நன்றியில்லாதவன் என்று குறிப்பிட்டு எழுதியிருந்தாள். விசேஷ ஆர்வம் கொண்டிருந்த நிர்வாக ஆணை ஒன்றை செயல்படுத்த மாகாண பிரதிநிதியுடன் மிகவும் பாடுபட்டதற்கு இதைத்தான் நான் பரிசாக அளித்தேன் என்று குறை கூறியிருந்தாள்.

'அது போன்றதொரு கடிதம் கிடைக்கும்போது முதலில் உங்களுக்கு தோன்றுவது, இது போன்ற முறையற்ற ஏன் மரியாதை இல்லாமல் நடந்து கொள்பவருடன் எப்படி தீவிரமாக நடந்து கொள்வது என்று சிந்திப்பது தான். பிறகு நீங்கள் அதற்கு ஒரு பதிலை தொகுக்கலாம். பிறகு நீங்கள் விவேகமானவர் என்றால் அந்தக்கடிதத்தை மேஜை அலமாரியில் வைத்து பூட்டிவிடுவீர்கள். இரண்டு நாட்களுக்குப்பிறகு அதனை வெளியே எடுத்து—அது போன்ற கடிதங்களுக்கு இரண்டு நாட்கள் தாமதமாகத்தான் பதில் அளிக்கப்படும்—அந்த இடைவெளிக்குப்பிறகு நீங்கள் அதனை எடுக்கும்போது அதனை

அனுப்பமாட்டீர்கள். அந்தப்பாதையைத்தான் நானும் எடுத்துக்கொண்டேன். அதன்பிறகு அமர்ந்து ஒரு பணிவான கடித்தை எழுதினேன். அந்த சூழ்நிலையில் ஒரு தாயின் ஏமாற்றத்தை நான் உணர்ந்ததாகவும் அந்த வேலைக்கான நபரை உறுதி செய்தது தனிப்பட்ட விருப்பத்தினால் இல்லையென்றும் தொழில்நுட்பத்திறன் கொண்ட ஒருவரை தேர்ந்தெடுக்கவேண்டிய அவசியம் இருந்ததாகவும் அதனால் அத்துறையின் தலைமை அதிகாரியின் பரிந்துரையை ஏற்கவேண்டியதாகிவிட்டது என்றும் குறிப்பிட்டேன். அவள் தன் மகனுக்காக விரும்பிய நிலையை அவன் அடைவான் என்று நம்பிக்கையையும் வெளிப்படுத்தினேன். அது அவள் கோபத்தை தனிக்க, தான் முன்பு அப்படி எழுதியதற்காக என்னிடம் மன்னிப்பு கேட்டுக்கொள்வதாக ஒரு குறிப்பும் எழுதினாள்.

'ஆனால் அந்த வேலை நியமனம் உடனடியாக உறுதி செய்யப்படவில்லை. சிறிது இடைவெளி விட்டு அவளுடைய கணவரிடமிருந்துவருவது போன்ற ஆனால் அவளுடைய கையெழுத்தை தாங்கிய ஒரு கடிதம் வந்தது. அக்கடிதத்தில் அந்த விஷயத்தில் ஏற்பட்ட ஏமாற்றத்திற்குப் பிறகு நரம்பு பாதிப்பு ஏற்பட்டு அவரது மனைவி படுத்த படுக்கையாகி விட்டதாகவும் வயிற்றில் மிகக் கடுமையான புற்றுநோய் ஏற்பட்டிருப்பதாகவும், முதலில் நான் போட்ட உத்தரவை ரத்து செய்துவிட்டுப் தன் மகனை அந்த இடத்திற்காக தேர்ந்தெடுத்து அவள் உடல்நிலையை காப்பாற்றமுடியாதா என்று எழுதப்பட்டிருந்தது. இம்முறை அவளுடைய கணவருக்கு அவளுடைய நோய் கண்டுபிடிப்பு தவறாக இருக்கவேண்டும் என்று கடவுளை பிரார்த்தனை செய்வதாகவும் முன்பு வெளியிட்ட நியமன உத்தரவை ரத்து செய்ய முடியாது என்றும் எழுதினேன்.

நான் முன்பு நியமித்தவரின் வேலை நிரந்தரமாகி விட்டது.

அவருடைய கடிதம் கிடைத்த இரண்டு நாட்கள் கழித்து நாங்கள் வெள்ளை மாளிகையில் ஒரு இசைவிருந்து நடத்தினோம். அண்மையில் ஆர்டிகுலோ மோர்டிஸ் நோயால் பாதிக்கப்பட்டிருந்தாலும் திருமதி. டாஃப்டையும் என்னையும் முதலில் வாழ்த்தியவர்கள் இந்தத்தம்பதிதான்.'

ஜே மாங்கும் ஓக்லஹாமாவில் உள்ள துல்சா என்ற இடத்தில் மின்தூக்கிகள் பராமரிப்பு கம்பெனி ஒன்றின் பிரதிநிதியாக இருந்தார். அது துல்சாவின் முன்னணி ஹோட்டல் ஒன்றின் மின்தூக்கிகள் பராமரிப்பு ஒப்பந்தத்தைப் பெற்றிருந்தது. அந்த ஹோட்டலின் மேலாளர் அவர்களது விருந்தினர்களுக்கு கஷ்டம் ஏற்படக்கூடாது என்ற காரணத்தால் ஒரு சமயத்தில் இரண்டு மணி நேரத்திற்கு மேல் மின்தூக்கி முடக்கப்பட்டிருக்கக்கூடாதென்று விரும்பினார். பழுது பார்க்கும் வேலைகள் முடிய குறைந்தபட்சம் எட்டு மணி நேரமாவது ஆகும். ஹோட்டலின் வசதிக்காக எப்பொழுதும் இருக்கட்டும் என்று

சிறப்புத்தகுதி வாய்ந்த ஒரு மெக்கானிக்கை கம்பெனி அங்கு வைத்திருக்கவில்லை.

மிஸ்டர். மாங்கமால் விரைந்து வந்து பழுதுபார்க்கக்கூடிய ஒரு மெக்கானிக்கை ஏற்பாடு செய்ய முடிந்தபோது, ஹோட்டல் மேலாளரிடம் தொலைப்பேசியில் பேசி, போதிய அவகாசம் தரும்படி அவருடன் விவாதம் செய்யாமல் இப்படிக் கூறினார்:

'ரிக், உங்கள் ஹோட்டல் எப்போதும் பரபரப்பாக இருப்பதால் குறைந்தபட்ச நேரத்திற்கே மின்தூக்கியைக் இயங்காமல் வைத்திருக்க விரும்புவீர்கள் என்று எனக்குத் தெரியும். இதைப்பற்றிய உங்கள் கவலையை நான் புரிந்து கொள்கிறேன். எங்களால் முடிந்தவரை உங்கள் கோரிக்கையை மதித்து நடந்துகொள்ள விரும்புகிறோம். இருப்பினும், இந்த வேலை முழுமையாக முடிக்கப்படாவிட்டால் உங்கள் மின்தூக்கி மிகவும் அதிகமான பாதிப்பிற்கு உள்ளாகக்கூடும் மற்றும் அதனை செப்பனிட இன்னும் அதிக நேரம் தேவைப்படும் என்பதை எங்கள் சோதனை மூலம் அறிந்துகொண்டோம். பல நாட்களுக்கு உங்கள் விருந்தினர்களை சிரமப்படுத்த நீங்கள் விரும்பவில்லை என்பதை நான் அறிவேன்.'

பல நாட்கள் இயங்காமல் இருப்பதைவிட, எட்டு மணி நேரம் மட்டும் இயங்காமல் இருப்பது மேலானது என்ற காரணத்தால் மேலாளர் அதற்கு ஒப்புக்கொள்ளவேண்டியதாகி விட்டது. தங்களது ஆதரவாளர்களை மகிழ்ச்சியாக வைத்திருக்கவேண்டுமென்ற மேலாளரின் விருப்பத்தைக் கண்டு அனுதாபத்துடன் நடந்து கொண்டதால் மிஸ்டர். மாங்கும் ஹோட்டலின் மேலாளர் தன் கருத்தை எளிதாக கோபம் இல்லாமல் ஏற்றுகொள்ளும்படி செய்ய முடிந்தது.

மிசௌரியில் உள்ள செய்ன்ட் லூயிஸில் இருந்த மிஸஸ். ஜோய்ஸ் நோர்ரிஸ் என்ற பியானோ பயிற்சி ஆசிரியர் இளம் பெண்களிடம் பியானோ ஆசிரியர்கள் அடிக்கடி நேர்கொள்ளும் பிரச்சனை ஒன்றைத்தான் எப்படி கையாண்டார் என்பதைப் பற்றிக் கூறினார். பாபெட் விரல் நகங்களை நீளமாக வளர்த்திருந்தாள்.

இது முறையாகப் பியானோ வாசிக்க விரும்பும் எவருக்கும் மிகவும் இடைஞ்சல் தரக் கூடிய ஒன்றாகும்.

மிஸஸ். நோர்ரிஸ் கூறியதாவது: 'நன்றாக பியானோ வாசிக்கும் ஆர்வம் உள்ள அவளுக்கு நீண்ட நகங்கள் இடையூறாக இருக்கும் என்பதை நன்கு அறிந்திருந்தேன். பயிற்சியை துவங்கும் முன் நாங்கள் உரையாடியபோது இதைப்பற்றி நான் அவளிடம் எதுவும் சொல்லவில்லை. பயிற்சி வகுப்புகள் எடுப்பதில் உள்ள அவளது ஆர்வத்தை நான் குறைக்க விரும்பவில்லை. தான் மிகவும் பெருமைப்பட்ட மற்றும் கவர்ச்சிகரமாக பராமரிக்க சிறந்த அக்கறை

எடுத்துக்கொண்ட தன் நகங்களை அவள் இழக்க விரும்பமாட்டாள் என்பதும் எனக்குத்தெரியும்.

'அவளது முதல் நாள் பாடம் முடித்த பிறகு, அதுதான் சரியான நேரம் என்று உணர்ந்து அவளிடம்: 'பாபெட், நீ கவர்ச்சிகரமான கைகளையும் மிகவும் அழகான நகங்களையும் கொண்டுள்ளாய். உன் திறமைக்கு ஏற்ப மற்றும் நீ விரும்பும் அளவிற்கு பியானோ வாசிப்பதை நீ உன் விரல் நகங்களை சிறிதாக வைத்துக்கொண்டால் எவ்வளவு எளிதாகவும் விரைவாகவும் செய்ய முடியும் என்பதை அறிந்தால் நீ ஆச்சரியப்படுவாய். அதைப்பற்றிக் கொஞ்சம் சிந்தித்துப்பார். சரியா?' கண்டிப்பாக எதிர்மறையாக தோன்றிய பாவம்தான் அவள் முகத்தில் வெளிப்பட்டது. அவள் நகங்கள் எவ்வளவு அழகாக இருக்கின்றது என்பதை மீண்டும் குறிப்பிட்டு தற்போதைய சூழ்நிலையைப் பற்றி அவள் அம்மாவிடமும் பேசினேன். மீண்டும் எதிர்மறையான செயல்பாடுதான் இருந்தது. பாபெட்டின் அழகாகப் பராமரிக்கப்பட்ட நகங்கள் அவளுக்கு முக்கியம் என்பது வெளிப்படையானதுதான்.

'அடுத்த வாரம் பாபெட் தன் இரண்டாவது பாடத்திற்காக வந்தாள். நான் ஆச்சரியப்படும் வகையில் அவளது நகங்கள் சிறியதாக வெட்டப்பட்டிருந்தன. அவளை பாராட்டி அத்தகைய தியாகத்தைச் செய்ததற்காக வாழ்த்தினேன். பாபெட் தன் நகங்களை சிறிதாக்க உற்சாகமூட்டிய அவளது அம்மாவிற்கும் நன்றி கூறினேன். அவள் பதில் இதுவாகத்தான் இருந்தது: "ஓ, அதில் நான் ஒன்றுமே செய்யவில்லை. பாபெட் தானே அப்படிச்செய்ய முடிவெடுத்தாள். மற்றவர்களுக்காக அவள் தன் நகங்களை வெட்டி சரி செய்தது இதுதான் முதல் தடவை."'

பாபெட்டை மிஸஸ். நோர்ரிஸ் மிரட்டினாரா? நீண்ட நகங்கள் கொண்ட மாணவிக்கு கற்றுத்தர முடியாது என்று மறுத்தாரா? இல்லை. அவர் அப்படி செய்யவில்லை. நகங்கள் அழகுப்படுத்தப்படவேண்டியவை என்றும் அவற்றை இழப்பது ஒரு தியாகத்திற்கு ஈடாகும் என்றும் பாபெட்டை உணரச்செய்தார். மறைமுகமாக, 'உன் நிலையை கண்டு அனுதாபப்படுகிறேன்—இது உனக்கு எளிதாக இருக்காது என்று எனக்குத்தெரியும் ஆனால் இசையில் நீ மேம்பட இது உதவும் என்று கூறினாள்.'

டாக்டர். ஆர்தர் ஐ. கேட்ஸ் *எஜுகேஷனல் சைகாலஜி* என்ற அற்புதமான நூலில்: 'உலகெங்கும் மனித இனம் அனுதாபத்திற்கு ஏங்குகிறது. குழந்தை ஆர்வமாக தன் காயத்தைக் காட்டுகிறது; அல்லது அபரிமிதமான அனுதாபத்தைப் பெற ஒரு வெட்டு அல்லது காயத்தைத் தானே ஏற்படுத்திக் கொள்கிறது.

இதே காரணங்களுக்காகத்தான் பெரியவர்கள் தங்கள் காயங்களை காட்டுகிறார்கள். விபத்துக்கள், நோய் விசேஷமாக அறுவை சிகிச்சை

குறித்த விவரங்களைப்பற்றி பேசுகிறார்கள். நிஜமானதோ, கற்பனையில் உள்ளதோ எந்த துரதிர்ஷ்டமானாலும் "சுய பச்சாதாபம்" ஏதோ ஒரு அளவில் பிரபஞ்சத்தில் வழக்கத்தில் உள்ளது.'

ஆகவே, உங்கள் கருத்தோட்டத்திற்கு ஏற்ப மக்களை வெற்றி கொள்ள விரும்பினால் இதை பயிற்சிசெய்யுங்கள்...

விதி 9
அடுத்தவரது கருத்துக்கள் மற்றும் விருப்பங்களை அனுதாபத்துடன் பாருங்கள்.

நம் ஆனந்தத்தை இரட்டிப்பாக்கி, துன்பத்தை வகுப்பதனால் நட்பு மகிழ்ச்சியை மேம்படுத்தி துன்பத்தை நீக்குகிறது
—மார்கஸ் தூலியஸ் சியர்சொ

சிறியது என்று தோன்றும் வேலைகளுக்கு உங்கள் சிறந்த முயற்சியை அளிக்க அஞ்சாதீர்கள். ஒவ்வொருமுறை ஒன்றை வெல்லும்போது அது உங்களை வலுவானவராக ஆக்குகிறது. சிறிய வேலைகளை நீங்கள் செய்தால், பெரியவை தானாகவே நடந்தேறும்.

—டேல் கார்னெகி

10

அனைவரும் விரும்பும் வேண்டுகோள்

மிஸௌரியில் உள்ள ஜெஸ்ஸி ஜேம்ஸ் ஊர் எல்லையில்தான் நான் வளர்க்கப்பட்டேன். மிஸௌரியில் உள்ள கீர்னே என்ற இடத்தில் உள்ள ஜேம்ஸின் பண்ணைக்கு சென்றேன். அங்குதான் அவர் மகன் அப்போது வாழ்ந்து கொண்டிருந்தார். ஜெஸ்ஸி ரெயில் வண்டிகள் மற்றும் வங்கிகளை கொள்ளையடித்து அந்தப் பணத்தை அங்கு அண்டையில் வாழ்ந்த விவசாயிகளிடம் கொடுத்து அவர்கள் அடமானம் வைத்திருந்த நிலங்களை மீட்கச் செய்தார் என்ற கதைகளை அவர் மனைவி எனக்குக் கூறினார்.

டச் ஸூட்ச்ஸ், 'இரண்டு துப்பாக்கி' க்ரௌலே, அல் கபோன் மற்றும் பல தலைமுறைகளுக்குப்பின்னர் உருவாகிய கட்டமைக்கப்பட்ட குற்றங்களை புரிந்த காட்பாதர் என்று தங்களைக் குறித்து மனத்தில் கருதியிருக்க வேண்டும். உண்மையென்னவென்றால் நீங்கள் சந்திக்கும் அனைவரும் தங்களைக்குறித்த உயர்வான எண்ணம் கொண்டவர்கள் மற்றும் சுயநலமில்லாதவர்கள் என்று தன்னைத்தானே மதிப்பிடுபவர்கள்.

ஜெ. பியர்போன்ட் மோர்கன் தான் பகுத்தாய்வு செய்துக்கொண்டிருக்கும் போது நடத்தும் உரையாடல்களின் மத்தியில் ஒரு மனிதன் நல்ல செயல் செய்வதற்கு வழக்கமாக இரண்டு காரணங்கள்தான் உள்ளது என்கிறார்: ஒன்று கேட்க நன்றாக இருக்கும் காரணத்தினால், மற்றொன்று நிஜமாகவே நல்லது என்பதனால்.

உண்மையான காரணத்தை அந்த நபரே சிந்திப்பார். நீங்கள் அதை வலியுறுத்த வேண்டிய அவசியமில்லை. ஆனால் நாம் அனைவரும் லட்சியவாதியாக இருக்கும் காரணத்தால் கேட்க நன்றாக இருக்கும் காரணமே நமது நோக்கம் என்று நினைக்க விரும்புகிறோம். ஆகவே மக்களை மாற்றவேண்டுமென்றால் அவர்களது உன்னதமான நோக்கத்திற்கு முறையிடுங்கள்.

தொழிலில் செயல்படுத்த இது அதிக லட்சியவாதமா? நாம் பார்க்கலாம். பென்சில்வேனியாவில் உள்ள க்லெனோல்டனில் உள்ள ஃபேர்ரெல்-மிட்செட் கம்பெனியைச் சேர்ந்த ஹேமில்டன் ஜெ. ஃபேர்ரெல் பற்றிய உதாரணத்தை எடுத்துக் கொள்வோம். மிஸ்டர். ஃபேர்ரெலிடம் காலி செய்யப்போவதாக பயமுறுத்திய அதிருப்தி கொண்ட ஒரு வாடகைதாரர் இருந்தார். இடத்திற்கான அவரது குத்தகை முடிய நான்கு மாதங்கள் இருந்தன; இருப்பினும் அவர் ஒப்பந்தத்தைக் கருத்தில் கொள்ளாமல், உடனே காலி செய்யப் போவதாக அறிக்கை அனுப்பினார்.

'அவர்கள் வருடத்தின் விலையுயர்ந்த காலமான குளிர்காலத்தில் என் வீட்டில் வசித்திருந்தனர். இலையுதிர் காலம் முன்பு வேறு எவரையும் அங்கு குடிவைப்பது கடினம் என்று எனக்குத்தெரியும். அந்த காலத்திற்கான வாடகை மூலமான வருமானத்தை இழக்கப்போகிறேன் என்று உணர்ந்து மிகவும் கோபமடைந்தேன்,' என்றார் மிஸ்டர். ஃபேர்ரெல்.

'சாதாரணமாக இந்த சமயத்தில் நான் சிரமப்பட்டு குத்தகைக்ககாரரிடம் சென்று குத்தகை ஒப்பந்தத்தை மீண்டும் படித்துப் பார்க்குமாறு கூறியிருக்க வேண்டும். அவர் அப்போதே காலி செய்யும் பட்சத்தில் மீதமுள்ள மாதங்களுக்கான வாடகை உடனே வசூலிக்கப்படவேண்டியிருக்கும் என்று சுட்டிக்காட்டியிருக்க வேண்டும்.

இருப்பினும், கோபப்பட்டு நாடக பாணியில் கூட்டம் சேர்க்காமல், வேறு உத்திகளை கையாள முடிவு செய்தேன். ஆகவே நான் இவ்வாறு தொடங்கினேன்: "மிஸ்டர் டோ, உங்கள் கதையை நான் கேட்டேன். காலி செய்யும் நோக்கம் உங்களுக்கு இருப்பதாக என்னால் இன்னமும் நம்பமுடியவில்லை. பல வருடங்களாக இத்தொழிலில் இருப்பது மனித இயல்பைப்பற்றி கொஞ்சம் கற்றுக்கொடுத்திருக்கிறது. கொடுத்த வாக்கை காப்பாற்றுபவராகத்தான் நான் உங்களை மதிப்பிட்டிருந்தேன். நிஜத்தில் அது குறித்து கண்டிப்பாக அறிந்ததால் ஒரு சவாலிடக்கூட விருப்பமாக இருக்கிறேன்.

"இப்போது, நான் முன்மொழிவது இதுதான். உங்கள் முடிவை அப்படியே ஒரு சில நாட்கள் கிடப்பில் போட்டுவிட்டு அதைப் பற்றி நன்றாகச் சிந்தியுங்கள். இன்று முதல் உங்கள் வாடகை அடைக்கப்படவேண்டிய அடுத்த மாதத்தின் முதல் நாள் வரை இடைவெளி விட்டு பின்னர் என்னிடம் வந்து நீங்கள் காலி செய்வதில் உறுதியாக இருப்பதாக கூறினால் நான் உங்கள் முடிவை அறுதியானது என்று ஏற்பேன் என்று உங்களுக்கு வாக்களிக்கிறேன். அப்போது நீங்கள் எடுத்த முடிவின்படி செய்யுங்கள் என்று சொல்லி என் தீர்மானம் தவறு என்று எனக்கு நானே ஒப்புக்கொள்கிறேன். ஆனால் கொடுத்தவாக்கை காப்பாற்றுபவர் நீங்கள், ஒப்பந்தக்காலம் முடியும் வரை இருப்பீர்கள் என்பதை நான் இன்னமும் நம்புகிறேன். கடைசியாக நாம் அனைவரும் குரங்குகள் அல்லது மனிதர்கள் தானே—வழக்கமாக அந்தத்தேர்வு நம்மிடம்தான் உள்ளது!"

'புதிய மாதம் துவங்கியதும் அந்த மனிதர் என்னை நேரில் வந்து சந்தித்து வாடகை பணத்தை கொடுத்தார். அவரும் அவர் மனைவியும் இதைப்பற்றிப் பேசி அங்கு தங்குவதென்று முடிவெடுத்து விட்டதாக கூறினார். ஒப்பந்தக்காலம் முடியும்வரை தங்குவதுதான் கௌரவமான செயல் என்று அவர்கள் முடிவுக்கு வந்திருந்தனர்.'

மறைந்த லார்ட் நார்த் க்ளிஃப் தான் வெளியிட விரும்பாத தன் படத்தை ஒரு செய்தித்தாள் வெளியிட்ட பொழுது, பத்திரிக்கை ஆசிரியருக்கு ஒரு கடிதம் எழுதினார். ஆனால், 'என் படத்தை இனிமேல் ஒருபோதும் தயவு செய்து வெளியிட வேண்டாம்; எனக்கு அது பிடிக்காது' என்று எழுதினாரா? இல்லை ஒரு உன்னத நோக்கத்திடம் வேண்டுகோள் விடுத்தார். நாம் அனைவரும் மதிப்பும் அன்பும் வைத்திருக்கும் தாய்மை குறித்த உணர்வுகளுக்கு வேண்டுகோள் விடுத்தார். 'என் படத்தை தயவு செய்து இனி ஒருபோதும் வெளியிடாதீர்கள். அது என் தாயாருக்குப் பிடிக்கவில்லை' என்று எழுதினார்.

ஜூனியர் ஜான் டி. ராக்ஃபெல்லர் செய்தித்தாள்களின் புகைப்படக்காரர்கள் தன் குழந்தைகளைப் படம் பிடிப்பதை நிறுத்த விரும்பினார். அவரும் ஒரு உன்னத நோக்கத்திற்கு வேண்டுகோள் விடுத்தார். 'அவர்களது படங்கள் வெளியிடப்படுவதை நான் விரும்பவில்லை' என்று கூறவில்லை. இல்லை, நம்முள் ஆழமாக பதிந்திருக்கும் குழந்தைகளைப் புண்படுத்தக்கூடாது அவர்களை பாதுகாக்கவேண்டுமென்ற நம் விருப்பத்திற்கு வேண்டுகோள் விடுக்கும் வகையில், 'இது எப்படியிருக்கும் என்று உங்களுக்குத்தெரியும் இளைஞர்களே. உங்களில் சிலருக்கு குழந்தைகள் இருக்கிறார்கள். சிறியவர்கள் அதிக பிரபலமாவது நல்லதல்ல என்பதை நீங்கள் அறிவீர்கள்' என்று கூறினார்.

இங்கிலாந்தின் மெயின் பகுதியைச் சேர்ந்த ஒரு ஏழை சிறுவன் ஹச் கே கர்டிஸ்ஸின் தொழில் *தி சாட்டர்டே ஈவ்னிங் போஸ்ட் மற்றும் தி லேடீஸ் ஹோம் ஜர்னல்* ஆகிய பத்திரிகைகளின் உரிமையாளராக திடீரென்று வளர்ச்சி அடைந்து பல்லாயிரக்கணக்கான லட்சங்களை குவிப்பதற்கு முன் தனக்கு உள்ளடக்கங்களை அளித்தவர்களுக்கு மற்ற பத்திரிகைகள் அளித்த தொகையை கூட கொடுக்கமுடியவில்லை. பணப் பற்றாக்குறை காரணமாக முதல் தரமான எழுத்தாளர்களை அவரால் வேலையில் அமர்த்தமுடியவில்லை. அதனால் அவர்களது உன்னத நோக்கங்களுக்கு விண்ணப்பித்தார்.

உதாரணமாக, நிலைத்த புகழ்பெற்ற *லிட்டில் உமன்* ஆசிரியர் லூயிசா மே அல்காட் என்பவரைக்கூட அவர் புகழின் உச்சியில் இருந்தபோது தனக்காக எழுதச்சொல்லி வற்புறுத்தினார்; அவருக்கு விருப்பமான தொண்டு நிறுவனத்திற்கு நூறு டாலர் காசோலை அனுப்புவதாகச்சொல்லி.

சந்தேகம் கொண்டவர்கள் இப்படிச் சொல்லக்கூடும்: 'ஓ, இந்த விஷயம் நார்த் க்ளிஃப், ராக்ஃபெல்லர் மற்றும் உணர்ச்சி வயப்படும் நாவலாசிரியர்களுக்கு சரியாகத் தோன்றும். ஆனால் நான் பணம் வசூலிக்க வேண்டிய கடினமானவர்களுக்கு இது வேலை செய்வதை நான் பார்க்க விரும்புகிறேன்.'

நீங்கள் சொல்வது சரியாக இருக்கலாம். எதுவுமே எல்லா சந்தர்ப்பங்களிலும் பொருந்தாது. எல்லா மனிதர்களுக்கும் பொருந்தாது. இப்போது கிடைக்கும் விளைவுகளில் நீங்கள் திருப்தியாக இருந்தால் மாற வேண்டிய அவசியமென்ன? நீங்கள் திருப்தியாக இல்லையென்றால் இதை ஏன் பரிசோதித்துப் பார்க்கக்கூடாது?

எது எப்படி இருந்தாலும், என் முன்னாள் மாணவர் ஜேம்ஸ் எல். தாமஸ் கூறும் இந்த உண்மைக் கதையைப் நீங்கள் படித்து மகிழ விரும்புவீர்கள் என்று நான் நினைக்கிறேன்:

வாகனங்கள் பழுதுபார்க்கும் மற்றும் விற்பனை செய்யும் ஒரு குறிப்பிட்ட நிறுவனத்தின் ஆறு வாடிக்கையாளர்கள் செய்யப்பட்ட சேவைக்கான பணத்தைச் செலுத்த மறுத்தார்கள். எவரும் முழு தொகையையும் மறுக்கவில்லை, ஆனால் ஏதோ சில கட்டணங்களில் தவறு இருப்பதாகக் கூறினார்கள். ஒவ்வொருவரது விஷயத்திலும் அந்த வாடிக்கையாளர்கள் செய்யப்பட்ட வேலைக்கு ஒப்புதல் தெரிவித்து கையெழுத்திட்டிருந்தார்கள். அதனால் அது சரியானது என்று கம்பெனிக்குத் தெரியும். அதனால் அப்படியே சொல்லிவிட்டார்கள். அதுதான் முதல் தவறு.

இந்த கெடு காலாவதி ஆகியும் வசூலிக்கப்படாத தொகையை பெற கிரெடிட் துறையில் இருந்த ஊழியர்கள் மேற்கொண்ட நடவடிக்கைகள் இங்கே தரப்பட்டுள்ளது. முழு தொகையை பெறுவதில் அவர்கள் வெற்றியடைந்தார்கள் என்று நீங்கள் நினைக்கிறீர்களா?

1. *ஒவ்வொரு வாடிக்கையாளரையும் சந்தித்து நீண்ட காலமாக நிலுவையிலிருக்கும் தொகையை வசூலிப்பதற்கு வந்ததாக கராராக கூறினார்கள்.*
2. *கம்பெனியின் நிலைப்பாடு முற்றிலுமாக நிபந்தனைகள் ஏதுமின்றி சரியானது என்று தெளிவாகக்கூறினார்கள்; அதனால் வாடிக்கையாளர் நிச்சயமாகவும் நிபந்தனைகள் ஏதுமின்றி தவறு செய்வதாகவும் கூறினார்கள்.*
3. *ஒரு வாடிக்கையாளராக அவருக்கு தெரிந்ததை விட வாகனங்களைப் பற்றி கம்பெனி நன்றாக அறிந்திருப்பதாக தெரிவித்தார்கள். அப்போது விவாதம் எது பற்றி?*
4. *விளைவு: அவர்கள் விவாதித்தார்கள்.*

இந்த வழிமுறைகளில் ஏதேனும் வாடிக்கையாளரின் கணக்கை சரி செய்ததா? இதற்கான பதிலை நீங்களே சொல்லலாம். இந்த நேரத்தில் நிறுவனத்தின் கடன் வழங்கும் பொறுப்பில் இருக்கும் மேலாளர் தமக்கு இருந்த சட்டத் திறன் பற்றிய தகவல்களை வெளிப்படுத்தவிருந்தபோது பொது மேலாளரின் கவனத்திற்கு விஷயம் வந்தது. மேலாளர்

கொடுக்கப்படவேண்டிய தொகையை கொடுக்காமல் தவறியிருந்த வாடிக்கையாளர்கள் குறித்து ஆய்வு நடத்தினார். அவர்கள் அனைவரும் எப்போதும் சரியான நேரத்தில் பணம் செலுத்துபவர்களே என்ற நற்பெயர் பெற்றவர்கள். தொகை வசூலிக்கப்படும் விதத்தில் ஏதோ பெரிய தவறு இருந்தது. அதனால் அவர் ஜேம்ஸ் எல் தாமஸ் அவர்களை அழைத்து வசூலிக்கப்படாத அந்தத்தொகையை வசூலிக்குமாறு கூறினார். மிஸ்டர் தாமஸ் எடுத்த நடவடிக்கைகள் அவர் வார்த்தைகளில்:

1. ஒவ்வொரு வாடிக்கையாளரை நான் சந்தித்ததும் அதே போல் நீண்ட காலமாக நிலுவையில் இருந்த பணத்தை வசூலிக்கத்தான்—மிகவும் சரியென்று நாங்கள் அறிந்திருந்த தொகை. ஆனால் நான் அதைப்பற்றி ஒன்றுமே சொல்லவில்லை. நிறுவனம் என்ன செய்தது அல்லது செய்ய தவறிவிட்டது என்பதை கண்டுபிடிக்கத்தான் நான் வந்திருந்ததாக விளக்கினேன்.

2. வாடிக்கையாளரின் கதையை கேட்கும் முன் எந்த ஒரு கருத்தையும் தருவதாக இல்லையென்று நான் தெளிவாக்கினேன். தவறே செய்யமாட்டோம் என்று நிறுவனம் ஒரு போதும் கூறியதில்லை என்று அவரிடம் சொன்னேன்.

3. எனக்கு அவரது வாகனத்தில் மட்டுமே ஆர்வம் உள்ளது மற்றும் அவரது வாகனத்தைப்பற்றி அவரை விட உலகத்திலேயே வேறு எவரும் நன்றாக அறிந்திருக்கமுடியாது என்றும் கூறினேன்; அந்த விஷயத்தில் அவருக்குத்தான் முழு அதிகாரமும் உள்ளது என்று கூறினேன்.

4. நான் அவரை பேசவிட்டு அவர் விரும்பிய மற்றும் எதிர்பார்த்த ஆர்வம் மற்றும் அனுதாபத்துடன் கேட்டேன்.

5. இறுதியாக, வாடிக்கையாளர் காரணங்களை ஆராயும் மனநிலையில் இருந்தபோது நியாயமான முறையில் அவருக்கு சரியென்று தோன்றும் வகையில் விளக்கினேன். அவரது உன்னதமான நோக்கங்களுக்கு முறையிட்டேன். 'முதலில்,' என்றேன், 'இந்த விஷயம் மோசமான விதத்தில் கையாளப்பட்டது என்றுதான் நானும் நினைக்கிறேன். எங்களது ஒரு பிரதிநிதியால் நீங்கள் அசௌகரியமாக உணரும்படியும் எரிச்சலடையும்படியும் செய்யப்பட்டீர்கள். அது நடந்திருக்கவே கூடாது. அதற்கு நான் வருந்துகிறேன்.

இந்த நிறுவனத்தின் பிரதிநிதி என்ற முறையில் அதற்காக மன்னிப்பும் கேட்டுக்கொள்கிறேன். இங்கு அமர்ந்து உங்கள் தரப்பு உண்மைகளை கேட்டபோது நீங்கள் எவ்வளவு பொறுமையுடனும் நியாயமான முறையிலும் நடந்து கொண்டிருக்கிறீர்கள் என்பதை எண்ணி உங்களை பாராட்டாமல் இருக்கமுடியவில்லை. நீங்கள் நியாயமாகவும் பொறுமையாகவும் நடந்து கொண்டதால் எனக்காக நீங்கள் ஒன்று செய்யவேண்டுமென்று கேட்டுகொள்ளப்போகிறேன். வேறு எவரையும் விட உங்களால் சிறப்பாக செய்ய முடிந்த ஒன்று அது. உங்கள் பில் இதோ; என் நிறுவனத்தின் தலைமை அதிகாரி சொல்லக்கூடியது போல் இதனை சரி செய்யச்சொல்வதே பாதுகாப்பானது என்று எனக்குத்தெரியும். இதை உங்களிடமே விட்டுவிடப்போகிறேன். நீங்கள் சொல்வதுதான் நடக்கும்.'

அவர் பில்லை சரி செய்தாரா? அவர் அதை நிச்சயமாக செய்தார். அதில் பெரும் மகிழ்ச்சியும் அடைந்தார். தொகை 150 முதல் 400 டாலர்கள் வரை இருந்தது. ஆனால் அதில் வாடிக்கையாளர் தனக்கு நல்ல சலுகை கொடுத்துக்கொண்டாரா? ஆமாம். ஒருவர் மட்டுமே அப்படிச்செய்தார்! விவாதத்தொகையில் ஒரு நயா பைசா கூட கொடுக்கமுடியாதென்று மறுத்துவிட்டார்; ஆனால் மற்ற ஐவரும் நிறுவனத்திற்கு சாதகமாகத்தான் நடந்துகொண்டார்கள்! இதிலுள்ள முக்கிய அம்சம் இதுதான்: அடுத்த இரண்டு வருடங்களுக்குள் ஆறு நபர்களுக்கும் புதிய வாகனங்கள் விற்றோம்!

'அனுபவம் எனக்கு சொல்லி கொடுத்திருக்கிறது,' என்றார் மிஸ்டர் தாமஸ், வாடிக்கையாளரைப்பற்றிய எந்த தகவலும் பெறமுடியாத போது அவர்கள் சரியாக சிந்திப்பதாக உறுதி செய்துகொண்டபின் அவர் நேர்மையானவர், உண்மையானவர் தொகையை செலுத்தும் எண்ணமும் விருப்பமும் கொண்டவர் என்ற கொள்கையுடன்தான் மேற்கொண்டு விஷயத்தை எடுத்துச்செல்லவேண்டும். வேறு விதமாக தெளிவாக சொல்லவேண்டுமென்றால், மக்கள் நேர்மையானவர்கள் தங்கள் கடமையை செய்யத் தயங்காதவர்கள்.

இந்த விதிக்கான விலக்கு ஒப்பீட்டளவில் குறைவே. தங்கள் விருப்பத்தை செதுக்கிக்கொள்கிறவர்கள், நீங்கள் அவர்களை நேர்மையானவர் நியாயமானவர் என்று கருதினால் பெரும்பாலும் நல்ல விதமாகவே எதிர்வினை ஆற்றுவார்கள்.

விதி 10
உன்னதமான நோக்கத்திற்கு முறையீடு செய்யுங்கள்

விமர்சனம் மழை போல் மனிதனின் வளர்ச்சிக்கு ஊட்டச்சத்தாக அவனது வேர்களை நாசம் செய்யாமல் போதுமான அளவு மென்மையாக இருக்கவேண்டும்.

—பிராங்க் ஏ கிளார்க்

மற்றவரது கண்ணோட்டத்தில் பார்க்க நேர்மையாக முயற்சி செய்யுங்கள்.

—டேல் கார்னெகி

11

திரைப்படங்கள் செய்கின்றன, தொலைக்காட்சி செய்கிறது, நீங்கள் ஏன் செய்யக்கூடாது

பல ஆண்டுகளுக்கு முன், ஃபிலடெல்ஃபியாவின் மாலை இதழ் ஆபத்தான கிசுகிசுப்பு பிரசாரம் ஒன்றால் இழிவாகப் பேசப்பட்டது. தீங்கிழைக்கும் வதந்தி பரப்பப்பட்டது. செய்தித்தாள்களை எவரும் படிப்பதில்லை ஏனென்றால் அவற்றில் குறைவான செய்திகளும் அதிக அளவில் விளம்பரங்களும் இடம் பெறுகின்றன என்று கூறப்பட்டது. இதற்கு உடனடியான நடவடிக்கை தேவைப்பட்டது. அந்த வம்புப் பேச்சு அழிக்கப்பட வேண்டும்.

ஆனால் எப்படி?

இந்த வழியில்தான் அது செய்யப்பட்டது.

அந்த *இதழ்* தனது வழக்கமான பிரதியிலிருந்து ஒரு சராசரி நாளில் படிக்கப்படும் அனைத்து விஷயங்களையும் வெட்டி எடுத்து பொருள்வாரியாகப் பிரித்து ஒரு புத்தக வடிவில் வெளியிட்டது. அந்தப் புத்தகம் *ஒன்டே* என்று அழைக்கப்பட்டது. அதில் 307 பக்கங்கள் அடங்கியிருந்தன. கனமான அட்டையுடன் கூடிய புத்தகமாக அது இருந்தது; இருப்பினும் அந்த *அறிவிப்புத்தாள்* ஒரு நாளின் எல்லா செய்திகள், கட்டுரைகள் ஆகியவற்றை பல டாலர்களுக்கு இல்லாமல் சில சென்ட்டுகளுக்கு மட்டுமே விற்றது.

அந்தப் புத்தகம் அச்சிடப்பட்டது ஆர்வத்துடன் படிக்கக்கூடிய பல விஷயங்களை அந்த *இதழ்* பெற்றுள்ளது என்ற உண்மையை நாடக பாணியில் சுட்டிக்காட்டியது. உண்மைகளை இது அதிக தெளிவாகவும், மிகுந்த ஆர்வமூட்டும் வகையிலும், வலியுறுத்தும் வகையிலும் வெளிப்படுத்தியது. வெறும் எண்களும் உரைகள் கொண்ட பக்கங்களாலும் செய்ய முடிந்ததை விட அதிக சிறப்பாக இது உணர்த்தியது.

நாடகமயமாக்குதலின் காலம் இது. ஒரு உண்மையை அப்படியே சொல்வது போதுமானதல்ல. உண்மை தெளிவாகவும் ஆர்வமூட்டும் வகையிலும் நாடக பாணியிலும் சொல்லப்படவேண்டும். சிறப்பாக வெளிக்காட்டுதல் அவசியம். திரைப்படங்கள் அதை செய்கின்றன. தொலைக்காட்சி அதை செய்கிறது. உங்களுக்கு மக்களின் கவனம் தேவைப்பட்டால் நீங்களும் அதைச்செய்யவேண்டும்.

ஜன்னலில் காட்சிப்படுத்துதலில் வல்லவர்கள் நாடகமயமாக்குதலின் சக்தியை அறிந்தவர்கள். உதாரணத்திற்கு, புதிய எலிப்பாஷாணம் உற்பத்தியாளர்கள் இரண்டு உயிருள்ள எலிகளை ஜன்னல்களில்

காட்சிக்காக வைத்திருந்தார்கள். எலிகள் காட்டப்பட்ட வாரம் விற்பனை வழக்கத்தை விட ஐந்து மடங்காக உயர்ந்தது.

தொலைக்காட்சி வர்த்தக விளம்பரங்களில் பொருள்களை விற்பதில் நாடகபாணி உத்திகள் பயன்படுத்தப்படுவது நிறைய காணப்படுகின்றது. விளம்பரதாரர்கள் தங்கள் விளம்பரங்களில் என்ன செய்கிறார்கள் என்பதை ஒரு நாள் மாலையில் தொலைக்காட்சிப் பெட்டிக்கு முன் உட்கார்ந்து ஆராய்ந்து பாருங்கள். ஒரு அமில எதிர்ப்பு மருந்து ஒன்று சோதனைக்குழாயில் அமிலத்தின் நிறத்தை எப்படி சிறப்பாக மாற்றுகிறது என்பதையும் அதன் எதிரி நிறுவனம் அப்படிச் செய்யவில்லை என்பதையும் கவனியுங்கள்.

ஒரு நிறுவனம் சட்டையில் உள்ள எண்ணெய் பிசுபிசுப்பை தங்கள் சோப்பு எப்படி நீக்குகிறது என்பதையும் மற்றொரு நிறுவனம் அதனை பழுப்பு நிறத்திலேயே விட்டுவிடுகிறது என்பதையும் காட்டுகிறார்கள்.

ஒரு கார் நன்றாக செயல்படுகிறது என்பதை வெறும் வார்த்தைகளில் சொல்வதை விட அவை வளைவுகளிலும் திருப்பங்களிலும் எப்படி நன்றாக நகர்கிறது என்பதை நீங்கள் காண்பீர்கள். மகிழ்ச்சியான முகங்கள் பொருட்களில் தனது திருப்தியை வெளிப்படுத்துகிறது. விற்கப்படுவது எதுவோ அதில் உள்ள நன்மைகளை இப்படி நாடகமயமாக்குதலின் மூலம் வெளிப்படுத்துகிறது. அது மக்களை வாங்கவும் வைக்கிறது.

தொழில்களில் செய்யப்படுவது போல் உங்கள் வாழ்க்கையிலும் நீங்கள் உங்கள் எண்ணங்களை நாடகமயமாக்கலாம். அது சுலபமானது. விர்ஜீனியாவில் ரிச்மன்ட் என்ற இடத்தில் என்.சி.ஆர் (நேஷனல் கேஷ் ரெஜிஸ்ட்ரி) என்கிற நிறுவனத்தில் விற்பனையாளராக இருக்கும் ஜிம் ஈமென்ஸ் நாடகமயமாக்குதல் மூலம் எப்படி ஒரு விற்பனை செய்தார் என்று கூறினார்.

'கடந்த வாரம் எனது அண்டையிலிருந்த மளிகை கடைக்குச் சென்றேன். வாங்கிமுடித்து பணம் செலுத்தும் இடத்தில் இருந்த கேஷ் ரெஜிஸ்டர் பழமையானவை என்பதைப்பார்த்தேன். அந்தக் கடையின் முதலாளியை அணுகி, "வாடிக்கையாளர் ஒவ்வொருவரும் உங்கள் வரிசையை கடந்து செல்லும்போது நீங்கள் சில பென்னிகளை தூக்கியெறிகிறீர்கள்" என்று கூறினேன். அதோடு ஒரு கைப்பிடி பென்னிகளைத் தரையில் விட்டெறிந்தேன். அவர் உடனே அதிக கவனம் செலுத்தினார். என் வார்த்தைகளே அவரது ஆர்வத்தை தூண்டியிருக்கவேண்டும். ஆனால் அந்த காசு தரையில் விழுந்த சத்தம்தான் அவரை தாக்கியது. பழைய மெஷின்கள் அனைத்தையும் மாற்ற அவரிடமிருந்து எனக்கு ஆர்டர் கிடைத்தது.

இது குடும்ப வாழ்க்கையிலும் வேலை செய்கிறது. பழங்கால காதலர் ஒருவர் தன் காதலை முன்மொழிய, வெறும் வார்த்தைகளை

மட்டும் பயன்படுத்தினாரா? இல்லை. அவர் மண்டியிடுவார். அது அவர் கூறியது உண்மை என்பதை எடுத்துக் காட்டுகிறது. இனி நாம் மண்டியிட்டு நம் காதலை சொல்லவில்லை. ஆனால் பலரும் திருமண முன்மொழிவின் முன் அது போன்ற ஒரு காதல்மயமான சூழலை இன்னமும் ஏற்படுத்துகிறார்கள்.

தங்களுக்கு விருப்பமானதை நாடகப்பாணியில் செயல்படுத்துவது குழந்தைகளுக்கும் பொருந்துகிறது. அலபாமாவில் உள்ள பர்மிங்ஹாமைச் சேர்ந்த ஜூனியர் ஜோ பி. ஃபன்ட்டிற்கு தன் ஐந்து வயது மகன் மற்றும் மூன்று வயது மகளை விளையாடி முடித்தபின் தங்கள் பொம்மைகளைத் எடுத்து சீராக வைக்கச்செய்வதில் சிரமம் இருந்தது. எனவே அவர் ஒரு "ரயிலை"க் கண்டுபிடித்தார். தன் மூன்று சக்கர வண்டிக்கு ஜோயீதான் பொறியாளர் (கேப்டன் காசே ஜோன்ஸ்). ஜானெட்டின் சரக்கு கூடை அதில் இணைக்கப்பட்டது. மாலையில் அவள் அதில் "கரியை" நிரப்பிக் கொண்டு அதனுள் ஏறி அமர்வாள். அவளது சகோதரன் அதனை வீடு முழுவதும் ஓட்டிச் செல்வான். இப்படியாக புத்திமதி சொல்லிக் கொண்டிருக்காமல், விவாதங்கள் இல்லாமல், அல்லது மிரட்டல்கள் இல்லாமல் அந்த அறை தூய்மை செய்யப்பட்டது.

இண்டியானாவின் மிஷாவாகாவைச் சேர்ந்த மேரி கேத்தரின் உல்ஃப் தன் வேலையில் சில பிரச்சனைகளை எதிர்கொண்டாள். அதைப்பற்றி தன் முதலாளியிடம் உரையாட வேண்டும் என்று முடிவெடுத்தாள். ஒரு திங்கட்கிழமை காலையில் அவரைச் சந்திக்க நேரம் கோரினாள். ஆனால் அவர் தன்னிடம் அதற்கு நேரமில்லாத காரணத்தால் தன் செயலாளரை அணுகி அந்த வாரக் கடைசியில் ஒரு நேரத்தை உறுதி செய்து கொள்ளுமாறு கூறிவிட்டார். செயலாளரும் அட்டவணைபடி அவர் மிகவும் மும்மரமாக இருந்தபோதிலும் அவரை எப்படியாவது சந்திக்க வைப்பதாகக் கூறினாள்.

என்ன நடந்ததென்று மிஸ் வூல்ப் விளக்கினாள்:

வாரம் முழுவதும் அவளிடமிருந்து எந்த பதிலும் எனக்கு கிடைக்கவில்லை. எப்போது அது பற்றி அவளிடம் கேட்டாலும் ஏதேனும் ஒரு காரணத்தை கூறினாள். வெள்ளிக்கிழமை காலை வந்தது. திடமான எந்த பதிலும் எனக்குக்கிடைக்கவில்லை. உண்மையிலேயே வார இறுதிக்கு முன் அவரை சந்தித்து என் பிரச்சனைகளைப்பற்றி உரையாட விரும்பினேன். எப்படி அவர் என்னை சந்திக்கும்படி செய்யமுடியுமென்று எனக்கு நானே கூறிக்கொண்டேன்.

'இறுதியில் நான் இதைச்செய்தேன். அவருக்கு முறையான ஒரு கடிதம் எழுதினேன். அவர் வாரம் முழுவதும் எவ்வளவு பரபரப்பாக இருந்தார் என்று எனக்குத்தெரியும் என்றும் அவரை சந்தித்து பேசுவது எனக்கு முக்கியம் என்றும் எழுதினேன். அவர் எழுதி நிரப்ப வேண்டிய

ஒரு படிவத்தை அதனுடன் வைத்து என் விலாசம் எழுதப்பட்ட உறை ஒன்றையும் சேர்த்து அதை அவர் தானாகவோ அல்லது தன் செயலாளர் மூலமோ நிரப்பி அனுப்பும்படி கேட்டுக்கொண்டேன். அதில் பின் வருமாறு எழுதப்பட்டிருந்தது:

மிஸ் வூல்ப்—என்னால் உங்களை—அன்று—மணிக்கு சந்திக்கமுடியும். உங்களுக்கு—நிமிடங்கள் தருகிறேன்.

'இந்த கடிதத்தை அவரது கூடையில் காலை பதினோரு மணிக்கு வைத்தேன். மதியம் இரண்டு மணிக்கு என் தபாலை பார்த்தேன். சுய விலாசம் எழுதப்பட்ட உறை அதில் இருந்தது. அவர் தானே என் படிவத்திற்கு பதில் எழுதி என்னை அன்று மதியம் சந்திக்கமுடியுமென்றும் பத்து நிமிடங்கள் அதற்காக ஒதுக்குவதாகவும் கூறியிருந்தார். அவரை சந்தித்தேன். நாங்கள் ஒரு மணி நேரத்திற்கும் மேலாக பேசினோம். என் பிரச்சனைகள் தீர்ந்தன.

'நான் உண்மையிலேயே அவரை சந்திக்க விரும்புகிறேன் என்பதை நாடகபாணியில் தெரிவிக்காமல் இருந்திருந்தால் இன்னமும் அவரது நேரத்திற்காக காத்திருக்கக்கூடும்.'

ஜேம்ஸ் பி பாய்ண்டன் ஒரு நீண்ட அங்காடி அறிக்கை ஒன்றை சமர்ப்பிக்க வேண்டியிருந்தது. ஒரு வகை சரும களிமம் ஒன்றைப்பற்றி அப்போதுதான் எங்கள் நிறுவனம் ஒரு விஸ்தாரமான ஆய்வு நடத்தி முடித்திருந்தது. எதிரி நிறுவனம் குறித்த சில புள்ளி விவரங்கள் உடனடியாக தேவைப்பட்டது; கிடைக்கவிருந்த வாடிக்கையாளர் பெரிய மனிதர்களில் ஒருவர்—மிகவும் வலிமையானவர்—விளம்பரத்தொழிலில் இருந்தவர்.

அவரது முதல் அணுகுமுறை அவர் துவங்கும் முன்னரே தோல்வியடைந்திருந்தது.

முதல் முறை நான் உள்ளே சென்றபோது, 'மிஸ்டர் பாயிண்டன் விளக்குகிறார், 'அந்த ஆய்வில் மேற்கொள்ளப்பட்ட வழிமுறைகளைப்பற்றிய தேவையற்ற ஒரு உரையாடலில் நான் மாட்டிக்கொண்டுவிட்டேன். அவர் விவாதம் செய்ய நானும் பதிலுக்கு வாதாடினேன். அவர் என் பக்கம் தவறு என்றார். நான் சரியென்று நிரூபிக்க முயற்சி செய்துகொண்டிருந்தேன்.

'இறுதியில் எனக்கு திருப்தி அளிக்கும் வகையில் என் கருத்தை நிலைநாட்டுவதில் நான் வெற்றியடைந்தேன்—ஆனால் என் நேரம் முடிந்து விட்டது. நேர்முகத்தேர்வு முடிந்திருந்தது ஆனால் நான் இன்னமும் விளைவுகளை கொடுக்கவில்லை.

'இரண்டாவது முறை நான் அட்டவணைகள் எண்கள் மற்றும் புள்ளி விவரங்கள் குறித்து கவலைப்படவில்லை. நான் இந்த மனிதரை

காணவேண்டும். நான் என் தரப்பில் இருந்த உண்மைகளை நாடகமயமாக்கினேன்.

'நான் அவரது அலுவலகத்திற்குள் நுழைந்தபோது அவர் தன் தொலைபேசியில் மும்மரமாக இருந்தார்.

அவர் தன் உரையாடலை முடிக்கும் முன் நான் என் பெட்டியை திறந்து சரும களிம்பு கொண்ட முப்பத்தியிரண்டு ஜாடிகளை அவரது மேஜை மேல் வைத்தேன்—அவர் அறிந்த அனைத்து பொருட்கள்—அவரது களிம்பிற்கு நேர் போட்டியாக விளங்குபவை.

'ஒவ்வொரு ஜாடியிலும் வர்த்தக ஆய்வின் விளைவை உருப்படிவரிசையில் குறித்திருந்தேன். ஒவ்வொரு குறிப்பும் சுருக்கமாகத்தன் கதையை கூறியது, நாடகபாணியில்.

'என்ன நடந்தது?

'அதற்கு மேல் எந்த விவாதமும் இல்லை. இங்கு ஏதோ புதிதாக இருந்தது. ஏதோ வித்தியாசமானது. முதலில் ஒன்று பிறகு இரண்டு என அவர் அந்த ஜாடிகளை எடுத்து அந்தக்குறிப்புகளை படித்தார். தோழமையான ஒரு உரையாடல் வளர்ந்தது. அவர் மேலும் சில கேள்விகளை கேட்டார். அவர் அதில் மிக அதிக ஆர்வம் காட்டினார். முன்பு என் தரப்பு உண்மைகளை விளக்க பத்து நிமிடங்கள் மட்டுமே கொடுத்திருந்தார். ஆனால் பத்து நிமிடங்கள் இருபது நிமிடங்கள், நாற்பது நிமிடங்கள் கழிந்தன. ஒரு மணி நேரத்திற்குப்பிறகு நாங்கள் இன்னமும் பேசிக்கொண்டிருந்தோம்.

'முன்பு அவருக்கு தெரிவித்திருந்த அதே உண்மைகளை நான் மீண்டும் இப்போது தெரிவித்துக்கொண்டிருந்தேன். ஆனால் இம்முறை நான் நாடகமயமாக்குதல், காட்சிப்படுத்துதல் ஆகிய உத்திகளை பயன்பு த்திக்கொண்டிருந்தேன்.—அதுதான் இந்த மாற்றத்தை ஏற்படுத்தியிருந்தது.

விதி 11

உங்கள் எண்ணங்களை நாடகமயமாக்குங்கள்

புதிய நாளுடன் புது வலிமையும் புதிய யோசனைகளும் வருகின்றது.

—எலினார் ரூஸ்வெல்ட்

ஒவ்வொரு தேசமும் மற்ற தேசங்களை விட தான் மேலானது என்று உணர்கிறது. அது தான் தேச பக்தி மற்றும் போர்கள் தோன்றி வளரும் களம்.

—டேல் கார்னெகி

12

வேறு எதுவும் வேலை செய்யாதபோது இதை முயற்சி செய்து பாருங்கள்

சார்லஸ் ஸ்வாப்பின் ஆலையில் ஒரு மேலாளர் இருந்தார். அந்த ஆலையில் பணியாட்கள் தங்களுக்கு ஒதுக்கப்பட்ட வேலை அளவை எப்போதும் செய்து முடிக்காமலே இருந்தனர்.

'உங்களைப் போன்ற திறமை மிக்க ஒரு மேலாளரால் எப்படி செய்யப்பட வேண்டிய அளவில் உற்பத்தி நடப்பதை உறுதி செய்யாமல் இருக்க முடிகிறது?' என்று ஸ்வாப் அவரைக் கேட்டார்.

"எனக்குத் தெரியவில்லை. நான் பணியாட்களை கெஞ்சி, கோபித்து, வலியுறுத்திப்பார்த்துவிட்டேன். அவர்களை மிரட்டி சாபமும் இட்டிருக்கிறேன். ஆனால் எதுவுமே வேலை செய்வதில்லை. அவர்கள் போதிய அளவு உற்பத்திசெய்வதில்லை,' மேலாளர் பதில் அளித்தார்.

இந்த உரையாடல் நாளின் இறுதி நேரத்தில் இரவு குழு தங்கள் வேலையை தொடங்குவதற்கு சற்று முன்பாக நடைபெற்றது. ஸ்வாப் மேலாளரிடம் ஒரு சாக்பீஸ் தருமாறு கேட்டார். அருகில் இருந்தவரைத் திரும்பிப் பார்த்துக் கேட்டார்:

"இன்று உங்கள் ஷி∴ப்டில் எத்தனை பங்கு (ஹீட்ஸ்) செய்தீர்கள்?"

"ஆறு"

ஒருவார்த்தை கூட பேசாமல், ஸ்வாப் ஆறு என்ற எண்ணைத் தரையில் மிக பெரிய அளவில் எழுதிவிட்டுச் சென்றுவிட்டார்.

அடுத்து வந்த ஷி∴ப்டில் இருந்தவர்கள் அதைப்பார்த்து அதன் அர்த்தம் என்ன என்று கேட்டார்கள்.

'இன்று பெரிய முதலாளி வந்திருந்தார்,' என்றார்கள் ஆலை தொழிலாளர்கள்.

'இன்று எத்தனை ஹீட்ஸ் செய்தோம் என்று கேட்டார். நாங்கள் ஆறு என்றோம். அந்த எண்ணை அவர் தரையில் எழுதினார்.'

அடுத்த நாள் காலை ஸ்வாப் ஆலைக்குள் நடந்தபடி முன்புதான் ஆறு என்று எழுதியிருந்த இடத்தை கடந்து சென்றார். இரவு பணியில் இருந்தவர்கள் '6' என்ற எண்ணை அழித்துவிட்டு அந்த இடத்தில் பெரிதாக '7' என்று எழுதியிருந்தனர்.

அடுத்த நாள் காலை குழு வேலைக்கு வந்தவுடன் '7' என்று பெரிதாக எழுதப்பட்டிருந்ததைப் பார்த்தார்கள். அப்போது இரவு நேர பணியாட்கள்

தங்களை சிறந்தவர்கள் என்று எண்ணுகிறார்களோ? ம்ம்ம், இரவு நேர பணியாளர்களுக்கு இன்று விஷயத்தை விளங்க வைப்பார்கள். குழுவினர் ஆர்வத்துடன் வேலை செய்ய அன்று இரவு வேலை முடிந்தவுடன் அவர்களுக்கு பின்னால் மாபெரும் '10' என்ற எண்ணை விட்டுச்சென்றனர். வேலையில் முன்னேற்றம் ஏற்பட்டுக்கொண்டிருந்தது.

அந்த ஆலையில் பின்தங்கியிருந்த உற்பத்தி மேம்பட்டு அங்கிருந்த வேறு எந்த ஆலையையும்விட அதிக உற்பத்தி செய்யத்துவங்கியது.

இதில் பின்பற்றப்பட்ட கொள்கை என்ன?

அதை சார்லஸ் ஸ்வாப் தன் வார்த்தைகளில் கூறட்டும்: "எந்தச் செயலையும் மிகச்சரியாக செய்து முடிக்க வைப்பது போட்டி மனப்பான்மையை ஊக்குவிப்பதுதான். இழிவான போட்டியையோ, பணம் சம்பாதிப்பதை குறித்தோ நான் சொல்லவில்லை. திறன் படைத்தவராக வேண்டும் என்ற ஆசையைக் குறிப்பிடுகிறேன்.

சிறந்து விளங்க விருப்பம்! சவாலை ஏற்பது! சவால் விடுவது! அனைத்துமே சந்தேகமின்றி வீரம் மிக்க மக்களின் மனநிலையை ஊக்குவிப்பது.

ஒரு சவால் இல்லாமல் தியோடர் ரூஸ்வெல்ட்டால் கூட அமெரிக்க ஜனாதிபதியாக ஒருபோதும் ஆகியிருக்க முடியாது. க்யூபாவிலிருந்து அப்போதுதான் வந்திருந்த கடினமானவர் என்று அழைக்கப்பட்ட அவர், நியூயார்க் மாகாணத்தின் கவர்னராக தேர்ந்தெடுக்கப்பட்டார். எதிர்க்கட்சிக்காரர்கள் அவர் அந்த மாகாணத்தின் சட்டபூர்வ குடிமகன் இல்லை என்பதைக் கண்டுபிடிக்க, ரூஸ்வெல்ட பயந்து தன் நியமனத்தை வாபஸ் பெற விரும்பினார். பிறகு அப்போது நியூயார்க்கை சேர்ந்த அமெரிக்க செனட்டர் ஆக இருந்த தாமஸ் கோல்லியர் ப்ளாட், ஒரு சவால் விடுத்தார். திடீரென்று, தியோடர் ரூஸ்வெல்ட் பக்கம் திரும்பி "சான் ஜூவன் குன்றைச் சேர்ந்த வீரன் ஒரு கோழையா?" என்று எதிரொலிக்கும் குரலில் கத்தினார்.

ரூஸ்வெல்ட் அந்தப் போட்டியைச் சந்தித்தார். மீதமுள்ளதை வரலாறு சொல்லும். ஒரு சவால், அவர் வாழ்க்கையை மட்டும் மாற்றவில்லை. அவரது தேசத்தின் எதிர்காலத்திலும் ஒரு பாதிப்பை ஏற்படுத்தியிருந்தது.

'எல்லா மனிதர்களிடமும் பயம் உள்ளது. ஆனால் துணிச்சலானவர்கள் பயத்தை உதறித்தள்ளிவிட்டு சில சமயங்களில் மரணத்தை நோக்கி நகர்கிறார்கள் என்றாலும் அது எப்போதுமே வெற்றியை நோக்கித்தான் இருக்கும்.' என்பது பண்டைய கிரேக்க படைத்தளபதிகளின் குறிக்கோளாக இருந்தது. அந்த பயத்தை வெற்றி கொள்ள தரப்படும் வாய்ப்பைவிட மிகப்பெரிய சவால்தான் வழங்கப்படமுடியும்.

ஏ ஐ ஸ்மித் என்பவர் நியூயார்க்கின் கவர்னராக இருந்தபோது, அதற்கு எதிராக இருந்தார். டெவில் தீவின் மேற்கில் தவறான

காரணங்களுக்காக பிரபலமாக இருந்த சிங் சிங் சிறை ஒரு பாதுகாவலர் இல்லாமல் இருந்தது. ஊழல்களும் அவதூறு வதந்திகளும் சிறைச் சுவர்களைத் தாண்டி வெளியே கசிந்தன. அந்த சிறையைக் கண்டிப்புடன் கையாள ஒரு வலுவான இரும்பு மனிதர் ஸ்மித்திற்கு தேவைப்பட்டது. ஆனால் அதற்கு சரியான நபர் யார்? நியூ ஹம்ப்டனைச் சேர்ந்த லீவிஸ் ஈ. லாவெஸ் என்பவருக்குச் சொல்லி அனுப்பினார்.

லீவிஸ் அவர் முன்னர் வந்து நின்ற போது, 'சிங் சிங் சிறைக்குச் சென்று பொறுப்பு ஏற்பது பற்றி என்ன நினைக்கிறீர்கள்?' என்று நகைச்சுவையாகக் கேட்டார். 'நல்ல அனுபவமுள்ள ஒருவர் அவர்களுக்குத் தேவை.'

லாவெஸ் திடுக்கிட்டார். சிங் சிங் சிறையின் அபாயங்கள் பற்றி அறிந்திருந்தார். அங்கு அரசியல் விருப்பு வெறுப்புகளுக்கு ஏற்ப நடந்துகொள்ள வேண்டியிருக்கும். பல பாதுகாவலர்கள் வந்து போய்விட்டார்கள். ஒருவர் மூன்று வாரங்கள் மட்டுமே தாக்குப்பிடிப்பார். இது அவர் சிந்திக்க வேண்டிய தொழில் வாழ்க்கை. இதிலிருக்கும் ஆபத்துகளை கருதினால் ஏற்கத்தகுந்த சவால் தானா?

அவரது தயக்கத்தைப் பார்த்த ஸ்மித், 'இளைஞனே, நீங்கள் பயப்படுவதற்காக உங்களைக் குற்றம் சொல்லமாட்டேன். அது கடினமான இடம். அங்கு சென்று பொறுப்பேற்றுத் தங்க பெரிய மனிதனால்தான் முடியும்.' என்றார்.

ஆகவே அவர் அங்கு சென்றார். அங்கு தங்கினார். தனது காலத்தில் மிகவும் புகழ்பெற்ற பாதுகாவலர் என்ற பெயரையும் பெற்றார். *சிங் சிங்* சிறையில் *இருபதினாயிரம் வருடங்கள்* என்ற அவரது நூல் பல நூறாயிரம் பிரதிகள் விற்பனை ஆனது. அவரது வானொலி உரைகள் மற்றும் அவரது சிறைப்பணி வாழ்க்கை பல டஜன் திரைப்படங்கள் உருவாவதற்கு ஊக்கமளித்தது. மனிதாபிமானத்துடன் அவர் குற்றவாளிகளை நடத்தியது சிறை சீரமைப்பில் பல அதிசயங்களை நிகழ்த்தியது.

ஃபையர்ஸ்டோன் டயர் அன்ட் ரப்பர் கம்பெனியைத் தோற்றுவித்த ஹார்வே எஸ். ஃபையர்ஸ்டோன், 'நல்ல மனிதர்களை ஒன்றிணைப்பது அல்லது ஒன்றாக நிலைநிறுத்துவதை வெறும் சம்பளம் மட்டுமே செய்து நான் பார்த்ததில்லை. அந்தப் பணியில் உள்ள சவால் மற்றும் அதன் உண்மையான ஆர்வமும் அதைச்செய்ய தூண்டுகிறது.' என்று கூறினார்.

தலை சிறந்த குணாதிய ஆய்வாளர்களில் ஒருவரான ஃப்ரெடெரிக் ஹெர்ஸ்பெர்க் இதை ஒப்புக்கொண்டார். தொழிற்சாலை பணியாளர்கள் தொடங்கி முதுநிலை நிர்வாகிகள் வரை ஆயிரக்கணக்கானவர்களின் மனநிலையை ஆழமாக ஆராய்ந்தார். பணியை செவ்வனே செய்ய மிகவும் ஊக்கமளிப்பது என்று அவர் கண்டுபிடித்த மிக முக்கியமான

அம்சம் எதுவென்று நீங்கள் நினைக்கிறீர்கள். பணமா? நல்ல பணிச் சூழலா? இதர சலுகைகளா? இல்லை. இவற்றில் எதுவுமே இல்லை. மக்களை ஊக்கப்படுத்திய ஒரே ஒரு அம்சம் அவர்களது வேலை மட்டுமே. அவர்களது பணி சுவாரசியமானதாகவும் ஆர்வத்தைத் தூண்டக் கூடியதாகவும் இருந்தால், பணியாளர் அதை மேலும் செய்ய ஆசைப்படுகிறார். அதை நல்ல விதமாகவும் செய்யத் தூண்டப்படுகிறார்.

அதைத்தான் ஒவ்வொரு வெற்றி பெற்ற மனிதரும் விரும்புகிறார்: அந்த சவால். தன்னை வெளிப்படுத்திக் கொள்ளும் அரிய வாய்ப்பு. வெற்றி பெறுவதற்கு அல்லது மேல்நிலையில் நிற்பதற்கு தன் தகுதியை வெளிப்படுத்தும் வாய்ப்பு. இதுதான் பல விதமான ஓட்டப்பந்தயங்கள், விரைந்து உணவை சாப்பிடும் போட்டிகள் ஆகியவற்றை சுவாரஸ்யமானதாக ஆக்குகின்றன. மேம்பட்டு விளங்க விரும்பும் ஆசை. முக்கியமானவராக உணரப்படவேண்டுமென்ற விருப்பம்.

விதி 12
சவால்கள் ஊக்கமளிகின்றன

உதவி செய்யும் மனம் கொண்டவனுக்கு தவறை சுட்டிக்காட்டும் உரிமை உள்ளது

—ஆப்ரஹாம் லிங்கன்

மனதில் அல்லாமல் பயம் வேறு எங்கும் வசிப்பதில்லை

—டேல் கார்னெகி

பகுதி 2

13

இதைச்செய்யுங்கள். எங்கும் வரவேற்கப்படுவீர்கள்

நண்பர்களை வெற்றிக் கொள்வது எப்படி என்று அறிய ஏன் இந்தப்புத்தகத்தை படிக்க வேண்டும்? உலகம் அறிந்தவரையில் நண்பர்களை வெற்றிக் கொண்ட மிகச்சிறந்த வெற்றியாளர் கையாண்ட உத்திகளைப் பற்றி ஏன் படிக்கக்கூடாது? அவர் யார்? தெருவில் நடக்கும் போது நீங்கள் அவரை நாளை சந்திக்கலாம். அவருக்கருகில் பத்து மீட்டர் தூரத்தில் இருக்கும் போதே அவர் தன் வாலை அசைக்கத் துவங்குவார். நீங்கள் நின்று தட்டிக்கொடுத்தால், அவர் உங்களை எந்த அளவுக்கு விரும்புகிறார் என்பதைக் காட்ட ஏறக்குறைய உங்கள் மீது தாவிக் குதித்து விளையாடுவார். இந்த அன்பை வெளிப்படுத்தும் காட்சிக்குப் பின்னால் எந்தவித உள்நோக்கமும் இல்லை என்று உங்களுக்குத்தெரியும். அவர் உங்களிடம் எதையும் விற்பனை செய்ய எதிர்பார்ப்பதில்லை. உங்களை திருமணம் செய்துகொள்ளவும் விரும்புவதில்லை.

தன் வாழ்வாதாரத்திற்கு எந்த வேலையும் செய்ய வேண்டிய அவசியம் இல்லாத ஒரே பிராணி நாய்தான் என்பதை என்றாவது நின்று சிந்தித்துப் பார்த்திருக்கிறீர்களா? கோழிகள் முட்டையிட வேண்டும். பசு பால் கறக்க வேண்டும். அழகான கேனரி பறவை பாட வேண்டும். ஆனால் தன் அன்பை வழங்குவதைத்தவிர வேறு எதையும் செய்யாமலேயே தன் வாழ்க்கையை நடத்துகிறது ஒரு நாய்.

நான் ஐந்து வயதாக இருக்கும் போது மஞ்சள் நிற முடியுள்ள ஒரு நாய்க்குட்டியை ஐம்பது சென்ட்கள் விலை கொடுத்து என் தந்தை வாங்கி வந்தார். என் குழந்தைப் பருவத்தின் ஒளியாகவும் மகிழ்ச்சியாகவும் அது இருந்தது. ஒவ்வொரு நாள் மாலையும் சுமார் நாலரை மணிக்கு வீட்டு முன் முற்றத்தில் வந்தமர்ந்து தன் அழகிய கண்களால் நான் வீடு திரும்பும் பாதையை உற்றுப் பார்த்துக் கொண்டிருக்கும். என் குரல் கேட்டவுடனோ அல்லது இரவு உணவு வைக்கப்படும் பாத்திரம் செடிகளுடன் உரசுவதை பார்தவுடனோ, வேகமாக சீறிப்பாய்ந்து மூச்சிரைக்க மலையின் மீது ஏறி வந்து எல்லையற்ற மகிழ்ச்சியுடன் குரைத்தபடி என்னைநோக்கி ஓடிவரும்.

ஐந்து வருடங்களுக்கு டிப்ஸிதான் என் நிலையான நண்பன். பிறகு ஒரு சோகமான இரவில்—அதை என்னால் ஒருபோதும் மறக்கமுடியாது—என் பார்வைக்குள் பத்தடி தூரத்தில் இடி தாக்கி

இறந்தது. எனது குழந்தைப்பருவத்தின் மிகவும் சோகமான நிகழ்வு டிப்ஸியின் மரணம்.

டிப்ஸி நீ உளவியல் குறித்து எந்தப்புத்தகமும் படித்ததில்லை. அதற்கான தேவையும் உனக்கிருக்கவில்லை. மற்றவர்கள் உன் மீது நாட்டம் கொள்ள இரண்டு வருடங்கள் எடுக்கும் ஆனால் இரண்டு மாதங்களில் உன்னால் அதிக நண்பர்களை பெற்றுவிட முடியும் என்பதை ஏதோ ஒரு தெய்வீக உணர்வினால் நீ அறிந்திருந்தாய். அதனை மீண்டும் ஒரு முறை கூறுகிறேன். மற்றவர்கள் உன் மீது நாட்டம் கொள்ள இரண்டு வருடங்கள் எடுக்கும் ஆனால் இரண்டு மாதங்களில் உன்னால் அதிக நண்பர்களை பெற்றுவிட முடியும்.

இருப்பினும் மற்றவர்கள் தம் மீது நாட்டம் கொள்ளச்செய்யும் வேலையில் இறங்கும் தவறை மக்கள் செய்வது எனக்குத்தெரியும்.

கண்டிப்பாக அது வேலை செய்யாது. மக்களுக்கு உங்கள் மீது ஆர்வம் இல்லை. அவர்களுக்கு என் மீது ஆர்வமில்லை. அவர்கள் காலை பகல் மாலை என முழு நேரமும் தன் மீது மட்டுமே ஆர்வம் கொண்டுள்ளனர்.

நியூயார்க் தொலைப்பேசி கம்பெனி தொலைப்பேசி உரையாடல்களில் எந்தச் சொல் மிக அதிகமாகப் பயன்படுத்தப்பட்டுள்ளது என்பதை அறிய விரிவான ஆய்வு ஒன்றை நடத்தியது. நீங்கள் ஊகித்துவிட்டீர்கள்: தனிப்பட்ட முறையில் நம்மைகக்குறிக்கும் சொல் 'நான்.' 'நான்.' 'நான்.' 'நான்.' 500 தொலைப்பேசி உரையாடல்களில் 3,900 முறை 'நான்' என்ற சொல் பயன்படுத்தப்பட்டிருந்தது.

ஒரு குழுவாக நீங்கள் எடுத்துக்கொண்ட புகைப்படத்தைப் கண்டால் அதில் நீங்கள் யார் உருவத்தை முதலில் பார்ப்பீர்கள்?

மக்களை கவரவும் நம் மீது அவர்கள் ஆர்வம் காட்ட வேண்டும் என்று மட்டும் நாம் முயற்சித்தால், நம்மிடம் உண்மையான மற்றும் நேர்மையான நண்பர்கள் ஒருபோதும் இருக்கமாட்டார்கள். நண்பர்கள், உண்மையான நண்பர்கள் அம்முறையில் உருவாவதில்லை.

நெப்போலியன் அதனை முயற்சி செய்தார். ஜோச ஃபீனுடனான கடைசி சந்திப்பில் அவர்: 'ஜோச ஃபீன், இந்த உலகத்தில் எந்த மனிதனும் இதுவரைப் பெற்றிராத அதிர்ஷ்டத்தை நான் பெற்றுள்ளேன். எனினும், இந்த வேளையில், இந்த உலகத்தில் நான் நம்பக்கூடிய ஒரே ஒரு நபர் நீ மட்டும்தான்.' அவள் மீது நம்பிக்கை வைத்திருக்க முடியுமா அவரால் என்பதில் வரலாற்றாளர்களுக்கு சந்தேகம்தான்.

அல்ஃப்ரேட் அட்லெர் வியென்னாவை சேர்ந்த பிரபலமான உளவியலாளர், *வாட் லைஃப் ஷூட் மீன் டு யூ* என்ற தலைப்பில் புத்தகம் ஒன்றை எழுதினார். அதில் அவர்: 'தன் சக மனிதர்கள் மீது ஆர்வமில்லாத மனிதனே வாழ்க்கையில் பெரிய கஷ்டங்களை சந்தித்து

மற்றவர்களுக்கும் பெரிய காயங்களை கொடுப்பான். சில தனிப்பட்ட நபர்களால் மட்டுமே மனித தோல்விகள் ஊற்றெடுக்கின்றன' என்றார்.

உங்களுக்கும் எனக்கும் இதை விட முக்கியம் வாய்ந்த வாசகம் எதுவும் இல்லாத உளவியல் பற்றிய பருமனான மற்றும் விவேகம் நிறைந்த புத்தகங்களை நீங்கள் படிக்கலாம். அட்லெரின் வாசகம் அர்த்தம் மிகுந்ததாக உள்ளதால் அதனை மீண்டும் கோடிட்டு காட்டுகிறேன்:

> தன் சக மனிதர்கள் மீது ஆர்வமில்லாத மனிதனே வாழ்க்கையில் பெரிய கஷ்டங்களை சந்தித்து மற்றவர்களுக்கும் பெரிய காயங்களை கொடுப்பான். சில தனிப்பட்ட நபர்களால் மட்டுமே மனித தோல்விகள் ஊற்றெடுக்கின்றன.

நான் ஒருமுறை நியூ யார்க் பல்கலைக்கழகத்தில் குறுங்கதைகள் எழுதுவதற்கான ஒரு வகுப்பில் சேர்ந்து படித்தேன். அச்சமயம் முன்னணி மாத இதழ் ஒன்றின் ஆசிரியர் ஒரு உரையாற்ற எங்கள் வகுப்பிற்கு வந்தார். தனது மேஜையை கடக்கும் பற்பல கதைகளை எடுத்து அதிலிருந்து சில பத்திகளை மட்டுமே படித்துவிட்டு அதன் ஆசிரியருக்கு மக்களை பிடிக்குமா பிடிக்காதா என்று அவரால் கணிக்க முடியுமென்று கூறினார். 'எழுத்தாளருக்கு மக்கள் பிடிக்கவில்லையென்றால் மக்களுக்கும் அவரது கதைகளை பிடிக்காது' என்றார்.

கற்பனைகதைகள் எழுதுவது குறித்த உரையின்போது இருமுறை நிறுத்திய இந்த கடினமான ஆசிரியர் தமது பிரசங்கத்திற்கு மன்னிப்பு கேட்டார். 'உங்களுக்கு பிரசங்கம் செய்பவர் சொல்வதையே நானும் உங்களுக்கு சொல்கிறேன். ஆனால் நினைவில் கொள்ளுங்கள் கதைகள் எழுதுவதில் வெற்றிபெற விரும்பினால் நீங்கள் மக்கள் மீது ஆர்வம் கொண்டிருக்கவேண்டும்.'

கற்பனை கதைகள் எழுதுவதில் அது உண்மையென்றால் மக்களுடன் நேருக்கு நேர் சந்திப்பதிலும் அது உண்மையென்பதில் நீங்கள் உறுதியாக இருக்கலாம்.

ஹோவர்ட் தர்ஸ்டன் கடந்த முறை ப்ராடவே வில் தோன்றியபோது அவர்களின் ஒப்பனை அறையில் நான் ஒரு மாலை பொழுதை கழித்திருந்தேன்—தர்ஸ்டன் மந்திரவாதிகளில் தலைவர் என்று ஒப்புக்கொள்ளப்பட்டவர். நாற்பது வருடங்கள் உலகம் முழுவதும் பயணித்தவர். மீண்டும் மீண்டும் மாயாஜால வித்தைகள் நடத்தி பார்வையாளர்களை ஆச்சரியப்படுத்தி திடுக்கிடச்செய்தவர். 60 மில்லியன் மக்களுக்கு மேல் அதனை பார்க்க வந்து அதனால் அவர் 2 மில்லியன் டாலர்கள் லாபமடைந்திருந்தார்.

அவரது வெற்றியின் ரகசியம் பற்றி நான் மிஸ்டர் தர்ஸ்டனிடம் கேட்டேன். அவர் பள்ளிப்படிப்பிற்கும் அதற்கும் சம்மந்தம் இருக்கவில்லை. ஏனென்றால் சிறிய பையனாக இருந்தபோதே அவர் வீட்டை விட்டு ஓடிவிட்டிருந்தார். ஒரு நாடோடியாக அட்டைப்பெட்டிபோன்ற வண்டிகளை ஒட்டி வைக்கோல் மீது உறங்கி உணவிற்காக வீடுவீடாக அலைந்து பாக்ஸ் கார்ஸ் பற்றி ரெயில்வே தடங்களுக்கு அருகில் இருந்த அறிகுறிகளைப்பார்த்து கற்றுக்கொண்டிருந்தார்.

மந்திரம் பற்றி அவருக்கு மேன்மையான அறிவு இருந்ததா? இல்லை, ஏமாற்று வித்தைகள் பற்றி நூற்றுக்கணக்கில் புத்தகங்கள் எழுதப்பட்டுள்ளன மற்றும் அவரைப்போல் பலரும் அவற்றை படித்துள்ளனர் என்றும் அவர் என்னிடம் கூறினார். ஆனால் மற்றவர்களிடம் இல்லாத இரண்டு விஷயங்கள் அவரிடம் இருந்தன. முதலாவதாக தன் ஆளுமையை அந்த மேடையில் காலருகில் இருந்த விளக்குகளை தாண்டி காட்டும் திறன் அவரிடம் இருந்தது. அவர் தலையாய காட்சியாளர். அவர் மனித இயல்பை அறிந்திருந்தார். அவரது ஒவ்வொரு நடவடிக்கையும், ஒவ்வொரு உடல் அசைவும், குரலின் ஏற்ற இறக்கமும், புருவ உயர்வும் கவனமாக முன்பே ஒத்திகை பார்க்கப்பட்டிருந்தன. ஒவ்வொரு நொடிப்பொழுதும் அவரது செயல்பாடு எப்படியிருக்கவேண்டுமென ஒத்திகை செய்யப்பட்டிருந்தது. ஆனால் அதனுடன் தர்ஸ்டனிடம் மக்கள் மீதான உண்மையான ஆர்வம் இருந்தது. பல மந்திரவாதிகளும் பார்வையாளர்களைப்பார்த்து தங்களுக்குள், ‘அட இங்கு முட்டாள்கள் கூட்டம் நிரம்பியிருக்கிறது. நான் அவர்களை இன்று நன்கு ஏமாற்றிவிடுவேன்.’ என்று நினைத்துக்கொள்கிறார்கள் என்று அவர் என்னிடம் கூறினார். ஆனால் தர்ஸ்டனின் செயல்முறை முற்றிலும் வித்தியாசமாக இருந்தது. அவர் ஒவ்வொரு முறையும் மேடையில் ஏறும் முன்பு தனக்குத்தானே: ‘இவர்கள் என்னை காண வந்ததற்கு நான் நன்றி உணர்கிறேன். நல்ல ஒரு இணக்கமான முறையில் எனக்கு ஒரு வாழ்க்கை அமைத்துக்கொள்ளளும் வாய்ப்பை இவர்கள் எனக்கு கொடுக்கிறார்கள். என்னால் முடிந்தவரை இவர்களுக்காக சிறப்பாக செய்வேன்.’ என்று கூறினார்.

அந்த மேடை விளக்குகளுக்கு முன்னால் இதை சொல்லாமல் அவர் காலடியெடுத்து வைத்ததில்லை. இதனை மீண்டும் மீண்டும் தனக்குள் கூறிக்கொண்டார்: ‘என் பார்வையாளர்களை நான் மிகவும் நேசிக்கிறேன். என் பார்வையாளர்களை நான் மிகவும் நேசிக்கிறேன். ‘விசித்திரம்? அபத்தம்? எப்படிவேண்டுமோ நினைத்துக்கொள்ளும் உரிமை உங்களிடம் உள்ளது. உலகத்தில் என்றென்றும் சிறப்புடன் விளங்கிய ஒரு புகழ்பெற்ற மந்திரவாதியின் வார்த்தைகளை உங்கள் வரை கொண்டு சேர்க்கிறேன்.

நார்த் வாரன் பெனிசில்வேனியாவை சேர்ந்த ஜார்ஜ் டைக் என்பவர் முப்பது வருடங்கள் சேவை புரிந்த பிறகு தனது பணியிடத்திற்கு முன்பாக ஒரு புதிய நெடுஞ்சாலை கட்டப்பட்டபோது தன் சேவை மையத்திலிருந்து ஓய்வெடுக்க வற்புறுத்தப்பட்டார். ஓய்வு காலத்தின் வெறுமையான நாட்கள் சீக்கிரமே அவரைத் துரத்த நல்ல இசை வல்லுனர்களுடன் பிடில் வாசித்தும் பேசியும் தன் நேரத்தை கழிக்கத்துவங்கினார்.

தான் சந்தித்த ஒவ்வொரு இசைக்கலைஞர் மீதும் ஆர்வம் கொண்டு அவர்களது ஆர்வங்கள் பற்றியும் அவர்களது பின்னணிப்பற்றியும் கற்றுக்கொண்டார். ஒரு சிறந்த பிடல் வாசிப்பவர் இல்லையென்றாலும் இந்த முயற்சியில் பல நண்பர்களை பெற்றார். பல போட்டிகளில் பங்குகொண்டு கிராமப்புற இசை ஆர்வலர்கள் மத்தியில் அமெரிக்காவின் கின்ஸு வா பகுதியின் பிரபல அங்கிள் ஜார்ஜ் ஆனார். நாங்கள் அவரது இசையை கேட்டபோது அவரது வயது எழுபத்தியிரண்டு. அவர் தன் வாழ்க்கையின் ஒவ்வொரு நொடியையும் மகிழ்ந்து கொண்டிருந்தார். மற்றவர்கள் மீது தொடர்ந்து வைத்திருந்த ஆர்வத்தால், வழக்கமாக பயனுள்ள நாட்கள் கழிந்துவிட்டன என்று மற்றவர்கள் நினைக்கும் காலத்தில் தனக்கென்று ஒரு புதிய வாழ்க்கையை உருவாக்கிக்கொண்டதன் மூலம் அவரால் இதனை அடையமுடிந்த்து.

இதுவும் தியோடர் ரூஸ்வெல்ட் அவர்களின் திடுக்கிடச்செய்யும் பிரபலத்தின் ஒரு முக்கிய ரகசியம். அவரது பணியாட்கள் கூட அவரை நேசித்தனர். அவரது வாகன ஓட்டுநர் ஜேம்ஸ் இ ஆமோஸ் கூட *தியோடர் ரூஸ்வெல்ட்-தங்கள் வாலெட்களின் கதாநாயகன்* என்று தலைப்பிடப்பட்ட ஒரு புத்தகத்தை எழுதினார். அந்தப்புத்தகத்தில் ஆமோஸ் இந்த ஒளியூட்டும் சம்பவம் குறித்து எழுதியுள்ளார்:

> ஒரு முறை என் மனைவி ஜனாதிபதியிடம் பாப் வைட் என்னும் பறவையைப்பற்றி கேட்டாள். அவள் அதை கண்டதில்லை என்று அறிந்து அவர் அதைப்பற்றி விவரமாக விளக்கினார். சில காலம் கழித்து எங்கள் குடிலின் தொலைபேசி ஒலித்தது. (ஆய்ஸ்டர் பேவில் ரூஸ்வெல்ட் எஸ்டேட்டில் ஆமோஸ் மற்றும் அவரது மனைவி தங்கியிருந்தனர்). என் மனைவிதான் அந்த அழைப்பை ஏற்றாள். ஜனாதிபதியிடமிருந்துதான் அந்த அழைப்பு. அவர் அவளை அழைத்து அவர்களது ஜன்னலில் ஒரு பாப் வைட் அமர்ந்திருப்பதைபற்றிச் சொல்லி அவள் அதை பார்க்க விரும்பக்கூடும் என்று கூறியிருந்தார். இது போன்ற சிறு விஷயங்கள் அவரது குணாதியசங்களில் ஒன்று. அவர் எப்போது எங்கள் குடிலை கடந்து சென்றாலும் நாங்கள் அங்கு இல்லையென்றாலும் 'ஊ ஊ ஊ, அணி? அல்லது "ஊ ஊ ஊ,

ஜேம்ஸ்!' என்று குரல் கொடுப்பார். அவர் கடந்து செல்லும்போது நட்பான ஒரு வாழ்த்து அது.

அது போன்ற ஒரு மனிதரை பணியாளர்களால் எப்படி விரும்பாமல் இருக்கமுடியும்? எவருக்குமே அவரை பிடிக்காமல் எப்படியிருக்கமுடியும்?

ஜனாதிபதி டாப்ட் மற்றும் அவரது மனைவி வெள்ளை மாளிகையில் இல்லாதபோது அங்கு ஒரு நாள் வந்திருந்தார். பழைய வெள்ளை மாளிகை பணியாட்கள் அனைவரையும், பாத்திரம் கழுவுபவர்களை கூட அவர் அவர்களது பெயர் கொண்டே அழைக்கும் அளவிற்கு பணிவானவர்.

ஆனால் அவர் சமையலறை பணியாள் ஆலிஸ்ஸை பார்த்தபோது, அவள் இன்னமும் சோளம் கொண்டு பிரட் செய்கிறாளா என்று கேட்டார்' என்று ஆர்ச்சி பட் எழுதுகிறார்.

சில சமயங்களில் பணியாட்களுக்காக அதனை செய்வதாகவும் மேலே மாளிகையில் எவரும் அதனை சாப்பிடுவதில்லை என்றும் கூறினார்.

"அவர்களது சுவை மோசம் என்பதை காட்டுகிறார்கள்," என்று முழங்கினார். " ஜனாதிபதியை காணும்போது நான் அதைச்சொல்வேன்." என்றார்.

'ஆலிஸ் ஒரு துண்டு சோள ரொட்டியை ஒரு தட்டில் வைத்து எடுத்துவந்தாள். அதனை அவர் அலுவலகத்திற்கு எடுத்துச்சென்றார். போகும் வழியில் அவர் கடந்து சென்ற தோட்டக்காரர்கள் மற்றும் தொழிலாளர்களை வாழ்த்தியபடி சென்றார்....

'முன்பு அவர்களை அழைத்தது போலவே ஒவ்வொருவரையும் அழைத்தார். நாற்பது வருடங்கள் வெள்ளை மாளிகையில் வரவேற்பு பணியில் இருந்த இக் ஹோவேர் கண்களில் நீர் மல்க: 'கிட்டத்தட்ட இரண்டு வருடங்களில் எங்களுக்கு இருந்த மகிழ்ச்சியான நாள் அதுதான். அதற்கு பதிலாக நூறு டாலர்கள் கொடுத்தாலும் நாங்கள் யாரும் ஏற்றுக்கொள்ளமாட்டோம்" என்றார்.

முக்கியமற்றவர்கள் என்று தோன்றுபவர்களின் மேல் எட்வர்ட் எம் சைக்ஸ் என்னும் விற்பனை பிரதிநிதி கொண்டிருந்த அக்கறைதான் நியூ ஜெர்சி சதம் நிறுவனத்தின் ஜூனியரான அவருக்கு ஒரு வாடிக்கையாளரின் கணக்கை தக்கவைத்துக்கொள்ள உதவியது. 'பல வருடங்கள் முன்பு,' அவர் கூறினார், 'மாச்சுசூசெட்டஸ் பகுதியின் ஜான்சன் அண்ட் ஜான்சன் வாடிக்கையாளர்களை சந்திக்க சென்றிருந்தேன். அதில் ஒன்று ஹிங்கம் என்னும் இடத்தின் மருத்துவக்கடை. ஒவ்வொரு முறை அங்கு சென்றபோதும் அந்த கடையின் முதலாளியை சந்திக்கும் முன் அங்கிருந்த குமாஸ்தாக்களை கண்டிப்பாக சந்தித்து ஓரிரு நிமிடங்கள் அவர்களுடன் பேசுவேன். ஒரு

நாள் நான் கடை முதலாளியிடம் சென்றபோது அவர் இனி ஜெ அண்ட் ஜெ விடம் பொருட்கள் வாங்க விரும்பவில்லையென்று கூறி அங்கிருந்து என்னை செல்லும்படி கூறினார். அந்த சிறிய மருந்துக்கடைக்கு மோசமாக விளங்கக்கூடிய உணவு மற்றும் சலுகை பொருட்களில் அவர்கள் கவனம் செலுத்தவிருந்தனர். நான் என் வாலை ஒடுக்கிக்கொண்டு பல மணி நேரங்கள் அந்த நகரத்தை சுற்றிவந்தேன். இறுதியில் எங்களது நிலைமையை கடை முதலாளியிடம் மீண்டும் ஒரு முறை விளக்கமாக எடுத்துரைக்க அங்கு செல்ல முடிவு செய்தேன்.

'நான் அங்கு திரும்பியபோது வழக்கம் போல உள்ளே நடந்து குமாஸ்தாக்களுக்கு வணக்கம் சொன்னேன். முதலாளியிடம் சென்றபோது அவர் புன்னகையுடன் என்னை வாழ்த்தி வரவேற்றார். பிறகு வழக்கத்தை விட இருமடங்கு ஆர்டர் கொடுத்தார். சில மணி நேரங்கள் முன்பு நான் அங்கு சென்றதற்கும் அப்போதிற்கும் இடையில் என்ன நடந்தது என்று நான் அவரைக் கேட்டேன். குளிர் பானங்கள் விற்கும் அந்த இளைஞன், அந்தக்கடைக்கு வரும் மனிதர்களில் தன்னையும் மற்றவர்களையும் வாழ்த்தி வணக்கம் சொல்லும் மிகக்குறைவான மனிதர்களில் நானும் ஒருவன் என்று கூறியிருந்தான். எந்த ஒரு விற்பனையாளனும் அந்த ஆர்டர் பெற தகுதி உடையவன் என்றால் அது நான்தான் என்று முதலாளியிடம் கூறியிருந்தான். முதலாளி ஒப்புக்கொண்டு எனக்கு விசுவாசமான வாடிக்கையாளராக இருந்தார். மற்றவர்கள் மீது உண்மையான அக்கறை கொண்டிருப்பது ஒரு விற்பனையாளரின்—ஏன் எந்த ஒரு மனிதருக்கும் முக்கியமான பண்பு என்பதை நான் மறக்கவில்லை.'

அனைவராலும் மிகவும் விரும்பப்பட்ட ஒருவரது கவனம், நேரம் மற்றும் ஒத்துழைப்பை பெறுவது அவர்கள் மீது உண்மையான அக்கறை கொண்டிருப்பதால்தான் சாத்தியமாகும் என்பதை என் தனிப்பட்ட அனுபவத்திலிருந்து கண்டுபிடித்துள்ளேன். உங்களுக்கு எடுத்துக்காட்டுகிறேன்.

பல வருடங்களுக்கு முன் நான் புரூக்ளின் இன்ஸ்டிட்யூட் ஆப் ஆர்ட்ஸ் அண்ட் சைன்ஸ்ஸில் கற்பனை கதைகள் எழுதுவது எப்படி என்பது பற்றிய ஒரு வகுப்பை நடத்தினேன். காத்லீன் நோரிஸ், ஐடா டர்ப்பில், ஆல்பர்ட் பேசன் தேர்ஹ்யூன் மற்றும் ராபர்ட் ஹூக்ஹ்ஸ் போன்ற தனித்துவம் வாய்ந்த பரபரப்பான எழுத்தாளர்கள் புரூக்ளின் வந்து தங்கள் அனுபவங்களை பகிர்ந்துகொள்ள வேண்டும் என்று நாங்கள் விரும்பினோம். அதனால் நாங்கள் அவர்களது பணியை மிகவும் ரசிப்பதாகவும் அவர்களது ஆலோசனைகள் மற்றும் அவர்களது வெற்றியின் ரகசியத்தைப்பற்றி அறிய மிகவும் ஆர்வமாக இருப்பதாகவும் கூறி அவர்களுக்கு கடிதமொன்று எழுதினோம்.

அந்த ஒவ்வொரு கடிதமும் கிட்டத்தட்ட 150 மாணவர்களால் கையெழுத்திடப்பட்டது. இந்த எழுத்தாளர்கள் ஒரு உரைக்கு தயார்

செய்ய நேரமில்லாமல் பரபரப்பாக இருப்பதை நாங்கள் உணர்ந்தோம். அதனால் தங்களைப்பற்றியும் தங்கள் வழிமுறைகளைப்பற்றியும் விளக்கும் கேள்விகளை தொகுத்து அந்த கடிதத்துடன் இணைத்து அனுப்பினோம். அவர்களுக்கு அது பிடித்திருந்தது. யாருக்குத்தான் அது பிடிக்காது? அதனால் எங்களுக்கு உதவ அவர்கள் தங்கள் வீடுகளை விட்டு புரூக்ளின் வரை பயணம் செய்தார்கள்.

இதே முறையை பயன்படுத்தி தியோடர் ரூஸ்வெல்ட் அவர்களின் சபையில் நிதி நிர்வாக பொறுப்பில் இருந்த செயலாளர் லெஸ்லி எம் ஷா அவர்களையும் வற்புறுத்தினோம்; ஜார்ஜ் டபிள்யூ விக்கெர்ஷம் டாப்ட் அவர்களின் சபையின் அட்டர்னி ஜெனரல்; வில்லியம் ஜென்னிங்ஸ் பிரையன்; பிராங்கிளின் டி ரூஸ்வெல்ட் மற்றும் பல பிரபல மனிதர்களை எங்களது பொதுப்பேச்சு மாணவர்களுக்கு உரையாற்ற வரச்செய்தோம்.

நாம் அனைவரும், ஆலய பணியாளராக இருந்தாலும், அலுவலகத்தில் குமாஸ்தாவாக இருந்தாலும், ஏன் மன்னராக அரியணையில் அமர்ந்திருப்பவராக இருந்தாலும்—நம் அனைவர்க்கும் நம்மை விரும்பி மெச்சுகிறவர்களை பிடிக்கும். உதாரணத்திற்கு ஜெர்மன் கைஸரை எடுத்துக்கொள்வோம். முதலாம் உலகப்போரின் முடிவில் இந்த உலகத்திலேயே மிகவும் வெறுக்கப்பட்ட மனிதர் அவராகத்தான் இருந்திருப்பார். தன் தலை துண்டிக்கப்படுவதை தவிர்க்க ஹாலந்திற்கு ஓடி தப்பித்தபோது அவரது நாட்டு மக்களே அவருக்கு எதிராக ஆனார்கள். அவர் மீது எந்த அளவிற்கு வெறுப்பு இருந்ததென்றால் லட்சக்கணக்கான மக்கள் அவரது கை கால்களை கிழித்தெடுத்து எரித்துவிட விரும்பினார்கள். காட்டுத்தீயாக பரவியிருந்த இந்த வெறுப்பிற்கு இடையில் ஒரு சிறுவன் கைஸருக்கு ஒரு எளிமையான உண்மையான கடிதம் எழுதினான். அதில் கருணை மற்றும் ரசனை பொங்கிவழிந்தது. மற்றவர்கள் என்ன நினைத்தாலும் வில்ஹெமை தன் பேரரசராக விரும்புவான் என்று அந்த சிறுவன் எழுதியிருந்தான். இந்தக் கடிதத்தினால் ஆழமாக நெகிழ்ந்து போன கைஸர் தன்னை வந்து சந்திக்குமாறு அச்சிறுவனுக்கு அழைப்பு விடுத்தார். அந்த சிறுவன் வந்தான். அவனோடு அவன் அம்மாவும் வந்தாள். கைஸர் அவளை திருமணம் செய்துகொண்டார். நண்பர்களை வெற்றிகொள்வது எப்படி மற்றவர்கள் மீது நல்ல தாக்கத்தை உண்டாக்குவது எப்படியென்ற புத்தகம் படிக்கவேண்டியிருக்கவில்லை அச்சிறுவனுக்கு. அதனை அவன் உள்ளார்ந்த முறையில் உணர்ந்தான்.

நாம் நண்பர்கள் செய்து கொள்ள விரும்பினால் மற்றவர்களுக்காக நன்மைகள் செய்யும் நிலையில் நம்மை நிறுத்திக்கொள்வோம்—நேரம், சக்தி, சுயநலமற்று விளங்குவது சிந்தனைத்திறன் ஆகியவற்றுடன் இருப்போம். வேல்ஸ் இளவரசராக விண்டசரின் ட்யூக் இருந்தபோது

அவர் கிழக்கு அமெரிக்காவிற்கு பயணம் செய்வதாக இருந்தது. அந்த நாட்டின் மொழியில் அவரால் உரையாற்ற முடியும் என்பதால் அந்த சுற்றுப்பயணத்தின் முன்பு அவர் ஸ்பானிஷ் மொழியை படிக்க பல மாதங்கள் செலவிட்டார்; அதை செய்ததற்காக கிழக்கு அமெரிக்க மக்கள் அவரை மிகவும் நேசித்தார்கள்.

பல வருடங்கள் நான் என் நண்பர்களின் பிறந்த நாட்களை அறிந்துகொள்ள மிகவும் முயற்சிகள் எடுத்துக்கொண்டேன். எப்படி? ஜோதிடத்தில் மந்தமான நம்பிக்கை கூட இல்லாவிட்டாலும் மற்றவர்களை அவர்களது பிறந்த தேதிக்கும் மனநிலை மற்றும் குணாதிசயங்களுக்கும் இடையில் சம்மந்தம் இருப்பதாக காண்கிறார்களா என்று கேட்கத் துவங்கினேன். பிறகு அவர்களை தங்கள் பிறந்த தேதி மற்றும் மாதம் என்னவென்று கூறும்படி சொன்னேன். உதாரணத்திற்கு அவர்கள் 24 நவம்பர் என்று கூறினால் எனக்கு நானே அதனை பலமுறை கூறிக்கொண்டேன், '24 நவம்பர், 24 நவம்பர்.' என் நண்பரின் முதுகு திரும்பியவுடன் அந்த பெயரையும் பிறந்தநாளையும் குறித்துக்கொண்டு பின்னர் பிறந்தநாள் புத்தகத்தில் அதனை மாற்றிக்கொண்டேன். ஒவ்வொரு வருடமும் துவங்கியவுடன் இந்த நாட்களை என் நாள்காட்டியில் குறித்துக்கொண்டேன். இப்படி செய்ததனால் அவை தானாக என் கவனத்திற்கு வந்தன. அந்த குறிப்பிட்ட நாள் வந்தவுடன் என் கடிதம் அல்லது தந்தி அவர்களை சென்றடையும். அது எவ்வளவு பெரிய விஷயமாக கருதப்பட்டது! அந்த நாட்களை நினைவில் கொண்ட ஒரே மனிதனாக நான் அடிக்கடி விளங்கினேன்.

நாம் நண்பர்கள் செய்துகொள்ளவிரும்பினால், மக்களை ஆர்வத்துடனும் உயிரூட்டத்துடனும் வாழ்த்துவோம். எவரேனும் உங்களை தொலைபேசியில் அழைத்தாலும் இதே உளவியல் முறையை பயன்படுத்துங்கள். மறுமுனையில் இருப்பவருடன் பேச நீங்கள் எவ்வளவு மகிழ்கிறீர்கள் என்பதை நீங்கள் ஹலோ என்று சொல்லும்போது உங்கள் குரல் உணர்த்தட்டும். ஆர்வம் மற்றும் உற்சாகத்தை அளிக்கும் குரலில் பேச பல நிறுவனங்கள் தங்கள் தொலைபேசி ஆபரேட்டர்களுக்கு பயிற்சி அளிக்கின்றன. அழைப்பவருக்கு அந்த நிறுவனம் தன் மீது அக்கறை கொண்டுள்ளது என்று உணரத்தோன்றும். நாளை நாம் தொலைப்பேசி அழைப்பை ஏற்கும்போது அதனை நினைவில் கொள்வோம்.

மற்றவர்கள் மீது உண்மையான ஆர்வத்தைக்காட்டுவது நமக்கு நண்பர்களை பெற்றுத்தருவதுடன் உங்கள் வாடிக்கையாளர்களின் விசுவாசத்தையும் அது வளர்க்கலாம்.

நியூயார்க் நகரின் பெரிய வங்கி ஒன்றை சேர்ந்த சார்லஸ் ஆர் வால்டர்ஸ் அவர்களுக்கு ஒரு குறிப்பிட்ட நிறுவனம் பற்றிய ரகசிய அறிக்கை ஒன்றை தயார் செய்யும் பொறுப்பு வழங்கப்பட்டது.

தனக்கு அவசரமாகத் தேவைப்பட்ட விஷயங்களை கொண்டிருந்த ஒரே ஒரு மனிதனைதான் அவர் அறிந்திருந்தார். ஜனாதிபதியின் அலுவலகத்திற்குள் மிஸ்டர் வால்டர்ஸ் வழிநடத்தி செல்லப்பட்டுக்கொண்டிருந்தபோது ஒரு இளம் பெண் கதவிடுக்கில் தன் தலையை நுழைத்து அன்று அவருக்காக எந்த ஸ்டாம்பும் இல்லை என்று கூறினாள்.

'நான் எனது பன்னிரெண்டு வயது மகனுக்காக ஸ்டாம்புகள் சேகரித்து கொண்டிருக்கிறேன்,' ஜனாதிபதி வால்டருக்கு விளக்கமளித்தார்.

மிஸ்டர் வால்டர்ஸ் தன் வருகையின் நோக்கத்தை கூறி கேள்விகள் கேட்கத் துவங்கினார். ஜனாதிபதி பொதுவான தெளிவற்ற அசுத்தமற்ற பதில்கள் கொடுத்தார். அவர் பேச விரும்பவில்லை. மிகத்தெளிவாக எதுவும் அவரை பேசும்படி வற்புறுத்தவும் இல்லை. நேர்காணல் சுருக்கமாகவும் விஷயங்கள் எதுவும் தெரிவிக்காத விதத்திலும் இருந்தது.

'வெளிப்படையாக சொல்லவேண்டுமென்றால், என்ன செய்வதென்று எனக்குத்தெரியவில்லை,' இந்த கதையை வகுப்பில் பகிர்ந்துகொள்ளும்போது மிஸ்டர் வால்டர்ஸ் இப்படிச்சொன்னார்.

'பிறகு அவரது செயலாளர் அவரிடம் கூறியது எனக்கு நினைவிற்கு வந்தது—ஸ்டாம்புகள், அவரது பன்னிரெண்டு வயது மகன்... எங்களது வங்கியின் வெளிநாட்டுத்துறை ஸ்டாம்புகள் சேகரிப்பது எனக்கு நினைவிற்கு வந்தது—உலகின் ஒவ்வொரு கண்டத்திலிருந்தும் வந்த, ஏழு கடல்கள் கடந்து வந்த கடிதங்களிலிருந்து எடுக்கப்பட்ட ஸ்டாம்புகள்.

'அடுத்த நாள் அந்த மனிதரை காணச்சென்றேன். அவரது மகனுக்காக ஸ்டாம்புகள் கொண்டுவந்திருப்பதாக கூறினேன். நான் உற்சாகமாக வரவேற்கப்பட்டேனா? ஆமாம் ஐயா. காங்கிரஸ் வேட்பாளராக போட்டியிட்டாலும் அதை விட அதிக உற்சாகத்துடன் அவரால் என் கையை குலுக்கியிருக்க முடியாது. அவர் முகத்தில் புன்னகையும் நல்லிணக்கமும் பொங்கியது. "இது என் ஜார்ஜிற்கு மிகவும் பிடித்தமானதாக இருக்கும்," ஸ்டாம்புகளை வாஞ்சையுடன் தடவியபடி கூறினார். "இதனைப்பாருங்கள். இது ஒரு பொக்கிஷம்."

ஸ்டாம்புகள் குறித்து பேசியபடியும் அவரது மகனின் புகைப்படத்தை பார்த்தபடியும் அடுத்த அரை மணிநேரத்தை கழித்தோம். பிறகு அவர் எனக்கு தேவையான தகவல் குறித்து ஒரு மணி நேரம் பேசினார்—நான் அதுபற்றி வேண்டாமலே. அவருக்கு தெரிந்தது அனைத்தையும்பற்றி கூறினார். பிறகு தன் கீழ் வேலை பார்ப்போரை அழைத்தும் கேள்விகள் கேட்டார். தனது உதவியாளர்கள் சிலரை தொலைபேசிமூலம் தொடர்பு கொண்டு பேசினார். எனக்குத்தேவையான எண்கள், உண்மைகள்,

அறிக்கைகள் மற்றும் கடித போக்குவரத்து அனைத்தையும் கொடுத்தார். செய்திதாள்களுக்காக பணிபுரியும் நிருபர்கள் கூறும் பாஷையில், என்னிடம் ஒரு ஸ்கூப் இருந்தது.'

மற்றுமொரு எடுத்துக்காட்டு இங்கே:

பிலடெல்:.பியாவை சேர்ந்த சி எம் நாப்பிலே ஜூனியர் பல சங்கிலித்தொடர் நிறுவனங்களுக்கு எரிபொருள் விற்க முயற்சி செய்தார். ஆனால் அந்த சங்கிலித்தொடர் நிறுவனம் தன் எரிபொருளை வெளியூர் வியாபாரியிடமிருந்து வாங்குவதை தொடர்ந்தது. அதோடு அதனை நாப்பிலேவின் அலுவலகத்தின் வாசல் கதவை தாண்டியே கொண்டுசெல்லும். ஒரு நாள் இரவு நாப்பிலே என் வகுப்பின் முன் ஒரு உரையாற்றினார். பல இடங்களில் இருந்த சில்லறை வியாபார நிறுவனங்கள் மீது தனக்கிருந்த கோபத்தை கொட்டித்தீர்த்து அவை இந்த தேசத்தின் சாபம் என்றார்.

இருந்தும் தன்னால் விற்க முடியாதது ஏன் என்று வியந்தார். அவர் வேறு ஏதேனும் தந்திரங்களை முயற்சி செய்யவேண்டுமென்று நான் ஆலோசனை கூறினேன். சுருக்கமாக சொல்லவேண்டுமென்றால் நடந்தது இதுதான். வகுப்பில் இந்த சில்லறை வியாபார கடைகளால் நன்மையா அல்லது நாட்டிற்கு தீங்கு ஏற்படுகிறதா என்று ஒரு பட்டிமன்றம் வைத்தோம்.

நாப்பிலே என் ஆலோசனையை ஏற்று எதிர்மறையான பக்கத்திற்கு சென்றார்; சில்லறை வியாபார கடைகளை பாதுகாக்க முடிவு செய்துதான் மிகவும் வெறுத்த ஒரு கடையின் பணியாளரிடம் சென்று: 'இங்கு நான் எரிபொருள் விற்க வரவில்லை. நீங்கள் எனக்கு ஒரு உதவி செய்யவேண்டுமென்று கேட்டுக்கொள்ள வந்துள்ளேன்.' பிறகு தன் விவாதம் பற்றி கூறி, 'எனக்குத்தேவையான உண்மைகளை தரக்கூடிய சரியான மனிதர் நீங்கள்தான் என்பதால் உங்கள் உதவியை நாடி வந்துள்ளேன். இந்த விவாதத்தில் வெல்வது எப்படியென்று நான் பதட்டமாக இருக்கிறேன். நீங்கள் என்ன உதவி செய்தாலும் அதனை நான் ஆழமாக பாராட்டுவேன்.'

நாப்பிலே அவர்களின் சொந்த வார்த்தைகளில் மீதிக்கதை இங்கே:

இந்த மனிதரிடம் சரியாக ஒரே நிமிடம் மட்டுமே கேட்டிருந்தேன். அந்த புரிதலுடன்தான் அவர் என்னைப்பார்க்க சம்மதித்திருந்தார். நான் என் வழக்கை முன் வைத்தவுடன் சைகை செய்து என்னை ஒரு நாற்காலியில் அமரச்சொல்லி சரியாக ஒரு மணி நேரம் நாற்பத்தியேழு நிமிடங்கள் பேசினார். இந்த முறை கடைகளைப்பற்றி ஒரு புத்தகம் எழுதியிருந்த வேறொரு பணியாளரை அழைத்தார். நேஷனல் செயின் ஸ்டோர் அஸோஸியேஷனுக்கு எழுதி எனக்காக அந்த தலைப்பைப்பற்றிய

ஒரு பிரதியை வரவழைத்துக்கொடுத்தார். செயின் ஸ்டோர்கள் மனித குலத்திற்கு பெரிய சேவை புரிவதாக அவர் நினைக்கிறார். பல நூறு சமூகங்களுக்கு அவர் செய்யும் தொண்டு குறித்து பெருமைப்பட்டார். அதைப் பற்றிப்பேசும்போது அவரது கண்கள் பெருமையில் பூரித்தன. நான் அதுவரை கனவிலும் நினைக்காத பல விஷயங்கள் என் கண்களை திறந்தன என்று நான் ஒப்புக்கொள்ளவேண்டும். எனது முழு மனப்பாங்கையும் அவர் மாற்றிவிட்டார்.

நான் கிளம்பும்போது வாசல் வரை வந்து என் தோளின் மேல் தன் கையைப்போட்டு என் விவாதத்திற்கு வாழ்த்துக்கள் கூறி மீண்டும் வந்து நான் எப்படி விவாதித்தேன் என்பது பற்றி தெரிவிக்குமாறு கூறினார். அவர் என்னிடம் கூறிய கடைசி வார்த்தைகள்: 'என்னை மீண்டும் வசந்த காலத்தில் வந்து சந்தியுங்கள். எரிபொருளுக்கான ஒரு ஆர்டர் உங்களுக்கு வழங்க விரும்புகிறேன்.'

என்னை பொறுத்தமட்டில் அது ஒரு அதிசயம். நான் ஆலோசனை கூறாமலே அவர் என்னிடமிருந்து எரிபொருள் வாங்கப்போவதாக கூறுகிறார். அவர் மீதும் அவரது பிரச்சனைகள் மீதும் உண்மையான ஆர்வம் கொண்டதால் அவர் என் மீதும் என் பொருட்கள் மீதும் ஆர்வம் காட்ட எடுத்திருக்கக்கூடிய பத்து வருடங்களை விட வேகமாக நான் இரண்டு மணி நேரங்களில் அதிகம் சாதித்துவிட்டேன்.

நீங்கள் ஒன்றும் புதிய உண்மையை கண்டுபிடித்துவிடவில்லை மிஸ்டர் நாப்பிலே. வெகு காலம் முன்பு, கிறிஸ்து பிறக்கும் நூறு வருடங்களுக்கு முன்பு, புகழ்ப்பெற்ற பழமையான ரோமானிய கவிஞர் பப்பிலிலியஸ் சைரஸ் இவ்வாறு கூறினார்: 'மற்றவர்கள் நம் மீது ஆர்வம் கொள்ளும்போதுதான் நாம் அவர்கள் மீது ஆர்வம் கொள்கிறோம்.' ஆர்வம் காட்டுவது மற்ற கொள்கைகள் அனைத்தையும் போல் மனித உறவுகளிலும் உண்மையாக இருக்கவேண்டும். ஆர்வம் காட்டுபவர்களுக்கு மட்டுமில்லாமல் கவனம் பெறுபவருக்கும் அது லாபகரமாக இருக்கவேண்டும். அது இரு வழிப்பாதை—இருவருக்கும் அதில் நன்மைகள் இருக்கவேண்டும்.

எங்கள் வகுப்புகளுக்கு வந்த நியூயார்க் லாங் ஐலண்ட் பகுதியை சேர்ந்த மார்ட்டின் ஜின்ஸ்பெர்க் ஒரு செவிலியர் தன் மீது சிறப்பான ஆர்வம் காட்டியது தன் வாழ்க்கையில் எப்படிப்பட்ட மகத்தான தாக்கத்தை ஏற்படுத்தியது என்பதைப்பற்றி கூறினார்:

'அன்று நன்றி கூறுதலுக்கான நாள். அப்போது எனக்கு பத்து வயது. நகர மருத்துவமனை ஒன்றில் அடுத்த நாள் எனக்கு ஒரு பெரிய அறுவை சிகிச்சை நடப்பதாக இருந்தது. பல மாதங்கள் ஓரிடத்திலேயே

வலியில் கழிக்கவேண்டியிருக்கும் என்பதை நான் அறிந்திருந்தேன். என் அப்பா இறந்துவிட்டார்; அரசு நலத்திட்டத்தின் மூலம் என் அம்மாவும் நானும் ஒரு சிறிய அடுக்குமாடி குடியிருப்பில் வாழ்ந்து வந்தோம். அன்று என் அம்மாவால் என்னை சந்திக்க வரமுடியவில்லை.

'அந்த நாளின் நேரம் கழிய கழிய தனிமை பயம் மற்றும் நம்பிக்கையின்மை என்னை ஆட்கொண்டது. என்னுடன் யாரும் இல்லையே என்ற காரணத்தால் என் அம்மா வீட்டில் வருத்தத்தில் கவலையுடன் இருப்பாள் என்று நான் அறிந்திருந்தேன். உடன் உணவு உண்ண யாரும் இல்லாமல், தேங்க்ஸ் கிவிங் நாளில் நல்ல உணவு சாப்பிட போதுமான பணமும் இல்லாமல் அவள் வருத்தத்தில் இருந்தாள் என்று எனக்குத்தெரியும்.

'என் கண்கள் கண்ணீரால் குளமாகின. தலையை தலையணையின் கீழ் மறைத்து போர்வையை தலை வரை இழுத்துப்போர்த்திக்கொண்டேன். மௌனமாகத்தான் என்றாலும் நான் மோசமாக அழ என் உடலே அந்த வலியில் ஆடியது.

'மாணவியாக இருந்த ஒரு இளம் செவிலியர் என் அழுகையை கேட்டு என்னிடம் வந்தாள். என் முகத்திலிருந்து போர்வையை நீக்கி என் கண்ணீரைத் துடைக்கத் துவங்கினாள். அந்த நாள் முழுவதும் வேலை செய்து கொண்டு தன் குடும்பத்துடன் நேரம் செலவிட முடியாமல்தான் எவ்வளவு தனிமையில் இருப்பதாக உணர்ந்தாள் என்று என்னிடம் கூறினாள். அவளுடன் உணவு உண்பேனா என்று கேட்டாள். இரண்டு தட்டுகளில் உணவு கொண்டுவந்தாள்: துண்டுகளாக வெட்டப்பட்ட வான்கோழி, மசித்த உருளை கிழங்கு, கிரான்பெர்ரி சாஸ் மற்றும் இனிப்பிற்கு ஐஸ் கிரீம் கொண்டு வந்தாள். என்னுடன் பேசி என் பயத்தை நீக்கி என்னை அமைதியாக்க முயன்றாள். நான்கு மணிக்கே வேலை நேரம் முடிந்து வீடு திரும்ப முடிந்தபோதும் இரவு பதினோரு மணிவரை தன் நேரத்தை என்னுடன் செலவிட்டாள். என்னுடன் விளையாடினாள். என்னுடன் பேசி கடைசியாக நான் உறங்கும் வரை என்னுடன் இருந்தாள்.

'அந்த பத்து வயதிற்குப்பிறகு பல தேங்க்ஸ் கிவிங் நாட்கள் வந்து போய்விட்டது. ஆனால் ஒரு அந்நியரிடமிருந்து கிடைத்த ஆதரவு என் விரக்தி, பயம் மற்றும் தனிமையை தாங்கிக்கொள்ளக்கூடியதாக மாற்றிய அந்த குறிப்பிட்ட நாளைப்பற்றி நினைவு கூறாமல் கடந்ததில்லை.'

மற்றவர்கள் உங்களை விரும்பவேண்டுமென்று நீங்கள் நினைத்தால், நிஜமான நட்பு வளர வேண்டுமென்று நீங்கள் விரும்பினால், உங்களுக்கு நீங்கள் உதவி செய்துகொள்ளும் அதே நேரத்தில் மற்றவர்களுக்கும் நீங்கள் உதவ இந்த கொள்கையை மனதில் வைத்துக்கொள்ளுங்கள்:

விதி 13
மற்ற மனிதர்கள் மீது உண்மையான ஆர்வம் காட்டுங்கள்.

நீங்கள் ஊக்கம் பெற வில்லையென்றால் உலகத்தின் அனைத்து முயற்சியும் பெரிய பலனை அளிக்காது.

—சக் பலநூயிக்

விவாதம் செய்பவர்களை கண்டு அஞ்சாதீர்கள். அதனை தவிர்ப்பவர்களை கண்டே அஞ்சுங்கள்.

—டேல் கார்னெகி

14

முதல் தாக்கம் சிறப்பானதாக இருக்கட்டும்

நியூயார்க்கில் நடந்த ஒரு இரவு நேர உணவு வரவேற்ப்பில் பரம்பரை சொத்தாக பணம் பெற்றிருந்த ஒரு பெண் விருந்தினர், அனைவர் மீதும் நல்ல தாக்கத்தை ஏற்படுத்த ஆர்வமாக இருந்தாள். நல்ல உயர்தரமான விலங்கு ரோமங்களால் ஆன உடை, வைரம் மற்றும் முத்துக்கள் மீது தன் பணத்தை வாரி இறைத்திருந்தார். ஆனால் தன் முகத்தைப்பற்றி ஒன்றுமே செய்யவில்லை. அதில் சுயநலமும் மனக்கசப்பும் மட்டுமே வெளிப்பட்டது. அனைவர்க்கும் என்ன தெரிந்திருந்தது என்று அவள் உணரவில்லை: முகத்தில் ஒருவர் அணியும் பாவம் உடலில் அவர் அணியும் உடையை விட முக்கியமானது.

தனது புன்னகை பல மில்லியன் டாலர்கள் தகுதியானது என்று சார்லஸ் ஸ்சவாப் என்னிடம் ஒருமுறை கூறியிருந்தார். அவர் உண்மையை குறைத்து இடைபோட்டது போல் இருந்தது. ஏனென்றால் அவரது ஆளுமை அவரது வசீகரம் மக்கள் அவரை விரும்பச்செய்யும் திறன் எல்லாமே முழுமையாக அவரது அசாதாரண வெற்றிக்கு காரணம்; அவரது ஆளுமையில் இனிமையான காரணம் அவரது வசீகரம் செய்யும் புன்னகை.

செயல்கள் வார்த்தைகளை விட அதிகமாக பேசும். ஒரு புன்னகையோ, ‘எனக்கு உங்களை பிடித்திருக்கிறது. நீங்கள் என்னை சந்தோஷமாக ஆக்குகிறீர்கள் உங்களை சந்திப்பதில் மகிழ்ச்சி அடைகிறேன்,’ என்று சொல்கிறது.

அதனால்தான் நாய்கள் இவ்வளவு சிறந்த விலங்குகளாக திகழ்கின்றன. நம்மை சந்திக்கும் ஆர்வத்தில் அவற்றின் ஆன்மா வெளியே குதித்துவிடும்போல் நடந்து கொள்கின்றன. அதனால் இயற்கையாகவே நாம் அவைகளை கண்டு மகிழ்கிறோம்.

எப்போதேனும் ஒரு மருத்துவரின் அறைக்கு வெளியே தொய்ந்த முகத்துடன் பொறுமையற்று காத்திருக்கும் முகங்களை பார்த்திருக்கிறீர்களா? ரேடவுன் மிஸ்ஸோரியை சேர்ந்த கால்நடை மருத்துவர் டாக்டர் ஸ்டீபன் கே ஸ்பிரேயுள், வசந்த காலத்தில் தன் காத்திருப்பு அறையில் தங்கள் செல்லப்பிராணிகளுடன் அவற்றின் தடுப்பு ஊசிக்காக காத்திருக்கும் மனிதர்களின் முகங்களைப்பற்றி கூறினார். யாரும் வேறு எவருடனும் பேசவில்லை அங்கு வீணாக தங்கள் நேரத்தை கழிப்பதை விட தங்கள் அலுவலகங்களில் செய்துமுடிக்கப்படக்கூடிய பற்பல வேலைகளைப்பற்றியே சிந்தித்துக்கொண்டிருந்தனர். அவர் எங்களது ஒரு வகுப்பில் கூறியது:

ஒரு நாள் ஒரு இளம் பெண் தன் ஒன்பது மாத குழந்தை மற்றும் தன் செல்ல பூனைக்குட்டியுடன் அந்த அறைக்குள் நுழைந்தபோது அங்கு ஏற்கனவே ஆறு ஏழு பேர் காத்திருந்தார்கள். துரதிர்ஷ்டவசமாக, சேவைக்காக வெகு நேரம் காத்திருக்க வேண்டியிருப்பதனால் கோபமடைந்தஒரு மனிதருக்கு அருகில் அவள் அமர நேரிட்டது. அடுத்த நிமிடம் குழந்தைகளுக்கே உரித்தான பண்பான சிரிப்புடன் அவளது குழந்தை அவரைப்பார்த்து சிரித்தது. அந்த மனிதர் என்ன செய்தார்? நீங்களும் நானும் என்ன செய்வோமோ அதைத்தான் அவரும் செய்தார்; கண்டிப்பாக அந்த குழந்தையைப்பார்த்து சிரிக்கவே செய்தார். சீக்கிரமே அந்த பெண்மணியுடன் அவளது குழந்தைப்பற்றியும் தன் பேரப்பிள்ளைகள் பற்றியும் பேசத் துவங்கினார். சீக்கிரமே அந்த வரவேற்பறையில் இருந்த அனைவரும் அந்த உரையாடலில் சேர்ந்துகொண்டனர். அங்கு முன்பு நிலவிய சலிப்பும் பதட்டமும் நீங்கி மாறாக இனிமையான மற்றும் களிப்பான அனுபவம் தொடர்ந்தது.'

ஒரு உண்மையற்ற சிரிப்பு? இல்லை. அது எவரையும் ஏமாற்றாது. அது இயந்திரத்தன்மையுடன் உள்ளது என்பதை அறிந்து நாம் அதனை வெறுப்போம். நான் உண்மையான மனதை நெகிழச்செய்யும் புன்னகை, உள்ளிருந்து எழும் புன்னகை, அங்காடியில் நல்ல மதிப்புள்ளது என்று கருதப்படும் ஒரு நல்ல புன்னகையைப்பற்றி பேசுகிறேன்.

மிச்சிகன் பல்கலைக்கழகத்தின் உளவியலாளர் பேராசிரியர் ஜேம்ஸ் வீ மக்கானல் ஒரு புன்னகையைப்பற்றிய தன் உணர்ச்சிகளை வெளிப்படுத்தினார். 'புன்னகைக்கும் மனிதர்கள் தங்கள் காரியங்களை சரியாக செய்துகொண்டு மற்றவர்களுக்கும் கற்றுக்கொடுத்து நல்ல வியாபாரம் செய்வதிலும் வல்லுனர்களாக இருப்பார்கள். குழந்தைகளை நன்கு வளர்ப்பதிலும் திறன் படைத்தவர்களாக இருப்பார்கள். அதனால்தான் ஊக்கமளிப்பது தண்டிப்பதைவிட பயனுள்ள பயிற்சியளிக்கும் உத்தியாக இருக்கிறது.' என்கிறார் அவர்.

நியூ யார்க்கின் பெரிய டிபார்ட்மெண்ட் கடை ஒன்றின் பணியில் அமர்த்தும் துறையின் மேலாளர் ஒருவர் என்னிடம் சித்தாந்தங்களில் முனைவர் பட்டம் பெற்றும் சோர்வான முகம் கொண்ட ஒருவரை பணியில் அமர்த்துவதை விட, நல்ல இனிமையான புன்னகைக்கொண்ட ஆனால் பள்ளிப்படிப்பைக்கூட முடிக்காத ஒருவரை வேலையில் அமர்த்த விரும்புவேன் என்றார்.

ஒரு புன்னகையின் பலன் சக்திவாய்ந்தது—யாரும் அதனை கவனிக்கவிலையென்றாலும். அமெரிக்கா முழுவதும் உள்ள தொலைபேசி நிறுவனங்கள் போன் பவர் என்னும் ஒரு ப்ரோகிராமை தொலைபேசி மூலம் விற்பனை அல்லது சேவை செய்யும் குழுவை சேர்ந்த தங்கள் பணியாளர்களுக்காக நடத்துகின்றன. இந்த திட்டத்தில் அவர்கள் நீங்கள் தொலைபேசியில் பேசும்போது கூட

புன்னகைக்கவேண்டுமென்று ஆலோசனை கூறுகிறார்கள். உங்கள் 'புன்னகை' உங்கள் குரல் வழியாக வெளிப்படுகிறது.

ஒஹையோ சின்சினாட்டியை சேர்ந்த ஒரு நிறுவனத்தின் கணினித்துறை மேலாளர் ராபர்ட் கிரையர் நிரப்ப கடினமாக இருந்த ஒரு பதவியை சரியான ஆள் எடுத்து நிரப்பினார் என்பது பற்றி கூறினார்:

'கணினி அறிவியலில் முனைவர் பட்டம் பெற்ற ஒருவரை எனது துறையில் பணியில் அமர்த்த மிகவும் கடினமாக முயற்சி செய்து கொண்டிருந்தேன். பர்டியூ பல்கலைக்கழகத்திலிருந்து பட்டப்படிப்பு முடித்திருந்த தகுதியான இளைஞன் ஒருவனை நான் அடையாளம் கண்டுகொண்டேன். தொலைபேசியில் பல முறை பேசியபிறகு எனது நிறுவனத்தை விட பெரியதும் சிறந்ததுமான பல நிறுவனங்களிலிருந்து அவனுக்கு வேலைக்கான அழைப்பு வந்திருப்பதை அறிந்துகொண்டேன். அவன் எனது நிறுவனத்தில் வேலையை ஏற்றபோது மிகவும் மகிழ்ச்சியடைந்தேன். அவன் பணியில் சேர்ந்தபிறகு அவனிடம் எங்கள் நிறுவனத்தில் அவன் சேர காரணம் என்னவென்று கேட்டேன். அவன் ஒரு நொடி நிறுத்தி பிறகு கூறினான்: "மற்ற நிறுவனங்களின் மேலாளர்கள் என்னிடம் தொழில்ரீதியாக மிகவும் அலட்சியமான முறையில் பேசினார்கள். என்னுடனான அவர்களது உரையாடலும் வர்த்தக ரீதியாக இருந்ததாக உணர்ந்தேன். ஆனால் என்னிடமிருந்து அழைப்பை ஏற்க நீங்கள் மகிழ்ச்சியடைந்தது போல் இருந்தது உங்கள் குரல்... நிஜமாகவே நான் உங்கள் நிறுவனத்தின் ஒரு அங்கமாக இருக்கவேண்டுமென்று நீங்கள் விரும்புவதாக தோன்றியது." நீங்கள் உறுதியாக நம்பலாம். நான் இன்னமும் தொலைபேசியில் பேசும்போது முகத்தில் புன்னகையுடன்தான் பேசுகிறேன்.'

அமெரிக்காவின் மிகப்பெரிய ரப்பர் நிறுவனம் ஒன்றின் நிர்வாகக்குழுவின் தலைவர் என்னிடம், தான் கவனித்தவரை செய்யும் வேலையில் மகிழ்ச்சியாக இல்லாதவர்கள் அரிதாகவே எதிலும் வெற்றி பெறுகிறார்கள் என்று கூறினார். நம் ஆசைகளின் திறவுகோலாக அமைவது கடினமான உழைப்பு மட்டுமே என்ற பழமொழியில் அதிக நம்பிக்கை இல்லாதது போல் தோன்றியது அந்த தொழில்துறை தலைவரின் பேச்சு. 'தங்கள் தொழிலை களிப்புடன் நடத்துவதனால் அதில் வெற்றி பெற்ற மக்களை நான் அறிவேன். பிறகு அந்த களிப்பே வேலையாக மாறும்போது அவர்கள் மாறுவதை நான் கண்டேன். தொழில் மங்கிவிட்டிருந்தது. அதிலிருந்த மகிழ்ச்சியை அவர்கள் இழந்து விட்டிருந்தார்கள். அதனால் அவர்கள் தோல்வி அடைந்தார்கள்.'

மக்களை சந்திக்கும்போது நீங்கள் மகிழ்ச்சி அடையவேண்டும், அவர்கள் உங்களை சந்தித்து மகிழ்ச்சி அடையவேண்டுமென்றால்.

ஒரு வாரத்திற்கு பணி நேரத்தில் ஒவ்வொரு மணிக்கு ஒருமுறை ஒருவரை பார்த்து புன்னகைத்து பின் அதன் விளைவுகளை வகுப்பில் வந்து பகிர்ந்துகொள்ளுமாறு நான் ஆயிரக்கணக்கான தொழில் அதிபர்களுக்கு கூறியுள்ளேன். அது எப்படி வேலை செய்தது? பார்க்கலாம்... நியூயார்கை சேர்ந்த பங்கு தரகர் வில்லியம் பி ஸ்டெய்ன்ஹார்ட் என்பவரது கடிதம் இதோ. அவர் சங்கதி ஒரு தனித்த விஷயமல்ல. உண்மையில் நூற்றுக்கணக்கான வழக்குகளில் காணப்படுவதுதான்.

'எனக்கு திருமணமாகி பதினெட்டு வருடங்களுக்கு மேலாகிறது. அந்த காலம் முழுவதிலும் தினமும் காலையில் எழுந்து வேலைக்கு செல்லும் வரை நான் என் மனைவியைப்பார்த்து புன்னகைத்தோ அல்லது சில பல வார்த்தைகள் பேசுவதையோ வழக்கமாக கொண்டிருக்கவில்லை. பிராட்வே வரை சென்ற மனிதர்களில் சிடுசிடுப்பான நடத்தை கொண்ட மோசமானவன் நான்.

'புன்னகைகள் பற்றிய என் அனுபவங்களைப்பற்றி நீங்கள் பேசும் படி கூறியபோது நான் அதனை ஒரு வாரம் வரை முயற்சி செய்வது என்று முடிவு செய்தேன். அதனால் அடுத்த நாள் காலை என் தலைமுடியை சீவும் போது கண்ணாடியில் தோன்றிய எனது இறுகிய முகத்தைப்பார்த்து எனக்கு நானே, 'பில், உன் முகத்தில் இருக்கும் கடுமையை இன்று நீ நீக்கப்போகிறாய். நீ புன்னகைக்கப்போகிறாய். அதனை இப்போதே துவங்கப்போகிறாய்.' என்று கூறினேன். காலை உணவு சாப்பிட நான் அமர்ந்தபோது என் மனைவியைப்பார்த்து, 'காலைவணக்கம் அன்பே' என்றேன். அதை கூறும்போது புன்னகைத்தேன்.

'அவள் ஆச்சரியப்படலாம் என்று நீங்கள் என்னை எச்சரித்து இருந்தீர்கள். என்ன சொல்வது அவளது எதிர்வினையை நீங்கள் குறைத்து இடைபோட்டுவிட்டீர்கள். அவள் குழம்பினாள். திடுக்கிட்டாள். வருங்காலத்தில் இது போன்ற நடத்தையை வழக்கமாக எதிர்பார்க்கலாம் என்று நான் அவளிடம் கூறினேன். எனது வாக்கை தினமும் காலையில் காப்பாற்றினேன்.

'என்னுடைய இந்த மாறிய சுபாவம் எங்கள் இல்லத்தில் கடந்த ஆண்டு முழுவதும் இல்லாத மகிழ்ச்சியை, நான் இதனை துவங்கிய இரண்டு மாதங்களுக்குள்ளாக அதிகம் கொண்டு வந்தது.

'நான் அலுவலகத்திற்குச் செல்லும் முன் எங்கள் அடுக்குமாடி குடியிருப்பில் உள்ள மின் தூக்கியை செயல்படுத்தும் மனிதரை "காலை வணக்கம்" என்று புன்னகையுடன் சொல்லி வாழ்த்துகிறேன். வாயில் காப்பானை பார்த்து புன்னகையுடன் வணக்கம் சொல்கிறேன். மீதமுள்ள காசை கொடுக்குமாறு சப்வே காசாளரிடம் கேட்கும்போது அவரைப்பார்த்து புன்னகைக்கிறேன். பங்கு சந்தை வளாகத்தில்

நிற்கும்போது அதுவரை நான் புன்னகைத்தே பார்க்காத மனிதர்களைப்பார்த்து புன்னகை புரிகிறேன்.

'சீக்கிரமே அனைவரும் என்னைக் கண்டு புன்னகைப்பதை பார்த்தேன். என்னிடம் புகார்கள் அல்லது தங்கள் பிரச்சனைகளை கொண்டு வருபவர்களையும் உற்சாகமாக வாழ்த்துகிறேன். அவர்கள் கூறுவதைக்கேட்கும்போது புன்னகைக்கிறேன். அப்படிச்செய்வதால் எங்களுக்குள் உடன்படிக்கை எளிதாவதை காண்கிறேன். புன்னகை எனக்கு டாலர்கள் பெற்றுத்தருவதை காண்கிறேன். பல டாலர்கள், தினமும்.

'நான் என் அலுவலகத்தை மற்றுமொரு தரகருடன் பகிர்ந்துகொள்கிறேன். அவரது குமாஸ்தாக்களில் ஒருவர் விரும்பத்தக்க இளம் வயது மனிதன். எனக்கு கிடைத்த பலன்களால் மகிழ்ச்சியடைந்து மனித உறவுகளில் எனது புதிய சித்தாந்தம் பற்றி சமீபத்தில் அவனிடம் கூறினேன். அவன் முதன்முதலில் என் அலுவலகத்தை பகிர்ந்துகொள்ள வந்தபோது நான் ஒரு பயங்கர கடுகடுப்பான மனிதன் என்று என்னைப்பற்றி நினைத்ததாக ஒப்புக்கொண்டான்.—சமீபத்தில்தான் தன் மனதை மாற்றிக்கொண்டதாகவும் கூறினான். புன்னகைக்கும்போது நான் நிஜமாகவே மனிதனாக இருப்பதாக கூறினான்.

'நான் எப்போதுமே கடுமையான விமர்சனத்தை என் அமைப்பிலிருந்து எடுத்துவிட்டேன். இப்போது நிந்தனைக்குப்பதில் பாராட்டுக்கள் மற்றும் போற்றுதல்கள் மட்டுமே கொடுக்கிறேன். எனக்கு என்ன வேண்டுமென்பது பற்றி பேசுவதை நிறுத்திவிட்டேன். மற்றவரது கண்ணோட்டத்தை காண இப்போது முயற்சிசெய்கிறேன். இவை அனைத்தும் என் வாழ்க்கையை முற்றிலுமாக மாற்றிவிட்டது. நான் இப்போது முற்றிலும் மாறுபட்டவன், மகிழ்ச்சியான மனிதன் நட்பு மற்றும் மகிழ்ச்சியில் செல்வந்தனாக—இவை மட்டும்தான் உண்மையிலேயே ஒரு பொருட்டாக விளங்குகிறது.

உங்களுக்கு சிரிக்கவேண்டுமென்று தோன்றவில்லையா? பிறகென்ன? இரண்டு விஷயங்கள். முதலாவதாக புன்னகைக்க உங்களை நீங்களே வற்புறுத்திக்கொள்ளுங்கள். நீங்கள் தனிமையில் இருக்கும்போது விசில் அடிக்கவோ, ஒரு பாட்டை ரீங்காரம் செய்யவோ அல்லது பாடவோ உங்களை நீங்களே வற்புறுத்திக்கொள்ளுங்கள். ஏற்கனவே நீங்கள் மகிழ்ச்சியாக இருப்பது போல் நடியுங்கள். அப்படி நடிப்பது உங்கள் மனநிலையை மாற்றி உங்களை மகிழ்ச்சியாக இருக்கச்செய்யும்.

உளவியல் நிபுணர் மற்றும் தத்துவவாதி வில்லியம் ஜேம்ஸ் இப்படித்தான் இந்த விஷயத்தை கூறுகிறார்:

'உணர்வை செயல் தொடர்கிறது போல் தோன்றுகிறது ஆனால் உண்மையில் செயல் மற்றும் உணர்வு இரண்டும் ஒன்றோடு ஒன்று

ஒட்டியிருப்பது; நமது விருப்பத்திற்கு நேரடியாக கட்டுப்படும் செயலை சரிபடுத்துவதன் மூலம் நமது விருப்பத்தின் கட்டுப்பாட்டில் இல்லாத நமது உணர்ச்சிகளை மறைமுகமாக சரி செய்யமுடியும்.

'ஆகவே உற்சாகமாக இருக்கும் வழி, நம் உற்சாகத்தை நாம் தொலைத்து விட்டபோது எழுந்து அமர்ந்து ஏற்கனவே உற்சாகமாக இருப்பதுபோல் பேசி நடந்துகொள்வதே...'

இவ்வுலகில் எல்லோரும் மகிழ்ச்சியை நாடுகிறார்கள்—அதை கண்டுபிடிக்க ஒரு நிச்சயமான வழி உள்ளது. அது உங்கள் எண்ணங்களை கட்டுப்படுத்துவதன் மூலம் கிடைக்கும். மகிழ்ச்சி வெளிப்புற நிலைமையை பொறுத்து இருப்பதில்லை. மனதின் நிலைமையை சார்ந்தே இருக்கிறது.

நீங்கள் எங்கு இருக்கிறீர்கள், உங்களிடம் என்ன உள்ளது நீங்கள் என்ன செய்கிறீர்கள் என்பதை பொறுத்து நீங்கள் மகிழ்ச்சியாகவோ சோகமாகவோ இருப்பதில்லை.

நீங்கள் எதை குறித்து சிந்தித்துக் கொண்டிருக்கிறீர்கள் என்பதைப் பொறுத்துத்தான் உள்ளது. உதாரணத்திற்கு, இருவர் ஒரே இடத்தில் இருக்கலாம், ஒரே விஷயத்தை செய்து கொண்டும் இருக்கலாம்; இருவரிடமும் சமமான அளவு பணமும் மதிப்பும் இருக்கலாம்—இருப்பினும் ஒருவர் மகிழ்ச்சியாகவும் மற்றவர் மோசமான மனநிலையிலும் இருக்கலாம். ஏன்? வெவ்வேறான மனநிலை காரணமாக. நியூ யார்க் சிகாகோ அல்லது லாஸ் ஏஞ்சல்ஸ் நகரங்களில் குளிர்சாதன கருவிகள் பொருத்தப்பட்ட அறையில் வேலை செய்பவர்களைப்போலவே சூடான வெப்பமண்டல பகுதிகளில் பழமையான கருவிகள் கொண்டு கடுமையான பணிபுரியும் ஏழை உழைப்பாளியின் முகத்தில் நான் மகிழ்ச்சியை கண்டிருக்கிறேன்,

'எதுவும் நல்லதாகவோ தீயதாகவோ இருப்பதில்லை, சிந்தனையே அதனை அப்படிச்செய்கிறது.' என்றார் ஷேக்ஸ்பியர்

அப்ரஹாம் லிங்கன் ஒரு முறை 'பெரும்பாலான மக்கள் தங்கள் மனம் சொல்லும் அளவில் மகிழ்ச்சியாக இருக்கிறார்கள்' என்று கூறினார். அவர் சொன்னது சரி. நியூ யார்க்கில் லாங் ஐலாண்ட் ரயில்ரோடு ஸ்டேஷனில் படிகள் ஏறும் போது ஒருமுறை இது உண்மை என்பதற்கான தெளிவான எடுத்துக்காட்டு ஒன்றைப்பார்த்தேன். எனக்கு நேர் எதிராக முப்பது அல்லது நாற்பது உடல் ஊனமுற்ற சிறுவர்கள் குச்சிகள் மற்றும் கழிகளை பிடித்தபடி படிக்கட்டுக்களை ஏறுவதை நான் கண்டேன். ஒரு சிறுவன் மேலே தூக்கிச்செல்லப்படவேண்டிய நிலைமையில் இருந்தான். அவர்கள் சிரித்து மகிழ்ந்த விதத்தை கண்டு நான் திடுக்கிட்டேன். அந்த சிறுவர்களின் பொறுப்பாளராக இருந்த ஒருவரிடம் நான் அதைப்பற்றி

பேசினேன். 'ஓ, ஆமாம், தான் வாழ்நாள் முழுவதும் முடமாக இருக்கப்போகிறோம் என்பதை ஒரு சிறுவன் உணர்ந்தவுடன் முதலில் திடுக்கிடுவான். பிறகு அந்த அதிர்ச்சி விலகியவுடன் தன் விதியை ஏற்றுக்கொண்டு மற்ற சாதாரண சிறுவர்களைப்போல் மகிழ்ச்சியாக ஆகிவிடுகிறான்' என்றார்.

சிரம் தாழ்த்தி அந்தசிறுவர்களை வணங்கவேண்டும் போலிருந்தது எனக்கு. நான் என்றுமே மறக்கமாட்டேன் என்று நம்புகிற ஒரு பாடத்தை எனக்கு அந்த சிறுவர்கள் கற்றுக்கொடுத்தார்கள்.

மூடியிருக்கும் ஒரு அலுவலகத்தில் தனியாக பணிபுரிவது தனிமை உணர்ச்சியை தூண்டுவதுடன் நிறுவனத்தின் மற்ற பணியாளர்களுடன் பேசிப் பழகி நட்புக்கொள்வதையும் தடுத்துவிடுகிறது. மெக்ஸிகோ கௌடைலாஜாராவை சேர்ந்த செனோரா மரியா கோன்சலேஸ்ஸிற்கு அப்படியொரு வேலைதான் இருந்தது. அந்த அலுவலகத்தில் இருந்த மற்றவர்கள் கலகலவென்று சிரித்து பேசிப்பழகுவதை ப்பார்த்து அவர்களுக்கிடையிலிருந்த நட்பை கண்டு பொறாமைப்பட்டாள். அந்த வேலையில் சேர்ந்தபின் முதல் சில வாரங்கள் வரை அவர்கள் இருந்த இடத்தை கடக்கும்போது வெட்கத்துடன் மறுபக்கம் பார்த்தபடி திரும்பி நடந்தாள்.

சில வாரங்களுக்குப்பின்னர் தனக்குத்தானே, 'மரியா அந்த பெண்மணிகள் உன்னிடம் வருவார்கள் என்று நீ எதிர்பார்க்கமுடியாது. நீதான் வெளியே சென்று அவர்களை சந்திக்கவேண்டும்.' அடுத்தமுறை குளிர்சாதன கருவியின் பக்கம் தண்ணீர் குடிக்கச்சென்ற போது பிரகாசமான ஒரு புன்னகையுடன், 'ஹலோ, இன்று எப்படி இருக்கிறீர்கள்?' என்றுதான் சந்தித்த ஒவ்வொருவரிடமும் கேட்டாள். அதற்கு உடனடியாக பலன் கிடைத்தது. அவளது புன்னகையும் வாழ்த்துக்களும் திருப்பி அளிக்கப்பட்டன. அந்த நடைபாதை முன்பைவிட பிரகாசமாகவும் வேலை நட்புடனும் இருந்தது. அறிமுகங்கள் ஏற்பட்டு சில நட்பும் உருவானது. அவள் வேலை மற்றும் அவள் வாழ்க்கை அதிக இனிமையானதாகவும் சுவாரஸ்யமானதாகவும் ஆயிற்று.

எட்வர்ட் ஹப்பார்ட் என்ற ஒரு கட்டுரை எழுத்தாளரின் முனிவர்கள் தரும் அறிவுரை போல் தோன்றும் இதைக்குறித்து சற்றே சிந்தியுங்கள். ஆனால் வெறும் சிந்திப்பது மட்டுமே எந்த பயனையும் அளிக்காது, அதனை நடைமுறைப்படுத்துவதில்தான் பயன் கிட்டும் என்பதனை நினைவில் கொள்ளுங்கள்:

> நீங்கள் கதவிற்கு வெளியே செல்லும் முன் தடையை உள்ளிழுத்து தலை உச்சியை மேலே நீட்டி, நுரையீரலில் முழுவதுமாக சுவாசத்தை நிரப்புங்கள்; சூரியஒளியை பருகுங்கள்; உங்கள் நண்பர்களை புன்னகையுடன் வாழ்த்துங்கள் ஒவ்வொரு

> முறை கைகுலுக்கும் போதும் அதில் உங்கள் ஆன்மாவை உட்புகுத்துங்கள். தவறாக நினைக்கப்படுவோம் என்று அஞ்சாதீர்கள். உங்கள் எதிரிகள் குறித்து சிந்தித்து ஒரு நிமிடத்தை கூட வீணடிக்காதீர்கள். நீங்கள் செய்ய விரும்புவதை தீர்க்கமாக உங்கள் மனதில் நிறுத்திக்கொள்ளுங்கள்; பிறகு அந்த திசையிலிருந்து திரும்பாமல் நேராக உங்கள் இலக்கை நோக்கி நகருங்கள். நீங்கள் செய்ய விரும்பும் சிறந்த அற்புதமான விஷயங்களை உங்கள் மனதில் கொள்ளுங்கள். இப்படியாக உங்கள் நாட்கள் நகர நகர உங்கள் ஆசையை பூர்த்தி செய்யும் வாய்ப்புக்களை நீங்கள் அறியாமலேயே கைப்பற்றுவீர்கள். கடல் பவழ பூச்சி ஓடும் நதியிலிருந்து தனக்குத்தேவையான தாதுப்பொருட்களை எடுத்துக்கொள்வதுபோல. திறன் வாய்ந்த, நேர்மையான மற்றும் பயனுள்ள மனிதராக நீங்கள் ஆக விரும்புவதை மனதில் சித்தரித்துக்கொள்ளுங்கள். இந்த எண்ணம் உங்களை ஒவ்வொரு மணிநேரமும் அந்த மனிதராக மாற்றும் முயற்சியில் ஈடுபடும். சிந்தனையே உயர்வானது. சரியான மனநிலையை கொண்டிருங்கள்—துணிவு, வெளிப்படைத்தன்மை நல்ல உற்சாகமான மனநிலையை பெற தொடர்ந்து முயற்சிசெய்யுங்கள். சரியாக சிந்திப்பதே உருவாக்குதலாகும். எல்லா விஷயங்களும் ஆசைகள் மூலம் நிறைவேறும். ஒவ்வொரு நேர்மையான பிரார்த்தனையும் பதிலளிக்கப்படும். நம் இதயம் எதில் நிலையாக நிற்கிறதோ நாம் அதுவாகவே ஆகிவிடுகிறோம். உங்கள் தாடையை உள்ளிழுத்து உச்சந்தலையை உயர்த்திப்பிடியுங்கள். நாமே கிரிசாலிஸ்ல் கடவுள்கள்.

பழமையான சீனர்கள் விவேகமானவர்கள்—உலக வழிகளில் விவேகமானவர்கள்; அவர்களது ஒரு பழமொழியை நாம் எப்போதுமே கவனத்தில் வைத்துக்கொள்ளவேண்டும். அது பின்வருமாறு: 'சிரித்த முகம் கொள்ளாத ஒருமனிதன் ஒரு கடையை திறக்கக்கூடாது.'

உங்கள் நல்லிணக்க செய்தியை தெரியப்படுத்துவது உங்கள் புன்னகை. அதைப்பார்ப்பவர்கள் அனைவரது வாழ்க்கையையும் அது பிரகாசமாக ஆக்குகிறது. முகம் சுளித்து எரிந்து விழும் பலரை சந்தித்த ஒருவருக்கு உங்கள் புன்னகை மேகங்களை பிளந்துகொண்டு வெளிபடும் சூரிய ஒளி போலாகும். குறிப்பாக அந்த ஒருவர் தனது முதலாளி, வாடிக்கையாளர்கள், ஆசிரியர்கள், பெற்றோர்கள் அல்லது குழந்தைகள் காரணமாக மன அழுத்தத்தில் நம்பிக்கையற்று இருக்கும்போது உலகில் மகிழ்ச்சி இருப்பதை அது உணர்த்தும்.

சில வருடங்களுக்கு முன் நியூயார்க் நகர பலசரக்கு கடை ஒன்று கிறிஸ்துமஸ் நேர கும்பலில் தங்கள் விற்பனையாளர்களின்

அழுத்தங்களை உணர்ந்து தங்கள் விளம்பரங்களை படித்தவர்களுக்கு இந்த தத்துவத்தை முன் நிறுத்தியது:

கிறிஸ்துமஸ் நேரத்தில் ஒரு புன்னகையின் மதிப்பு

- அதற்கு எந்த செலவும் இல்லை ஆனால் அதனால் பல புன்னகைகளை உருவாக்கமுடியும்.

- அதனை பெறுவோரை செழிப்பாக ஆக்குவதுடன் அதனை வழங்குவோரை நலிவடையவும் செய்யாது. அது ஒரு நொடியில் நடக்கும். அதன் நினைவு சில நேரங்களில் நிலைத்துவிடும். அது இல்லையென்றால் கவலையில்லை என்று சொல்லும் அளவில் எவரும் செல்வந்தர் இல்லை மற்றும் அதனால் பயனடைய முடியாத அளவில் எவரும் ஏழையும் இல்லை.

- அது வீட்டில் மகிழ்ச்சியை உருவாக்குகிறது தொழிலில் நல்லிணக்கத்தை நிலைக்கச்செய்கிறது மற்றும் அது நண்பர்களின் எதிர் கையொப்பமாக விளங்குகிறது.

- சோர்வடைந்தவர்களுக்கு அது ஓய்வு, நம்பிக்கை இழந்தவர்களுக்கு அது பகல் வெளிச்சம், சோகமாக இருப்பவர்களுக்கு அது சூரியஒளி மற்றும் பிரச்சனைகளுக்கு இயற்கை வழங்கியுள்ள சிறந்த மாற்று மருந்து.

- இருப்பினும் அது பணம் கொடுத்து வாங்கப்படமுடியாது, பிச்சை அல்லது கடனாக பெறமுடியாது. திருடப்பட முடியாது ஏனென்றால் கொடுக்கப்படும் வரை அதனால் இவ்வுலகில் வேறு எந்த பயனும் இல்லை.

- கிறிஸ்துமஸ் நேர கடைசி நிமிட ஓட்டத்தில் எங்கள் விற்பனையாளரால் உங்களுக்கு புன்னகை ஒன்று கொடுக்க முடியவில்லையென்றால் உங்கள் புன்னகையை அவரிடம் உங்களால் விட்டுச்செல்லமுடியுமா?

- மற்றவர்களைப்பார்த்து புன்னகைக்க காரணமில்லாதவர்களுடன் ஒப்பிடும்போது ஒரு புன்னகை வேறு எவருக்கும் அதிகமாக தேவைப்படாது!

விதி 14
புன்னகையே உங்களால் அணிய முடிந்த சிறப்பான ஆபரணம்.

அது வெறும் சூரியஒளி போன்ற புன்னகை மட்டுமே. கொடுப்பதில் செலவு எதுவுமில்லை ஆனால் காலை வெளிச்சத்தைப்போல்

ஒளியை பரப்பி இருளைப்பிரித்து வாழ்க்கை வாழத் தகுதியானது என்று உணர்த்தும்.

—எப் ஸ்காட் ஃபிட்ஸ்ஜெரால்டு

மற்றவரது எண்ணங்கள் மற்றும் ஆசைகளுக்கு செவி சாயுங்கள். அவர்கள் மீது அனுதாபம் காட்டுங்கள்.

—டேல் கார்னெகி

15

இதை செய்யாவிட்டால் நீங்கள் பிரச்சனையை நோக்கி நகர்கிறீர்கள்

முன்பு 1898 ஆம் ஆண்டு நியூயார்க் ராக் லேண்ட் கவுண்ட்டியில் சோகமான நிகழ்வு ஒன்று நடந்தது. ஒரு குழந்தை இறந்திருந்தது. அண்டையில் எல்லோரும் அதற்கான ஈமச்சடங்குகளுக்குச்செல்ல தயார் ஆகிக்கொண்டிருந்தனர். ஜிம் ஃபார்லே தன் குதிரையை கவனிக்க அதன் கொட்டகைக்கு சென்றிருந்தான். நிலம் பனியால் மூடப்பட்டிருக்க காற்று குளிரானதாகவும் தாங்கிக்கொள்ள முடியாத அளவில் கடுமையாகவும் வீசியது; குதிரை பல நாட்களாக எந்த உடற்பயிற்சியிலும் ஈடுபடாமல் இருந்தது. தண்ணீர் தொட்டிக்கு அது அழைத்துச்செல்லப்படும் போது விளையாட்டுத்தனமாக அந்த குதிரை தன் பின்னங்காலை காற்றில் மேலே தூக்கி ஜிம் ஃபார்லேவை உதைக்க அவன் கொல்லப்பட்டான். அதனால் ஸ்டோனி பாயிண்டில் இருந்த சிறு கிராமத்தில் அந்த வாரம் ஒன்றிற்கு பதிலாக இரண்டு இறுதி சடங்குகள் நடந்தன. ஜிம் ஃபார்லே தனக்குப்பின்னால் தன் விதவை மனைவி, மூன்று மகன்கள் மற்றும் காப்பீட்டில் சில நூறு டாலர்களை விட்டுச்சென்றிருந்தான்.

அவனது மூத்த மகன் ஜிம் செங்கல் சூளையில் பணி புரிந்தான். மண்ணை தள்ளிச்சென்று அச்சுகளுக்குள் நிரப்பி பின்னர் செங்கற்களை ஓரத்தில் சூரிய ஒளியில் காய வைத்தான். இந்த சிறுவன் ஜிம்மிற்கு அதிகம் படிக்க வாய்ப்பு கிடைக்கவில்லை. ஆனால் மக்கள் தன்னை விரும்பச்செய்யும் கலையில் கைதேர்ந்த இயல்புகொண்டவனாக இருந்ததால் அரசியலுக்குள் நுழைந்தான். வருடங்கள் செல்லச்செல்ல மக்களின் பெயர்களை நினைவில் வைத்துக்கொள்ளும் சிறந்த ஆனால் விசித்திரமான திறனை வளர்த்துக்கொண்டிருந்தான்.

அவன் பள்ளிக்கூடத்திற்கு சென்றதேயில்லை; ஆனால் நாற்பத்தியாறு வயதிற்குள் நான்கு கல்லூரிகள் தங்கள் பட்டங்களை அளித்து அவனை கௌரவப்படுத்தியிருந்தன. அவன் டெமோகிராடிக் நேஷனல் கமிட்டியின் தலைவராகவும் அமெரிக்காவின் போஸ்ட் மாஸ்டர் ஜெனரலாகவும் ஆகியிருந்தான்.

நான் ஒரு முறை ஜிம் ஃபார்லேயை நேரில் சந்தித்து அவரது வெற்றிக்கான ரகசியம் பற்றி கேட்டேன். அவர், 'கடின உழைப்பு' என்றார். நான் உடனே, 'விளையாடாதீர்கள்' என்றேன்.

பிறகு அவர் தன் வெற்றிக்கு என்ன காரணம் என்று நான் நினைப்பதாக என்னிடமே கேட்டார். நான் இந்த பதிலை அளித்தேன்: 'ஆயிரம் நபர்களது பெயர்களை உங்களால் நினைவில் வைத்துக்கொள்ளமுடியும் என்று எனக்குப்புரிகிறது.'

'இல்லை. நீங்கள் தவறாக சொல்கிறீர்கள். ஐம்பதாயிரம் நபர்களை என்னால் அவர்களது பெயர் கொண்டு அழைக்கமுடியும்' என்றார் அவர்.

இதை புரிந்து கொள்வதில் எந்த தவறும் வேண்டாம். மிஸ்டர் ஃபார்லே அவர்களின் அந்த திறன்தான் 1932இல் அவர் ரூஸ்வெல்ட்டின் தேர்தல் பிரசாரப்பணியில் ஈடுபட்டபோது பிராங்கிளின் டி ரூஸ்வெல்ட் அவர்களை வெள்ளை மாளிகையில் கொண்டு சேர்த்தது.

ஜிப்சம் விற்கும் நிறுவனத்தில் விற்பனையாளராக ஜிம் ஃ பார்லே பணிபுரிந்தபோது ஸ்டோனி பாயிண்ட் என்ற இடத்தில் அவர் குமாஸ்தாவாக இருந்த காலகட்டத்தில் மக்களின் பெயர்களை நினைவில் வைத்துக்கொள்ள உதவியாக இருக்க ஒரு திட்டத்தை உருவாக்கினார்.

ஆரம்பத்தில் அது எளிமையான ஒன்றாக இருக்கிறது. ஒவ்வொருமுறை ஒரு புதிய அறிமுகம் ஏற்பட்டபோதும்தான் சந்தித்த மனிதரின் முழுப் பெயர், அவரது குடும்பம், தொழில் மற்றும் அரசியல் கருத்து பற்றிய சில உண்மைகளையும் கேட்டு அறிந்து கொண்டார். ஒரு காட்சியின் பகுதியாக அந்த உண்மைகள் அனைத்தையும் நிலைப்படுத்தி அடுத்தமுறை அந்த மனிதரை சந்திக்கும்போது, அது ஒருவருடத்திற்கு பிறகு என்றாலும் கூட அவரால் கைகுலுக்கி அவரது குடும்பம் மற்றும் அவர் வீட்டின் பின்தோட்டத்து பூக்கள் பற்றி விசாரிக்க முடிந்தது. அவருக்கு பின்னால் பெரும் வரிசையில் மக்கள் தொடர்ந்ததில் ஆச்சரியம் ஒன்றுமில்லை!

ரூஸ்வெல்ட் அவர்களின் ஜனாதிபதி தேர்தல் பிரசாரத்திற்கு நான்கு மாதங்களுக்கு முன்பு ஒவ்வொரு நாளும் ஜிம் ஃபார்லே மேற்கு மற்றும் வடமேற்கு மாநிலங்களில் இருந்த மனிதர்களுக்கு நூற்றுக்கணக்கான கடிதங்கள் எழுதினார். பிறகு 19 நாட்களில் 20 மாநிலங்கள் மற்றும் 12000 மைல் தொலைவை குதிரை வண்டி, ரெயில், மோட்டார் வாகனம் மற்றும் படகு வழியாக பயணம் செய்து கடந்தார். நகரத்திற்குள் சென்று காலை, மதிய அல்லது இரவு உணவிற்கு தன் மக்களை சந்தித்து அவர்களுடன் 'உளமார்ந்த' உரையாடல்களை நிகழ்த்துவார். பிறகு தனது அடுத்த பிரயாணத்திற்கு விரைவார்.

கிழக்கு பகுதிக்கு திரும்பி வந்தவுடன் ஒவ்வொரு நகரத்திலும் தான் சந்தித்த ஒருவருக்கு கடிதம் எழுதி தான் சந்தித்த விருந்தினர்களின் பட்டியலை தரவேண்டுமென்று கேட்டு கடிதங்கள் எழுதுவார். இறுதி பட்டியல் ஆயிரக்கணக்கான பெயர்களை கொண்டிருந்தது: இருப்பினும் பட்டியலில் இருந்த ஒவ்வொருவருக்கும் ஜிம் ஃபார்லேவிடமிருந்து

தனிப்பட்ட கடிதம் கிடைத்ததென்று தற்பெருமை பட்டுக்கொள்ளும் சந்தர்ப்பம் கிடைத்தது. இந்த கடிதங்கள், 'அன்பான பில்' அல்லது 'அன்பான ஜேன்' என்று துவங்கி 'ஜிம்' என்ற கையொப்பத்துடன் முடிந்தது.

சராசரி மனிதனுக்கு இந்த முழு உலகத்தில் உள்ளவர்களின் பெயர்களை விட தம் பெயரை காண்பதில்தான் மகிழ்ச்சி என்பதை ஜிம் தன் வாழ்க்கையின் ஆரம்ப காலங்களிலேயே உணர்ந்துவிட்டார். அந்தப்பெயரை நினைவில் வைத்துக்கொண்டு எளிதாக அழைக்கும் போது நல்லவிதமான தாக்கத்தை அவர் மீது ஏற்படுத்துகிறீர்கள். அது ஒரு வித பாராட்டாக அமையும். அதே நேரத்தில் நீங்கள் சரியான பெயரை மறந்துவிட்டாலோ அல்லது தவறாக உச்சரித்துவிட்டாலோ உங்களுக்கு அதனால் பெரிய நஷ்டம் ஏற்படும். உதாரணத்திற்கு, நான் ஒருமுறை பொது நிகழ்ச்சிகளில் பேசுவது எப்படி என்பதற்கான ஒரு வகுப்பை பாரிஸ் நகரத்தில் ஏற்பாடு செய்திருந்தேன். அந்த நகரத்தில் வாழ்ந்த அமெரிக்கர்களுக்கு படிவங்களை கடிதங்களாக அனுப்பியிருந்தேன். ஆங்கில அறிவு குறைவாக இருந்த பிரெஞ்சு தட்டச்சாளர் பெயர்களை நிரப்பியிருந்தார். இயல்பாக பல தவறுகளும் செய்திருந்தார். பாரிஸ் நகரத்தின் பெரும் வங்கியொன்றில் பணிபுரிந்த அமெரிக்கர் ஒருவர் தன் பெயர் தவறாக உச்சரிக்கப்பட்டது குறித்து கோபமாக எனக்கு பதில் எழுதியிருந்தார்.

சில சமயங்களில் ஒரு பெயரை நினைவில் வைத்துக்கொள்வது கடினமாக இருக்கும். குறிப்பாக அது உச்சரிக்கவும் கடினமாக இருந்தால். அதனை கற்க முயற்சி செய்யாமல் பலர் அதனை அலட்சியப்படுத்திவிட்டு வேறுஒரு செல்லப்பெயரிட்டு அவர்களை அழைத்துவிடுவார்கள். சிட் லெவி என்பவர் நிகோடிமஸ் பாபாடௌலஸ் என்ற தன் வாடிக்கையாளரை சென்று சந்தித்தார். பெரும்பாலானவர்கள் அவரை வெறும் 'நிக்' என்று சொல்லி அழைத்தனர். லெவி எங்களிடம் கூறியது: 'என் வாடிக்கையாளரை அழைக்கும் முன் அவரது பெயரை எனக்கு நானே பல முறை சொல்லிக்கொள்ளும் முயற்சியை எடுத்துக்கொண்டேன். "மதிய வணக்கம் மிஸ்டர் நிகோடிமஸ் பாபாடௌலஸ்" என்று அவரது முழு பெயர் கொண்டு வணக்கம் தெரிவித்தவுடன் அவர் திடுக்கிட்டுப்போனார். பல நிமிடங்கள் போல் தோன்றிய சமயம் வரை அவர் தரப்பிலிருந்து பதில் எதுவும் வரவில்லை. இறுதியில் தன் கன்னங்களில் கண்ணீர் வழிய அவர், "மிஸ்டர் லெவி, இந்த நாட்டில் நான் வாழ்ந்த பதினைந்து ஆண்டுகளில் எவரும் எனது சரியான பெயர் கொண்டு என்னை அழைக்கும் முயற்சியை எடுக்கவில்லை" என்றார்.'

என்றூ கார்னெகி அவர்களின் வெற்றிக்கு காரணமென்ன? அவர் ஸ்டீல் கிங் என்று அழைக்கப்பட்டார்; இருப்பினும் ஸ்டீல் தயாரிப்புப்

பற்றி அவர் வெகு குறைவாகவே அறிந்திருந்தார். அவரை விட ஸ்டீல் குறித்து நன்கு அறிந்த ஆயிரம் நபர்கள் அவருக்காக பணிபுரிந்தனர்.

ஆனால் மக்களை கையாள்வது எப்படி என்று அவர் அறிந்திருந்தார். அதுதான் அவரை பணக்காரராக ஆக்கியது. தன் வாழ்க்கையின் ஆரம்ப காலத்திலேயே அவர் கட்டுக்கோப்புடன் செயல்படுவது எப்படியென்ற திறன் கொண்டிருந்தார். அவர் தலைமை தாங்குவதிலும் வல்லவராக இருந்தார். அவருக்கு பத்து வயது ஆவதற்குள் மக்கள் தங்கள் பெயர்களுக்கு அளிக்கும் முக்கியத்துவம் பற்றி அறிந்திருந்தார். அந்த கண்டுபிடிப்பை ஒத்துழைப்பு பெற பயன்படுத்திக்கொண்டார். எடுத்துக்காட்ட: ஸ்காட்லாந்தில் சிறுபிள்ளையாக இருந்தபோது ஒரு முறை ஒரு முயலை பிடித்தார். அது ஒரு தாய் முயல். அட! சீக்கிரமே அவரிடம் பல சிறிய முயல்குட்டிகள் இருந்தன. அவற்றிற்கு கொடுக்க உணவுதான் இல்லை. ஆனால் அவரிடம் அற்புதமான திட்டம் ஒன்று இருந்தது. அண்டையில் இருந்த சிறுவர் சிறுமியரிடம் அவர்கள் காட்டுக்குள் சென்று போதுமான அளவு தீவனங்கள் கொண்டுவந்தால் அந்த முயல்களுக்கு அவர்களது பெயரை இட்டு அவர்களை கௌரவம் செய்வதாக கூறினார்.

அத்திட்டம் மந்திரம் போல் வேலை செய்தது. கார்னெகி அதனை எப்போதும் மறக்கவில்லை. பல வருடங்கள் கழித்து அதே உளவியல் தத்துவத்தை பயன்படுத்தி பல மில்லியன் டாலர்கள் செய்தார். உதாரணத்திற்கு பென்சில்வேனியா ரெயில் ரோட்டிற்கு அவர் ஸ்டீல் விற்பனை செய்ய விரும்பினார். ஜெ எட்கர் தாம்சன்தான் அப்போது பென்சில்வேனியா ரெயில் ரோட் நிறுவனத்தின் தலைவர். அதனால் என்றூ கார்னெகி பிட்ஸ்பெர்கில் பெரிய ஸ்டீல் ஆலயம் ஒன்றை ஏற்படுத்தி அதற்கு 'எட்கர் தாம்சன் ஸ்டீல் ஒர்க்ஸ்' என்று பெயரிட்டார்.

இங்கு ஒரு விடுகதை உள்ளது. அதனை ஊகிக்க முடிகிறதா என்று பாருங்கள். பென்சில்வேனியா ரெயில் ரோட்டிற்கு ஸ்டீல் தேவைப்பட்டபோது ஜெ எட்கர் தாம்சன் அதனை எங்கிருந்து வாங்கியிருப்பார் என்று நினைக்கிறீர்கள்?.... சியர்ஸ், ரோபக்? இல்லை. இல்லை. நீங்கள் தவறாக சிந்திக்கிறீர்கள். மீண்டும் யூகிக்கவும்.

கார்னெகி மற்றும் ஜார்ஜ் புல்மன் ரயில்ரோட் ஸ்லீப்பிங் கார் தொழிலில் யார் சிறந்தவர் என்று போட்டியிட்டபோது ஸ்டீல் கிங் மீண்டும் முயல்களிடமிருந்து கற்றுக்கொண்ட பாடத்தை நினைவுபடுத்திக்கொண்டார்.

என்றூ கார்னெகி கட்டுப்படுத்திய தி சென்ட்ரல் ட்ரான்ஸ்போர்டேஷன் கம்பெனி புல்மனுக்கு சொந்தமான நிறுவனத்துடன் போட்டியிட்டுக்கொண்டிருந்தது. யூனியன் பசி.ஃபிக் ரயில்ரோட்டின் ஆர்டரை பெற இருவரும் போராடிக்கொண்டிருந்தனர். விலைகளை

குறைத்து ஒருவர் மற்றவரை கீழே சரித்து லாபத்திற்கான எல்லா வாய்ப்பையும் நாசம் செய்துகொண்டிருந்தனர்.

கார்னெகி மற்றும் புல்மன் இருவரும் யூனியன் பசி∴பிக்கின் போர்ட் ஆ∴ப் டைரக்டர்களை சந்திக்க நியூயார்க் சென்றிருந்தனர். செயின்ட் நிக்கோலஸ் ஹோட்டலில் ஒரு நாள் மாலை அவர்கள் சந்தித்தபோது கார்னெகி இவ்வாறு கூறினார்: 'மாலை வணக்கம் மிஸ்டர் புல்மன். நாம் இருவரும் முட்டாள்கள் இல்லையா?'

'அதற்கென்ன அர்த்தம்?' புல்மன் விளக்கம் கோரினார்.

பிறகு கார்னெகி தன் மனதில் இருந்ததை வெளிப்படுத்தினார்—அவர்கள் இருவரது ஆர்வங்களையும் இணைத்தல். ஒருவருக்கு எதிராக மற்றவர் போட்டியிட்டுக்கொள்ளாமல் ஒன்றாக வேலை செய்வதால் பரஸ்பரம் கிடைக்கவிருந்த நன்மைகளை பிரகாசமான வார்த்தைகளில் காட்சிப்படுத்தினார். புல்மன் கவனமாக கேட்டுக்கொண்டார் ஆனால் முழுவதுமாக அவர் மனம் ஒப்பவில்லை. இறுதியில் அவர், 'புதிய நிறுவனத்தை என்னவென்று அழைப்பீர்கள்?' என்றார். கார்னெகி சடாரென்று கூறினார்: 'ஏன், கண்டிப்பாக புல்மன் பேலஸ் கார் கம்பெனி என்றுதான்.'

புல்மனின் முகம் மலர்ந்தது. 'என் அறைக்கு வாருங்கள். நாம் இதைக்குறித்து பேசலாம்.' அந்த உரையாடல் வரலாற்றை உருவாக்கியது.

நண்பர்கள் மற்றும் தொழில் உதவியாளர்களின் பெயர்களை நினைவில் வைத்துக்கொண்டு அவர்களை கௌரவிக்கும் கொள்கை என்றூ கார்னெகியின் தலையாய ரகசியங்களில் ஒன்று. தனது தொழிற்சாலையில் பணிபுரியும் பலரையும் அவர்கள் பெயர் கொண்டு அழைக்க முடியுமென்ற உண்மையை எண்ணி அவர் பெருமைப்பட்டார். அந்த தொழிற்சாலை அவரது தனிப்பட்ட பொறுப்பில் இருந்த காலத்தில் ஒரு வேலை நிறுத்த போராட்டம் கூட நடக்கவில்லை என்று தற்பெருமைப்பட்டுக்கொண்டார்.

டெக்ஸஸ் காமெர்ஸ் பாங்க்ஷேர்ஸ் நிறுவனத்தின் தலைவர் பென்டன் லவ் ஒரு நிறுவனம் பெரியதாக ஆக ஆக அது அலட்சியமாக இருக்கத் துவங்குகிறது என்று நம்பினார். 'அதனை சரி செய்ய ஒரு வழி, மனிதர்களின் பெயர்களை நினைவில் வைத்துக்கொள்வதே,' என்றார். 'தன்னால் பெயர்களை நினைவில் வைத்துக்கொள்ள முடியாது என்று என்னிடம் கூறும் ஒரு நிர்வாகி தனது தொழிலின் முக்கியமான பகுதியை நினைவில் வைத்துக்கொள்ளமுடியாது என்று சொல்வதற்கு இணையாகும். ஏனென்றால் அவர் புதைமண்ணில் நின்றுகொண்டு பணியாற்றுகிறார்.'

டி டபுள்யூ ஏ வில் விமான உதவியாளராக பணிபுரிந்த காலி∴போர்னியாவில் உள்ள ரான்சோ பாலொஸ் வெர்டெஸ் என்ற

இடத்தை சேர்ந்த கரேன் கிரிஷ் தன் கேபினில் இருந்த பயணிகளின் பெயர்களை நினைவில் வைத்துக்கொண்டு அவர்களுக்கு சேவைபுரியும்போது அவர்களது பெயர்களை கொண்டு அழைப்பதை பழக்கப்படுத்திக்கொண்டார். இதனால் அவரது சேவைக்கான பாராட்டை நேரடியாக அவருக்கும் மறைமுகமாக விமான நிறுவனம் மூலமாகவும் பெற்றுத்தந்தது. ஒரு பயணி, 'நான் டி டபுள்யூ ஏ வில் பயணம் செய்து குறையகாலம் ஆகிவிட்டது. ஆனால் இனி நான் டி டபுள்யூ ஏ தவிர வேறு எந்த விமானம் மூலமாகவும் பயணம் செய்யமாட்டேன். உங்களது விமானம் எனது தனிப்பட்ட விருப்புவெறுப்புகளை மனதில் கொண்டு பணிபுரியும் விமானமாக என்னை உணரச்செய்கிறது. அது எனக்கு முக்கியமானது' என்றார்.

மக்கள் தம் பெயர் குறித்து மிகவும் பெருமை படுகிறார்கள். அது எப்போதும் நிலைக்கவேண்டுமென போராடுகிறார்கள். தன் காலத்தில் சிறந்த காட்சியாளராக இருந்த கோபத்தில் கொந்தளிக்கும் கடினமான முதியவர் பி டி பர்ணம் கூட தனது பெயரை வருங்காலத்தில் எடுத்துச்செல்ல மகன்கள் இல்லாத காரணத்தால் மிகவும் ஏமாற்றம் அடைந்தார். அவர் தன் மகள் வயிற்றுப்பேரன் சி ஹெச் சீலெவிற்கு தன் குடும்பப் பெயரான பர்ணம் என்பதை தன் பெயராக ஆக்கிக்கொண்டால் 25000 டாலர்கள் வழங்குவதாக கூறினார்.

பல நூற்றாண்டுகளுக்கு பிரபுக்கள் மற்றும் பெருமக்கள், கலைஞர்கள், இசை கலைஞர்கள் மற்றும் எழுத்தாளர்களுக்கு ஆதரவாக இருந்தனர். அப்படிச்செய்தால் அவர்களது படைப்பு தங்களுக்கு அர்பணிக்கப்படும் என்று நினைத்தார்கள்.

நூலகங்கள் மற்றும் அருங்காட்சியகங்கள் தங்களது விலை உயர்ந்த சேகரிப்புகளுக்கு, தங்கள் பெயர் மனித இனத்திலிருந்தே மறைந்து விடக்கூடுமென்ற எண்ணத்தை தாங்கிக்கொள்ள முடியாத மனிதர்களுக்கு கடமை பட்டிருக்கிறது. நியூயார்க் பொது நூலகத்தில் அஸ்டர் மற்றும் லென்னாக்ஸின் தொகுப்புகள் உள்ளன. மெட்ரோபாலிட்டன் மியூசியம் பெஞ்சமின் அல்ட்மன் மற்றும் ஜெ பி மார்கன் அவர்களின் பெயரை நிலைநிறுத்துகிறது. கிட்டத்தட்ட ஒவ்வொரு தேவாலயமும் அதனை கொடையாக அளித்த மக்களின் பெயர்கள் கொண்ட வண்ணம் தீட்டப்பட்ட கண்ணாடி ஜன்னல்களை கொண்டிருக்கின்றன. பெரும்பாலான பல்கலைக்கழகங்கள் தங்கள் வளாகத்தில் உள்ள பல கட்டிடங்களில் பெரும் தொகையை கொடையாக கொடுத்தவர்களுது பெயர்களை அவர்களை கௌரவிக்கும் விதமாக கொண்டுள்ளன.

பெரும்பாலான மக்கள் பெயர்களை நினைவில் கொள்ளமாட்டார்கள். இதற்கான எளிமையான காரணம் அந்தப்பெயர்களை தங்கள் மனதில் ஆணித்தரமான முத்திரையாக பதிக்க போதுமான நேரமும் சக்தியையும் செலவிடமாட்டார்கள். அவர்கள் தங்களுக்கு தாங்களே காரணங்கள்

சொல்லிக்கொள்வார்கள்; அவர்கள் வேலையில் மும்மரமாக இருப்பதாக கூறுவார்கள்.

ஆனால் அவர்கள் பிராங்கிளின் டி ரூஸ்வெல்ட்டை விட அதிக மும்மரமாக இருந்திருக்கமுடியாது. ரூஸ்வெல்ட் தான் சந்தித்த மெக்கானிக்கின் பெயரை கூட நினைவில்வைத்துக் கொள்ள நேரம் எடுப்பார்.

எடுத்துக்காட்ட: பக்கவாதத்தால் பாதிக்கப்பட்டு தனது கால்களை பயன்படுத்த முடியாத மிஸ்டர் ரூஸ்வெல்டிற்காக கிரைஸ்லர் நிறுவனம் சிறப்பான கார் ஒன்றை உருவாக்கியது. டபுள்யூ எஃப் சாம்பெர்லைன் மற்றும் ஒரு மெக்கானிக் அந்த வாகனத்தை வெள்ளை மாளிகைக்கு ஒட்டி வந்து கொடுத்தார்கள். தனது அனுபவத்தைப்பற்றி மிஸ்டர் சாம்பெர்லைன் எழுதிய ஒரு கடிதம் என் முன்னால் இருக்கிறது. 'வழக்கத்திற்கு மாறான பல சாதனங்களுடைய ஒரு காரை எப்படி கையாள்வது என்று நான் ஜனாதிபதி ரூஸ்வெல்ட் அவர்களுக்கு கற்றுக்கொடுத்தேன். ஆனால் அவர் மக்களை கையாள்வது பற்றிய சிறந்த கலையை எனக்கு கற்றுக்கொடுத்தார்.

'நான் வெள்ளை மாளிகையை அடைந்தபோது ஜனாதிபதி மிகவும் இனிமையாகவும் உற்சாகமாகவும் இருந்தார். அவர் என் பெயர் சொல்லி அழைத்து என்னை மிகவும் வசதியாக உணரச்செய்தார். குறிப்பாக நான் காட்ட மற்றும் சொல்லவிருந்த விஷயங்களில் அவர் ஆர்வம் செலுத்தியது என் மீது நல்ல ஒரு பாதிப்பை ஏற்படுத்தியிருந்தது. முழுவதுமாக கையாலேயே இயக்கமுடிந்த வகையில் அந்த கார் வடிவமைக்கப்பட்டிருந்தது. காரை காண அங்கு ஒரு கூட்டம் கூடியிருந்தது. அவர், "இது அற்புதமாக உள்ளதாக நினைக்கிறேன். நீங்கள் செய்யவேண்டியதெல்லாம் ஒரு பொத்தானை அழுத்துவது மட்டுமே. எந்த முயற்சியும் இல்லாமல் கார் நகர, நீங்கள் அதனை ஓட்டலாம். இது சிறப்பாக இருப்பதாக நான் நினைக்கிறேன்—காரை எது நகரச்செய்கிறது என்று எனக்குத்தெரியாது. இதனை பிரித்தெடுத்து இது எப்படி வேலைசெய்கிறது என்பதை பார்க்கவிரும்புகிறேன்."' என்றார் சாம்பெர்லைன்.

'ரூஸ்வெல்ட்டின் உதவியாளர்கள் மற்றும் நண்பர்கள் அந்த இயந்திரத்தை ரசித்துக்கொண்டிருந்தபோதே அவர் இவ்வாறு கூறினார்: " மிஸ்டர் சாம்பெர்லைன், இந்த காரை உருவாக்க நீங்கள் எடுத்துக்கொண்ட முயற்சி மற்றும் செலவிட்ட நேரம் அனைத்தையும் நான் நிச்சயமாக பாராட்டுகிறேன். இது ஒரு சிறப்பான வேலை." வண்டியின் ரேடியேட்டர், பின்னால் வரும் வாகனங்களை காண உதவும் கண்ணாடி, கடிகாரம், விசேஷமான ஸ்பாட்லைட், இருக்கைகளின் மேல் பயன்படுத்தப்பட்ட துணி வகை, ஓட்டுநர் அமரும் நிலை, பின்னால் டிக்கியில் வைக்கப்பட்டிருந்த அவரது மோனோகிராம் தாங்கிய சூட்கேஸுகள் அனைத்தையும் அவர் வெகுவாக ரசித்தார்.

வேறு வார்த்தைகளில் சொல்லவேண்டுமென்றால், நான் போதுமான அளவில் சிந்தித்து செயல்படுத்திய ஒவ்வொரு விஷயத்தையும் அவர் நுணுக்கமாக கவனித்தார். இவை அனைத்தையும் மிஸஸ் ரூஸ்வெல்ட், செகிரேட்டரி ஆஃப் லேபர் மிஸ் பெர்கின்ஸ் மற்றும் தன் செயலாளர் ஆகியோர் அறியும் வகையில் அவரது கவனத்திற்கும் கொண்டுவந்தார். வெள்ளை மாளிகையின் பணியாள் ஒருவரையும் இந்த உரையாடலுக்குள் நுழைத்து, "சூட் கேஸ்களை நீங்கள் குறிப்பாக நல்லவிதத்தில் கையாள வேண்டும்" என்றார்.

'ஓட்டுவது பற்றிய பயிற்சி முடிந்தவுடன் ஜனாதிபதி என் பக்கம் திரும்பி: "நல்லது மிஸ்டர் சாம்பெர்லைன், நான் பெடரல் ரிசெர்வ் போர்டை முப்பது நிமிடங்களாக காத்திருக்க செய்துவிட்டேன். நான் மீண்டும் என் பணியை தொடரவேண்டுமென்று நினைக்கிறேன்."

'நான் என்னுடன் ஒரு பழுதுபார்க்கும் நிபுணரை வெள்ளைமாளிகைக்கு அழைத்துச்சென்றிருந்தேன். அந்த மெக்கானிக் வந்து சேர்ந்தவுடன் மிஸ்டர் ரூஸ்வெல்ட்டிற்கு அறிமுகம் செய்துவைக்கப்பட்டார். அவர் ஜனாதிபதியுடன் பேசவே இல்லை. ஜனாதிபதியும் அவரது பெயரை ஒரே முறைதான் கேட்டிருந்தார். அவர் ஒரு கூச்ச சுபாவம் கொண்டவர் என்பதால் பின்னணியில் இருந்து செயல்பட்டார். ஆனால் அங்கிருந்து கிளம்பும் முன் ஜனாதிபதி அந்த மெக்கானிக்கை தேடி அவரது கைகளை குலுக்கி அவரது பெயரை சொல்லி அழைத்து வாஷிங்டன் வந்ததற்கு நன்றி தெரிவித்தார். அந்த நன்றி எந்த விதத்திலும் சிரத்தை குறைவானதாக இருக்கவில்லை. அவர் உணர்ந்தபடியே அவர் கூறினார். அதை என்னால் உணரமுடிந்தது.

'நியூயார்க் திரும்பிய சில நாட்களுக்குப்பின் ஜனாதிபதியிடமிருந்து அவர் கையொப்பமிட்ட ஒரு புகைப்படமும் நன்றி கூறி ஒரு சிறு குறிப்பும் வந்து சேர்ந்தது. அதில் அவர் எங்களது உதவிக்காக மீண்டும் தனது பாராட்டு மற்றும் நன்றியை தெரிவித்திருந்தார். அதைச்செய்ய அவருக்கு நேரம் எப்படி கிடைத்ததென்பது எனக்கு மர்மமாகவே இருந்தது.

மக்களின் நல்லிணக்கத்தை பெற முக்கியமான மிகவும் எளிமையான மற்றும் மிகவும் தெளிவான வழி அவர்களது பெயர்களை நினைவில் கொள்வது மற்றும் அவர்கள் முக்கியமென்று உணரச்செய்வது என்பதை பிராங்கிளின் டி ரூஸ்வெல்ட் அறிந்திருந்தார்—இருப்பினும் நாம் எத்தனை பேர் இதைச்செய்கிறோம்?

பாதி நேரம் நாம் ஒரு அந்நியருக்கு அறிமுகப்படுத்தப்படும்போது சில நிமிடங்கள் அவருடன் பேசுகிறோம். அவரிடம் சென்று வருகிறேன் என்று சொல்லும்போது அவரது பெயர் கூட நமக்கு சரியாக நினைவில் இருப்பதில்லை.

ஒரு அரசியல் வாதி கற்கும் முதல் பாடங்களில் ஒன்று இது: 'வாக்காளரின் பெயரை நினைவில் வைத்திருப்பது சிறந்த ராஜதந்திரம். அதனை நினைவில் வைத்துக்கொள்ளாமல் இருப்பது மறதி.'

அரசியல் போலவே பெயர்களை நினைவில் வைத்திருக்கும் திறன் சமூக தொடர்புகள் மற்றும் தொழிலிலும் மிகவும் முக்கியமானது. சிறந்த பேரரசர் நெப்போலியன் அவர்களின் மருமகனும் பிரான்ஸ் நாட்டு அரசராக இருந்த மூன்றாம் நெப்போலியன் தனது அரச கடமைகள் இருந்தாலும் அவரால் அவர் சந்தித்த ஒவ்வொரு நபரின் பெயரையும் நினைவில் வைத்துக்கொள்ளமுடியும் என்று பெருமை பேசுவார்.

அவரது உத்தி? எளிமையானது. பெயர் தெளிவாக கேட்கவில்லையென்றால் அவர்,'மிகவும் மன்னிக்கவேண்டும். எனக்கு உங்கள் பெயர் தெளிவாக கேட்கவில்லை,' என்பார். பிறகு, அது வழக்கத்தில் இல்லாத பெயர் என்றால், 'அதனை எப்படி உச்சரிப்பது?' என்றும் கேட்பார்.

உரையாடல் நடந்துகொண்டிருக்கும்போது பெயரை பல முறை சொல்லும் தொந்திரவை எடுத்துக்கொண்டார். அந்த மனிதரின் அம்சங்கள், வெளிப்பாடு மற்றும் பொதுவான தோற்றத்துடன் அதனை சம்மந்தப்படுத்த முயற்சி செய்தார்.

அந்த நபர் முக்கியத்துவம் வாய்ந்த நபராக இருந்தால் நெப்போலியன் அதிக வலி எடுத்துக்கொண்டார். மேன்மை பொருந்திய பேரரசர் தனியாக இருந்தபோது அந்தப்பெயரை ஒரு காகிதத்தில் எழுதி அதனைப்பார்த்து கவனம் செலுத்தி அதனை தன் மனதில் பாதுகாப்பாக நிலைநிறுத்தி பின் அந்த காகிதத்தை கிழித்தெறிந்தார். இம்முறையில் அந்த பெயர் தன் பார்வையிலும் அதன் ஒலி தன் செவியிலும் பதியும்படி செய்தார். இவை அனைத்தும் நேரம் எடுப்பவை. ஆனால் 'நல்ல நடத்தை சிறு தியாகங்களால் உருவாகுபவை,' என்றார் எமெர்சன்.

பெயர்களை நினைவில் வைத்து பயன்படுத்துவதன் முக்கியத்துவம் அரசர்கள் அல்லது பெரிய நிறுவனங்களில் பணிபுரிபவர்களுக்கு மட்டுமே உள்ள தனியுரிமை அல்ல. அது நம் அனைவர்க்கும் வேலை செய்யும். இண்டியானாவின் ஜெனரல் மோட்டார்ஸ் நிறுவனத்தின் ஒரு பணியாளர் கென் நாட்டிங்ஹம் வழக்கமாக நிறுவனத்தின் க.:.பேயில்தான் மதிய உணவை சாப்பிடுவார். அங்கு பணிபுரிந்த ஒரு பெண்ணின் முகத்தில் எப்போதும் கோபம் குடிகொண்டிருந்ததை கவனித்தார். 'அவள் இரண்டு மணி நேரங்களாக சாண்ட்விச் ஒன்றை செய்து கொண்டிருந்தாள். நானும் அவளுக்கு இன்னொரு சாண்ட்விச்தான். எனக்கு என்ன வேண்டுமென்று நான் அவளிடம் கூறினேன். அவள் ஹாம் துண்டை ஒரு சிறு அளக்கும் தராசில் வைத்து எடை போட்டாள்.

பின்னர் ஒரு துண்டு லெட்டியூஸ் இலையும் சில துண்டங்கள் உருளைக்கிழங்கு வறுவலும் சேர்த்து அதனை எனக்கு கொடுத்தாள்.

'அடுத்த நாளும் நான் அதே வரிசையில் சென்றேன். அதே பெண். அதே கோபமான முகம். நான் புன்னகைத்து, "ஹலோ யூனிஸ்," என்று வாழ்த்தி பின் எனக்கு என்னவேண்டுமென்று அவளிடம் கூறினேன். அவள் அளவு கோலை மறந்து ஒரு அடுக்கு ஹாம் துண்டங்கள், லெட்டியூஸ் இலைகள் மூன்று மற்றும் தட்டிலிருந்து கீழே விழுந்துவிடும் அளவிற்கு உருளைக்கிழங்கு வறுவலின் ஒரு குவியலும் கொடுத்தாள்.'

ஒரு பெயரில் அடங்கியுள்ள தந்திரத்தைப்பற்றி நமக்கு தெரிந்திருக்கவேண்டும். இந்த ஒற்றை விஷயம் நாம் எவருடன் பழகுகிறோமோ அவரால் மட்டுமே முழுமையாக உரிமை கொண்டாடப்படுகிறது... வேறு எவராலும் இல்லை.

அந்தப்பெயர் அந்த மனிதரை வேறுபடுத்திக்காட்டுகிறது; மற்றவர்களை விட அவரை வேறுபடுத்தி தனித்துவத்துடன் விளங்கச்செய்கிறது. நாம் தரும் தகவல் அல்லது நாம் அந்த தனிப்பட்ட நபரின் பெயரை குறிப்பிட்டு பேசும்போது நமது வேண்டுகோளுக்கு சிறப்பான முக்கியத்துவம் வழங்கப்படுகிறது. மற்றவர்களை கையாளும்போது ஒரு சாதாரண பணியாளர் முதல் மூத்த நிர்வாகி வரை பெயர் சொல்லி அழைப்பது சிறப்பான மந்திரமாக செயல்படுகிறது.

விதி 15

ஒரு நபரின் பெயரே அவரை பொருத்தமட்டில் எந்த மொழியிலும் முக்கியமான மற்றும் இனிமையான ஒலியாகும்.

நம்மை சற்றே உயர்வானவராக ஆக்க ஒரு ஒற்றை நாள் போதுமானது அல்லது வேறொரு சமயம் நம்மை சற்றே சிறுமையாக்குவதும் அதுதான்.

—பால் க்ளீ

இவ்வுலகில் அனைவரும் இன்பத்தை நாடுகின்றனர்—அதனை கண்டுபிடிக்க நிச்சயமான ஒரு வழி இருக்கிறது. உங்கள் எண்ணங்களை கட்டுப்படுத்திக்கொள்வதன் மூலம் அது கிடைக்கும். வெளிப்புற நிலைமையை சார்ந்ததல்ல மகிழ்ச்சி. அது உள்ளுக்குள் இருக்கும் மனநிலையை சார்ந்ததே.

—டேல் கார்னெகி

16

நல்ல உரையாடலில் வல்லுனராக ஆகுங்கள்

சில காலம் முன்பு நான் சீட்டாட்டம் விளையாட சென்றிருந்தேன். பிரிட்ஜ் என்று சொல்லப்படும் ஒரு வகை ஆட்டம் நான் ஆடுவதில்லை—அந்த விளையாட்டை விளையாடாத ஒரு பெண்ணும் அங்கு இருந்தார். நான் வானொலியில் லொவெல் தாமஸ்ஸின் மேலாளராக இருந்ததையும் அச்சமயத்தில் ஐரோப்பாவிற்கு சுற்றுப்பயணம் சென்றிருந்த அவரது பயண குறிப்புகள் பற்றிய உரையை எழுத நான் உதவியதையும் கண்டுபிடித்திருந்தார். அதனால் அவர் என்னிடம், 'ஓ மிஸ்டர் கார்னெகி நீங்கள் சென்றிருந்த நாடுகள் பற்றியும் அங்கு நீங்கள் கண்ட அற்புதமான காட்சிகள் பற்றியும் நீங்கள் என்னிடம் சொல்லவேண்டுமென்று நான் விரும்புகிறேன்,' என்றார்.

நாங்கள் சோஃபாவில் அமர்ந்தபோது தானும் தன் கணவரும் அப்போதுதான் ஆப்பிரிக்காவிற்கு சென்று திரும்பியதாகவும் கூறினார்.

'ஆப்பிரிக்கா!' நான் உற்சாகமாக கூவினேன். 'எவ்வளவு சுவாரசியமான விஷயம்! நான் எப்போதுமே ஆப்பிரிக்காவை பார்க்கவேண்டுமென்று விரும்பியிருக்கிறேன். அல்ஜியர்ஸ்ஸில் இருபத்தி நான்கு மணி நேரங்கள் தங்கியதை தவிர என்னால் அதிகம் எங்கும் செல்லமுடியவில்லை. சொல்லுங்கள், நீங்கள் பெரிய கேம் கண்ட்ரி சென்றீர்களா? அப்படியா? எவ்வளவு அதிர்ஷ்டம். எனக்கு உங்களை கண்டு பொறாமையாக இருக்கிறது. ஆப்பிரிக்கா பற்றி எனக்குக் கூறுங்கள்.'

அது அவரை 45 நிமிடங்கள் பேசிக்கொண்டிருக்கச்செய்தது. பிறகு அவர் நான் எங்கு சென்றிருக்கிறேன் என்ன பார்த்தேன் என்று கேட்கவே இல்லை. என் பயணங்கள் பற்றி நான் பேசுவதை அவர் விரும்பவில்லை. அவருக்கு வேண்டியது அவர் பேசுவதை கேட்கும் ஆர்வமுள்ள ஒருவர். அதனால் அவரால்தான் எங்கு சென்றார் என்பதை இறுமாப்புடன் விளக்க முடிந்தது.

அவர் செய்தது வழக்கத்திற்கு மாறானதா? இல்லை. பலரும் அப்படித்தான் இருக்கிறார்கள்.

உதாரணத்திற்கு, நியூயார்க் வெளியீட்டு நிறுவன அதிபர் ஒருவரின் வீட்டில் இரவு உணவிற்காக சென்றிருந்தபோது தனிச்சிறப்பு வாய்ந்த ஒரு தாவரவியலாளரை சந்தித்தேன். அதற்கு முன்னர் நான் ஒரு தாவிரவியலாளரை சந்தித்ததில்லை. ஒருவரை மிகுந்த ஆச்சரியத்தில் ஆழ்த்துபவர் அவரென்று நான் கருதினேன். வெளியிடங்களிலிருந்து

கொண்டுவரப்பட்ட அரிதாக காணப்படும் தாவரங்கள் பற்றியும் புது வகையான செடிகள் மற்றும் உள் தோட்டங்கள் உண்டாக்குவதில் அவர் செய்துவரும் சோதனைகள் பற்றியும் அவர் பேசுவதை ஆர்வத்துடன் இருக்கை நுனியில் அமர்ந்தபடி கேட்டுக்கொண்டிருந்தேன். சாதாரணமாக எங்கும் நிறைந்திருக்கும் உருளைக்கிழங்குகள் பற்றிய சுவாரசியமான விஷயங்களை கூட அவர் கூறினார். என்னிடம் வீட்டினுள் ஒரு சிறிய தோட்டம் இருந்தது—அதில் நான் எதிர்கொண்ட பிரச்சனைகளை எப்படி தீர்ப்பது என்பது பற்றியும் அவர் எனக்கு குறிப்புகள் கொடுத்தார். நான் முன்பு கூறியது போல் அது ஒரு விருந்து. அங்கு ஒரு டஜன் விருந்தினர்கள் இருந்திருப்பார்கள் ஆனால் அவர்களை சந்தித்து பேசும் பொதுவான நாகரீகத்தை உதாசீனம் செய்து பல மணி நேரங்கள் நான் இந்த தாவிரவியலாளரிடம் பேசியபடி இருந்தேன்.

நள்ளிரவு வந்தது. நான் எல்லோருக்கும் இரவு வணக்கம் கூறி விடைபெற்றேன். பிறகு அந்த தாவிரவியலாளர் விருந்துக்கு அழைத்தவர் பக்கம் திரும்பி என்னை வெகுவாக பாராட்டிப்பேசினார். நான் 'அதிக ஆர்வத்தை தூண்டுபவர்' என்றார். நான் 'இப்படி அப்படி'யென்றெல்லாம் சொல்லிவிட்டு, 'உரையாடலில் நான் வல்லுநர்' என்றும் கூறி முடித்தார்.

சுவாரசியமான உரையாடல்கள் நிகழ்த்துபவர்? ஏன்? நான் ஓரிரண்டு வார்த்தைகளுக்கு மேல் பேசவில்லையே. பேசப்படும் தலைப்பை மாற்றாமல் என்னால் எதுவும் சொல்லியிருக்கமுடியாது ஏனென்றால் ஒரு பென்குவினின் உடல் அமைப்பைப்பற்றி அறிந்ததற்கு மேலாக நான் தாவிரவியல் பற்றி ஒன்றும் அறிந்திருக்கவில்லை. ஆனால் நான் இதனை செய்திருந்தேன்: அவர் பேசுவதை மிகவும் தீவிரமாக நான் கேட்டிருந்தேன். எனக்கு உண்மையான ஆர்வம் இருந்ததால் அப்படிக் கேட்டுக் கொண்டிருந்தேன். அதனை அவர் உணர்ந்தார். இயல்பாக அது அவரை மகிழ்ச்சியடையச்செய்தது. அது போன்று கேட்பதுதான் நாம் ஒருவரை உயர்வாக போற்றும் உறுதியான வழி. ஜாக் வூட்போர்ட *ஸ்ட்ரேஞ்சர்ஸ் இன் லவ்வில்* 'சில மனிதர்கள், தீவிரமான கவனம் என்னும் முகஸ்துதிக்கு ஆதாரம்.' என்று எழுதினார். தீவிரமான கவனத்திற்கு மேலாக நான் சென்றிருந்தேன். வஞ்சனையற்று வாழ்த்துக்கள் மற்றும் உளமார பாராட்டுதல்களையும் வழங்கியிருந்தேன்.'

நான் மிக அதிகமாக மகிழ்ச்சியடையச் செய்யப்பட்டதாகவும் நன்கு அறிவுறுத்தப்பட்டதாகவும் அவரிடம் கூறினேன். நான் உண்மையாகவே அப்படி உணர்ந்திருந்தேன். அவரது அறிவு எனக்கும் இருந்திருக்கவேண்டும் என்று விரும்புவதாகக்கூறினேன். அவருடன் வயல்களில் சுற்றித்திரிவதை விரும்புவேன் என்றும் கூறினேன். அவரை மீண்டும் சந்திக்கவேண்டுமென்று கூறினேன். அப்படியே செய்தேன்.

அதனால் உரையாடலில் நான் சிறந்தவன் என்று அவர் என்னைப்பற்றி நினைக்கும்படி செய்திருந்தேன். உண்மையில் நான் கேட்பதில்

சிறந்தவனாக மட்டுமே இருந்திருந்தேன். அவர் பேச ஊக்கம் அளித்திருந்தேன்.

ஒரு வெற்றிகரமான தொழில் சம்மந்தப்பட்ட நேர்காணலின் ரகசியம் என்ன? அதிலுள்ள மர்மம் என்ன? ஹார்வர்ட் பல்கலைக்கழகத்தின் ப்ரெசிடெண்ட் மிஸ்டர் சார்லஸ் டபுள் யூ எலியட் அவர்களின் கருத்துப்படி தொழில் சம்மந்தப்பட்ட நேர்காணலில் எந்த மர்மமும் இல்லை... உங்களிடம் பேசுபவர் மீது பிரத்யேக கவனம் செலுத்துவது மிகவும் முக்கியம். அதைப்போன்று முகஸ்துதி வேறொன்றுமில்லை' என்றார்.

முன்பு கேட்பதில் வல்லுனராக இருந்தவர் எலியட். அமெரிக்காவின் சிறந்த புனைக்கதாசிரியர் ஹென்றி ஜேம்ஸ் நினைவுபடுத்தி கூறியது: 'டாக்டர் எலியட் அவர்கள் கேட்பது என்பது மௌனமாக இருப்பது மட்டுமில்லை அது ஒரு விதமான செயல்பாடு. நிமிர்ந்து நேராக முதுகு தண்டு வளையாமல் கைகள் கால் முட்டியில் பிணையப்பட்டு அவ்வப்போது ஆள்காட்டி விரல்களை மட்டும் மெதுவாகவும் வேகமாகவும் சுற்றி தன்னுடன் பேசுபவரை தன் கண்களாலும் கேட்டுக்கொண்டிருப்பது போல் இருப்பார். அவர் தன் மனதால் முழுமையாக கவனம் செலுத்தி நீங்கள் சொல்லிக்கொண்டிருக்கும்போது சொல்லவருவது என்ன என்பதாக கேட்டுக்கொண்டிருப்பர்..... அந்த நேர்காணலின் முடிவில் அவருடன் பேசிய நபர் தனக்கும் பேச வாய்ப்பு கிடைத்தது போல் உணர்வார்.

தெளிவாக இருக்கிறது இல்லையா? இதனை கண்டுபிடிக்க நீங்கள் நான்கு வருடங்கள் ஹார்வர்டில் படிக்கவேண்டியதில்லை. இருப்பினும் அதிக பணம் கொடுத்து ஒரு இடத்தை வாடகைக்கு எடுத்து, தன் பொருட்களை குறைந்த மதிப்பில் பெற்று, பல்லாயிரக்கணக்கான டாலர்களை விளம்பரங்களில் செலவிட்டு, பொருட்களை அழகாக ஜன்னல்களில் வரிசைப்படுத்திவைக்கும் பலசரக்கு கடை உரிமையாளர்கள், வாடிக்கையார் கூறுவதை கவனமாக கேட்கும் உணர்வு இல்லாத குமாஸ்தாக்களை தங்கள் கடைகளில் வைத்திருப்பார்கள்—வாடிக்கையாளர்கள் பேசும்போது இடைமறித்து பேசும் குமாஸ்தாக்கள், வாடிக்கையாளர்கள் சொல்வதற்கு எதிர்மறையாக பேசி அவர்களை கடையை விட்டே விரட்டிவிடுபவர்கள்.

ஒவ்வொரு வருடமும் பல்லாயிர கணக்கான டாலர்கள் செலவிட்ட ஒரு வாடிக்கையாளரை சிகாகோவை சேர்ந்த ஒரு பல சரக்கு கடை கிட்டத்தட்ட இழந்துவிட்டது. ஏனென்றால் அங்கு வேலைபார்த்த குமாஸ்தா கேட்க மறுத்தார்.

சிகாகோவில் எங்கள் வகுப்பை எடுத்துக்கொண்ட மிஸஸ் ஹென்ரெய்ட்டா ஒரு விசேஷ சலுகை விலை விற்பனையில் கோட் ஒன்றை வாங்கியிருந்தார். அதனை வீட்டிற்கு எடுத்து வந்த பின்னர்

அதன் உள் துணி கிழிந்திருப்பதை பார்த்தார். அடுத்த நாள் அந்த விற்பனையாளரிடம் அதனை மாற்றித்தருமாறு கேட்டுக்கொண்டார். அவரது புகாரை கேட்கக்கூடத் தயாராக இல்லை அந்த குமாஸ்தா. 'நீங்கள் இதனை ஒரு விசேஷ சலுகை விலை விற்பனையில் வாங்கியுள்ளீர்கள்,' என்றாள் அவள். சுவற்றில் இருந்த ஒரு குறிப்பை சுட்டிக்காட்டினாள். 'அதனை படியுங்கள்,' என்று கூச்சலிட்டாள். "*எல்லா விற்பனைகளும் இறுதியானது*." ஒரு முறை நீங்கள் அதனை வாங்கிவிட்டால் வைத்துக்கொண்டுதான் ஆகவேண்டும். அந்த உள் துணியை நீங்களே தைத்துக்கொள்ளுங்கள்' என்றாள்.

'ஆனால் இது பழுதான பொருள்,' மிஸஸ் டௌகிளஸ் மீண்டும் சொன்னார்.

'அதனால் எந்த மாற்றமும் இல்லை,' குமாஸ்தா குறுக்கிட்டாள். 'இறுதியானது.'

கோபத்தில் மிஸஸ் டௌகிளஸ் வெளியே நடக்கவிருந்தாள். இனி ஒருபோதும் அந்த கடைக்கு திரும்பி வரமாட்டேன் என்று சபித்துக்கொண்டே நகர்ந்த அவரிடம், பல வருடங்களாக தொடர்ந்து அந்த கடைக்கு அவர் வருவதை அறிந்த அக்கடையின் மேலாளர் அவருக்கு வணக்கம் சொன்னார். நடந்தது என்னவென்று மிஸஸ் டௌகிளஸ் அவரிடம் சொன்னார்.

கவனமாக முழு கதையையும் கேட்ட அந்த மேலாளர் கோட்டை ஆராய்ந்து பார்த்தபிறகு: 'விசேஷ சலுகை விலை விற்பனை இறுதியானது. அப்படிச் செய்வதால் அந்த பருவகாலம் முடிவு பெறும்போது எங்கள் சரக்குகளை எங்களால் களைய முடியும். ஆனால் 'திரும்பப்பெறமாட்டாது' என்ற கொள்கை பழுதான பொருட்களுக்கு எடுபடாது. நாங்கள் நிச்சயமாக இதனை பழுதுபார்க்கவோ அல்லது மாற்றவோ செய்வோம். இல்லையென்றால் நீங்கள் விரும்பினால் உங்கள் பணத்தையும் திருப்பிக்கொடுத்துவிடுவோம்' என்றார்.

வாடிக்கையாளரை அவர் நடத்திய விதத்தில் எத்தகைய வித்தியாசம்! அந்த மேலாளர் அங்கு வந்து வாடிக்கையாளர் கூறியதை கேட்கவில்லையென்றால் பல காலங்களாக அந்தக்கடைக்கு விசுவாசமாக இருந்த ஒரு வாடிக்கையாளரை அவர்கள் இழந்திருக்கக்கூடும்.

தொழில் வாழ்க்கை போல் இல்லற வாழ்க்கையிலும் கேட்பது என்பது மிகவும் முக்கியமானது. நியூயார்க் ஹட்சனில் கிரோட்டோன் ஆன் என்ற இடத்தை சேர்ந்த மில்லி எஸ்போஸிடோ தன் குழந்தைகளில் ஒருவர் பேச விரும்பியபோது மும்மரமாக கேட்பதை தனது முக்கியமான வேலையாக எப்போதும் கருதினார். ஒரு நாள் மாலை ராபர்ட் என்ற தன் மகனுடன் சமையலறையில் அமர்ந்திருந்தபோது தன் மனதிலிருந்த எதைப்பற்றியோ சிறிது நேரம் உரையாடிய பின்னர்

ராபர்ட் அவளிடம்: 'அம்மா நீங்கள் என்னை மிகவும் நேசிக்கிறீர்கள் என்று எனக்குத்தெரியும் என்றான்.'

மிஸஸ் எஸ்போஸிடோ நெகிழ்ந்து: 'கண்டிப்பாக நான் உன்னை மிகவும் விரும்புகிறேன். அதில் உனக்கு ஏதேனும் சந்தேகம் இருந்ததா?' என்று கேட்டாள்.

ராபர்ட் பதிலளித்தான்: 'இல்லை ஆனால் நீங்கள் என்னை நிஜமாகவே நேசிக்கிறீர்கள் என்று எனக்குத்தெரியும் ஏனென்றால் நான் எப்போது உங்களுடன் பேச விரும்பினாலும் நீங்கள் உங்களது வேலைகளையெல்லாம் நிறுத்திவிட்டு நான் சொல்வதை கவனமாக கேட்கிறீர்கள்.'

உதைக்கும் பழக்கம் கொண்ட ஒருவர், ஏன் மோசமாக விமர்சனம் செய்பவரும் கூட பொறுமையான அனுதாபம் நிறைந்த கேட்பவர் இருந்தால் அடிக்கடி மென்மையாகிவிடுவார்—நல்லபாம்பு போல் தலைவிரித்து ஆடி நஞ்சை உமிழும் கோபமாக குறை கூறுபவரின் ஆத்திரம் அடங்கும் வரை அமைதியாக கேட்பவர். எடுத்துக்காட்ட: சில வருடங்கள் முன் நியூயார்க் தொலைபேசி நிறுவனம் வாடிக்கையாளர் சேவை பிரதிநிதியை எப்போதும் சபிக்கும் தீய வாடிக்கையாளரை கையாளவேண்டியிருந்தது. அவர் அதே போல் சாபங்கள் இட்டார். கோபமாக பேசினார். தொலைபேசியை வேரோடு பிடுங்கி தூக்கியெறிந்துவிடப்போவதாக மிரட்டினார். தவறு என்றுதான் கருதிய சில கட்டணங்களை கட்ட மறுத்தார். செய்திதாள்களுக்கு கடிதங்கள் எழுதினார். பொது சேவை குழுவிடம் எண்ணிலடங்காத புகார்கள் அளித்தார். தொலைபேசி நிறுவனத்திற்கு எதிராக பல வழக்குகள் பதிவு செய்தார்.

இறுதியாக, பிரச்சனை என்னவென்று அறிவதில் திறன் கொண்ட ஒருவர் அவரை நேரில் சென்று பார்த்துவர அனுப்பப்பட்டார். அந்த மனிதர் அந்த வாடிக்கையாளர் தன் கண்டனங்கள் அனைத்தையும் கொட்டித்தீர்க்கும் வரை அவர் சொல்வதை பொறுமையாக கேட்டுக்கொண்டிருந்தார். வாடிக்கையாளர் சொல்லும் குறைகளை யெல்லாம் கேட்டு அனுதாபத்துடன் 'ஆமாம்' என்று மட்டுமே சொன்னார் அந்த நிறுவன பிரதிநிதி.

'அவர் கோபமாக கூச்சலிட நான் மூன்று மணி நேரம் அவர் சொல்வதை கேட்டேன்,' என்று தன் அனுபவத்தை அந்த வாடிக்கையாளர் சேவை பிரதிநிதி எழுத்தாளர் வகுப்பில் பகிர்ந்துகொண்டார். 'பிறகு நான் மீண்டும் அவரிடம் சென்று அவர் கூறுவதை கேட்டு வந்தேன். நான்கு முறை அவரை நேரில் சந்தித்து பேசினேன். நான்காவது சந்திப்பு முடியும் முன்னர் அவர் துவங்கவிருந்த குழு ஒன்றின் உறுப்பினராக ஆக்கப்பட்டேன். அவர் அந்த குழுவை 'தொலைபேசி சந்தாதாரர் பாதுகாப்பு சங்கம்.' என்று பெயரிட்டிருந்தார். நான் இன்னமும் அந்த

சங்கத்தில் உறுப்பினராக இருக்கிறேன். எனக்குத் தெரிந்தவரை அங்கு அவரைத் தவிர நான் மட்டும்தான் உறுப்பினராக உள்ளேன்.

ஒவ்வொரு நேர்காணலிலும் அவர் சொல்வதை கேட்டு ஒவ்வொரு விஷயத்திலும் அவருடன் அனுதாபப்பட்டேன். ஒரு தொலைபேசி நிறுவன ஊழியர் அப்படியிருந்து அது வரை பார்த்திராத அவர் என்னுடன் நட்புடன் பழகத் துவங்கினார் என்றே கூறலாம். முதல் சந்திப்பில் அவரை நான் காண சென்ற விஷயம் பேசப்படவே இல்லை. இரண்டாவது மூன்றாவது சந்திப்பிலும் கூட. ஆனால் நான்காவது சந்திப்பில் அந்த விஷயத்திற்கு முழுவதுமாக முற்றுப்புள்ளி வைத்தேன். அவர் தனது எல்லா பில் களையும் முழுவதுமாக கட்டிவிட்டு தொலைபேசி நிறுவனத்துடன் தனக்கு இருந்த பிரச்சனைகளின் வரலாற்றை முடிக்கும் வகையில் பொது சேவை குழுவிற்குதான் அனுப்பியிருந்த புகாரையும் தானாகவே முன் வந்து திரும்பப்பெற்றார்.'

மிஸ்டர் டௌகிளஸ் தன்னை ஒரு புனிதமான போராளியாக, இரக்கமற்ற சுரண்டலை எதிர்த்து பொது உரிமையை பாதுகாப்பவர் என கருதினார். ஆனால் உண்மையில் அவர் நிஜமாக விரும்பியது முக்கியத்துவம் கொடுக்கப்பட்டதாக உணர்வு. முதலில் இந்த முக்கியத்துவத்தை பிடிவாதமாக இருந்தும் புகார் அளித்தும் பெற்றார். ஆனால் நிறுவனத்திடமிருந்து அவர் விரும்பிய முக்கியத்துவத்தை ஒரு பிரதிநிதி மூலம் பெற்றவுடன் அவர் அது நாள் வரை கற்பனை செய்திருந்த துன்பங்கள் அனைத்தும் காற்றில் மறைந்து போயின.

தையல் வர்த்தகத்தில் உலகத்திலேயே மிகப்பெரிய வூல் விநியோகஸ்தரான டெட்மெர் வூலன் கம்பெனியின் தோற்றுனர் திரு ஜூலியன் எப் டெட்மெர் அவர்களின் அலுவலகத்திற்குள் பல வருடங்களுக்கு முன் ஒரு நாள் காலை கோபமான வாடிக்கையாளர் ஒருவர் நுழைந்தார்.

'இந்த வாடிக்கையாளர் எங்களுக்கு ஒரு சிறிய தொகை ஒன்று கொடுக்க வேண்டியிருந்தது,' என்று விளக்கினார் மிஸ்டர் டெட்மெர் என்னிடம். 'அந்த வாடிக்கையாளர் அதனை மறுத்தார். அது தவறு என்று எங்களுக்குத்தெரியும். அதனால் எங்கள் கிரெடிட் துறை அவர் அந்தத்தொகையை கட்டவேண்டுமென்று வலியுறுத்தியது. எங்கள் கிரெடிட் துறையிடமிருந்து பல கடிதங்கள் பெற்ற பின் அவர் தன்னை சுதாரிகரித்துக்கொண்டு சிகாகோ வந்து என் அலுவலகத்திற்குள் நுழைந்து அந்தத்தொகையை தாம் கட்டமாட்டார் என்றும் இனி ஒருபோதும் டெட்மெர் வூலன் கம்பெனியில் ஒரு டாலர் அளவிலான பொருட்கள் கூட வாங்கமாட்டார் என்றும் தெரிவித்தார். 'நான் பொறுமையாக அவர் கூறிய அனைத்தையும் கேட்டேன். நடுவில் குறுக்கிட சபலப்பட்டேன் ஆனால் அது தவறான கொள்கையாகும் என்று உணர்ந்தேன். அதனால் அவர் முழுவதுமாக பேசிமுடிக்க அனுமதித்தேன். இறுதியில் அவரது கோபம் தணிந்து கேட்டுக்கொள்ளும்

மனநிலைக்கு அவர் வந்தவுடன், அமைதியாக, "இதைப்பற்றி என்னிடம் பேச சிகாகோ வரை வந்ததற்கு நன்றி தெரிவித்து கொள்கிறேன். உங்களுக்கு எரிச்சல் மூட்டியது போல் வேறு பல வாடிக்கையாளர்களுக்கும் எங்கள் கிரெடிட் துறை எரிச்சல் அளித்திருக்கக்கூடும். அதனால் இதனை என் கவனத்திற்கு கொண்டு வந்து நீங்கள் எனக்கு பெரிய உதவி புரிந்திருக்கிறீர்கள். அவர்கள் அப்படி செய்திருந்தால் அது மிகவும் மோசமானது. என்னை நம்புங்கள், இதைப்பற்றி சொல்ல உங்களுக்கு இருக்கும் ஆர்வத்தை விட எனக்கு இதைப்பற்றி கேட்க அதிக ஆர்வம் உள்ளது" என்றார்.

'நான் இப்படி சொல்வேன் என்று இவ்வுலகில் அதைத்தான் அவர் கடைசியாக எதிர்பார்த்திருந்தார். அதனால் சிறிது ஏமாற்றம் அடைந்தார் என்று கூட நினைக்கிறேன் ஏனென்றால் ஓரிரண்டு விஷயங்கள் சொல்ல அவர் சிகாகோ வரை வந்திருந்தார். இங்கே நான் அவர் சொல்வதை வீண் என்று ஒதுக்காமல் நன்றி கூறுகிறேன். அந்த கட்டணங்களை எங்கள் கணக்குகளிலிருந்து நீக்கிவிட்டு அதைப்பற்றி மறந்துவிடுவோம் என்று அவருக்கு நான் உறுதியளித்தேன். இது ஏனென்றால் அவர் கவனமான மனிதர் என்றும் அவரிடம் சரிபார்க்க ஒரே கணக்கு மட்டுமே உள்ளதாகவும் எங்களது கணக்காளர்களிடம் ஆயிரக்கணக்கானவை உள்ளேதென்றும், அதனால் அவர் சொல்வது தவறாக இருக்கும் வாய்ப்புகள் குறைவு, எங்களிடம்தான் தவறு இருக்கவேண்டுமென்றும் கூறினேன்.

'அவர் எப்படி உணர்ந்தார் என்று புரிந்துகொண்டதாகவும் அவரிடத்தில் நான் இருந்தால் நானும் சரியாக அதையேதான் செய்திருப்பேன் என்றும் கூறினேன். இனி அவர் எங்களிடமிருந்து வாங்க மாட்டார் என்பதால் வேறு சில வுலன் விற்பனையாளர்களின் பெயர்களையும் சிபாரிசு செய்தேன். 'முன்பு அவர் எப்போது சிகாகோ வந்தாலும் நாங்கள் ஒன்றாகத்தான் மதிய உணவு சாப்பிடுவோம். அதனால் இம்முறையும் நான் அவரை மதிய உணவு சாப்பிட அழைத்தேன். அவர் தயக்கத்துடன் ஒப்புக்கொண்டார். ஆனால் நாங்கள் சாப்பிட்டுவிட்டு அலுவலகத்திற்கு வந்ததும் முன்பைவிட பெரிய ஆர்டர் ஒன்றை வழங்கினார். அவர் நெகிழ்வான மனநிலையில் வீடு திரும்பியதும் நாங்கள் அவரை நடத்திய விதத்தை மனதில் கொண்டு தம் பில்களை சரிபார்த்து ஒன்று கட்டப்படாமல் விட்டுப் போய்விட்டது என்று மன்னிப்பு கேட்டு அதற்கான காசோலையையும் அனுப்பியிருந்தார்.

'பிறகு அவர் மனைவி அவருக்கு ஆண் குழந்தை ஒன்றைப்பெற்றுத்தந்தபோது அக்குழந்தையின் நடுப்பெயர் டெட்மெர் என்றும் வைத்திருந்தார். அதன் பிறகு, அவர் இறக்கும் வரை இருபத்தியிரண்டு வருடங்களுக்கு எங்களது நண்பராகவும் வாடிக்கையாளராகவும் இருந்தார்.'

பல வருடங்கள் முன்பு நெதர்லாண்ட்ஸ் நாட்டிலிருந்து குடிபெயர்த்திருந்த ஒரு ஏழை சிறுவன் தனது குடும்பத்திற்கு உதவியாக இருக்க விரும்பி பள்ளிகூடநேரம் முடிந்த பின்னர் ஒரு அடுமனையின் ஜன்னல்களை சுத்தம் செய்யும் வேலையை ஏற்றிருந்தான். அவனது மக்கள் மிகவும் ஏழையாக இருந்த காரணத்தால், தனது பணி நேரம் முடிந்ததும் கையில் கூடையுடன் சாலையில் கரித்துண்டங்கள் விழுந்து கிடந்த இடத்திற்குச்சென்று கரித்துண்டங்களை சேகரிப்பான். அந்த சிறுவன் எட்வர்ட் போக்கிற்கு, அவன் வாழ்நாளில் ஆறு வருடங்களுக்கு மேலாக பள்ளிப்படிப்பு கிட்டவில்லை; இருப்பினும் இறுதியில் அவன் அமெரிக்க ஊடகத்தில் மிகுந்த வெற்றிகள் கண்ட பத்திரிகை ஆசிரியராக ஆனான். அவன் அதனை எப்படிச்செய்தான்? அது ஒரு பெரிய கதை, ஆனால் அவனுக்கு துவக்கம் எப்படி கிடைத்ததென்று சுருக்கமாக சொல்லமுடியும். இந்தப்பகுதியில் உள்ள கொள்கைகளை பயன்படுத்திதான் அவனுக்கு அந்தத்துவக்கம் கிடைத்தது.

அவன் பதிமூன்று வயதானபோது பள்ளிக்கூடத்தை விட்டுவிட்டு வெஸ்டர்ன் யூனியன் நிறுவனத்தில் ஆ∴பீஸ் பாயாக சேர்ந்தான். ஆனால் ஒரு நிமிடம் கூட படிப்பை விட்டுவிடும் எண்ணம் அவனிடம் இல்லை. அதற்கு பதிலாக தன்னைத்தானே கற்பித்துக்கொள்ள துவங்கினான். அமெரிக்க சுயசரிதையின் கலைக்களஞ்சியம் என்ற புத்தகத்தை வாங்க போதுமான பணம் சேரும் வகையில் தனது வாகன கட்டணத்தை சேமித்தும், மதிய உணவு சாப்பிடாமலும் இருந்தான். அதன் பிறகு எவரும் கேள்விப்படாத ஒன்றை செய்தான். மிகவும் பிரபலமான மனிதர்களுக்கு கடிதம் எழுதி அவர்களது குழந்தைப்பருவத்தைப்பற்றிய கூடுதல் விவரங்களை சொல்லுமாறு கேட்டுக்கொண்டான். அவன் சிரத்தையுடன் கேட்பவன். பிரபலமான மனிதர்களை அணுகி அவர்கள் தங்களைப்பற்றி அதிக தகவல் தருமாறு கேட்டுக்கொண்டான். அப்போது ஜனாதிபதி பதவிக்காக போட்டியிட்ட ஜெனரல் ஜேம்ஸ் ஏ கார்∴பீல்டு என்பவருக்கு கடிதம் எழுதி ஒரு கால்வாயில் சரக்கு இழுத்துசெல்பவராக அவர் இருந்தது உண்மையா என்று கேட்டான்; கார்∴பீல்டு பதிலளித்தார். ஜெனரல் கிராண்ட் அவர்களுக்கு கடிதம் எழுதி ஒரு குறிப்பிட்ட போர் பற்றிய விவரங்களை கேட்டான். கிராண்ட் ஒரு வரைபடத்தை வரைந்து அந்த பதினான்கு வயது சிறுவனை தன்னுடன் இரவு உணவு சாப்பிட அழைத்து அவனுடன் தன் நேரத்தை செலவிட்டார்.

சீக்கிரமே நமது வெஸ்டர்ன் யூனியன் தகவல்கார சிறுவன் நாட்டின் பல பிரபலமான மனிதர்களுடன் தொடர்பில் இருந்தான்: ரால்ப் வால்டோ எமெர்சன், ஆலிவர் வென்டெல் ஹோம்ஸ், லாங்பெலோ, மிஸஸ் ஆப்ரஹாம் லிங்கன், லூயிஸா மே எல்காட், ஜெனரல் ஷெர்மன் மற்றும் ஜெபர்சன் டேவிஸ். இந்த தனிசிறப்புப்பெற்ற மனிதர்களுடன் தொடர்பு கொண்டது மட்டுமல்லாமல் பணிவிடுப்பு

கிடைத்தவுடன் அவர்கள் இல்லங்களில் அவர்கள் வரவேற்ற விருந்தினனாகவும் நாட்களை கழித்துவிட்டு வந்தான். விலைமதிப்பற்ற தன்னம்பிக்கையை இந்த அனுபவங்கள் அவனுக்குள் ஊட்டியது. இந்த பெண்மணிகளும் ஆண்மக்களும் அவனது வாழ்க்கையை வடிவமைத்த லட்சியம் மற்றும் வருங்காலத்தைப்பற்றிய பார்வையையும் வழங்கினர்.

இவை அனைத்தும் நான் மீண்டும் கூறுகிறேன், நாம் இங்கு கலந்துரையாடும் கொள்கைகளை செயலாக்கியதனால்தான் சாத்தியமானது. நூற்றுக்கணக்கான பிரபலங்களை நேர்கண்ட பத்திரிகையாளர் ஐசாக் எப் மார்கோசன் பலர் தீவிரமாக கவனிக்க தவறுவதால் சாதகமான பாதிப்பை உண்டாக்க தவறிவிடுகிறார்கள். 'அடுத்து என்ன சொல்லப்போகிறார்கள் என்பதில் அதிக கவனம் செலுத்தி தங்கள் காதுகளை திறந்து வைக்க தவறிவிடுகிறார்கள். நன்றாக பேசுபவர்களை விட சிறந்த முறையில் கேட்பவர்களையே தாம் விரும்புவதாக மிக முக்கியமான மக்கள் என்னிடம் கூறியுள்ளார்கள். ஆனால், எந்த ஒரு நல்ல பண்பையும் விட பொறுமையாக செவிசாய்க்கும் திறன் அரிதாகவே காணப்படுகிறது' என்றார்.

சிறந்த முறையில் கேட்பவர்களை முக்கியமான ஆளுமைகள் மட்டும் நாடுவதில்லை. சாதாரண மக்களும்தான். ரீடர்ஸ் டைஜஸ்ட் ஒரு முறை: 'தனக்கு தேவையானதெல்லாம் பார்வையாளர்கள் மட்டும் என்ற போதிலும் பலர் மருத்துவர்களை அழைக்கிறார்கள்.' என்று கூறியிருந்தது.

சிவில் வார் நடந்துகொண்டிருந்த இருண்ட காலத்தில் லிங்கன் ஒருமுறை ஸ்ப்ரிங் பீல்ட்டிலிருந்த தன் பழைய நண்பருக்கு கடிதம் எழுதி இலினொய் வருமாறு கூறினார். தன்னிடம் சில பிரச்சனைகள் உள்ளதாக கூறி அதுபற்றி கலந்துரையாட வேண்டுமென்று லிங்கன் கூறினார். அந்த பழைய நண்பர் வெள்ளை மாளிகை வந்தபோது அடிமைகளுக்கு சுதந்திரம் வழங்கும் சாசனம் ஒன்றை வெளியிடுவதுபற்றி ஆலோசனை வேண்டுமென்று அவ்ருடன் பல மணிநேரங்கள் பேசினார். அப்படிச்செய்வதற்கு எதிராகவும் சார்பாகவும் இருக்கக்கூடிய பல விவாதங்களை பற்றி பேசிய பின்னர் கடிதங்கள் மற்றும் செய்தித்தாளில் வந்திருந்த கட்டுரைகள் ஆகியவற்றையும் படித்தார். அவற்றில் சில அடிமைகளை விடுவிக்காததற்காக அவரை நிந்தித்தும் விடுவித்துவிடுவாரோ என்ற பயத்தில் அவரை நிந்தித்தும் எழுதப்பட்டிருந்தன. பல மணி நேரங்கள் அவருடன் பேசியபிறகு கைகுலுக்கி அவரது கருத்து என்னவென்று கேட்காமலேயே அவரை இலினொய் திருப்பி அனுப்பினார் லிங்கன். முழுவதுமாக பேசியது லிங்கனே. அது அவரது மனதிற்கு தெளிவை கொடுத்திருந்தது. 'அந்த உரையாடலுக்குப்பின்னர் அவர் நன்றாக உணர்ந்தது போல் தோன்றியது,' அந்த பழைய நண்பர் கூறினார். லிங்கனுக்கு ஆலோசனை தேவைப்படவில்லை. தன் சுமையை நீக்கிக்கொள்ள ஒரு நட்புகொண்ட

அனுதாபமான மனிதர் மட்டுமே அவருக்கு தேவையாக இருந்தது. பிரச்சனையில் இருக்கும்போதும் நாம் விரும்புவதும் அதுதான். திருப்தியற்ற ஊழியர், மனம் நொந்த நண்பன் மற்றும் எரிச்சலடைந்த வாடிக்கையாளர் ஆகியோரும் அடிக்கடி விரும்புவது அதுதான்.

நவீன காலத்தில் சிறப்பாக செவிசாய்ப்பவர் என்று பெயர் பெற்றவர் சிக்மண்ட் பிரெட். பிரெட்டை சந்தித்த ஒரு மனிதர் அவர் கேட்கும் விதத்தை பற்றி விவரித்தார். 'அவரை என்னால் ஒருபோதும் மறக்கமுடியாத அளவில் எனக்கு அது வற்புறுத்தும் விதமாக இருந்தது. நான் வேறு எந்த மனிதரிலும் பார்க்காத சில பண்புகள் அவரிடமிருந்தது. அது போன்ற சிதறாத கவனத்தை நான் பார்த்ததில்லை. "ஆன்மாவிற்குள் ஊடுருவும் பார்வை" எதுவும் இல்லை. அவரது கண்கள் இளகியதாகவும் இணக்கத்தை வெளிப்படுத்துவதாகவும் இருந்தன. அவரது குரல் தாழ்ந்து, கருணை நிறைந்ததாக இருந்தது. அவரது சைகைகள் குறைவாக இருந்தன. ஆனால் அவர் எனக்கு அளித்த கவனம், நான் மோசமான முறையில் பேசியிருந்தாலும், நான் கூறியதை அவர் பாராட்டிய விதம் அசாதாரணமாக இருந்தது. *'ஒருவரால் அது போன்று கேட்கப்படுவது எத்தகைய தாக்கத்தை அளிக்கும் என்பதுபற்றி உங்களால் சிந்தித்துக்கூடப்பார்க்க முடியாது.'*

உங்களை மற்றவர்கள் தவிர்த்து, உங்களை ப்பற்றி ஏளனமாகப் பேசி சிரித்து உங்கள் முதுகிற்குப் பின்னால் உங்களை வெறுக்கும்படி செய்ய வைப்பது எப்படியென்று நீங்கள் அறிய விரும்பினால் அதற்கான முறை இதுதான்: எவர் சொல்வதையும் நீண்ட நேரம் கேட்கவேண்டாம். உங்களைப்பற்றியே இடைவிடாமல் பேசிக்கொண்டிருங்கள். மற்றவர் பேசும்போது உங்களுக்கு ஒரு எண்ணம் தோன்றினால் அவர் முடிக்கும்வரை காத்திருக்காதீர்கள்: அப்போதே அவரது பாதி வாக்கியத்தில் நடுவில் இடைமறியுங்கள். அது போன்ற மனிதர்களை நீங்கள் அறிவீர்களா? எனக்குத்தெரியும், துரதிர்ஷ்டவசமாக; அதில் ஆச்சரியம் என்னவென்றால் அவருள் சிலர் பிரமுகர்கள்.

சலிப்படையசெய்பவர்கள். அப்படிப்பட்டவர்கள்தான் அவர்கள்—தன் சொந்த அகங்காரத்தினால் மயக்கத்தில் இருப்பவர்கள். சுய முக்கியத்துவம் என்ற உணர்வில் முழுவதுமாக போதையில் இருப்பவர்கள். தங்களைப்பற்றி மட்டுமே பேசுபவர்கள் தங்களைப்பற்றி மட்டுமே நினைப்பவர்கள். 'தங்களைப்பற்றி மட்டுமே சிந்திக்கும் அந்த மனிதர்கள் நம்பிக்கையற்ற நிலையில் கல்வியறிவு இல்லாதவர்கள்.' என்று கொலம்பியா பல்கலைக்கழகத்தின் நீண்ட நாள் தலைவர் டாக்டர் நிகோலஸ் முர்ரே பட்லர் அவர்கள் கூறினார். எவ்வளவுதான் அறிவுறுத்தப்பட்டாலும் அவர்கள் கற்றவர்கள் இல்லை. அதனால் நல்ல ஒரு உரையாடும் ஆற்றல் மிக்கவராக நீங்கள் இருக்கவிரும்பினால் கவனமாக கேட்பவராக இருங்கள். சுவாரஸ்யமானவராக இருக்க ஆர்வத்துடன் இருங்கள். பதில் சொல்வதை மற்றவர்கள்

மகிழும்வகையில் கேள்விகள் கேளுங்கள். அவர்கள் தங்களைப்பற்றியும் தங்கள் சாதனைகள் பற்றியும் பேசுவதை ஊக்கப்படுத்துங்கள்.

நீங்கள் எவருடன் பேசுகிறீர்களா அவர்கள் உங்கள் விருப்பங்கள் மற்றும் பிரச்சனைகளை விட தம் மீதும் தங்கள் விருப்பங்கள் மற்றும் பிரச்சனைகள் மீதும் நூறு மடங்கு அதிக ஆர்வம் கொண்டுள்ளவர்கள், என்பதை நினைவில் வைத்துக்கொள்ளுங்கள். பல லட்சம் மக்களை கொல்லும் சீன பஞ்சத்தை விட அவரது பல்வலி அவருக்கு அதிக பொருட்டாக இருக்கும். ஒருவரது கழுத்தில் இருக்கும் கட்டி ஆப்பிரிக்காவில் ஏற்படும் 40 நிலநடுக்கங்களை விட அதிக ஆர்வத்தை தூண்டுவதாக இருக்கும். அடுத்த முறை ஒரு உரையாடலை துவங்கும்போது அதுபற்றி சிந்தியுங்கள்.

விதி 16
ஒரு நல்ல செவிசாய்ப்பவராக இருங்கள்.

மனம் போன போக்கில் போய் விசித்திரமாக நடந்து கொள்பவராக இருப்பதை நிறுத்தாதீர்கள். உங்கள் வாழ்க்கைக்கான உங்கள் பொறுப்பை வேறு எவருக்கும் ஒருபோதும் கொடுக்காதீர்கள்.
—மேரி ஆலிவர்

உங்களுக்காக மற்றும் உங்களது தற்போதைய நிலைமைக்காக வருந்துவது உங்கள் சக்தியை வீணடிப்பதோடு உங்களுக்கு இருக்கமுடிந்த மோசமான பழக்கமும் அதுவே.
—டேல் கார்னெகி

17

மக்களின் ஆர்வத்தை பெறுவது எப்படி

தியோடர் ரூஸ்வெல்டின் விருந்தினராக இருந்த எவரும் அவரது வரம்பு மற்றும் பன்முகத்தன்மை ஆகியவற்றால் வியந்து போவார்கள். அவரை சந்திக்க வந்தது கௌபாய் அல்லது முரட்டுத்தனமான ஓட்டுநராக இருந்தாலும் என்ன பேசவேண்டுமென்று அவருக்குத் தெரியும். அவர் அதை எப்படிச்செய்தார்? பதில் எளிமையானதாக இருந்தது.

எப்போது அவர் விருந்தினரை எதிர்பார்த்தாலும் முன்னாள் இரவு வெகு நேரம் வரை அமர்ந்து அவரது விருந்தினருக்கு குறிப்பாக பிடித்த தலைப்பைப்பற்றி படித்துக்கொண்டிருப்பார். அனைத்து தலைவர்களையும் போல ரூஸ்வெல்ட்டும் ஒரு மனிதரின் இதயம் வரையிலான ராஜவீதி அவர் பொக்கிஷமாக கருதும் விஷயங்களைப்பற்றி பேசுவதுதான் என்று நம்பினார்.

யேல் பல்கலைக்கழகத்தின் கட்டுரையாளர் மற்றும் பேராசிரியரான இணக்கமான நடத்தை கொண்ட வில்லியம் லியொன் பல்ப்ஸ் இந்தப்பாடத்தை தன் வாழ்க்கையின் ஆரம்பத்திலேயே கற்றிருந்தார். மனித இயல்பு பற்றிய தன் கட்டுரையில் இவ்வாறு எழுதியிருந்தார்:

"என் எட்டாவது வயதில் ஹூஸ்டனிக் ஸ்ட்ராட்போர்டில் இருந்த என் அத்தை லிபி லின்சே அவர்களை சந்தித்து ஒரு வார இறுதியை அவருடன் கழிக்க நான் சென்றிருந்தபோது ஒரு நாள் மாலை ஒரு நடுத்தர வயது மனிதர் அங்கு வந்திருந்தார். என் அத்தையுடன் மரியாதை நிமித்தம் ஓரிரு வார்த்தைகள் பேசிவிட்டு அவரது கவனம் என் பக்கம் திரும்பியது. அந்த நேரத்தில் நான் படகுகள் குறித்து மிகுந்த ஆர்வம் கொண்டிருந்தேன். அந்த விருந்தினர் அந்தத்தலைப்பை ப்பற்றி மிகவும் குறிப்பிடத்தக்க வகையில் சுவாரசியமான விதத்தில் பேசினார். அவர் சென்றபின் அவரைப்பற்றி நான் மிகவும் உற்சாகமாக பேசினேன். எப்படிப்பட்ட மனிதர்! அவர் நியூயார்க் நகரத்தில் வக்கீல் என்றும் அவர் படகுகள் பற்றி அதிகம் கவலைப்பட்டதில்லை என்றும் அதில் அவர் மிகக்குறைவான ஆர்வமே கொண்டிருந்தார் என்றும் என் அத்தை தெரிவித்தாள்."

"பிறகு அவர் முழு நேரமும் படகுகள் பற்றி ஏன் பேசவேண்டும்?"

"ஏனென்றால் அவர் நல்ல பண்பான மனிதர். உனக்கு படகுகள் மீது ஆர்வம் இருப்பதைக்கண்டார். உனக்குப்பிடித்து நீ ஆர்வம் கொள்வாய் என்று தெரிந்த ஒரு விஷயத்தைப்பற்றி அவர் பேசினார். இதன் மூலம் தன்னை ஒரு இணக்கமான மனிதராக ஆக்கிக்கொண்டார்.""

மேலும் வில்லியம் லியொன் பல்ப்ஸ்: 'என் அத்தை கூறியதை நான் ஒருநாளும் மறக்கவில்லை.' என்றார்.

இந்த அத்தியாயத்தை நான் எழுதும்போது எனக்கு முன் எட்வர்ட் எல் செலிஃப் என்பவரது கடிதம் உள்ளது. அவர் சாரணர் சிறுவர்கள் செயல்பாடுகளில் உற்சாகமாக பங்கேற்றவர்.

'ஒரு நாள் எனக்கு ஒரு உதவி தேவைப்படுகிறது என்பதை உணர்ந்தேன்,' எழுதினார் மிஸ்டர் செலிஃப். 'ஐரோப்பாவில் ஒரு பெரிய சாரணர் கூட்டம் நடக்கவிருந்தது. அதில் பங்கேற்க ஒரு சிறுவனது பயணச் செலவுகளை அமெரிக்காவின் ஒரு பெரிய நிறுவனம் ஏற்றுக்கொள்ளவேண்டுமென்று நான் விரும்பினேன்.

'அதிர்ஷ்டவசமாக அந்த மனிதரை சென்று சந்திக்கும் முன் அவர் ஒரு மில்லியன் டாலர் காசோலையை எழுதியிருந்தார் என்றும் அது ரத்து செய்யப்பட்டவுடன் அதனை பிரேம் செய்து சுவற்றில் மாட்டிவிட்டார் என்றும் கேள்விப்பட்டேன்.

'அதனால் அவரது அலுவலகத்திற்குச்சென்றவுடன் அந்த காசோலையை பார்க்க விரும்புவதாக முதலில் கேட்டுக்கொண்டேன். ஒரு மில்லியன் டாலருக்கான காசோலை! அப்படியொரு காசோலையை எழுதியவர் எவரையும் நான் அறியவில்லையென்றும் 'நான் நிஜமாகவே ஒரு மில்லியன் டாலர் காசோலையை பார்த்தேன்' என்று என் சிறுவர்களிடம் சொல்ல விரும்புகிறேன் என்றேன். அதனை காட்ட அவர் மகிழ்ச்சியுடன் இணங்கினார்; அதனை நான் வெகுவாக ரசித்துவிட்டு அது எப்படி நடந்தது என்பதை முழுவதுமாக கூறவேண்டுமென்று கேட்டுக்கொண்டேன்.'

மிஸ்டர் செலிஃப் சிறுவர்கள் சாரணர் பற்றியோ அல்லது ஐரோப்பாவில் நடக்கவிருந்த சாரணர் கூட்டம் பற்றியோ அல்லது தனக்கு வேண்டியது என்ன என்பதைப்பற்றி பேசியோ தன் உரையாடலை துவங்கவில்லை என்பதை நீங்கள் கவனித்தீர்கள் இல்லையா? மற்றவரை எது சுவாரசியம் அடையச்செய்வது என்பதை அறிந்து அதைப்பற்றி பேசினார். விளைவு இதோ:

'தற்பொழுது நான் நேர்காணல் நடத்திக்கொண்டிருந்த மனிதர் கூறியது: "ஓ, நீங்கள் என்ன காரணத்திற்காக என்னை காண விரும்பினீர்கள்?" அதனால் நான் அவரிடம் சொன்னேன்.

'நான் பெரிதாக ஆச்சரியப்படும் அளவில் அவர் நான் விரும்பியதற்கு உடனடியாக ஒப்புதல் அளித்ததோடு அதிகமாகவே செய்தார். நான் ஒரு சிறுவனை அனுப்பவேண்டும் என்று கேட்டிருந்தேன் ஆனால் அவர் என்னுடன் *ஐந்து* சிறுவர்கள் செல்ல ஆகும் செலவையும் ஏற்றார். ஆயிரம் டாலர்கள் வழங்குவதாக கடிதமொன்றை கொடுத்து ஏழு வாரங்கள் ஐரோப்பாவில் தங்கும்படி கூறினார். கிளை தலைவர்களுக்கு அறிமுக கடிதங்களும் கொடுத்து அவர்களும் எங்களுக்கு சேவை

செய்வதை உறுதி செய்ததுடன் எங்களை பாரிஸ் நகரில் சந்தித்து அந்த ஊரைச்சுற்றியும் காட்டினார். அதன் பின்னர் சில சிறுவர்களின் பெற்றோர்களை வேலையிலும் சேர்த்துக்கொண்டார். இன்னமும் அவர் எங்களது குழு செயல்பாடுகளில் ஆர்வமாக பங்குபெறுகிறார்.

'இருப்பினும் அவரது ஆர்வம் இதில் உள்ளது என்பதை நான் கண்டுபிடித்து அதைப் பற்றிப்பேசி நல்லுறவை பெறாமல் இருந்திருந்தால் அவரை இவ்வளவு எளிதில் அணுகமுடியும் என்பதை பத்தில் ஒரு பங்கு கூட அறிந்திருக்கமாட்டேன்.'

தொழிலில் பயன்படுத்த இது ஒரு மதிப்புள்ள உத்தியா? அப்படியா? பார்க்கலாம். நியூயார்க நகரில் அடுமனை பொருட்கள் தயாரிப்பின் மொத்த விற்பனையில் ஈடுபட்டுள்ள தூவெர்னோய் அண்ட் சன்ஸை சேர்ந்த ஹென்றி ஜி தூவெர்னோய் அவர்களை எடுத்துக்கொள்வோம்.

ஒரு குறிப்பிட்ட நியூயார்க் ஹோட்டலுக்கு பிரட் விற்பனை செய்யும் முயற்சியில் ஈடுபட்டிருந்தார் தூவெர்னோய். நான்கு வருடங்கள் வரை ஒவ்வொரு வாரமும் அந்த ஹோட்டலின் மேலாளரை சந்தித்திருந்தார். அந்த மேலாளர் சென்ற அதே சமூகக்கூடங்களுக்கு இவரும் சென்று வந்தார். அந்த ஆர்டரைப்பெற, அந்த ஹோட்டல்களில் அறைகள் எடுத்தும் தங்கியிருந்தார். ஆனால் அவர் தோல்வி அடைந்திருந்தார்.

'பிறகு,' என்றார் மிஸ்டர் தூவெர்னோய், 'மனித உறவுகளைப்பற்றி படித்த பிறகு எனது உத்திகளை மாற்றிக்கொள்வதென்று உறுதிசெய்தேன். இந்த மனிதருக்கு எதில் ஈடுபாடு உள்ளது என்பதை கண்டுபிடிக்க முடிவு செய்தேன்—அவரை உற்சாகமடையச்செய்தது எது.

'ஹோட்டல் க்ரீட்ர்ஸ் ஆப் அமெரிக்கா என்னும் ஒரு சங்கத்தை சேர்ந்தவர் அவர் என்பதை கண்டுபிடித்தேன். அவர் அதில் உறுப்பினராக மட்டும் இல்லாமல் நல்ல உற்சாகமான மனப்பாங்கினால் அந்த நிறுவனத்தின் தலைவராகவும் இன்டர்நேஷனல் க்ரீட்ர்ஸ்ஸின் தலைவராகவும் ஆகியிருந்ததை கண்டுபிடித்தேன். அதன் மாநாடுகள் எங்கு நடந்தாலும் அவர் அங்கு இருப்பார்.

'அதனால் நான் அவரை சந்தித்தபோது க்ரீட்ர்ஸ் பற்றிப் பேசத் துவங்கினேன். என்ன ஒரு பதில் கிடைத்தது எனக்கு. எம்மாதிரியான எதிர்செயல்! உற்சாகமான குரலில் அவர் என்னிடம் அரை மணி நேரம் பேசினார். அவரது சங்கம் வெறும் பொழுதுபோக்கு மட்டுமல்ல அவரது வாழ்க்கையின் வேட்கை என்பதை கண்டேன். நான் அவரது அலுவலகத்தை விட்டு கிளம்பும் முன்னர், அந்த நிறுவனத்தின் உறுப்பினர் என்ற தகுதியை எனக்கு அவர் அளித்திருந்தார்.

'இதற்கிடையில் நான் அவரிடம் பிரட் பற்றி பேசவேலையில்லை. ஆனால் சில நாட்களுக்குப்பிறகு அவரது ஹோட்டலின் பணியாள் என்னை தொலைபேசியில் அழைத்து என் மாதிரிகளையும் அதற்கான விலைப்பட்டியலையும் எடுத்து வருமாறு கூறினார்.

“நீங்கள் அந்த முதிர்ந்த சிறுவருக்கு என்ன செய்தீர்கள் என்று தெரியவில்லை,” என்னை அவரது பணியாள் வரவேற்றார், “ஆனால் நிச்சயமாக நீங்கள் அவரை ஆட்கொண்டுவிட்டீர்கள்!”

‘இதைப்பற்றி சிந்தியுங்கள்! நான்கு வருட காலமாக அந்த மனிதரின் எதிரில் மத்தளமாக முழங்கிக்கொண்டிருந்தேன்—அவரிடமிருந்து ஆர்டர்கள் பெற—அவருக்கு பிடித்தவிஷயம் என்ன? எதைப்பற்றி பேசுவது? அவருக்கு பிடித்தமானது என்ன என்பது பற்றி அறிய நான் முனையவில்லையென்றால் மத்தளமாக முழங்குவதையே அடுத்த நான்கு வருடங்களுக்கு தொடர்ந்திருப்பேன்.’

மேரிலாண்ட் ஹெகெர்ஸ்டவுனை சேர்ந்த எட்வர்ட் இ ஹாரிமன் என்பவர் தனது ராணுவ சேவை முடிந்தபிறகு மேரிலாண்டின் அழகிய கம்பர்லாண்ட் பள்ளத்தாக்கில் வாழ முடிவு செய்தார். துரதிர்ஷ்டவசமாக அந்த சமயத்தில் அங்கு ஒரு சில வேலைகளே இருந்தன. அவ்விடத்தில் அனைத்து தொழில் நிறுவனங்களும் ஆர் ஜெ ஃபன்க் ஹவுஸர் என்பவரால் நடத்தப்பட்டது அல்லது கட்டுப்படுத்தப்பட்டது என்பதை சிறிய ஆராய்ச்சி தெரியப்படுத்தியது. ஏழ்மையிலிருந்து செல்வந்தராக அவரது வளர்ச்சி மிஸ்டர் ஹாரிமன் அவர்களுக்கு ஆர்வமளித்தது. இருந்தாலும் வேலை தேடுபவர்களால் அவரை அரிதாகவே சந்திக்கமுடியுமென்பது தெரிந்த ஒன்றே. மிஸ்டர் ஹாரிமன் எழுதியது:

‘பலரை நேர்காணல் செய்து அவர்களது மாபெரும் ஆர்வம் பணம் சேர்ப்பது மற்றும் வலிமையடைவதில் இருந்தது என்பதை நான் அறிந்து கொண்டேன். ஒரு விசுவாசமான மற்றும் கறாரான செயலாளரால் அவர் தன்னை பாதுகாத்துக்கொண்டார் என்பதை அறிந்ததால் நான் அவரது ஆர்வங்கள் மற்றும் வாழ்க்கை இலட்சியங்கள் பற்றி அறிந்துகொண்டேன். பிறகு முன் அறிவிப்பில்லாமல் செயலாளரது அலுவலகத்திற்கு சென்றேன். அவள் மிஸ்டர் ஃபன்க் ஹவுஸரின் சுற்றுப்பாதையில் செல்லும் செயற்கைகோளாக பதினைந்து வருடங்களாக இருந்து வந்தவள். அவருக்கு அரசியல் ரீதியாகவும் பொருளாதார ரீதியாகவும் வெற்றியாக அமையக்கூடிய ஒரு முன்மொழிவை நான் கொண்டுவந்திருக்கிறேன் என்று சொன்னவுடன் அவள் மிகுந்த ஆர்வமடைந்தாள். அவரது வெற்றியில் அவளது ஆக்கப்பூர்வ பங்களிப்பு இருப்பதைப்பற்றியும் பேசினேன். இந்த உரையாடலுக்குப்பின் அவள் மிஸ்டர் ஃபன்க் ஹவுஸருடனான என் சந்திப்பை ஏற்பாடு செய்தாள்.

‘வேண்டும் என்று எதையும் கேட்கக்கூடாது’ என்று அவரை நேரடியாக சந்திக்க அவரது அழகிய பெரிய அலுவலகத்தை நுழைந்தபோதே உறுதிசெய்துகொண்டேன். அவர் நன்கு செதுக்கப்பட்ட பெரிய மேஜையின் பின்னால் அமர்ந்து இடி போன்ற குரலில் முழங்கினார், “எப்படி இளைஞனே” என்றார். நான், “ மிஸ்டர் ஃபன்க் ஹவுஸர், என்னால் உங்களுக்கு பணம் சம்பாதித்துக்கொடுக்கமுடியு

மென்று நம்புகிறேன்." உடனே அவர் எழுந்து பெரிதான ஆடம்பர மேல் உறை கொண்ட ஒரு சோ:.பாவின் மீது அமர அழைத்தார். என் எண்ணங்களையும் அதனை செயல்படுத்த என்னிடம் தேவையான தகுதிகளும் உள்ளது என்றும் அவை அவரது தொழிலுக்கும் அவரது தனிப்பட்ட வெற்றிக்கும் எப்படி பங்களிக்கும் என்பது பற்றியும் ஒவ்வொன்றாக எடுத்துரைத்தேன். "'ஆர் ஜெ," என்று நான் அழைக்கத் துவங்கிய அவர் உடனே என்னை பணியில் அமர்த்தினார். நானும் இருபது வருடங்களுக்கு மேலாக அவரது நிறுவனத்தில் பணிபுரிகிறேன். அதில் வளர்ந்தும் இருக்கிறேன். நாங்கள் இருவருமே அதனால் செழிப்படைந்துள்ளோம்.' மற்றவரது ஈடுபாடுகள் குறித்துப்பேசுவது இருதரப்பினருக்கும் சாதகமாக அமையும். ஹோவர்ட் ஜீ ஹெர்ஜிக் கம்யூனிகேஷன்ஸ் துறையில் தலைவராக இருந்தவர் எப்போதுமே இந்தக்கொள்கையை பின்பற்றினார். அதிலிருந்து என்ன வெகுமதி கிடைத்தது என்று கேட்டபோது மிஸ்டர் ஹெர்ஜிக் ஒவ்வொருவரிடமிருந்தும் வெவ்வேறு விதமான எதிர்செயல் கிடைத்தது மட்டுமல்லாமல் ஒவ்வொரு முறையும் ஒருவரோடு பேசியபோது அவர் வாழ்க்கை விஸ்தாரமடைந்தது என்றார்.

விதி 17
மற்றவரது ஆர்வம் குறித்து பேசுங்கள்.

உற்சாகமாக கொடுக்கும்போதும் நன்றியுடன் பெற்றுக்கொள்ளும்போதும் அனைவரும் ஆசீர்வதிக்கப்படுகிறோம்.

—மாயா அஞ்சேலோ

18

மக்கள் உங்களை உடனே விரும்பும்படிச்செய்வது எப்படி

நியூயார்க் நகரின் முப்பத்திமூன்றாவது தெருவில் உள்ள தபால் நிலையத்தில் ஒரு கடிதம் அனுப்புவதற்காக வரிசையில் காத்திருந்தேன். அங்கு பணிபுரிந்த குமாஸ்தா தன் வேலையில் அதிக நாட்டம் இல்லாதவர் போல் தோன்றுவதை நான் கவனித்தேன்—உரைகளை எடைபோடுவது, ஸ்டாம்புகளை தருவது சில்லறை காசு கொடுப்பது மற்றும் பெற்ற பணத்திற்கான ரசீது தருவது—வருடத்தின் பின் வருடம் அதே வேலை பளு. அதனால் எனக்கு நானே கூறிக்கொண்டேன்: 'அந்த குமாஸ்தா என்னை விரும்பும்படி செய்ய முயற்ச்சிப்பேன். அவர் என்னை விரும்பவேண்டுமென்றால் மிகத்தெளிவாக நான் இனிமையாக நடந்துகொள்ளவேண்டும் அல்லது பேசவேண்டும். என்னைப்பற்றி அல்ல, அவரைப்பற்றி. அதனால் என்னை நானே கேட்டுக்கொண்டேன். "உண்மையில் அவரைப்பற்றி என்னால் ரசிக்கமுடிந்தது அவரிடம் என்ன இருக்கிறது?" சில நேரங்களில் பதில் கூற அது கடினமான கேள்வி, குறிப்பாக அந்நியர்களுடன்; ஆனால் இந்த விஷயத்தில் அது சுலபமாக இருந்தது. நான் மிகவும் ரசித்த ஒன்றை உடனே கண்டுகொண்டேன். அதனால் அவர் என் உறையை எடைபோட்டுக்கொண்டிருக்கும் போது உற்சாகமாக குறிப்பிட்டேன்: 'உங்களது தலை போன்று கற்றையான முடி எனக்கிருந்தால் நன்றாக இருக்குமென்று நான் நினைக்கிறேன். அவர் பாதி அதிர்ச்சி அடைந்தவராக மேலே நிமிர்ந்து பார்த்தார். அவர் முகம் புன்னகையால் மிளிர்ந்தது. 'முன்பு இருந்தது போன்று அவ்வளவு சிறப்பாக ஒன்றுமில்லை, 'என்றார் அவர் அடக்கத்துடன். முன்பிருந்த பழமையான மகிமை இல்லாமல் இருந்தாலும் அது அற்புதமாக இருந்ததாக உறுதி செய்தேன். அவர் மிகுந்த மகிழ்ச்சி அடைந்தார். நாங்கள் கொஞ்சமாக ஒரு இனிமையான உரையாடலில் ஈடுபட்டோம். முடிவாக அவர் என்னிடம் கூறியது: 'பலரும் என் தலைமுடியை போற்றியிருக்கிறார்கள்.'

அன்று மதிய உணவிற்கு செல்லும்போது அந்த மனிதர் காற்றில் மிதந்து சென்றிருப்பார் என்று சவால் விடுக்கிறேன். அன்று இரவு வீட்டிற்கு சென்று தன் மனைவியிடமும் அதைபற்றிக் கூறியிருப்பார் என்று என்னால் உறுதியாக கூறமுடியும். அவர் கண்ணாடியைப்பார்த்து: 'அழகிய முடி கொண்ட தலை' என்று கட்டாயமாக கூறியிருப்பார்.

இந்தக்கதையை நான் பொது மேடை ஒன்றில் ஒரு தடவை கூறினேன். பிறகு என்னை ஒரு மனிதர் கேட்டது: 'அவரிடமிருந்து

நீங்கள் என்ன பெற்றீர்கள்?' அவரிடமிருந்து நான் எதைப்பெற முயற்சி செய்துகொண்டிருந்தேன்!!! அவரிடமிருந்து நான் எதைப்பெற முயற்சி செய்துகொண்டிருந்தேன்!!!

அவமானப்படும் வகையில் சுயநலமாக இருந்து ஒரு சிறிய உண்மையான ஒரு புகழ்ச்சியை எதையும் பதிலுக்குப்பெறாமல் மற்றவர்களுக்கு கொடுக்க முடியாதென்றால் நமக்கு மிகவும் தகுதியான தோல்வியையே நாம் அடைவோம்.

ஓ, கண்டிப்பாக அம்மனிதரிடமிருந்து நான் ஒன்றை விரும்பினேன். விலைமதிப்பற்ற ஒன்றை விரும்பினேன். அதைப்பெற்றேன். எவ்விதத்திலும் நான் செய்ததை அவரால் எனக்கு திரும்பிசெய்யமுடியாது என்ற உணர்வைப்பெற்றேன். அந்த சம்பவம் முடிந்த வெகு காலத்திற்குப்பிறகும் நம் சிந்தனையில் வாழும் ஒன்று அது.

மனித நடத்தைப்பற்றிய ஒரு மிக முக்கியமான சட்டம் ஒன்று உள்ளது. நாம் அந்த விதியை மதித்தால் எப்போதுமே பிரச்சனையில் மாட்டிக்கொள்ளமாட்டோம். உண்மையில் அந்தச்சட்டம் மதிக்கப்பட்டால் நமக்கு நித்திய மகிழ்ச்சியும் அளவற்ற நண்பர்களும் பெற்றுத்தரும். ஆனால் அந்த விதியை நாம் உடைக்கும் அதே நொடியில் முடிவற்ற தொல்லைக்கு நாம் ஆளாவோம். அந்தச்சட்டம் இதுதான்:

எப்போதுமே மற்றவரை முக்கியமானவர் என்று உணரச்செய்யுங்கள். நாம் ஏற்கனவே குறித்துக்கொண்டதுபோல் முக்கியத்துவத்தை உணர்வதே மனித இயல்பின் ஆழத்தில் உள்ள ஆசை என்றார் ஜான் ட்யூவி; வில்லியம் ஜேம்ஸ் கூறியது: மனித இயல்பின் ஆழ்ந்த கொள்கை போற்றப்படவேண்டுமென்ற உந்துதல்தான்.' நான் ஏற்கனவே சுட்டிக்காட்டியது போல மனிதர்களிடமிருந்து நம்மை வேறுபடுத்திக்காட்டுவது இந்த உந்துதலே. நாகரீகங்கள் வளர முக்கிய காரணம் இந்த உந்துதலே.

ஆயிரக்கணக்கான வருடங்களுக்கு தத்துவ வாதிகள் மனித உறவு பற்றி யூகித்து வருகிறார்கள். அவை அனைத்திலும் முன்னால் நிறுத்தப்படும் கட்டளை ஒன்றே. அது புதியதல்ல. வரலாற்றைப்போன்று பழமையானது. 2500 ஆண்டுகளுக்கு முன்னர் சோரெஸ்டர் பெர்சியாவில் தன்னை பின்பற்றியவர்களுக்குக்கூறியது இதுதான்.

கண்பஹு சியஸ் 24 நூற்றாடுகளுக்கு முன் சீனாவில் உபதேசம் செய்தது இதுதான். 'டாவோ'யிசத்தை கண்டுபிடித்த லாவோ ட்ஸே இதைத்தான் ஹான் பள்ளத்தாக்கில் தன் சிஷ்யர்களுக்கு சொல்லிக்கொடுத்தார். கிறிஸ்து பிறக்கும் 500 ஆண்டுகளுக்கு முன் புத்தரும் கங்கைக்கரையில் இதைத்தான் உபதேசித்தார். ஜூடிய மலைகளில் 19 நூற்றாண்டுகளுக்கு முன் சனாதன தர்மமும் இதைத்தான் உபதேசம் செய்தது. இயேசு இதனை ஒரே சிந்தனையில் சுருக்கமாக கூறினார்—உலகத்திலேயே இது மிகவும் முக்கியமான விதியாக

இருக்கக்கூடும்: 'மற்றவர்கள் உன்னிடம் எப்படி நடந்துகொள்ளவேண்டுமென்று விரும்புகிறீர்களோ அப்படியே நீங்களும் மற்றவர்களுடன் நடந்து கொள்ளுங்கள்.'

நீங்கள் எவருடனெல்லாம் தொடர்பில் வருகிறீர்களோ அவர்கள் அனைவரது ஒப்புதலும் உங்களுக்கு வேண்டும். உங்களது உண்மையான மதிப்பு கண்டுகொள்ளப்படவேண்டுமென்று விரும்புகிறீர்கள். உங்களது சிறிய உலகத்தில் நீங்கள் முக்கியமானவர் என்ற உணர்வை விரும்புகிறீர்கள். கேவலமான உண்மையற்ற முகஸ்துதிகளை நீங்கள் கேட்க விரும்பவில்லை ஆனால் உண்மையான போற்றுதலுக்காக நீங்கள் ஏங்குகிறீர்கள். சார்லஸ் ஸ்வாப் கூறியது போல் உங்கள் நண்பர்களும் உங்கள் துணைவர்களும் தங்கள் ஆதரவை மனதார அளிக்கவேண்டுமென்றும் புகழ்ச்சியில் தாராளமாக இருக்கவேண்டுமென்றும் விரும்புகிறீர்கள்.' நாம் அனைவரும் அதை விரும்புகிறோம்.

அதனால் நாம் சிறந்த நன்னெறி ஒன்றை பின்பற்றுவோம் மற்றவர்கள் நமக்கு கொடுக்கவேண்டுமென்று நாம் விரும்புவதையே அவருக்கு நாம் கொடுப்போம்.

எப்படி? எப்போது? எங்கு? பதில்: எப்போதும் எங்கும்.

விஸ்கான்சின் ஓ கிளரை சேர்ந்த டேவிட் ஜி ஸ்மித் எங்கள் வகுப்பு ஒன்றில் தொண்டு நிகழ்வு ஒன்றில் சிற்றுண்டி விற்பனை செய்த பூத்தில் நடந்த ஒரு நுண்மையான விஷயத்தை தான் எப்படி கையாண்டார் என்று கூறினார்.

'இசை நிகழ்ச்சி ஏற்பாடாகியிருந்த நாளன்று நான் பூங்காவை அடைந்தபோது மோசமான மனநிலையில் சிற்றுண்டியகத்தின் அருகில் நின்று கொண்டிருந்த இரண்டு பெண்மணிகளை பார்த்தேன். மிகத்தெளிவாக இருவரும் தான் அந்த சிறப்புப்பணியின் பொறுப்பாளர் என்று நினைத்துக்கொண்டிருந்தார்கள். என்ன செய்வதென்று சிந்தித்தபடி நான் அங்கு நின்று கொண்டிருந்தபோது உபயதாரர்கள் குழுவிலிருந்து ஒரு உறுப்பினர் எனக்கு முன் தோன்றி ஒரு சிறிய பணப்பெட்டியை என் கையில் கொடுத்து அந்த வேலையை செய்ய ஏற்றுக்கொண்டதற்கு நன்றி தெரிவித்துவிட்டுச்சென்றார். ரோஸ் மற்றும் ஜேன் எனது உதவியாளர்கள் என்றும் கூறிவிட்டு அங்கிருந்து ஓடிவிட்டார்.

'பெரிய மௌனம் தொடர்ந்தது. பணப்பெட்டி அதிகாரத்தின் சின்னம் என்பதை அறிந்து அதனை ரோஸிடம் கொடுத்து என்னால் அதனை சரியாக கையாள முடியாதென்றும் அதனை அவர் கையாண்டால் நான் நன்றாக உணர்வேன் என்றும் கூறினேன்.

பிறகு ஜேனிடம், குளிர் பான சேவையில் அமர்த்தப்பட்ட இரண்டு இளம் வயது பெண்களுக்கு சோடா மெஷினை எப்படி பயன்படுத்துவது

என்று காட்டுமாறு ஆலோசனை கூறினேன். அவள் அந்தப்பணியின் பொறுப்பை ஏற்குமாறு கேட்டுக்கொண்டேன்.

'ரோஸ் பணத்தை எண்ணுவதிலும், ஜேன் அந்த இளம் பெண்களை கண்காணிப்பதிலும் நான் அந்த இசைக்கச்சேரியை நன்றாக ரசிப்பதிலும் முழு மாலை நேரம் கழிந்தது.'

பாராட்டும் இந்த தத்துவத்தை நடைமுறை படுத்த நீங்கள் பிரான்ஸ் நாட்டு தூதர் ஆவதற்கோ அல்லது கிளாம்பிளேக் நிறுவனத்தின் தலைவர் ஆவதற்கோ காத்திருக்கவேண்டாம். நாள்தோறும் அதனுடன் நீங்கள் அற்புதங்கள் நிகழ்த்தலாம்.

உதாரணத்திற்கு நாம் பிரெஞ்சு பிரைஸ் ஆர்டர் செய்தபோது பணியாளர் மசிக்கப்பட்ட உருளைக்கிழங்கை கொண்டுவந்தார் என்று வைத்துக்கொள்வோம், 'உங்களுக்கு தொந்திரவு கொடுப்பதற்கு மன்னிக்கவும். எனக்கு பிரெஞ்சு பிரைஸ் பிடித்தமானது.' என்று கூறினால் அவர் பதில், 'இதில் பிரச்சனை எதுவும் இல்லை,' என்று கூறலாம். உங்களது உருளைக்கிழங்கை மாற்றி கொண்டுவருவதையும் மகிழ்ச்சியுடன் செய்யலாம். ஏனென்றால் நீங்கள் அவருக்கு மரியாதை கொடுத்திருக்கிறீர்கள்.

'உங்களுக்கு தொந்திரவு கொடுப்பதற்கு மன்னிக்கவும், தயவு செய்து 'இதனை செய்யமுடியுமா...? 'தயவு செய்து 'இதனை செய்யமாட்டீர்களா?' இதைச் செய்வதை பொருட்படுத்துவீர்களா?' 'நன்றி'—ஒவ்வொரு நாளின் சலிப்பான நேரத்தையும் நன்கு மெருகூட்ட இது போன்ற சிறிய மரியாதையான வார்த்தைகள் உதவும். அதோடு மட்டுமல்லாமல் நல்ல வளர்ப்பிற்கான வெளிப்பாடாகவும் இந்த பண்புகள் அமையும்.

நாம் மற்றுமொரு உதாரணத்தை எடுத்துக்கொள்வோம். ஹால் கெய்ன் அவர்களின் நாவல்களுள் *தி கிறிஸ்டியன், தி டீம்ஸ்டெர், தி மங்க்ஸ்மேன்* ஆகியவை இந்நூற்றாண்டின் முற்பகுதியில் சிறந்து விற்பனையான புத்தகங்களாக இருந்தன. பல லட்சக்கணக்கான மக்கள் அவரது புத்தகங்களை படித்தனர். எண்ணற்ற லட்சங்கள். அவர் ஒரு கொல்லரின் மகன். தன் முழு வாழ்நாளிலும் எட்டு வருடங்களுக்கு மேலாக அவர் பள்ளிக்கூடத்திற்கு செல்லவில்லை; இருப்பினும் அவர் இறந்தபோது அவரது காலத்திலேயே பிரசித்தமான இலக்கியவாதியாக திகழ்ந்தார்.

அவரது கதை இது போன்று நகர்கிறது: ஹால் கெய்ன் இரண்டு வரி மற்றும் நான்கு வரிபாடல்களை மிகவும் விரும்பினார்; அதனால் தாந்தே கேப்ரியல் ரோசெட்டி அவர்களின் கவிதைகள் அனைத்தையும் மனனம் செய்தார். ரோசெட்டியின் கலை சாதனைகளை போற்றி ஒரு கட்டுரை கூட எழுதி ரோசெட்டிக்கே அனுப்பினார். ரோசெட்டி அதனைக்கண்டு மிகவும் மகிழ்ந்தார். 'என் திறமையைப்பற்றி இவ்வளவு

உயர்வாக சிந்திக்கும் எந்த இளைஞனும் அற்புதமானவனாக இருக்கவேண்டுமென்று தனக்குத்தானே சொல்லிக்கொண்டிருக்கலாம். அதனால் ரோசெட்டி அந்த கொல்லரின் மகனை லண்டனுக்கு வந்து தன் காரியதரிசியாக இருக்கும்படி கேட்டுக்கொண்டார். அதுதான் ஹால் கெய்ன் அவர்களின் வாழ்வில் திருப்புமுனையாக அமைந்த தருணம்; ஏனென்றால் தன் புதிய வேலையில் அந்நாளின் சிறந்த இலக்கிய மேதைகளை அவர் சந்தித்தார். அவர்களது ஆலோசனைகளால் பயனடைந்து அவர்களது ஊக்கத்தால் ஈர்க்கப்பட்டு தன் கீர்த்தி வானுயரம் வளரும் ஒரு தொழிலில் ஈடுபட்டார்.

உலகத்தின் கோடியிலிருந்து வரும் சுற்றுலா பயணிகளுக்கு மெக்கா போன்று அமைந்த ஒரு பல்லாயிர லட்சக்கணக்கான டாலர்கள் மதிப்புள்ள எஸ்டேட்டை கிரீபா கேஸ் ஸில் மான் தீவில், விட்டுச்சென்றார். இருப்பினும் ஒரு பிரபல மனிதருக்கு தன் பாராட்டுதல்களை வெளிப்படுத்தி ஒரு கடிதம் எழுதவில்லையென்றால் எவரும் அறியாத ஏழையாக அவர் இறந்திருக்கக்கூட கூடும் என்று யாருக்குத்தெரியும். உண்மையான உளமார்ந்த பாராட்டுதலுக்கு அப்படிப்பட்ட மகத்தான சக்தியுள்ளது.

ரோசெட்டி தன்னை முக்கியமென்று கருதினார். அது விசித்திரமாக இல்லை. ஏறக்குறைய அனைவரும் தாங்கள் முக்கியம் என்றே எண்ணுவார்கள். எவரேனும் முக்கியத்துவம் அளித்தால் பலரது வாழ்க்கையையும் அது மாற்றக்கூடும். கலி∴போர்னியாவில் வாழ்ந்த ரோனால்டு ஜெ ரௌலண்ட் எங்கள் வகுப்பு மற்றும் கலை மற்றும் கைவினைப்பொருட்களின் ஆசிரியரும் கூட. ஆரம்ப கால கைவினை பொருட்கள் வகுப்பில் இருந்த கிறிஸ் என்ற தனது மாணவர் பற்றி அவர் பின்வருமாறு எழுதினார்:

> சுய நம்பிக்கை இல்லாத கூச்ச சுபாவம் கொண்ட சிறுவன் கிறிஸ். தனக்கு தகுதியான கவனத்தை அடிக்கடி பெறாத ஒரு வகையான மாணவன். சிறந்த மனிதன் என்று சமூகத்தால் அடையாளம் காணக்கூடிய தகுதியைப்பெற்றுத்தரும் ஒரு வகுப்பில் பங்குகொள்வதே ஒரு மாணவர் பெற்ற சிறப்புரிமை என்று சொல்லும் அளவில் ஒரு உயர்தரமான வகுப்பு ஒன்றிற்கு பாடங்கள் எடுத்தேன்.
>
> ஒரு புதன் கிழமை அன்று கிறிஸ் தன் மேஜையில் மும்மரமாக வேலை செய்துகொண்டிருந்தான். அவனுள் ஆழத்தில் ஒரு தீ மறைவாக கொழுந்துவிட்டு எரிவதாக எனக்குத்தோன்றியது. அவன் உயர்தரமான அந்த வகுப்பில் சேர்ந்துகொள்ள விரும்புகிறானா என்று நான் கிறிஸ்ஸிடம் கேட்டேன். தன் கண்ணீரை மறைக்கப்போராடிய ஒரு பதினான்கு வயது சிறுவனின் முகத்தில் தோன்றிய உணர்ச்சி பிரவாகத்தை

விவரிக்க முடிந்தால் எவ்வளவு நன்றாக இருக்குமென்று நினைக்கிறேன்.

'யார் நானா மிஸ்டர் ரௌலண்ட்? நான் அதற்கு தகுதியானவானா?'

'ஆமாம் கிறிஸ், உன்னிடம் அதற்கு போதுமான தகுதியுண்டு.'

அந்த நேரத்தில் நான் அங்கிருந்து விலகிச்செல்ல வேண்டியதாகிவிட்டது ஏனென்றால் என் கண்களிலும் கண்ணீர் பெருகியது. அன்று வகுப்பை விட்டு கிறிஸ் வெளியே செல்லும்போது இரண்டு அங்குலம் உயரமாகியிருந்தது போல் தோன்றியது. என்னை பிரகாசமான நீல கண்களால் பார்த்து நேர்மறையான குரலில், 'நன்றி மிஸ்டர் ரௌலண்ட்.' என்றான்.

நான் ஒருபோதும் மறக்கமாட்டாத ஒரு பாடத்தை கிறிஸ் எனக்குகற்பித்தான்—முக்கியம் என்று உணர விரும்பும் ஆழமான விருப்பம். இந்த விதியை என்றுமே மறக்காமல் இருக்க உதவியாக 'நான் முக்கியமானவன்' என்றெழுதப்பட்ட ஒரு குறிப்பை செய்தேன். இது என் வகுப்பறையில் எல்லோரும் காணும் வகையில், வகுப்பில் நான் சந்திக்கும் ஒவ்வொரு மாணவரும் சமமான அளவில் முக்கியமானவர் என்பதை எனக்கு நினைவு படுத்தும் வகையில் அது ஒரு பலகையில் எழுதி தொங்கவிடப்பட்டுள்ளது.

மெருகூட்டப்படாத உண்மை என்னவென்றால் நீங்கள் சந்திக்கும் எல்லோரும் ஏதேனும் ஒரு விதத்தில் தாங்கள் மேம்பட்டவர்கள் என்று உணர்வார்கள். அவர்களது முக்கியத்துவத்தை நீங்களும் உணர்வதாக சூட்சமமாக ஆனால் நேர்மையான முறையில் ஒப்புக்கொள்வது அவர்களது இதயத்தில் நுழைய நிச்சயமான வழியாக அமையும்.

எமேர்சன் கூறியதை நினைவில் கொள்ளுங்கள்: 'நான் சந்திக்கும் ஒவ்வொரு மனிதனும் ஏதேனும் ஒரு விதத்தில் என்னைவிட உயர்ந்தவன். அதிலிருந்து நான் அவனைபற்றிப்படிக்கிறேன்.'

அதில் மோசமான பகுதி என்னவென்றால் சாதனையாளர் என்று சொல்லிக்கொள்ள மிகவும் குறைந்த தகுதியுடையவர் குமட்டும் வகையில் ஆரவாரத்துடனும் ஏமாற்றும் வகையிலும் தங்களைப்பற்றி தற்பெருமை அடித்துக்கொள்வார்கள். ஷேக்ஸ்பியர் கூறியது போல்: '.... மனிதன், தற்பெருமை நிறைந்த மனிதன்/ குறைந்த காலம் அதிகாரத்தை உணர்வான்/.... உயர்ந்த சொர்கத்தின் முன் அற்புதமான விந்தைகள் செய்வான்/ அது தேவதைகளையே அழச்செய்யும்.'

என் வகுப்பில் இருந்த தொழில் முனைவோர் இந்த தத்துவங்களை பயன்படுத்தி எப்படி குறிப்பிடத்தக்க விளைவுகளை கண்டார்கள் என்று சொல்லப்போகிறேன். கனெக்டிகட் வக்கீல் ஒருவரது வாழ்க்கையில் நிகழ்ந்த சம்பவத்தை எடுத்துக்கொள்வோம். (தன் உறவினர்கள்

காரணமாக அவர் தன் பெயரை வெளியிட விரும்பவில்லை) எங்கள் வகுப்பில் சேர்ந்த சிறு காலத்திற்குப்பின் மிஸ்டர் ஆர்—தனது சில உறவினர்களை சந்திக்க தன் காரை எடுத்துக்கொண்டு லாங் ஐலாண்ட்வரை தன் மனைவியுடன் சென்றார். அவளோ ஒரு வயதான அத்தையுடன் அவரை விட்டுவிட்டு மற்ற இளைய உறவினர்களுடன் பேசுவதற்காக சென்று விட்டாள். போற்றுதல் என்னும் கொள்கையை எப்படி வாழ்க்கையில் நடைமுறைப்படுத்துவது என்பது பற்றி சீக்கிரமே ஒரு உரை ஆற்றவிருந்ததால் அந்த வயதான பெண்மணியுடன் பேசுவது தனக்கு நல்ல அனுபவமாக இருக்குமென்று அவர் கருதினார். அதனால் உண்மையாக ரசிக்கக்கூடிய அளவில் அங்கு என்ன பொருள் இருக்கிறது என்று வீட்டை சுற்றிப்பார்த்தார்.

'இந்த வீடு 1890 இல் கட்டப்பட்டது இல்லையா?' என்று கேட்டார்.

'ஆமாம்,' பதிலளித்தார் அந்த மூதாட்டி. 'அதே வருடத்தில்தான் கட்டப்பட்டது.'

'நான் பிறந்த வீட்டை நினைவு படுத்துகிறது,' என்றார் அவர். 'இது அழகாக உள்ளது. நன்கு கட்டப்பட்டுள்ளது. அதிக இடம் கொண்டதாக உள்ளது. இது போல் இனி வீடுகள் கட்டப்படுவதில்லையென்று உங்களுக்குத்தெரியுமா?'

'நீங்கள் சொல்வது சரி,' மூதாட்டி பதிலளித்தார். இந்தக்காலத்து இளைஞர்கள் அழகிய வீடுகளைப்பற்றி கவலைப்படுவதில்லை. அவர்களுக்கு வேண்டியதெல்லாம் சிறிய அடுக்குமாடி வீடு. அவர்கள் தங்கள் வாகனங்களில் சுற்றித்திரிபவர்கள்.

'இது ஒரு கனவு இல்லம்,' மென்மையான நினைவுகள் ததும்பிய குரலில் அவர் கூறினார். 'இந்த வீடு மிகுந்த அன்புடன் கட்டப்பட்டது. நானும் என் கணவரும் இதனை கட்டும் முன் இதுபற்றி நிறைய கனவுகள் கண்டிருந்தோம். எங்களிடம் வடிவமைப்பாளர் யாரும் இல்லை. நாங்களே அனைத்தையும் திட்டமிட்டோம்.'

மிஸ்டர் ஆர் அவர்களுக்கு வீட்டை சுற்றிக்காட்டினாள். அவரும் அப்பெண்மணி தனது பயணங்களில் சேகரித்த அங்கிருந்த அழகிய பொக்கிஷங்கள் மற்றும் அவள் தன் வாழ்நாள் காலம் முழுதும் போற்றி பாதுகாத்தவற்றைப்பற்றி மனதார புகழ்ந்தார்.—பைஸ்லே ஷால், பழைய ஆங்கில தேநீர் செட், சீன வெட்ஜ் வுட், பிரெஞ்சு கட்டில்கள் நாற்காலிகள் இத்தாலிய ஓவியங்கள் மற்றும் முன்பொரு காலத்தில் பிரான்ஸ் நாட்டு மாளிகைகளை அலங்கரித்த பட்டுத்திரைசீலைகள். மிஸ்டர் ஆர் க்கு வீடு முழுவதையும் சுற்றிக்காட்டியப்பின்னர் அவரை வாகனங்கள் நிறுத்தப்படும் இடத்திற்கு அழைத்துச்சென்றாள். அங்கு சில மர கட்டைகள் மீது உயர்த்திவைக்கப்பட்டிருந்த பேக்கர்ட் கார் ஒன்றை காட்டினாள். நல்ல சிறந்த நிலைமையில் இருந்த வாகனம் அது.

'இறப்பதற்கு சற்று முன்னர் என் கணவர் எனக்காக அதனை வாங்கியிருந்தார்,' என்றார் அவர் மெதுவாக.'அவர் இறந்ததிலிருந்து நான் இதனை ஓட்டவேயில்லை... நீங்கள் நல்ல விஷயங்களை போற்றுகிறீர்கள். இதனை உங்களுக்குத்தரப்போகிறேன்,' என்றார்.

'ஏன் ஆண்ட்டி,' என்றார் அவர். 'நீங்கள் என்னை உணர்ச்சிவசப்பட செய்கிறீர்கள். உங்கள் தாராள குணத்தை நான் பாராட்டுகிறேன் ஆனால் கண்டிப்பாக என்னால் இதனை ஏற்றுக்கொள்ள முடியாது. நான் உங்கள் நேரடி உறவினர் கூட இல்லை. எண்னிடம் ஒரு புதிய வண்டி உள்ளது. இந்த பேக்கர்டை பெற விரும்பும் பல உறவினர்கள் உங்களுக்கு இருக்கிறார்கள்.'

'உறவினர்கள்!' பெரிய குரலில் பேசினாள். 'ஆமாம் நான் சாவதற்காக காத்திருக்கும் உறவினர்கள் எனக்கு இருக்கிறார்கள். அப்போது தானே அவர்களுக்கு அந்த வண்டி கிடைக்கும். ஆனால் அவர்களுக்கு அது கிடைக்கப்போவதில்லை.'

'அதை நீங்கள் அவர்களுக்கு கொடுக்கவிரும்பவில்லையென்றால் உங்களால் வெகு சுலபமாக அதனை விற்றுவிட முடியும். பழைய வாகனங்களை கையாளும் வணிகர் மூலம்,' என்றார் ஆர்.

'விற்பதா!,' அவள் கூச்சலிட்டாள். 'நான் இதனை விற்பேன் என்று நீங்கள் நினைத்தீர்களா? மேலும் கீழுமாக இந்த சாலையில் அந்நியர்கள் இவ்வாகனத்தை ஓட்டிச்செல்வதை என்னால் பார்த்து சகித்துக்கொண்டிருக்க முடியாது.—எனக்காக என் கணவர் வாங்கிய கார்? அதனை விற்பது குறித்து கற்பனை கூட செய்து பார்க்க மாட்டேன். நான் அதனை உங்களுக்கு கொடுக்கப்போகிறேன். நீங்கள் அழகிய பொருட்களை போற்றுபவர்.'

அந்த மூதாட்டியின் மனதை புண்படுத்தாமல் அந்த காரை ஏற்றுக்கொள்வதிலிருந்து தப்பிக்க முயன்றார்.

பிரெஞ்சு நாட்டின் பழமை வாய்ந்த பொருட்கள், பைஸ்லே ஷால் மற்றும் பல நல்ல நினைவுகளுடன் அந்த பெரிய வீட்டில் வசித்த அந்தப்பெண்மணிக்கு சிறிது முக்கியத்துவம் மட்டுமே தேவைப்பட்டது. முன்பொரு காலத்தில் இளமையாக அழகாக மக்கள் விரும்பியவராக இருந்துள்ளாள். அழகிய வீடு ஒன்றை அன்புடன் கட்டி அற்புதமான பல பொருட்களை ஐரோப்பாவிலிருந்து கொண்டுவந்து அதனை அழகாக அலங்கரித்திருந்தாள். இப்போது இந்த முதிய வயதில் தனிமையில் கொஞ்சம் மனித தொடர்பிற்காகவும் சிறிதளவு உண்மையான போற்றுதலுக்காகவும் ஏங்கிக்கொண்டிருந்தாள்—யாரும் அதை கொடுக்கவில்லை. பாலைவனத்தில் ஓடைபோல் அதனை கண்டவுடன் அவளது நன்றியை முழுமையாக தெரிவிக்கும் வகையில் தனது பரிசுபொருளான தனது பேக்கர்ட் காரை கொடுத்தாள்.

நாம் வேறொரு நிகழ்வை எடுத்துக்கொள்வோம்: நியூயார்க்கில் ரை என்ற இடத்தை சேர்ந்த புல்வெளிப்பாதைகள் வடிவமைக்கும் லீவிஸ் மற்றும் வாலெண்டைன் என்னும் நாற்றுப்பண்ணையின் கண்காணிப்பாளர் டோனால்டு எம் மெக் மஹோரான் இந்த நிகழ்வைப்பற்றி கூறினார்:

'நண்பர்களை வெல்வது மற்றும் மக்கள் மீது நல்ல தாக்கத்தை விளைவிப்பது எப்படியென்ற சொற்பொழிவை கேட்ட சிறிது காலத்திற்குப் பிறகு, ஒரு பிரபல வக்கீலின் வீட்டு தோட்டத்தில் புல்வெளி மைதானத்தை வடிவமைத்துக்கொண்டிருந்தபோது அந்த வீட்டின் உரிமையாளர் வெளியே வந்து சில பூச்செடிகளை நட விரும்புவதாகக்கூறினார்.

'நான்,"நீதிபதி அவர்களே உங்களுக்கு சிறப்பான பொழுதுபோக்கு உள்ளது. உங்களது அழகான நாய்களை நான் கவனித்து வருகிறேன். ஒவ்வொரு வருடமும் மேடிசன் ஸ்கொயர் கார்டன் போட்டியில் நடக்கும் நாய்களுக்கான கண்காட்சியில் நீங்கள் பல நீல நிற ரிப்பன்களை வென்றிருக்கிறீர்கள் என்று கேள்விப்பட்டேன்."

இந்த சிறிய பாராட்டு நல்ல தாக்கத்தை ஏற்படுத்தியதாக தோன்றியது.

"ஆமாம்," என்று பதிலளித்தார் நீதிபதி, "நான் நாய்களுடன் வெகு களிப்புடன் நேரம் செலவிடுகிறேன். நீங்கள் என் கென்னெல்களை பார்க்கவிரும்புகிறீர்களா?"

'அவர் கிட்டத்தட்ட அரைமணி நேரம் வரை தன் நாய்களையும் அவை பெற்ற பரிசுகளை காட்டுவதிலும் செலவிட்டார். அவற்றின் இனம் மற்றும் பரம்பரைப்பற்றி விளக்கி அவற்றின் அழகும் அறிவும் எப்படி வருகிறது என்று விளக்கினார்.

'இறுதியில், என் பக்கம் திரும்பி, அவர்: உங்களுக்கு சிறு பிள்ளைகள் இருக்கிறார்களா?" என்று கேட்டார்.

"ஆமாம், எனக்கு ஒரு மகன் இருக்கிறான்," என்றேன்."

" நல்ல ஒரு சிறிய நாய்க்குட்டியை அவன் விரும்பமாட்டானா?" நீதிபதி வினவினார்.

"ஓ கண்டிப்பாக. அவன் மகிழ்ச்சியில் முகம் சிவந்துபோவான்."

"சரி, நான் அவனுக்கு ஒரு நாய்க்குட்டியை கொடுக்கப்போகிறேன்," நீதிபதி அறிவித்தார்.

"அந்த நாய்க்குட்டிக்கு உணவு எப்படி வழங்குவது என்று எனக்கு விளக்கத்துவங்கினார். பிறகு நிறுத்தினார். "உன்னிடம் கூறினால் நீ மறந்து விடுவாய். நான் எழுதித்தருகிறேன்." என்று கூறி அந்த நீதிபதி தன் வீட்டிற்குள் சென்று அந்த வகை நாய்க்கு உணவு அளிக்கப்படவேண்டிய விதிமுறைகளை எழுதி பல நூறு டாலர்கள் மதிக்கத்தக்க நல்ல நாய்க்குட்டியும் விலைமதிப்பற்ற தனது பதினைந்து

நிமிட நேரத்தையும் கொடுத்தார். இது ஏனென்றால் நான் நேர்மையாக அவரது பொழுதுபோக்கையும் அவரது சாதனைகளையும் பாராட்டினேன்.'

கோடாக் புகழ் ஜார்ஜ் ஈஸ்ட்மேன் திரைப்படங்களை சாத்தியமாக்கிய ஒளிபுகும் படத்தை கண்டுபிடித்து நூற்றுக்கணக்கான மில்லியன் டாலர்களை சம்பாதித்து செல்வந்தராகவும் இந்த பூமியில் வாழ்ந்த மிகவும் பிரபலமான தொழிலதிபராகவும் தன்னை ஆக்கிக்கொண்டார்.

இத்தகைய மாபெரும் சாதனைகளை செய்தபோதிலும் உங்களையும் என்னையும் போன்று சிறிதளவு போற்றுதலுக்காக ஏங்கினார்.

அதனை எடுத்துக்காட்ட: ஈஸ்ட்மேன், ஈஸ்ட்மேன் ஸ்கூல் ஆப் மியூசிக் மற்றும் ரோசெஸ்டரில் கில்பெர்ன் என்னும் ஹாலை நிர்மாணித்து கொண்டிருந்தபோது நியூயார்க்கை சேர்ந்த சுப்பீரியர் சீட்டிங் கம்பெனியின் தலைவர் ஜேம்ஸ் அடாம்சன் அந்த கட்டிடங்களில் இருந்த திரையரங்குகளில் தங்கள் நாற்காலிகளை போட ஆர்டர் கிடைக்கவேண்டுமென்று விரும்பினார். வடிவமைப்பாளரை தொலைபேசியில் அழைத்து மிஸ்டர் அடாம்சன் மிஸ்டர் ஈஸ்ட்மேன் அவர்களை ரோசெஸ்டரில் சந்திக்க நேரம் ஒதுக்குமாறு கேட்டுக்கொண்டார்.

அடாம்சன் அங்கு வந்து சேர்ந்தபோது வடிவமைப்பாளர், "இந்த ஆர்டர் உங்களுக்கு கிடைக்கவேண்டுமென்று நீங்கள் விரும்புகிறீர்கள் என்று எனக்குத்தெரியும் ஆனால் நீங்கள் மிஸ்டர் ஜார்ஜ் ஈஸ்ட்மேன் அவர்களின் நேரத்தில் ஐந்து நிமிடங்களுக்கு மேல் எடுத்துக்கொண்டால் அதற்கான வாய்ப்பே இருக்காது என்று கூறினார். அவர் கறாரான பேர்வழி. வேலையில் மும்மரமாக இருப்பவர். அதனால் உங்கள் கதையை சீக்கிரமாக கூறிவிட்டு வெளியே வந்துவிடுங்கள்' என்றார்.

அடாம்சனும் அப்படிச் செய்ய தயாராக இருந்தார்.

அந்த அறைக்குள் அவர் வரவேற்கப்பட்டவுடன் மிஸ்டர் ஈஸ்ட்மேன் காகித குவியலுக்குள் தலையை நுழைத்து வேலை செய்துகொண்டிருப்பதை கவனித்தார். அப்போது மிஸ்டர் ஈஸ்ட்மேன் தலையை உயர்த்தி தன் மூக்குக்கண்ணாடியை கழற்றுவிட்டு அடாம்சன் அருகில் சென்று: 'குட் மார்னிங் பண்பானவரே. உங்களுக்காக நான் என்ன செய்யவேண்டும்?' என்றார்.

வடிவமைப்பாளர் அவரை அறிமுகம் செய்துவைத்தவுடன் மிஸ்டர் அடாம்சன், 'நாங்கள் உங்களுக்காக காத்திருந்த சமயத்தில் உங்கள் அலுவலகத்தின் நேர்த்தியை ரசித்துக்கொண்டிருந்தேன், மிஸ்டர் ஈஸ்ட்மேன். இப்படியொரு அறையில் வேலைசெய்வதை நான் விரும்புவேன். மரப்பொருட்கள் கொண்டு அறையின் உள் அமைப்பை வடிவமைக்கும் தொழிலில் நான் இருக்கிறேன். என் முழு வாழ்நாளில் இது போன்ற அழகிய அலுவலகத்தை நான் பார்த்ததேயில்லை,' என்றார்.

ஜார்ஜ் ஈஸ்ட்மேன் பதிலளித்தார்: 'நான் கிட்டத்தட்ட மறந்துவிட்ட ஒன்றை நீங்கள் எனக்கு நினைவு படுத்திவிட்டீர்கள். இது அழகாக இருக்கிறது அல்லவா? இது முதலில் கட்டப்பட்டபோது இங்கு வேலைசெய்வதை நான் மிகவும் மகிழ்வேன். ஆனால் இப்போது வேறு பல விஷயங்களைப்பற்றி சிந்தித்தபடி இங்கு வருகிறேன். சில நேரங்களில் பல வாரங்களுக்கு இந்த அறையை பார்ப்பது கூட இல்லை' என்றார்.

அடாம்சன் நகர்ந்து அங்கு இருந்த கதவு பேனெல்லை தடவினார். 'இது இங்கிலிஷ் ஓக் இல்லையா? இத்தாலியன் ஓக்கை விட கொஞ்சம் மாறுபட்டது' என்றார்.

'ஆமாம்,' பதிலளித்தார் ஈஸ்ட்மேன். 'இறக்குமதி செய்யப்பட்ட இங்கிலிஷ் ஓக். நல்ல தரமான மரங்கள் பற்றிய அறிவு கொண்ட ஒரு நண்பரால் எனக்காக தேர்வு செய்யப்பட்டது,' என்றார். பிறகுப ஈஸ்ட்மேன் அவருக்கு அந்த அறையை சுற்றிக்காட்டினார். அதன் அளவு விகிதம், நிறம், கைகளால் செதுக்கப்பட்ட அழகு மற்றும் அந்த அறையை திட்டமிட்டு செயல்படுத்த உதவிய இதர விஷயங்கள் குறித்தும் கூறினார்.

அந்த அறையில் நகர்ந்து கொண்டிருந்தபோது அந்த மரவேலைப்பாட்டை ரசித்தார். ஜன்னலுக்கு முன் நின்றபோது அடக்கமான குரலில் ஜார்ஜ் ஈஸ்ட்மேன் பல நிறுவனங்கள் மூலம்தான் செய்யும் தானதர்மங்களைப்பற்றி குறிப்பிட்டார்: ரோசெஸ்டர் பல்கலைக்கழகம், பொது மருத்துவமனை, ஹோமியோபதி மருத்துவமனை நண்பர்கள் இல்லம் மற்றும் குழந்தைகள் மருத்துவமனை ஆகியவை. சிறப்பான முறையில் தன் செல்வத்தை பயன்படுத்தி மனிதகுலத்தின் துன்பங்களை போக்குவிப்பதற்காக தன் பாராட்டுக்களை தெரிவித்தார் அடாம்சன். உடனே ஜார்ஜ் ஈஸ்ட்மேன் ஒரு கண்ணாடி பெட்டியை திறந்து தனக்கு சொந்தமான முதல் காமெராவை எடுத்துக்காட்டினார்—ஒரு ஆங்கிலேயரிடமிருந்து அவர் வாங்கியிருந்த கண்டுபிடிப்பு.

அவர் தொழில் துவங்கியபோது அவரது ஆரம்ப கால போராட்டங்கள் பற்றி அடாம்சன் அவரிடம் கேள்விகள் கேட்க ஈஸ்ட்மேன் உண்மையான உணர்வுடன் தன் குழந்தை பருவத்தில்தான் சந்தித்த ஏழ்மை பற்றியும் விதவையான தன் அம்மா எப்படி ஓர் தங்குமிடத்தை பராமரித்தார் என்றும் எப்படி காப்பீட்டு அலுவலகத்தில் குமாஸ்தாவாக பணிபுரிந்தார் என்றும் கூறினார். ஏழ்மையின் பயங்கரம் அவரை இரவு பகலாக வாட்ட தன் தாய் வேலை செய்யாமலிருக்க போதுமான அளவு பணம் ஈட்ட வேண்டுமென்று உறுதி எடுத்துக்கொண்டார். அவரிடமிருந்து வேலை குறித்த இன்னமும் அதிக கேள்விகள் கேட்டு ட்ரை போட்டோ கிராபிக் ப்லேட்ஸ் குறித்த அவரது பதில்கள் பெற்று அதனை கூர்ந்து கவனித்து உள்வாங்கிக்கொண்டார், அடாம்சன். நாள் முழுதும் ஒரு அலுவலகத்தில்

பணி புரிந்துவிட்டு சில சமயங்களில் இரவு முழுவதும் சோதனைகள் செய்து, ரசாயனங்கள் வேலை செய்யும் வரை குறுகிய நேரம் மட்டுமே உறங்கி, சில நேரங்களில் ஒரே துணியை 72 மணிநேரங்கள் வரை தொடர்ந்து உடுத்தியபடி இருந்ததாகவும் கூறியிருந்தார்.

ஈஸ்ட்மேன் அவர்களின் அலுவலகத்திற்குள் 10.15 மணிக்கு வரவேற்கப்பட்டு, ஐந்து நிமிடங்களுக்கு மேல் அவரது நேரத்தை எடுத்துக்கொள்ளக்கூடாது என்று எச்சரிக்கப்பட்டிருந்தார். ஆனால் ஒரு மணி நேரம் கழிந்தது. பின்னர் இரண்டு மணி நேரங்கள் கழிந்தன. அவர்கள் இன்னமும் பேசிக்கொண்டேயிருந்தார்கள்.

இறுதியில், ஜார்ஜ் ஈஸ்ட்மேன் அடாம்சன் பக்கம் திரும்பி, 'கடந்தமுறை நான் ஜப்பான் சென்றிருந்தபோது சில நாற்காலிகள் வாங்கி வீட்டிற்கு எடுத்துவந்து வாசலில் சூரிய ஒளி படும் இடத்தில் வைத்திருந்தேன். ஆனால் சூரிய ஒளியால் மேலே பூசப்பட்டிருந்த வண்ணம் உரிந்து வந்துவிட்டது. அதனால் மற்றொரு நாள் வண்ணம் வாங்கி வந்து அதனை நாற்காலிகள் மீது நானே பூசினேன். நாற்காலிகளில் வண்ணம் பூசும் வேலையை நான் எப்படி செய்வேன் என்று நீங்கள் பார்க்கவிரும்புகிறீர்களா? சரி. என்னுடன் வீடு வரை வந்து மதிய உணவு சாப்பிடுங்கள். நான் காண்பிக்கிறேன்.'

மதிய உணவுக்குப்பின் மிஸ்டர் ஈஸ்ட்மேன் ஜப்பானிலிருந்து தான் வாங்கிவந்திருந்த நாற்காலிகளை அடாம்சன் அவர்களுக்கு காண்பித்தார். அவை சில டாலர்களுக்கு மேல் மதிப்புள்ளதல்ல. ஆனால் இப்போது லட்சாதிபதியாக இருந்தாலும் ஜார்ஜ் ஈஸ்ட்மேன் அவற்றிற்கு தானே வண்ணம் பூசியதால் அது குறித்து மிகவும் பெருமைபட்டார்.

இருக்கைகளுக்கான ஆர்டர் 90000 டாலர்கள். யாருக்கு அந்த ஆர்டர் கிடைத்ததென்று நினைக்கிறீர்கள்—ஜேம்ஸ் அடாம்சன் அல்லது அவரது போட்டியாளர் எவருக்கேனுமா?

அந்த நேரம் முதல் மிஸ்டர் ஈஸ்ட்மேன் அவர்களின் மரணம் வரை ஈஸ்ட்மேன் மற்றும் அடாம்சன் இருவரும் நெருங்கிய நண்பர்களாக இருந்தார்கள்.

பிரான்ஸ் நாட்டில் ரௌன் என்னும் இடத்தில் உணவகம் ஒன்றின் உரிமையாளரான கிளவுட் மாரிஸ் இந்த கொள்கையை பயன்படுத்தி தனது உணவகம் ஒரு நல்ல பணியாளரை இழப்பதை தடுத்தார். ஐந்து வருடங்களாக அங்கு பணிபுரிந்த அந்த பெண்மணி மிஸ்டர் மாரிஸ் மற்றும் அவரது இருபத்தியொரு பணியாளர்களுக்கு இடையில் முக்கிய இணைப்பாக செயல்பட்டாள். தான் பணியிலிருந்து விடுபடுவதாக அவள் எழுதிய கடிதம் கிடைத்தவுடன் மாரிஸ் திடுக்கிட்டார். அவர் கூறியதாவது: 'நான் மிகவும் ஆச்சரியப்பட்டேன் ஏன் ஏமாற்றமும் அடைந்தேன். ஏனென்றால் அவளுடன் நியாயமாக நடந்துகொள்வதுடன் அவளது அணைத்து தேவைகளுக்கும் நான் செவிசாய்த்திருந்தேன்.

பணியாளராக இருந்தபோதிலும் நல்ல தோழியாகவும் இருந்ததால் அவள் மிகவும் தீவிரமாக எடுத்துக்கொள்ளப்படவில்லை. மற்ற பணியாளர்களிடம் எதிர்பார்க்கப்பட்டதைவிட அவளிடம் கூடுதலாக எதிர்பார்க்கப்பட்டது என்றும் கூறலாம்.

'என்னால் கண்டிப்பாக அந்த ராஜினாமாவை எந்தவித விளக்கமும் இல்லாமல் ஏற்றுக்கொள்ள முடியவில்லை.

நான் அவளை ஒருபுறம் அழைத்துச்சென்று,"பாலேட், நான் உன் ராஜினாமாவை ஏற்றுக்கொள்ள முடியாதென்று நீ புரிந்துகொள்ளவேண்டும். இந்த அலுவலகத்திற்கும் எனக்கும் நீ மிகவும் முக்கியம். இந்த உணவகம் வெற்றி பெறுவதற்கு நான் எவ்வளவு முக்கியமோ நீயும் அவ்வளவு முக்கியம்" என்றேன். முழு அலுவலகத்தினர் முன்பு நான் இதனை அவளிடம் கூறினேன். அவளை என் வீட்டிற்கு அழைத்து மீண்டும் அதையே என் குடும்பத்தினர் முன்பும் கூறினேன். பாலேட் தனது ராஜினாமாவை திரும்பப்பெற்றாள். இன்று நான் முன்பு எப்போதும் இல்லாத அளவில் அவளை சார்ந்திருக்கமுடியும். எனக்கும் என் உணவகத்திற்கும் அவள் எவ்வளவு முக்கியம் என்பதை போற்றுதல் மூலம் அடிக்கடி வெளிப்படுத்தினேன்.'

மக்களிடம் அவர்களைப்பற்றி பேசுங்கள் என்றார் டிஸ்ரேலி. பிரிட்டிஷ் சாம்ராஜ்யத்தை ஆண்ட மிகுந்த சாமர்த்தியசாலிகளுள் ஒருவர். 'மக்களிடம் அவர்களைப்பற்றி பேசுங்கள் அவர்கள் நீங்கள் கூறுவதை மணிக்கணக்காக கேட்பார்கள்.'

விதி 18
மற்றவரை அவர் முக்கியமானவர் என்று உணரச்செய்யுங்கள்.

முடிவில் மற்றவர்களை இழிவுபடுத்துபவர்கள் தன்னை தானே அவமதித்துக்கொள்கிறார்கள்.

—டி பி ஹாரோப்

முதலில் உங்களை நீங்களே கேட்டுக்கொள்ளுங்கள்: மிகவும் மோசமானதாக என்ன ஆகக்கூடும்? பிறகு அதனை ஏற்றுக்கொள்ள தயார் ஆகுங்கள். பிறகு மோசமானவற்றை மேம்படுத்த முன்னேறுங்கள்.

—டேல் கார்னெகி.

பகுதி 3

19

நீங்கள் கட்டாயமாக குற்றம் கண்டுபிடிக்கவேண்டுமென்றால் இதுதான் துவங்கும் வழி

கால்வின் கூலிட்ஜ் அவர்களின்நிர்வாக காலத்தில் ஒரு வார இறுதியில் எனது நண்பர் ஒருவர் வெள்ளை மாளிகைக்கு விருந்தினராகசென்றார். ஜனாதிபதியின் அலுவலக அறையை கடக்கும்போது அவர் தனது செயலாளர் ஒருவரிடம், 'இன்று காலை நீ அணிந்திருக்கும் உடை மிகவும் அழகாக உள்ளது. நீ ஒரு வசீகரமான இளம் பெண்.' என்று கூறிக்கொண்டிருந்ததை கேட்டார்.

பொதுவாக மௌனமாகவே இருந்த கால்வின்தான் மனமுவந்து அளித்த போற்றுதல்களில் அதீதமாக வெளிப்பட்டது இதுவென்று கூறலாம். அது அவ்வளவு வழக்கத்திற்கு மாறானதாகவும் எதிர்பாராததாகவும் இருந்ததால் அந்தப்பெண் முகம் சிவந்தாள். பிறகு கூலிட்ஜ், 'அதையே நினைத்துக்கொண்டு இருக்காதே. நீ நன்றாக உணரவேண்டுமென்று கூறினேன். இப்போதிலிருந்து உன் வேலையில் கூடுதல் கவனம் இருக்கட்டும்.'

அவரது இந்த வழிமுறை கொஞ்சம் அதிக வெளிப்டையானதாக இருந்தாலும் அதன் பின் இருந்த உளவியல் அற்புதமானது. எப்போதுமே நம்மிடம் உள்ள சில நல்ல விஷயங்களுக்காக போற்றப்பட்டபிறகு இனிமையற்ற விஷயங்களை கேட்பது சுலபமாக இருக்கும்.

ஒரு நாவிதன் ஒருவரது முகத்திலிருந்து தாடியை எடுக்கும் முன்னர் அதன் மீது நுரைத்துவரும்படி சோப்பு போட்டு தேய்ப்பார்; அதைத்தான் மக் கின்லே 1896 ஜனாதிபதி போட்டியின் போது செய்தார். அந்நாட்களில் பிரபலமாக இருந்த ரிப்பப்ளிக்கன் ஒருவர் எழுதிய பிரசார உரை டேனியல் வெப்ஸ்டர், பேட்ரிக் ஹென்றி மற்றும் சிசரோ மூவரும் சேர்ந்து எழுதக்கூடியதைவிட சிறப்பாக இருந்தது. மிகுந்த மகிழ்ச்சியுடன் இம்மனிதர் என்றென்றும் அழியாமல் நிலைத்த அந்த உரையை உரத்தக்குரலில் மக் கின்லே அவர்களுக்கு படித்துக்காட்டினார். அந்த உரையில் நல்ல விஷயங்கள் பல குறிப்பிடப்பட்டிருந்தன ஆனால் அது போதுமானதாக இல்லை. மக் கின்லே அந்த மனிதரின் உணர்ச்சிகளை புண்படுத்த விரும்பவில்லை. அவரது அற்புதமான உற்சாகத்தை கொன்றுவிடவும் கூடாது அதே நேரத்தில் 'இல்லை' என்றும் சொல்லவேண்டும். அதனை எவ்வளவு சாமர்த்தியமாக செய்தார் என்பதை பாருங்கள்.

'என் நண்பரே, அது ஒரு அற்புதமான உரை, ஒரு மகத்தான உரை,' என்றார் மக் கின்லே. 'இதை விட சிறப்பான உரையை எவராலும் தயார் செய்திருக்கமுடியாது. இது பேசப்பட பல சரியான சந்தர்ப்பங்கள் உள்ளது அனால் தற்போதைய இந்த குறிப்பிட்ட சந்தர்ப்பம் சரியானது தானா? உங்கள் நிலைப்பாட்டிலிருந்து அது சிறந்ததாகவும் அடக்கமானதாகவும் தோன்றினாலும் கட்சியின் நிலைப்பாட்டிலிருந்து நான் அதனை காணவேண்டும். இப்போது வீட்டிற்கு சென்று நான் குறிப்பிட்ட வழியில் ஒரு உரையை எழுதி அதன் பிரதி ஒன்றை எனக்கு அனுப்புங்கள்.'

அவரும் அதையே செய்தார். மக் கின்லேவின் இரண்டாம் உரையை எழுத உதவி செய்து, அந்த தேர்தல் பிரசாரத்தில் கைதேர்ந்த உரையாசிரியர்களில் ஒருவராக அவர் விளங்கினார்.

ஆப்ரஹாம் லிங்கன் எழுதிய இரண்டாவது சிறந்த கடிதம் இதோ. (அவர் எழுதிய முதல் சிறந்த கடிதம் போரில் தன் ஐந்து மகன்களையும் இழந்திருந்த மிஸஸ் பிக்ஸிக்கு.) லிங்கன் தன் கடிதத்தை ஐந்து நிமிடத்தில் எழுதியிருக்கலாம்; இருப்பினும் பொது ஏலத்தில் அது 1926 இல் 12000 டாலர்கள் மதிப்பிற்கு விற்றுப்போனது. அரை நூற்றாண்டு காலம் கடினமாக உழைத்து அவர் சேமித்து வைத்த தொகையை விட அதிகமானது அது. உள்நாட்டு போரின் இருண்ட காலத்தில் 1863 இல் ஏப்ரல் 26 ஆம் நாள் ஜெனரல் ஜோசப் ஹுக்ர் அவர்களுக்கு எழுதப்பட்ட கடிதம் அது. பதினெட்டு மாதங்களாக லிங்கன் அவர்களின் தளபதிகள் ஒரு சோகமான தோல்வியிலிருந்து மற்றொன்றிற்கு தனது ஐக்கிய படையை முன்னின்று நடத்திச்சென்றுவந்தனர். வீணான முட்டாள்தனமான மனித இறைச்சிக்கடை போல் செயல்பட்டதை தவிர வேறொன்றுமில்லை. முழு தேசமும் திகைத்துப்போனது. ஆயிரக்கணக்கான வீரர்கள் போர் களத்தை விட்டு ஓடிவிட்டிருந்தார்கள். ரிப்பப்ளிக்கன் சபையின் உறுப்பினர்கள் கூட லிங்கன் வெள்ளை மாளிகையிலிருந்து வெளியேற்றப்படவேண்டுமென்று போராட்டம் செய்தார்கள். 'நாம் இப்போது அழிவின் விளிம்பில் இருக்கிறோம்,' என்றார் லிங்கன். 'கடவுள் கூட நமக்கு எதிராக இருப்பது போல் எனக்கு தோன்றுகிறது. நம்பிக்கை ஒளியை பார்ப்பது கூட எனக்கு கடினமாக உள்ளது.' இந்த கடிதம் வந்த சமயம் அப்படியொரு இருண்ட சோகமும் குழப்பமும் நிலவியது.

தளபதியின் செயல்பாட்டின் மீது அந்த தேசத்தின் விதி சார்த்திருந்தது என்பதை காட்டுவதால் இந்த கடிதத்தை நான் பிரசுரம் செய்கிறேன். தான் ஜனாதிபதி ஆன பிறகு ஏப் லிங்கன் எழுதிய கடிதங்களில் மிகவும் கூர்மையானது இதுவாகவே இருக்கக்கூடும்; இருப்பினும் அவர் ஜெனரல் ஹூக்கரின் தவறுகள் பற்றி எழுதுவதற்கு முன்னர் அவரை போற்றி எழுதியிருந்தார் என்பதை நீங்கள் காணலாம். ஆமாம், அவை பயங்கரமான தவறுகள் ஆனால் லிங்கன் அவற்றை அப்படி

அழைக்கவில்லை. அவர் மிகவும் பழமைவாத மற்றும் சூட்சமமான முறையில் குறிப்பிட்டிருந்தார்.

லிங்கன் எழுதினார்: 'சில விஷயங்களில் நான் உங்கள் மீது முழுவதுமாக திருப்தியாக இல்லை.' சூட்சமம் பற்றி பேசுங்கள்!

ஜெனரல் ஹூகருக்கு எழுதப்பட்ட கடிதம் இதோ:

நான் உங்களை போடோமக் ராணுவத்தின் தலைவராக நியமித்துள்ளேன். போதுமான காரணங்கள் என்று தோன்றும் வகையில் விஷயங்கள் இருந்ததால் அப்படிச்செய்துள்ளேன். இருப்பினும் நான் முழுவதுமாக மனநிறைவு அடையாத சில விஷயங்கள் உள்ளன என்பதை நீங்கள் அறிந்து கொள்ளவேண்டுமென்று நான் விரும்புகிறேன்.

நீங்கள் துணிச்சலான மற்றும் திறமையான வீரர் என்பதை நான் நம்புகிறேன். அதனை கண்டிப்பாக நான் விரும்புகிறேன். நீங்கள் அரசியல் மற்றும் தொழிலை கலப்பதில்லை என்றும் நம்புகிறேன். அதில் நீங்கள் சரியாகவும் இருக்கிறீர்கள். உங்கள் மீது உங்களுக்கு தன்னம்பிக்கை உள்ளது மதிப்புள்ளது மற்றும் இன்றியமையாத பண்பும் கூட. நீங்கள் லட்சியவாதியாக இருப்பது ஒரு அளவு வரை நல்லதே தீமையானதல்ல. ஆனால் ஜெனரல் ப்ர்ன் சைட் அவர்களின் தலைமையில் சேனை இருந்தபோது உங்கள் இலட்சியத்தை மனதில் கொண்டு அவரை உங்களால் முடிந்தவரை நாசம் செய்துவிட்டீர்கள். அப்படிச் செய்தது இந்த நாட்டிற்கு மட்டுமல்லாமல் கௌரவமான சக ஊழியருக்கு தீங்கானது.

அரசு மற்றும் சேனை இரண்டிற்கும் சர்வாதிகாரி தேவை என்று நீங்கள் சொன்னதாக நான் கேள்விப்பட்டேன். கண்டிப்பாக, அதற்காக இல்லையென்றாலும் அதன் பிறகும் நான் உங்களுக்கு அதிகாரம் அளித்துள்ளேன்.

வெற்றி பெறும் தளபதிகளே தங்களை சர்வாதிகாரத்திற்கு தயார் செய்து கொள்ளமுடியும். இப்போது நான் உங்களிடம் வேண்டுவது ராணுவ வெற்றி. சர்வாதிகாரத்தை நான் பார்த்துக்கொள்கிறேன்.

தன் திறமைக்கு எட்டியவரை அரசு உங்களுக்கு ஆதரவு அளிக்கும். எல்லா தளபதிகளுக்கும் அளித்தது போலவே. அதிகமாகவும் இல்லை, குறைவாகவும் இல்லை. தளபதியை விமர்சனம் செய்து அவர் மீது நம்பிக்கை இல்லாமல் இருக்கும் மனோபாவத்தை நீங்கள் ராணுவத்திற்குள் புகுத்தியதை கண்டு நான் அஞ்சுகிறேன். அதுவே உங்களுக்கு எதிராக திரும்பக்கூடும். அதனை அடக்க என்னால் முடிந்தவரை நான் உங்களுக்கு உதவுவேன்.

> நீங்களோ அல்லது நெப்போலியன் உயிருடன் இருந்தால் அவரோ இதுபோன்ற மனநிலை நிலவும் ராணுவத்திடம் எந்த நலனையும் பெற முடியாது. முரட்டுத்தனத்தை குறித்து இப்போது ஜாக்கிரதையாக இருங்கள். கண்மூடித்தனமான நடத்தையைப்பற்றி ஜாக்கிரதையாக இருப்பதுடன் தூக்கமின்றி காவல் காத்து முன்னேறி எங்களுக்கு வெற்றியை அளியுங்கள்.

நீங்கள் ஒரு கூலிட்ஜோ அல்லது மக் கின்லேவோ அல்லது லிங்கனோ இல்லை. தினசரி தொழில்முறை சம்மந்தங்களில் இந்த தத்துவம் உதவுமா என்று நீங்கள் அறிய விரும்புகிறீர்கள். உதவுமா? பிலடெல்ஃபியா வார்க் கம்பெனியை சேர்ந்த டபுள்யூ பி கவ் அவர்களை எடுத்துக்கொள்வோம். வார்க் கம்பெனி பிலடெல்ஃபியாவில் ஒரு பெரிய கட்டிடத்தை ஒரு குறிப்பிட்ட தேதிக்குள் கட்டி முடிக்க ஒரு ஒப்பந்தத்தை கைப்பற்றியது. எல்லாம் நன்றாக சென்று கொண்டிருந்தது; கட்டிடம் ஏறக்குறைய முடிந்துவிட்டது. கட்டிடத்தின் வெளிப்புறத்தை அலங்கரிக்க தேவைப்பட்ட வெண்கல வேலைப்பாடு ஒன்றை முடித்துத்தர ஒப்பந்தம் செய்யப்பட்டிருந்த துணை ஒப்பந்ததாரர் குறிப்பிட்ட நேரத்திற்குள் தன்னால் வேலையை முடித்துத்தர முடியாது என்று கைவிரித்து விட்டார். என்ன! ஒரு முழு கட்டிடமும் அதனால் முடிக்கப்படாமல் இருக்குமா! மிகுந்த அபராதம் விதிக்கப்படும்! துன்புறுத்தும் இழப்புகள்! எல்லாம் ஒரு மனிதரால்!

தொலைதூர தொலைப்பேசி அழைப்புகள். விவாதங்கள்! கோபமான சர்ச்சைகள்! எல்லாம் வீணாக. பிறகு வெண்கல சிங்கத்தின் தாடியை அதன் குகையில் சென்று தடவிப்பார்க்க மிஸ்டர் கவ் அனுப்பப்பட்டார்.

'இந்தப் பெயர் கொண்ட ஒரே மனிதர் இந்த புரூக்ளின் பகுதியில் நீங்கள் ஒருவர்தான் என்று உங்களுக்குத்தெரியுமா?' அறிமுகப்படுத்தப்பட்ட சிறிது நேரத்திற்குள் துணை ஒப்பந்தங்கள் பெறும் கம்பெனியின் தலைமை அதிகாரியை மிஸ்டர் கவ் கேட்டார். தலைவர் ஆச்சரியப்பட்டார். 'இல்லை, எனக்கு அது தெரியாது.'

'ம்ம்ம்,' என்றார் மிஸ்டர் கவ், 'இன்று காலை ரயிலிலிருந்து இறங்கியவுடன் உங்கள் விலாசத்தை அறிய தொலைபேசி எண்கள் கொண்ட புத்தகத்தைப்பார்த்தேன். புரூக்ளின் பகுதியில் உங்கள் பெயர் கொண்ட ஒரே மனிதர் நீங்கள்தான்.'

'எனக்கு அது தெரியாது, ஆனால் வழக்கத்திற்கு மாறானது,' என்றார் துணை ஒப்பந்ததாரர், பெருமையாக. 'ஹோலாந்திலிருந்து இருநூறு வருடங்களுக்கு முன்பு என் குடும்பம் இங்கு நியூயார்க் நகரத்திற்கு வந்தது.' அவர் தொடர்ந்து தன் குடும்பம் பற்றியும் தன் மூதாதையர் பற்றியும் பல நிமிடங்கள் பேசினார். அதை அவர் முடித்தவுடன், மிஸ்டர் கவ் எவ்வளவு பெரிய ஆலை அவரிடம் இருந்ததென்றுதான் சென்றுவந்த மற்ற ஆலைகளுடன் அதனை ஒப்பிட்டு பேசினார். 'நான் பார்த்தவரையில்

சுத்தமான மற்றும் தூய்மையான வெண்கல ஆலை இதுதான்,' என்றும் கூறினார் கவ்.

'இந்தத்தொழிலை வளர்க்க ஒரு ஆயுட்காலத்தை நான் கழித்திருக்கிறேன். இந்த தொழிற்சாலையை சுற்றிப்பார்க்க விரும்புகிறீர்களா?' என்று கேட்டார் அந்த துணைஒப்பந்ததாரர்.

இந்த ஆய்வு பயணத்தின்போது மிஸ்டர் கவ் ஒப்பந்ததாரரது தயாரிப்பைபோற்றி அவரது போட்டியாளர்களது பொருட்களை விட அவை சிறந்தவையாக இருக்கிறதென்றும் கூறினார். சில வழக்கத்திற்கு மாறான இயந்திரங்கள் பற்றிக்கூற அந்த துணை ஒப்பந்ததாரர் தானே அவற்றை உருவாக்கியதாக பெருமையுடன் அறிவித்தார். அவை எப்படி வேலை செய்கின்றன மற்றும் அதன் வேலை எவ்வளவு சிறப்பாக அமைகின்றன என்பது பற்றியெல்லாம் கவ்விடம் விளக்க நிறைய நேரம் செலவிட்டார். தன்னை காண வந்த விருந்தாளியை மதிய உணவிற்கு அழைத்து செல்லவிரும்புவதாக வற்புறுத்தினார். நினைவில் கொள்ளுங்கள், கவ் அங்கு சென்றதன் உண்மையான நோக்கம் பற்றி ஒரு வார்த்தை கூட இதுவரை பேசப்படவில்லை.

மதிய உணவிற்குப்பிறகு துணை ஒப்பந்ததாரர், 'இப்போது நாம் விஷயத்திற்கு வருவோம். இயல்பாக உங்கள் வருகையின் நோக்கத்தை நான் அறிவேன். நமது சந்திப்பு இவ்வளவு மகிழ்ச்சிகரமானதாக இருக்குமென்று நான் நினைக்கவில்லை. மற்ற ஆர்டர்கள் கால தாமதமாக தரப்படவேண்டிய நிலை ஏற்பட்டாலும் உங்களது ஆர்டர் நேரத்தில் பிலடெல்ஃபியாவை அடையுமென்று என் வாக்குறுதியுடன் நீங்கள் திரும்ப செல்லலாம்,' என்றார்.

தனக்கு தேவையானவை அனைத்தையும் கேட்காமலேயே பெற்றார் மிஸ்டர் கவ். பொருள் நேரத்தில் வந்திறங்கியது. கட்டிடமும் ஒப்பந்தத்தில் குறிப்பிடப்பட்ட தினத்திலேயே கட்டி முடிக்கப்பட்டது.

பொதுவாக இதுபோன்ற சந்தர்ப்பங்களில் சுத்தியால் அடித்து வெடி மருந்து வைத்து உடைப்பது போல் மிஸ்டர் கவ் விஷயத்தை போட்டு உடைத்திருந்தால் இது நடந்திருக்குமா?

நியூ ஜெர்சியில் பெடரல் கிரெடிட் யூனியனின் போர்ட் மொன்மவுத்தின் கிளை மேலாளர் டோரதி வ்ருப்பில்ஸ்கி தன் அலுவலகத்தில் ஒரு பணியாளரை வேலையில் மிகவும் திறமைசாலியாக்கியது எப்படியென்று எங்கள் வகுப்பில் பகிர்ந்துகொண்டார்.

சமீபத்தில் ஒரு இளம் பெண்ணை பயிற்சியிலிருக்கும் டெல்லர் ஆகவேலையில் சேர்த்துக்கொண்டோம். எங்கள் வாடிக்கையாளர்களுடான அவளது தொடர்பு நன்றாக இருந்தது. ஒவ்வொரு தனிப்பட்ட பரிவர்த்தனையையும் அவள் மிகச்சரியாக மற்றும் திறன் வாய்ந்த முறையில் கையாண்டாள். மாலையில் கணக்கு பார்க்கும் நேரத்தில் பிரச்சனை வந்தது.

தலைமை டெல்லர் என்னிடம் வந்து அந்தப்பெண்ணை பணியிலிருந்து நீக்கிவிடும்படி ஆலோசனை கூறினார். 'கணக்குப்பார்த்து முடிப்பதில் மிகவும் மெதுவாக செயல்படுவதால் எல்லோரும் வீட்டிற்கு கிளம்ப காலதாமதமாகிவிடுகிறது. நான் அவளுக்கு எப்படிசெய்வதென்று மீண்டும் மீண்டும் பல முறை காட்டிவிட்டேன் ஆனால் அவளால் அதனை புரிந்துகொள்ளமுடியவில்லை. அவள் வேலையிலிருந்து சென்றாகவேண்டும்." என்றாள்.

அடுத்த நாள் வழக்கமான தினசரி பரிவர்த்தனைகளை அவள் எளிதாகவும் சுலபமாகவும் வாடிக்கையாளர்களுடன் எளிமையாக பேசிக்கொண்டே செய்வதை கவனித்தேன்.

'மாலையில் கணக்கை சரி பார்ப்பதில் அவளுக்கு ஏன் கூடுதல் நேரம் எடுக்கிறது என்பதை புரிந்துகொள்ள அதிக நேரமாகவில்லை. அலுவலகம் முடிந்தபிறகு அவளுடன் பேச அவள் இருக்கைக்கு சென்றேன். அவள் கவலையுடனும் பதட்டத்துடனும் இருப்பதை தெளிவாக கண்டேன். வாடிக்கையாளர்களுடன் இவ்வளவு நட்புடன் நன்கு பழகுவதற்காகவும், தன் வேலையை மிகச்சரியாகவும் துரிதமாகவும் செய்வதற்காகவும் அவளை பாராட்டினேன். கேஷ் ட்ராயர் எப்படிபயன் படுத்தப்படுகிறது என்பதைப் பார்க்கலாம் என்று ஆலோசனை கூறினேன். அவள் மீது எனக்கு நம்பிக்கை உள்ளது என்பதை பார்த்தவுடன் அவள் என் ஆலோசனைகளை எளிதில் பின்பற்றி சீக்கிரமே அதன் செயல்முறையில் தேர்ச்சி பெற்றாள். அப்போதிலிருந்து அவளிடம் எங்களுக்கு எந்தப்பிரச்சனையும் இல்லை,'

புகழ்ச்சியுடன் வேலையை துவங்குவது பல் மருத்துவர் வலிநிவாரணத்தை முதலில் அளிப்பது போலாகும். நோயாளியின் வாய்க்குள் இயந்திரம் செலுத்தப்படும் ஆனால் அந்த வலி தெரியாது. ஒரு தலைவரும் அதே செயல்முறையை பயன்படுத்துவார்....

விதி 19
புகழ்ச்சியுடன் துவங்குங்கள்

சரியாக பேசுவதை விட கடினமான விமர்சனம் சுலபமானதாக இருக்கும்.

—பெஞ்சமின் டிஸ்ரைலி

20

மற்றவர்களால் வெறுக்கப்படாத வகையில் விமர்சனம் செய்வது எப்படி

ஒரு நாள் நன்பகல் சார்ல்ஸ் ஸ்வாப் தன் இரும்பு ஆலயத்தை கடந்து சென்றுகொண்டிருந்தபோது தனது பணியாளர்களில் ஒருவர் புகைபிடித்துக் கொண்டிருப்பதைப் பார்த்தார். அவரது தலைக்கு நேர் மேலே இங்கு புகைபிடிக்கக்கூடாது என்று ஒரு அறிகுறி இருந்தது. அதனை சுட்டிக்காட்டி உனக்குப் படிக்கத்தெரியாதா என்றா கேட்டார் சார்ல்ஸ்? இல்லை. ஸ்வாப் அப்படி செய்பவர் இல்லை. அவர் அங்கு நின்றிருந்த ஆட்கள் பக்கம் சென்று ஒவ்வொருவரிடமும் சிகார் ஒன்றை கொடுத்து, 'இதனை நீங்கள் வெளியே சென்று புகைத்தால் நான் அதனை பாராட்டுவேன் என்று கூறினார்.' அவர்கள் விதியை மதிக்கவில்லையென்று அவருக்குத் தெரியுமென்று அவர்கள் அறிந்திருந்தார்கள். ஆனால் அவர் அதைப்பற்றி ஒன்றும் கூறாமல் மாறாக ஒரு பரிசையும் தந்து அவர்கள் முக்கியம் என்று உணர வைத்திருந்தார். இப்படிப்பட்டஒரு மனிதரை விரும்பாமல் இருக்கமுடியாது. உங்களால் முடியுமா? ஜான் வானாமேக்கரும் இதே உத்தியை பயன்படுத்தினார். வானாமேக்கர் ஃபிலடெல்ஃபியாவில் இருந்த தனது சிறந்த கடைக்கு தினமும் விஜயம் செய்தார். ஒரு முறை ஒரு வாடிக்கையாளர் வரிசையில் நிற்பதை கண்டார். அவள் மீது எவரும் சிறிதளவும் அக்கறை காட்டவில்லை. விற்பனையாளர்கள் உள்பட. அவர்கள் மற்றுமொரு முனையில் கும்பலாக நின்று தங்களுக்குள் சிரித்துப்பேசிக்கொண்டிருந்தனர்.

வானாமேக்கர் ஒரு வார்த்தை கூட சொல்லவில்லை. கல்லாவிற்குப்பின் அமைதியாக நுழைந்து அந்தப்பெண்ணிற்கு என்ன தேவை என்பதைக் கேட்டறிந்து அதனை சரியாக காகிதத்தில் சுற்றித்தருமாறு தன் பணியாளர்களிடம் கூறிவிட்டு தன் வழியில் சென்றுவிட்டார்.

பொதுப்பணியில் இருப்பவர்கள் தங்கள் தொகுதி மக்களின் ஆதங்கத்தை கேட்கத்தயாராக இருப்பதில்லை என்று விமர்சிக்கப்படுவதுண்டு. அவர்கள் பணியில் பரபரப்பாக இருப்பவர்கள். பலமுறை அதிக மக்களை சந்திக்கவேண்டிவரும் வேலை பளுவால் தங்கள் எஜமானர்களை தொல்லை செய்யவேண்டாம் என்று நினைத்து கூடுதலாக பாதுகாக்க விரும்பும் துணையாளர்களின் தவறாக அது அமைந்துவிடுகிறது. டிஸ்னிலாண்டின் வீடான ஃப்ளோரிடா மாநிலத்தை சேர்ந்த ஒர்லாண்டோ பகுதியின் மேயராக பல வருடங்கள் இருந்த

கார்ல் லாங்போர்ட் அடிக்கடித் தன் பணியாளர்கள் மக்களை சந்திப்பதிலிருந்து தடுக்ககூடாதென்று கோபப்படுவார்.' திறந்த கதவு' என்னும் கொள்கையை அவர் பின்பற்றியதாக கூறிவந்தார்; இருப்பினும் அந்த சமூகத்தை சேர்ந்த ஜனங்கள் அவரை சந்திக்க வந்தபோது அவரது நிர்வாகிகள் மற்றும் காரியதரிசிகளால் தடுக்கப்பட்டனர்.

இறுதியில் மேயர் ஒரு தீர்வை கண்டுபிடித்தார். அவரது அலுவலக கதவை நீக்கிவிட்டார்! அவரது துணையாளர்களுக்கு செய்தி துல்லியமாக சென்றடைந்தது. சிறந்த அறிகுறியாக விளங்கிய அந்தக்கதவு தூக்கியெறியப்பட்ட நாள் முதல் உண்மையாகவே மேயரால் வெளிப்படையாக நிர்வாகம் செய்யமுடிந்தது.

ஒரு மூன்றெழுத்து வார்த்தையில் ஒரு எழுத்தை மாற்றுவதன் மூலம் மிகவும் எளிமையாக மக்களை கோபப்படச்செய்யாமல் மற்றும் எதிர்ப்பு எதுவும் தெரிவிக்கத்தோதாக இல்லாத சூழ்நிலையை உருவாக்கி தோல்வி மற்றும் வெற்றிக்கு இடையேயான வேறுபாட்டை சொல்ல முடியும். 'ஆனால்' என்று கூறி இடைமறிக்கும் முன் பலரும் தங்கள் விமர்சனத்தை நேர்மையான பாராட்டுகளுடனே துவங்குவார்கள். உதாரணத்திற்கு, படிப்பைப்பற்றிய ஒரு குழந்தையின் அக்கறையின்மையை மாற்ற முயலும் போது இம்முறை தன் மதிப்பெண்களை கூட்டியிருந்த ஜானிடம் நாம், 'நாங்கள் உன்னைக்குறித்து மிகவும் பெருமை படுகிறோம் ஜான். ஆனால் நீ உன் அல்ஜீப்ரா பாடத்தில் கூடுதலாக உழைத்திருந்தால் விளைவு இன்னமும் சிறப்பானதாக இருக்கும்.'

இந்த சந்தர்ப்பத்தில், ஆனால் என்ற வார்த்தையை கேட்கும் முன் ஜான் மிகவும் ஊக்கம் அடைந்தவனாக உணர்ந்திருப்பான். பிறகு முன்பு கூறப்பட்ட போற்றுதலின் உண்மையை அவன் சந்தேகிக்கக்கூடும். தோல்வியைப்பற்றிய பேச்சை நுழைப்பதற்காகவே அந்த வெற்றி போற்றப்பட்டதாக அவன் நினைப்பான். நம் வார்த்தையின் மதிப்பு குறைக்கப்பட்டு படிப்புக்குறித்து ஜானின் மனப்பாங்கை மாற்றவேண்டுமென்ற நமது எண்ணத்தை நாம் அடையாமலும் போகலாம்.

ஆனால் என்ற வார்த்தையை நீக்கி மேலும் என்ற வார்த்தையை சேர்த்து இந்தத்தடையை நம்மால் நீக்க முடியும். 'உன் மதிப்பெண்கள் குறித்து நாங்கள் நிஜமாகவே பெருமைப்படுகிறோம் ஜான். மேலும் இது போன்ற மனதார முயற்சிகள் செய்வதன் மூலம் உன்னால் உன் அல்ஜீப்ரா பாடத்திலும் சிறந்த மதிப்பெண்களை பெறமுடியும்.'

இப்போது ஜான் அந்த போற்றுதலை ஏற்பான் ஏனென்றால் அவனது தோல்வியை அறிவுறுத்தும் எதுவும் அதனை தொடரவில்லை. நாம் மறைமுகமாக அவனிடம் காணவிரும்பும் மாற்றத்தைப்பற்றி

குறிப்பிட்டுவிட்டோம். நமது எதிர்பார்ப்புகளுக்கு ஏற்ப அவன் முயற்சிசெய்யக்கூடிய சாத்தியமும் உள்ளது.

நேரடி விமர்சனத்தை வெறுக்கும் ஒருவரது தவறுகளை மறைமுகமாக சுட்டிக்காட்டுவது அற்புதமான விளைவுகளைக்கொடுக்கும். வூன் சாகேத் ரோட் ஐஸ்லாந்தை சேர்ந்த மார்ஜ் ஜேக்கப் தன் வீட்டில் சில சீரமைப்புகளை மேற்கொண்ட கட்டிட பணியாளர்கள் தங்கள் வேலைகள் முடிந்தபின்னர் எப்படி அந்த இடத்தை சுத்தம் செய்யவேண்டுமென்பதைதான் அறிவுறுத்தினார் என்பது பற்றி எங்களது ஒரு வகுப்பில் கூறினாள்.

வேலை துவங்கிய பின் சில நாட்களுக்கு தன் அலுவலகத்திலிருந்து திரும்பிய பின் மிஸஸ் ஜேக்கப் துண்டிக்கப்பட்ட மரத்துண்டங்கள் ஆங்காங்கே தோட்டத்தில் எறியப்பட்டிருப்பதைக்கண்டாள். கட்டிட பணியாளர்களை பகைத்துக்கொள்ள அவள் விரும்பவில்லை ஏனென்றால் அவர்கள் தங்கள் வேலையில் அற்புதமாக இருந்தார்கள். அதனால் அவர்கள் வீட்டிற்கு சென்றபின் அவளும் அவளது குழந்தைகளும் சிதறிக்கிடந்த குப்பைகளை ஒன்றுதிரட்டி ஒரு மூட்டையாக ஒரு மூலையில் அடுக்கிவைத்தனர். அடுத்தநாள் காலை அந்த பணியாளர்களில் முதல்வர் வந்தவுடன் அவரை ஒருபுறம் அழைத்துச்சென்று.' வேலைமுடிந்தபின் முன் தோட்டம் எப்படி அழகாக அண்டை வீட்டாருக்கு எந்தத்தொல்லையும் இல்லாமல் சுத்தமாக விடப்பட்டிருந்தது என்பதை நான் மிகவும் பாராட்டுகிறேன்' என்று கூறினாள். அந்த நாள் முதல் பணியாளர்கள் மாலையில் வேலை முடிந்தவுடன் தாங்களே குப்பையை அகற்றி அந்த இடத்தை சுத்தம்செய்து தங்கள் தலைவர் ஆமோதித்தப் பிறகே அந்த இடத்தைவிட்டுச்சென்றனர்.

வழக்கமான ராணுவ குழு மற்றும் அவசர காலத்தில் தேவைக்கேற்ப பணியில் அமர்த்தப்படும் ராணுவத்தினரிடையே வரும் பெரிய கருத்துவேறுபாடு அவர்கள் முடித்திருத்தப்படும் விதம்தான்.

அவசர கால சேவைக்கு அழைக்கப்படும் வீரர்கள் பெரும்பாலும் தங்களை சிவிலியன்ஸ் ஆக பார்ப்பதால் குட்டையாக முடியை வெட்டிக்கொள்வதை விரும்புவதில்லை.

யூ எஸ் ஏ ஆர் ஸ்கூலின் 542வது அணியை சேர்ந்த சார்ஜன்ட் மாஸ்டர் ஹார்லே கைசர் என்பவர் இருப்பு அணியின் நிரந்திரப்பணியில் நியமிக்கப்படாத அதிகாரிகளுடன் இந்த பிரச்சனையை சந்தித்தார். பழங்கால வழக்கமான ராணுவத்தில் மாஸ்டர் சார்ஜன்ட் ஆக இருந்த அவர் தனது படையை திட்டி மிரட்டி இந்தப்பிரச்சனையை தீர்த்திருப்பார் என்று எதிர்பார்க்கப்படும். ஆனால் இப்போது தனது சிந்தனையை மறைமுகமாக வெளிப்படுத்த முடிவு செய்தார் அவர்.

‘பண்பானவர்களே,’ என்று சொல்லி அவர் துவங்கினார், ‘நீங்கள் தலைவர்கள். ஒரு எடுத்துகாட்டாக நீங்கள் விளங்கினால்தான் நீங்கள் சொல்வது நல்ல பயனை அளிக்கும். உங்கள் படையினர் உங்களை பின்தொடர நீங்கள் ஒரு முன்மாதிரியாக விளங்கவேண்டும். தலை முடித்திருத்துவது குறித்து ராணுவ விதிகள் என்ன சொல்கின்றன என்று உங்களுக்குத்தெரியும். உங்களில் சிலரது முடியை விட நீளம் குறைவாக இருந்தாலும் நான் இன்று என் முடியை வெட்டிக்கொள்ளப்போகிறேன். நீங்கள் உங்களை கண்ணாடியில் பார்த்துக்கொள்ளுங்கள். நல்ல எடுத்துக்காட்டாக விளங்கவேண்டுமென்று நீங்கள் நினைத்தால் நீங்கள் முடிதிருத்தகத்திற்கு சென்றுவர நான் ஏற்பாடுகள் செய்கிறேன்,’ என்றார்.

விளைவு எதிர்பார்த்ததே. பலரும் கண்ணாடியில் பார்த்து அன்று மதியமே நாவிதரிடம் சென்று விதிமுறைகளுக்கு ஏற்ப தங்கள் தலைமுடியை வெட்டிக்கொண்டனர். தன் அணியில் பலரிடம் ஏற்கனவே தம்மால் தலைமை பண்புகளை காணமுடிகிறது என்று சார்ஜன்ட் கைசர் அடுத்த நாள் காலை கூறினார்.

1887 ஆம் ஆண்டு மார்ச் 8 ஆம் தேதி சிறந்த பேச்சாளரான ஹென்றி வார்டு பீச்சர் இறந்துபோனார். தொடர்ந்து வந்த ஞாயிறன்று லைமன் அப்போட் பீச்சர் இறந்தது குறித்து பேச பிரசங்க மேடைக்கு அழைக்கப்பட்டார். சிறப்பாக பேசவிரும்பிய லைமன் தனது பேச்சை சிறந்த முறையில் மீண்டும் மீண்டும் எழுதிப்பார்த்தார். அதனை தன் மனைவியின் முன் நின்று படித்துக்காட்டினார். அது மோசமாக இருந்தது—பெரும்பாலான உரைகளைப்போலவே. அவளிடம் சிறந்த தேர்வு இல்லாதிருந்தால், ‘லைமன் இது மோசமாக இருக்கிறது. இது போதாது. இதன் மூலம் கேட்பவர்களை தூங்கச்செய்துவிடுவீர்கள். கலைக்களஞ்சியத்திலிருந்து எடுத்தது போன்று தோன்றுகிறது. இவ்வளவு வருடங்களாக பிரசங்கங்கள் செய்த அனுபவத்தில் நீங்கள் இதைவிட சிறப்பாக எழுதமுடியும். ஒரு சாதாரண மனிதனைப்போல் ஏன் உங்களால் பேசமுடியவில்லை? ஏன் உங்களால் இயல்பாக இருக்கமுடியவில்லை? இதனைப்படித்தால் உங்களைநீங்களே அவமானப்படுத்திக்கொள்வீர்கள்.’ என்று கேட்டிருக்கலாம்.

அவள் அப்படி கூறியிருக்கலாம். அவள் அப்படிச்செய்திருந்தால் என்ன நடந்திருக்கும் என்று உங்களுக்குத்தெரியும். அவளும் அறிந்திருந்தாள். அதனால் வட அமெரிக்கர்களுக்கு இது மிக கச்சிதமான விமர்சனமாக இருக்கும் என்று மட்டுமே கூறினாள். வேறு வார்த்தைகளில் சொல்லவேண்டுமென்றால், அதை அவள் போற்றினாள் அதே நேரத்தில் ஒரு உரையாக அது போதுமானதாக இருக்காது என்பதையும் மறைமுகமாக சுட்டிக்காட்டினாள். அதிலிருந்த உண்மையை லைமன் கண்டார். அதனை கிழித்தெறிந்துவிட்டு

கவனமாக கையெழுத்துப்பிரதியை உருவாக்கி அதனைப்பார்க்காமலே சிறப்பாக பேசினார்.

மற்றவர்களது தவறுகளை திருத்தும் பயனுள்ளவழி.....

விதி 20
மற்றவர்களின் குறைகளை மறைமுகமாக சுட்டிக்காட்டவும்.

எதுவும் சொல்லாமல் செய்யாமல் மற்றும் எதுவாகவும் இருக்காமல் விமர்சனங்களை நாம் எளிதாக தவிர்க்கலாம்.
—அரிஸ்டாடில்

பொது அறிவு மற்றும் விடாமுயற்சி மூலம் சுடர்விடும் ஊக்கமே பெரும்பாலும் வெற்றிக்கு வழிவகுக்கிறது.
—டேல் கார்னெகி

21

உங்கள் தவறுகளைப்பற்றி முதலில் பேசுங்கள்

என் மருமகள் ஜோச∴பின் கார்னெகி என் செயலாளராக பணிபுரிய நியூ யார்க் வந்திருந்தாள். பத்தொன்பது வயதான அவள் மூன்று வருடங்கள் முன்பு மேல்நிலைப்பள்ளியில் பட்டதாரியாகியிருந்தாள். அவளுக்கு தொழில் அனுபவம் எதுவும் இல்லை. சூயஸ் கால்வாய்க்கு மேற்கே சிறந்த செயலாளர் என்றால் அவள்தான் என்ற அளவில் தேர்ச்சி பெற்றிருந்தாள். ஆனால் துவக்கத்தில் இன்னும் சிறந்த முறையில் செயல்பட கூடியவளாகவும் முன்னேற்றம் காட்டக்கூடியவளாகவும் இருந்தாள். ஒரு நாள் அவளை விமர்சனம் செய்யத்துவங்கியபோது எனக்கு நானே கூறிக்கொண்டேன்:

'ஒரு நிமிடம் டேல் கார்னெகி, ஒரு நிமிடம். ஜோச∴பீனை விட வயதில் இருமடங்கு பெரியவன் நீ. அவளை விட உனக்கு பத்தாயிரம் மடங்கு தொழில் அனுபவம் உள்ளது. என்னதான் சராசரியாகவே இருந்தாலும் உன் கண்ணோட்டம், உன் தீர்மானம், உன் அளவு முயற்சி அவளுக்கு எப்படியிருக்கும் என்று நீ எதிர்பார்கிறாய்? ஒரே நிமிடம் டேல், பத்தொன்பது வயதில் நீ என்ன செய்துகொண்டிருந்தாய்?

நீ செய்த தவறுகளை நினைத்துப்பார்? இதையோ அல்லது நீ செய்த வேறு எதையையோப்பற்றி நீ சிந்தித்துப்பார்.?

அதைப்பற்றி நேர்மையாகவும் பாரபட்சம் இல்லாமலும் சிந்தித்த பின்னர் பத்தொன்பது வயதில் ஜோச∴பீனின் திறன் எனது பத்தொன்பது வயதில் எனக்கிருந்ததை விட சிறப்பாக இருந்ததாகவே உணர்ந்தேன். போதுமான அளவில் நான் ஜோச∴பீனை பாராட்டவில்லை என்றும் அதற்காக வருந்துகிறேன் என்பதையும் நான் ஒப்புக்கொள்ளவேண்டும். அதனால் அதன் பிறகு ஜோச∴பீனின் தவறை எப்போதேனும் சுட்டிக்காட்ட விரும்பினால் நான் இப்படித்தான் துவங்கினேன், 'நீ தவறு செய்திருக்கிறாய் ஜோச∴பின் ஆனால் அந்தக்கடவுளுக்குத்தான் தெரியும் நான் செய்த தவறுகளை விட இவை மோசமானவை இல்லை என்று. ஒருவர் சரியான முடிவுகள் எடுக்கும் திறனுடன் பிறப்பதில்லை. அது அனுபவத்தால் மட்டுமே வருகிறது. உன் வயதில் நான் இருந்ததை விட நீ சிறந்து விளங்குகிறாய். பல மூடத்தனமான செயல்கள் செய்திருக்கிறேன் என்ற குற்றவுணர்ச்சி எனக்கு உண்டு. உன்னையோ வேறு எவரையுமோ விமர்சிக்க நான் சிறிதளவும் விரும்பவில்லை. ஆனால் நீ இப்படி செய்திருந்தால் சிறப்பாக இருக்குமென்று நினைக்கவில்லையா?'

விமர்சனம் செய்பவர் தானும் தவறுகளுக்கு அப்பாற்பட்டவர் இல்லையென்று துவங்கினால் உங்களைப்பற்றி கூறப்படும் குறைகளை கேட்பது மிகவும் கடினமாக இருக்காது. கனடாவின் மனிடோபாவில் ப்ரண்டனில் பொறியாளராக இருந்த இ ஜி டில்லிஸ்டோன் என்பவருக்கு தன் புதிய செயலாளருடன் சில பிரச்சனைகள் இருந்தது. தான் சொன்ன விஷயங்கள் கடிதமாக எழுதப்பட்டு கையெழுத்திடப்பட தன்னிடம் வரும்போது அவற்றில் ஒவ்வொரு பக்கத்திலும் இரண்டு அல்லது மூன்று பிழைகள் இருந்தன. மிஸ்டர் டில்லிஸ்டோன் இந்த நிலைமையை எப்படிக் கையாண்டார் என்பது பற்றி கூறினார்:

'பல பொறியாளர்கள் போல நானும் ஆங்கிலத்தில் தேர்ச்சி பெற்றிருக்கவில்லை. எழுத்துகூட்டிப்படிக்க உதவியாக என்னிடம் கைக்கடக்கமான ஒரு சிறிய அகராதி ஒன்றை வைத்திருந்தேன். தவறை சுட்டிக்காட்டுவது மட்டுமே அவள் தன்னை திருத்திக்கொண்டு மேலும் அகராதியை உபயோகித்து ஆராய்ச்சி செய்ய உதவாது என்பதை அறிந்து நான் வேறொரு வழிமுறையை கடைபிடிக்க உறுதிசெய்தேன். அடுத்த கடிதம் எனது கவனத்திற்கு வந்தபோது அதிலிருந்த தவறுகளை பார்த்துவிட்டு அந்த தச்செழுத்தாளரை என் அருகில் அமரச்செய்து இப்படி சொன்னேன்:

'"எப்படியோ இந்த வார்த்தை பொருத்தமாக இல்லை. இந்த வார்த்தை எனக்கு எப்போதுமே பயன்படுத்த கடினமாகவே இருந்து வந்துள்ளது. அந்த காரணத்தால்தான் இந்த ஸ்பெல்லிங் புத்தகத்தை நான் துவங்கினேன். (புத்தகத்தின் சரியான பக்கத்திற்கு திருப்பினேன்) பார், இங்கே உள்ளது. சொற்களில் பிழைகளை நான் கவனமாக பார்க்கிறேன் ஏனென்றால் மக்கள் நம்மை நம் கடிதங்கள் கொண்டு அது எவ்வளவு தொழில்ரீதியாக விளங்குகிறது என்பதைப் பொறுத்தே நாம் எப்படியென்று தீர்மானம் செய்கிறார்கள்.'

அவள் எனது செயல்முறையை பின்பற்றினாளா என்று எனக்குத்தெரியாது ஆனால் அந்த உரையாடலுக்குப்பின் அவளது எழுத்துப்பிழைகள் வெகுவாக குறைந்துவிட்டன.

நன்கு மெருகூட்டப்பட்ட இளவரசர் பெர்ன்ஹார்ட் வோன் பூலோ இதனை செய்யவேண்டியதன் அவசியத்தை முன்பே 1909 இல் உணர்ந்தார். அப்போது வோன் பூலோ ஜெர்மனியின் ஏகோதிபத்ய முனைவராக விளங்கினார். அரியணையில் அமர்ந்தது இரண்டாம் வில்ஹெல்ம்—கோபமான குணம் கொண்ட வில்ஹெல்ம்; திமிர்பிடித்த வில்ஹெல்ம், ஜெர்மானிய கைசர்களில் கடைசி பிரம்மாண்டமான ராணுவம் மற்றும் கப்பற்படையை திரட்டியதாக சொல்லப்படுபவர்.

பிறகு ஆச்சரியப்படும் விஷயம் ஒன்று நடந்தது. கைசர் சில விஷயங்கள் கூறினார், அற்புதமான விஷயங்கள், அந்த கண்டத்தையே ஆட்டிவைத்த ஒன்று. அதன் பிரதிபலிப்பு உலகம் முழுவதும் கேட்டது.

விஷயங்களை முற்றிலுமாக மோசமடையச்செய்ய கைஸர் முட்டாள்தனமான ஆணவம் ததும்பும் அபத்தமான அறிக்கைகளை பொதுவில் வெளியிட்டார்.

அவற்றை அவர் இங்கிலாந்தில் விருந்தினராக இருந்தபோது வெளியிட்டு அதனை பிரசுரம் செய்ய *டெய்லி டெலிகிராப்* என்ற பத்திரிகைக்கு ராஜ அனுமதியும் கொடுத்தார். உதாரணத்திற்கு, ஆங்கிலேயர்களுடன் தோழமையுடன் விளங்கிய ஒரே ஜெர்மானியர் தான்தான் என்றும் ஜப்பானுக்கு எதிராக பிரச்சனைகள் உருவாக்க தாம் ஒரு கப்பல் கட்டிக்கொண்டிருப்பதாகவும் கூறினார்; அவர், அவர் மட்டுமே ரஷ்யா மற்றும் பிரான்ஸ் நாடுகளை தவிடுபொடியாக்கி இங்கிலாந்தை காப்பாற்றினார் என்று கூறினார்; இங்கிலாந்தை சேர்ந்த லார்ட் ராபர்ட்ஸ் சௌத் ஆப்பிரிக்காவை தோற்கடிக்க தனது பிரசார திட்டமே உதவியது என்று கூறினார். இது போன்று பல முட்டாள்தனமான விஷயங்களை கூறினார்.

அமைதி நிலவிய காலங்களில் எந்த ஒரு ஐரோப்பிய ராஜாவிடமிருந்தும் அது போன்ற வேறு எந்த அற்புதமான சொற்களும் நூறு ஆண்டுகள் முன்னர் வரை கேட்கப்படவில்லை. ஒரு குளவிக்கூட்டை கலைத்தால் ஏற்படும் குழப்பம் போன்று மொத்த கண்டமே கோபத்தில் பரபரப்பானது. இங்கிலாந்து கோபமடைந்தது. ஜெர்மானிய ராஜதந்திரிகள் கோபத்தில் அதிர்ந்தனர். இவை அனைத்திற்கும் நடுவில் கைசர் கலவரமடைந்து ஏகோதிபத்ய முனைவர் இளவரசர் வோன் பூலோ பழியை ஏற்றுக்கொள்ளவேண்டுமென்று ஆலோசனை கூறினார். ஆமாம் அவர் இளவரசர் வோன் பூலோ எல்லாவற்றிற்கும் அவரே பொறுப்பு என்று அறிக்கை விடவேண்டுமென்று விரும்பி தனது மன்னரை இந்த நம்பமுடியாத வார்த்தைகளை சொல்லவைத்தார்.

'ஆனால் மாட்சிமை பொருந்தியவரே,' இளவரசர் வோன் பூலோ எதிர்த்தார், 'இதை சொல்லும்படி உங்களுக்கு ஆலோசனை கூறியது நான்தான் என்று 'ஜெர்மனியிலோ அல்லது இங்கிலாந்திலோ யாரும் நம்பமாட்டார்கள்.'

இளவரசர் வோன் பூலோ அவர்களின் வாயிலிருந்து அந்த வார்த்தைகள் வந்தவுடன் அவர் தான் பெரிய தவறு இழைத்துவிட்டோம் என்பதை புரிந்துகொண்டார். கைசர் விவகாரம் பெரிதானது.

'என்னை கழுதை என்று கருதுகிறீர்களா,' அவர் கத்தினார்,' உங்களால் செய்ய முடியாத மாபெரும் தவறுகளைச்செய்ய!'

நிந்திக்கும் முன் போற்றியிருக்கவேண்டும் என்பதை இளவரசர் வோன் பூலோ உணர்ந்தார்; ஆனால் விஷயம் கை மீறிப்போய்விட்டதால் அதற்கடுத்த சிறந்த வேலையை செய்தார். விமர்சனம் செய்து முடித்த பிறகு போற்றினார். அது ஒரு அற்புதத்தை நிகழ்த்தியது.

'அப்படியொன்றும் நான் சொல்லவில்லை,' அவர் மரியாதையுடன் பதிலளித்தார்.

'மாட்சிமை பொருந்தியவரே நீங்கள் என்னை விட பல விஷயங்களில் மிகவும் சிறந்து விளங்குபவர்; கப்பற்படை மற்றும் ராணுவம் குறித்த அறிவு மட்டுமில்லை. எல்லாவற்றிற்கும் மேலாக, இயற்கை விஞ்ஞானத்தில். பாரோமீட்டர் அல்லது கம்பியில்லா தந்தி அல்லது ரொயின்டெஜென் கதிர்வீச்சுகள் பற்றி நீங்கள் பேசுவதை நான் வெகுவாக ரசித்திருக்கிறேன். இயற்கை அறிவியலின் எல்லா கிளைகளைப்பற்றியும் எனக்கு எதுவும் தெரியாது என்று கூற வெட்கப்படுகிறேன். வேதியல், இயல்பியல் எதைப்பற்றிய எந்த கருத்தும் எனக்கில்லை. மேலும் மிகவும் எளிமையான இயற்கை நடப்பு ஒன்றை விவரிக்கக்கூட எனக்குத்தெரியாது. ஆனால்,' வோன் பூலோ தொடர்ந்தார், 'அதனை ஈடுகட்ட என்னிடம் வரலாற்று அறிவு மற்றும் அரசியலுக்கு பயன்படும் சில திறமைகள் உண்டு. குறிப்பாக ராஜதந்திரத்தில்.'

கைசர் இறுமாப்புடன் இருந்தார். வோன் பூலோ அவரை போற்றியிருந்தார். வோன் பூலோ அவரை மேலே உயரத்தில் ஏற்றிவிட்டு தான் அடக்கமாகவும் பணிவுடனும் நடந்துகொண்டிருந்தார். அப்படி செய்ததற்கு கைசர் எதையும் மன்னித்திருப்பார். 'நான் எப்போதுமே உன்னிடம் கூறியிருக்கிறேன் இல்லையா,' அவர் ஆர்வத்துடன் பேசினார், 'நாம் ஒருவரை மற்றவர் பிரபலமான முறையில் முழுமையடையச்செய்கிறோம்? நாம் ஒன்றாக இருக்கவேண்டும். அப்படியே இருப்போம்.'

ஒரு முறையல்ல பல முறை வோன் பூலோவுடன் கைகள் குலுக்கினார். பிறகு தன் கைமுட்டிகளை ஆர்வமாக தடவிகொடுத்தபடி, *'எவரேனும் வோன் பூலோ பற்றி என்னிடம் தவறாக பேசினால் அவர்கள் முகத்தில் ஒரு குத்து விடுவேன்,'* என்றார்.

சரியான நேரத்தில் வோன் பூலோ தன்னை காப்பாற்றிக்கொண்டார். ஆனால் விசித்திரமான ராஜதந்திரியாக இருந்த அவர் ஒரு தவறு செய்திருந்தார்:

தனது குறைகள் மற்றும் வில்ஹெல்ம்மின் உயர்வுப் பற்றி பேசி விஷயத்தை துவங்கியிருக்கவேண்டும். பாதுகாவலர் தேவைப்படும் முட்டாள் கைசர் என்பதுபோல் *பேசத் துவங்கியிருக்கக்கூடாது.*

கோபம் கொண்ட அவமதிக்கப்பட்ட கைசரையே அவரைப்பற்றிய போற்றுதலும் தன்னைப்பற்றிய சில அடக்கமான வார்த்தைகளும் ஒரு நல்ல நண்பனாக மாற்றியிருக்குமென்றால் அடக்கமும் போற்றுதலும் உங்களது தினசரி வாழ்க்கையில் நீங்கள் தொடர்பில் உள்ளவர்கள் மீது எத்தகைய சிறந்த விளைவை ஏற்படுத்தும் என்பதை கற்பனை செய்து பாருங்கள். சரியாக பயன்படுத்தப்பட்டால் மனித உறவுகளை மேம்படுத்த உண்மையான அற்புதங்களை நிகழ்த்தும்.

ஒருவரது சொந்த தவறுகளை ஏற்றுக்கொள்வது—மற்றவர்கள் அவர்களிடம் சுட்டிக்காட்டவில்லையென்றாலும்—அவரை தன் நடத்தையை மாற்றிக்கொள்ள வற்புறுத்தும். சமீபத்தில் இது மேரிலாண்ட் டிமோனியம் என்ற இடத்தை சேர்ந்த கிளாரென்ஸ் ஸிரஹூசேன் அவர்களால் தனது பதினைந்து வயது மகன் புகைபிடிக்கவிரும்புவதைப்பற்றி கண்டுபிடித்தபோது விளக்கப்பட்டது.

'இயல்பாக, நான் டேவிட் புகைபிடிக்கக்கூடாது என்று விரும்பினேன்,' மிஸ்டர் ஸிரஹூசேன் எங்களிடம் கூறினார், 'ஆனால் அவன் அம்மாவும் நானும் புகை பிடிக்கும் பழக்கம் கொண்டிருந்தோம்; எந்நேரமும் அவனுக்கு ஒரு தவறான எடுத்துக்காட்டாக விளங்கியிருந்தோம். நான் எப்படி அவன் வயதிருந்தபோது புகைபிடிக்கத் துவங்கினேன் என்றும் எப்படி நிக்கோட்டினிற்கு அடிமையானேன் என்றும் இப்போது அதனை நிறுத்துவது எப்படி கடினமாக உள்ளது என்றும் கூறினேன். எனது இருமல் எவ்வளவு தொல்லை கொடுத்தது என்றும் எப்படி சில வருடங்களாக அவன் என்னை புகை பிடிப்பதை நிறுத்த வற்புறுத்தி வந்தான் என்பதையும் நினைவுபடுத்தினேன்.

'அவன் நிறுத்தவேண்டுமென்றோ, அவனை மிரட்டியோ அதன் ஆபத்து குறித்தோ எச்சரிக்கவில்லை. நான் எப்படி புகைபிடிக்கும் பழக்கத்திற்கு அடிமையாகிவிட்டேன் என்றும் அது எனக்கு எந்தவிதத்தில் பாதிப்பை ஏற்படுத்தியது என்பதை மட்டும் சுட்டிக்காட்டினேன்.

'அவன் சிறிது நேரம் அதுபற்றி சிந்தித்து மேல்நிலைபள்ளிப்படிப்பை முடிக்கும் வரை புகைபிடிக்கமாட்டேன் என்று தீர்மானித்தான். பல வருடங்கள் கழிந்தபின்னரும் டேவிட் புகைபிடிக்கத்துவங்கவில்லை. மீண்டும் எப்போதும் அதை செய்யும் எண்ணமும் இல்லாமல் போனது.

'அந்த உரையாடலின் விளைவாக நானும் புகைபிடிப்பதில்லையென்று முடிவு செய்தேன். எனது குடும்பத்தினரின் ஆதரவுடன் அதில் வெற்றியும் பெற்றுள்ளேன்.'

ஒரு நல்ல தலைவன் இந்த கொள்கையை பின்பற்றுவான்:

விதி 21
மற்றவரை கடுமையாக விமர்சனம் செய்யும் முன் உங்களது தவறுகள் பற்றிப்பேசுங்கள்.

உங்களை விமர்சனம் செய்பவர் யாரும் இல்லையென்றால் நீங்கள் வெற்றிபெறும் சாத்தியமும் இல்லை.

—மால்கம் எக்ஸ்

தங்கள் கடன் பற்றி கவலைப்படுபவர் முதலில் தங்களிடம் உள்ள செல்வங்களை குறித்து சிந்தித்தால் கவலைப்படுவதை நிறுத்திவிடுவார்கள்.

—டேல் கார்னெகி

22

எவரும் கட்டளைகள் ஏற்க விரும்பமாட்டார்கள்

அமெரிக்கன் பயோக்ராபர்ஸ்ஸின் டீன் மிஸ் ஈடா டார்பெல் அவர்களுடன் இரவு உணவு உண்ணும் பாக்கியம் எனக்கு கிடைத்தது. நான் இந்தப்புத்தகத்தை எழுதிக்கொண்டிருக்கிறேன் என்று சொன்னவுடன் மக்களுடன் நல்ல முறையில் பழகவேண்டியதன் அவசியம் பற்றிப்பேசத்துவங்கினோம். அவர் ஓவன் டி யங் அவர்களின் சுயசரிதையை எழுதிக்கொண்டிருந்தபோது, மிஸ்டர் யங்குடன் ஒரே அலுவலகத்தில் மூன்று வருடங்கள் அமர்ந்து பணிபுரிந்திருந்த ஒரு இளைஞரை நேர்கானல் செய்த்தாக கூறினார். அவர் அந்த அலுவலகத்தில் தொடர்ந்தவரை எவருக்கும் யங் நேரடியாக கட்டளைகளை இட்டு பார்த்தாக கேள்விப்பட்டதில்லை என்று கூறினார். எல்லோருக்கும் எப்போதும் ஆலோசனைகளே கூறினார், கட்டளைகள் இடவில்லை. உதாரணத்திற்கு ஓவன் டி யங் ஒருபோதும், 'இதைச்செய், அதைச்செய்,' அல்லது 'இதைச்செய்யாதீர்கள், அதைச்செய்யாதீர்கள்,' என்று கூறியதில்லை. மாறாக அவர், 'இப்படி செய்தால் எப்படியிருக்கும் என்று நீங்கள் கருதலாம்' அல்லது 'இப்படிச் செய்தால் சிறப்பாக இருக்குமென்று கருதுகிறீர்களா?' என்பார். தன் உதவியாளர்களில் ஒருவர் தட்டச்சில் அடித்துகொண்டுவர ஒரு கடிதத்தை வாசித்து முடித்தபின், 'இதைப்பற்றி நீங்கள் என்ன நினைக்கிறீர்கள்?' என்று கேட்பார். 'இந்த வாசகத்தை மாற்றியமைத்து எழுதினால் மேம்பட்டதாக இருக்குமா?' என்பார். எப்போதுமே அவர் மற்றவர்கள் தாங்களே செய்ய வாய்ப்பு கொடுத்தார். எப்போதும் அவர் தன் உதவியாளர்களை எதுவும் செய்யச் சொன்னதில்லை; அவர்கள் தானாகவே செய்து தன் தவறிலிருந்து கற்றுக்கொள்ள விட்டுவிடுவார்.

ஒரு மனிதர் தன் தவறுகளை திருத்திக்கொள்வதை அப்படியொரு உத்தி சுலபமாக்குகிறது. அது போன்ற உத்தி ஒரு மனிதரின் சுயமரியாதையை பாதுகாக்கிறது. அது அவர் முக்கியம் என்று நினைக்க வைக்கிறது. எதிர்ப்பை விட அது ஒத்துழைப்பை ஊக்குவிக்கிறது.

முரட்டுத்தனமான கட்டளையால் ஏற்படும் மனக்கசப்பு அதிக காலம் நீடிக்கும்—தவறான நிலைமையை சரிசெய்ய கொடுக்கப்பட்ட கட்டளையாக இருந்தாலும். டான் சான்டரெல்லி பெனிசில்வேனியா வ்யோமிங்கை சேர்ந்த ஒரு தொழில்சார் பயிற்சி மையத்தின் ஆசிரியர். எப்படி தன்னுடைய ஒரு மாணவன் பள்ளிக்கு சொந்தமான கடை ஒன்றின் வாசலில் தனது காரை நிறுத்தி வழியை மறித்தான் என்று எங்களது ஒரு வகுப்பில் கூறினார். வேறொரு ஆசிரியர் வேகமாக

வகுப்பறைக்குள் நுழைந்து திமிரான தொனியில், 'யாருடைய கார் பாதையை தடுக்கும் வகையில் நடைவழியில் நிறுத்திவைக்கப்பட்டுள்ளது?' அந்த காருக்கு சொந்தமான மாணவன் பதிலளித்தவுடன் அந்த ஆசிரியர் கூச்சலிட்டு, 'அந்தக்காரை அங்கிருந்து நகரத்து, உடனே நகரத்து இல்லையென்றால் அதனை ஒரு சங்கிலியால் பிணைத்து அவ்விடத்திலிருந்து இழுத்துச் செல்வேன்.'

இப்போது, அந்த மாணவன் செய்தது தவறு. அந்தக்கார் அங்கு நிறுத்தப்பட்டிருக்கக்கூடாது. அன்றிலிருந்து அந்த மாணவன் அந்த ஆசிரியரின் நடவடிக்கையால் கோபப்பட்டது மட்டுமல்லாமல், தங்களால் முடிந்தவரை அவருக்கு கடினமான நேரத்தை கொடுக்க தங்களால் ஆன அனைத்தையும் முழு வகுப்பும் செய்து அவரது வேலையை விரும்பத்தகாததாக ஆக்கியது.

அவரால் இந்த நிலைமையை வேறு விதமாக எப்படி கையாண்டிருக்கமுடியும்? அவர் நல்ல நட்பான முறையில் கேட்டிருந்தால், 'வழியில் நிறுத்தப்பட்டிருப்பது யார் வண்டி?' என்று கேட்டு மற்ற கார்கள் வந்து செல்ல இடம் வேண்டும் என்று கூறி அங்கிருந்து அது நீக்கப்படவேண்டுமென்று ஆலோசனை கூறியிருந்தால் அந்த மாணவன் மகிழ்ச்சியுடன் அதனை அங்கிருந்து நகர்த்தியிருப்பான். அவனோ சக மாணவர்களோ மனக்கசப்போ அல்லது கோபப்படவோ வேண்டியிருந்திருக்காது.

கேள்விகள் கேட்பது ஒரு கட்டளையை ஏற்றுக்கொள்ள ஏதுவாக மாற்றுவது மட்டுமில்லாமல் அடிக்கடி கேட்கப்படுபவரின் படைப்புத்திறனையும் ஊக்குவிப்பதாக அமையும். தீர்மானத்தில் தனக்கும் பங்கு இருப்பதாக உணர்ந்தால் மக்கள் ஒரு கட்டளையை ஏற்கும் சாத்தியம் அதிகம்.

சௌத் ஆப்பிரிக்கா ஜோஹன்ஸ்பெர்க்கை சேர்ந்த இயந்திரங்களின் நுண்ணிய பகுதிகளை தயாரிக்கும் ஒரு தயாரிப்பு தொழிற்சாலையின் பொது மேலாளர் இயன் மக் டொனால்ட், ஒரு பெரிய ஆர்டரை பெரும் வாய்ப்பு கிடைத்தபோது உறுதிசெய்யப்பட்ட நாளில் தன்னால் வேலையை முடித்துக்கொடுக்கமுடியாது என்று உறுதியாக நம்பினார். ஏற்கனவே நடந்து கொண்டிருந்த பணி மற்றும் ஆர்டர் முடித்து கொடுக்கப்பட வேண்டிய இடைவேளை இரண்டும் அந்த ஆலையில் குறைவாக இருந்ததால் அந்த ஆர்டரை பெறுவது கிட்டத்தட்ட சாத்தியமற்றது என்பதாக தோன்றியது.

தம் மக்களை வேலையை துரிதப்படுத்தச்சொல்லி கட்டாயப்படுத்தி இந்த ஆர்டரை வேகமாக நடத்தவேண்டும் என்று வலியுறுத்தாமல் அனைவரையும் ஒன்றுதிரட்டி நிலைமையை விளக்கி, அந்த ஆர்டரை ஏற்று சரியான நேரத்தில் பணியை செய்து முடித்தால் அது தங்கள்

நிறுவனத்திற்கு எவ்வளவு நன்மை பயக்கும் என்று கூறினார். பிறகு கேள்விகள் கேட்கத்துவங்கினார்:

'இந்த ஆர்டரை கையாள நம்மால் ஏதேனும் செய்யமுடியுமா?'

இதனை சரியான நேரத்தில் செய்துமுடிக்க வித்தியாசமான வழிகள் ஏதேனும் இருப்பதாக எவராலும் சிந்திக்கமுடிகிறதா?'

'நமது தனிப்பட்ட நேரம் அல்லது தனிப்பட்ட வேலைகளை சரிக்கட்டினால் அது உதவுமா?'

பணியாளர்கள் பல எண்ணங்களை முன்னிறுத்தி அந்த ஆர்டரை ஏற்றுக்கொள்ளுமாறு வற்புறுத்தினர். அவர்கள் அதனை, 'நம்மால் முடியும்' என்ற எண்ணத்துடன் அணுகினர். அந்த ஆர்டரும் ஏற்றுக்கொள்ளப்பட்டு, தயாரிக்கப்பட்டு சரியான நேரத்தில் வாடிக்கையாளரிடம் ஒப்படைக்கவும் பட்டது.

ஒரு செயலாக்கம் உடைய தலைவர் பயன்படுத்துவது...

விதி 22
நேரடி கட்டளைகள் இடும் முன் கேள்விகள் கேளுங்கள்.

தனிப்பட்ட மனிதன் காத்திருந்து விமர்சனம் செய்வதற்கு பதிலாக காரணத்தை தன்னால் முடிந்தவரை தற்காக்க வேண்டும். உலகத்திற்கு தகுதியான விதியே அமையும்.

—ஆல்பர்ட் ஐன்ஸ்டைன்

23

இகழ்ச்சிக்குரிய முறையில் தோன்றாமல் மற்றவர் தன்னை காப்பாற்றிக்கொள்ளட்டும்.

பல வருடங்களுக்கு முன் ஜெனரல் எலக்ட்ரிக் கம்பெனி தனது துறை முதல்வர் சார்லஸ் ஸ்டெய்ன்மெட்ஸ் என்பவரை பணி நீக்கம் செய்யவேண்டிய நிலைமையை எதிர்கொள்ள வேண்டியிருந்தது. ஸ்டெய்ன்மெட்ஸ் மின்சாரத்தை குறித்த அளவில் முதன்மை தரமான மேதாவியாக இருந்தாலும் கணக்கீட்டுத்துறையின் தலைவராக அவர் ஒரு தோல்வி. இருப்பினும் நிறுவனத்திற்கு அவரை பகைத்துக்கொள்ள துணிவு இல்லை. அவர் அந்த நிறுவனத்திற்கு இன்றியமையாதவர். மேலும் மிகவும் உணர்ச்சிப்பூர்வமானவர். அதனால் நிறுவனம் அவருக்கு ஒரு புதிய தலைப்பை வழங்கியது. ஜெனரல் எலக்ட்ரிக் நிறுவனத்தின் ஆலோசனை பொறியாளராக அவர் ஆக்கப்பட்டார்—ஏற்கனவே அவர் பார்த்துக்கொண்டிருந்த வேலைக்கு புதிய பெயர் சூட்டப்பட்டது.—அவரது துறை வேறு ஒருவரால் தலைமை தாங்கப்படும் என்று தீர்மானிக்கப்பட்டது.

ஜி இ யை சேர்ந்த அலுவலர்களும் இப்படித்தான். கோபம் மிகுந்த ஒருவரை மென்மையாக பேசி சரிசெய்திருந்தனர். புயல் போன்ற சீற்றம் இல்லாமல்—அவர் தன் தன்மானத்தை காப்பாற்றிக்கொள்ளும் வகையில்.

ஒருவர் தன் மரியாதையை காப்பற்றிக்கொள்ள அனுமதிப்பது! எவ்வளவு முக்கியமானது அதிக அளவில் உண்மையானது! எப்படி நம்மில் சிலரே நின்று அதைப்பற்றி சிந்திக்கிறோம்! மற்றவர்களின் உணர்ச்சிகள் பற்றிக்கவலைப்படாமல் நமது பாதையில் முன்னேறி, குறைகள் கண்டுபிடித்து, மிரட்டல்கள் விடுத்து, ஒரு குழந்தையையோ அல்லது ஒரு பணியாளரையோ மற்றவர்கள் முன்பு விமர்சனம் செய்து மற்றவரது கௌரவம் இகழப்பட்டு அவர் காயப்படுத்தப்படுகிறார் என்பதைப்பற்றி சிந்திக்காமல் நடந்துகொள்கிறோம். அதற்கு பதிலாக சில நிமிட சிந்தனை, அக்கறையுடனான ஓரிரு வார்த்தைகள், மற்றவரது மனப்பாங்கின் உண்மையான புரிதல் ஆகிய அனைத்தும் அவரது வலியை குறைக்க வெகுவாக உதவும்!

அடுத்த முறை ஒரு பணியாளரை விடுவிக்கவோ, கண்டிக்கவோ விரும்பத்தகாத தேவை ஏற்படும்போது இதனை நினைவில் கொள்வோம்.

'பணியாளர்களை வேலையிலிருந்து நீக்குவது மகிழ்ச்சி தருவது இல்லை.' (பொது கணக்கீட்டாளர் என்று சான்றிதழ் பெற்ற மார்ஷல் ஏ

கிரங்கர் என்பவரிடமிருந்து நான் பெற்ற கடிதத்திலிருந்து இப்போது கூறுகிறேன்.)

'நமது தொழில் குறிப்பிட்ட காலத்தில் மட்டுமே செய்யப்படுவது. அதனால் வருமானவரி கூட்டத்திற்குப்பின் நாம் பல பணியாளர்களை பணி நீக்கம் செய்யவேண்டும்.

'துண்டிக்கும் கோடாரியை பயன்படுத்துவதை எவரும் விரும்பமாட்டார்' என்பது நமது தொழிலில் பரவலாக வழக்கத்தில் இருக்கும் ஒரு பழமொழி. அதன் விளைவாக, அதனை முடிந்த அளவில் சீக்கிரமே செய்து முடிக்கும் வழக்கம் உள்ளது. வழக்கமாக பின்வருமாறு அது செய்யப்படும்: "அமருங்கள் மிஸ்டர் ஸ்மித். மக்கள் வருமானவரி செலுத்தும் காலம் முடிவடைந்துவிட்டது. உங்களுக்கு ஏற்ற வேலை எதுவும் இருப்பதாக எங்களால் பார்க்கமுடியவில்லை. எப்படியும் இந்த பரபரப்பான காலம் வரைதான் நீங்கள் பணியில் அமர்த்தப்பட்டீர்கள் என்பதை நீங்கள் அறிவீர்கள் போன்று..."

'தாம் கைவிடப்பட்டுவிட்டோம் என்ற தாக்கத்தையே இது ஏற்படுத்தும். பெரும்பாலானவர்கள் கணக்கீட்டுத்துறையில்தான் தங்கள் வாழ்க்கையை கழிக்கிறார்கள். தங்களை பணியில் நிறுத்தி வைத்துக்கொள்ளாமல் இப்படி சுலபமாக அனுப்பிவிடும் நிறுவனங்கள் மீது அவர்களுக்கும் எந்த குறிப்பான பற்றுதலும் இருப்பதில்லை.

'நான் சமீபத்தில் இப்படி அனுப்பப்படவேண்டிய பணியாளர்களை கூடுதல் அக்கறையுடனும் சாதுர்யத்துடனும் பேசி அனுப்பிவைக்கவேண்டுமென்று முடிவு செய்தேன். அந்த குளிர் காலத்தில் அவர்கள் செய்திருந்த வேலையை கவனமாக பார்வையிட்ட பின்னரே நான் ஒவ்வொருவரையும் அழைத்துப்பேசினேன். நான் இது போன்றுதான் அவர்களிடம் பேசினேன்:

"மிஸ்டர் ஸ்மித். நீங்கள் சிறப்பாக வேலை செய்தீர்கள்.(ஒரு வேளை அவர் அப்படி செய்திருந்தால் மட்டுமே) உங்களை நெவார்க் அனுப்பியிருந்த நேரம் உங்களுக்கு இடப்பட்ட வேலை கடுமையானது. நீங்கள் அதனை மிகவும் சரியாகச்செய்து முடித்திருந்தீர்கள். அது குறித்து நிறுவனம் மிகவும் பெருமைப்படுகிறது என்பதை நீங்கள் அறியவேண்டும் என்று நாங்கள் விரும்புகிறோம். உங்களிடம் திறன் உள்ளது. நீங்கள் வெகு தூரம் செல்வீர்கள். இந்த நிறுவனம் உங்களை நம்புகிறது. உங்களுக்கு ஆதரவாக இருக்கிறது என்பதை நீங்கள் மறக்கக்கூடாது என்று நாங்கள் விரும்புகிறோம்."

'பலன்? வேலை நீக்கத்தைப்பற்றி குறைவான மனக்கசப்புடன் புகழப்பட்டதால் நல்ல மனப்பாங்குடன் மக்கள் வெளியேறுகிறார்கள். "கைவிடப்பட்டதாக" அவர்கள் கருதுவதில்லை. அவர்களுக்கு தகுந்த வேலை எங்களிடம் இருந்தால் அவர்களை தக்க வைத்துக்கொள்வோம்

என்று அவர்களுக்குத்தெரியும். பின்னர் அவர்களின் தேவை ஏற்படும்போது தனிப்பட்ட பாசத்துடன் அவர்கள் எங்களிடம் திரும்புகிறார்கள்.'

எங்கள் பாட வகுப்பு ஒன்றில் இரண்டு வகுப்பு உறுப்பினர்கள் குற்றம் காண்பதில் உள்ள எதிர்மறை விளைவுகள் மற்றும் மற்றவர் தன் சுயமரியாதையை காப்பாற்றிக்கொள்வதில் உள்ள நேர்மறை விளைவுகள் ஆகியவற்றைப்பற்றி விவாதம் செய்தார்கள்.

பென்சில்வேனியா ஹாரிஸ்பெர்க்கை சேர்ந்த பிரெட் கிளார்க் தனது நிறுவனத்தில் நடந்த ஒரு சம்பவத்தைப்பற்றி கூறினார்: 'எங்களது சந்திப்பு ஒன்றில் துணை ப்ரெசிடெண்ட் எங்களது தயாரிப்பு கண்காணிப்பாளரிடம் தயாரிப்பு செயல்முறைகளைப்பற்றி சில குறிப்பிட்ட கேள்விகளை கேட்டுக்கொண்டிருந்தார். அவர் குரலில் தவறை சுட்டிக்காட்டும் தொனியிருந்தது. தனது சக ஊழியர்கள் முன்பு அவமானப்படவிரும்பாமல் அந்த கண்காணிப்பாளர் கேள்விகளுக்கு விடை அளிப்பதை தவிர்க்கும் விதமாக நடந்துகொண்டார். இது அந்த துணை ப்ரெசிடெண்டை கோபமடையச்செய்து அந்த கண்காணிப்பாளரை தரக்குறைவாக நடத்தி பொய் பேசுகிறார் என்று பழிசுமத்தச்செய்தது.

'இந்த சம்பவத்திற்கு முன்பு வேலை சார்ந்த எந்த உறவு முறை அவர்களுக்கு இடையில் இருந்திருந்தாலும் அந்த சில நொடிகளில் அது மாறிவிட்டிருந்தது. அடிப்படையில் நல்ல ஊழியராக இருந்த கண்காணிப்பாளர் அந்த நேரத்திலிருந்து எங்கள் நிறுவனத்திற்கு பயனற்றவராக மாறிப்போனார். சில மாதங்களுக்குப்பின் அவர் எங்கள் நிறுவனத்தை விட்டுவிட்டு எங்கள் போட்டியாளரிடம் சென்று சேர்ந்து கொண்டார். அங்கு அவர் சிறப்பாக பணிபுரிவதாக நான் புரிந்துகொள்கிறேன்.'

எங்கள் வகுப்பின் மற்றொரு உறுப்பினர் ஏனா மாசொன் இதேபோன்றதொரு சம்பவம் தங்கள் நிறுவனத்திலும் நடந்தது என்று கூறினார்—ஆனால் அணுகுமுறையில் எப்படியொரு மாற்றம்... அதன் விளைவுகளும் வேறுபட்டேயிருந்தன! உணவுப்பொருட்களை பேக் செய்யும் நிறுவனம் ஒன்றில் சந்தைப்படுத்துதலில் நிபுணராக இருந்த மிஸ் மாசொன் தனது முதல் பெரிய வேலையின் பொறுப்பு அளிக்கப்பட்டார். புதிய தயாரிப்பு ஒன்றை பரிசோதனை செய்வது.

அவர் வகுப்பில் கூறியது: 'பரிசோதனையின் விளைவுகள் வந்தபோது நான் மிகவும் பாதிக்கப்பட்டேன். எனது திட்டமிடுதலில் பெரிய தவறு ஒன்றை இழைத்துவிட்டிருந்தேன். அதன் விளைவாக முழு பரிசோதனையும் மீண்டும் செய்யப்பட வேண்டியிருந்தது. நிலைமையை இன்னமும் மோசமாக ஆக்கும் வகையில் சந்திப்பிற்கு முன் இதுபற்றி என் மேலாளரிடம் கலந்துரையாடும் வாய்ப்பு எனக்கு கிடைக்கவில்லை.

அந்த சந்திப்பில் எனது வேலை பற்றிய அறிக்கையை கொடுக்கவிருந்தேன்.

'பரிசோதனைகளின் விளைவுகள் பற்றி அறிக்கை சமர்ப்பிக்க அழைக்கப்பட்டபோது நான் பயத்தில் நடுங்கிக்கொண்டிருந்தேன். உடைந்துபோய் அழுதுவிடாமல் இருக்க என்னால் இயன்றவரை முயற்சி செய்தேன். என்ன நடந்தாலும் அழக்கூடாது என்றும் மிகவும் உணர்ச்சி பூர்வமாக இருப்பதால் பெண்களால் நிர்வாகப்பணிகளை சரிவர செய்யமுடியாது என்று அங்கு இருந்த ஆண்கள் கூற இடம்கொடுத்துவிடக்கூடாது என்றும் உறுதியெடுத்துக்கொண்டேன். எனது அறிக்கையை சுருக்கமாக சமர்பித்துவிட்டு, ஒரு தவறினால் அந்த பரிசோதனைகள் மீண்டும் நடத்தப்படவேண்டும் என்றும் அடுத்த சந்திப்புகளுக்கு முன் அதனை செய்துவிடுவேன் என்றும் கூறினேன். எனது மேலாளர் கோபத்தில் சீறுவார் என்ற எதிர்பார்ப்புடன் எனது இருக்கையில் அமர்ந்துகொண்டேன்.

'மாறாக, எனது பணிக்கு நன்றி தெரிவித்து, புது வேலையில் ஒருவர் தவறு செய்வது விசித்திரமானதில்லை என்றும் மீண்டும் ஆய்வு செய்யப்படும்போது துல்லியமாகவும் நிறுவனத்திற்கு அர்த்தமுள்ளதாகவும் இருக்குமென்றும் எனது மேலாளர் கூறினார். அனுபவ குறைவு, திறனில் குறைபாடு ஆகியவற்றால் நான் தோல்வி அடையவில்லையென்றும் என்னால் முடிந்தவரை சிறப்பாக நான் என் பணியை செய்ததாக என் மீது நம்பிக்கை உள்ளது என்றும் அனைத்து சக ஊழியர்கள் முன்பு உறுதி செய்தார்.

'அன்று அந்த சந்திப்பிற்குப்பிறகு நான் தலையை உயர்த்திக்கொண்டு, இனி ஒருபோதும் என் மேலாளரை கைவிடமாட்டேன் என்ற உறுதியெடுத்துக்கொண்டேன்.'

நாம் சரியாகவும் மற்றவர் நிச்சயமாக தவறாக இருந்தாலும் மற்றவர் அவமானப்படுவதால் அவரது சுயத்தை நாசமடையச்செய்வது மட்டுமே நடக்கிறது. விமானத்துறையில் முன்னோடியாக இருந்த பழங்கால பிரெஞ்சு ஆளுமை அன்டோனின் டீ செயின்ட் எஸுப்பேரி இவ்வாறு எழுதினார்: 'ஒரு மனிதரை அவர் பார்வையிலிருந்தே விழச்செய்யும் எதையும் சொல்லவோ செய்யவோ எனக்கு உரிமையில்லை. அவரைப்பற்றி நான் என்ன நினைக்கிறேன் என்பது முக்கியமில்லை. அவர் தன்னைப்பற்றி என்ன நினைக்கிறார் என்பதே முக்கியம். ஒரு மனிதரின் கௌரவத்தை தாக்குவது குற்றம்.'

நிஜமான தலைவர் எப்போதும் பின்தொடர்பவராக இருப்பார்.....

விதி 23
மற்றவர் இகழ்ச்சிக்குரிய முறையில் தோன்றாமல் தன்னை காப்பாற்றிக்கொள்ளட்டும்.

நாளை இந்த பூமி சிதைந்துவிடும் என்று அறிந்திருந்தாலும் என் ஆப்பிள் செடியை நான் நடுவேன்.

—மார்ட்டின் லூதர்

நீங்கள் செய்துகொண்டிருப்பதில் நம்பிக்கையிருந்தால் உங்கள் பணியில் எதுவும் உங்களை பிடித்துநிறுத்தவேண்டாம். சாத்தியமற்றது போல் தோன்றும் விஷயங்களில்தான் உலகின் சிறந்த பணிகள் நடந்துள்ளன. விஷயம் என்னவென்றால் பணி செய்து முடிக்கப்படவேண்டும்.

—டேல் கார்னெகி

24
மக்களை ஊக்கப்படுத்துவது எப்படி

பீட் பார்லோ எனது பழைய நண்பர். நாய்கள் மற்றும் மட்டக்குதிரைகள் கொண்டு சர்க்கஸ்களில் மக்களை களிப்பூட்டுவதே அவர் வேலை. அதற்காக பல பயணங்களை வாழ்க்கையில் மேற்கொண்டிருந்தார். பீட் தனது பொது காட்சி நிகழ்ச்சிகளுக்காக புதிய நாய்களுக்கு பயிற்சி அளிப்பதைப்பார்க்க நான் மிகவும் விரும்புவேன். ஒரு நாய் முன்பை விட சிறிதளவு கூட சிறப்பாக ஒரு செயலை செய்திருந்தால் பீட் அதனை தட்டிக்கொடுத்து, அதற்கு மாமிச துண்டு ஒன்றையும் அளித்து பாராட்டுவதைப்பார்த்தேன். அது ஒன்றும் புதிதல்ல. மிருகங்களுக்கு பயிற்சி கொடுப்பவர்கள் பல நூற்றாண்டுகளாக அதைத்தான் செய்து கொண்டிருக்கிறார்கள்.

நாய்களின் பயிற்சியில் பயன்படுத்தும் அதே பொதுஅறிவை மக்களை மாற்ற செய்யும் முயற்சியில் நாம் ஏன் பயன்படுத்துவதில்லை என்று நான் வியக்கிறேன்? கழிகளுக்கு பதிலாக ஏன் மாமிசத்தைப்பயன்படுத்தக்கூடாது? நிந்தித்தலை விட ஏன் போற்றுதலை பயன்படுத்தக்கூடாது? மிகக்குறைந்த அளவில் முன்னேற்றம் இருந்தாலும் போற்றலாம். மற்றவர் தொடர்ந்து முன்னேற்றம் காட்ட அது ஊக்கமளிக்கும்.

நான் என் வாழ்க்கையை திரும்பிப்பார்க்கிறேன். எனது வருங்காலத்தை மாற்றிய அந்த சில புகழ்ச்சியான வார்த்தைகளை என்னால் காண முடிகிறது. அதே போன்று உங்கள் வாழ்க்கைப்பற்றி உங்களால் சொல்லமுடியாதா? புகழ்ச்சி செய்த மாயத்தின் குறிப்பிடத் தகுந்த எடுத்துக்காட்டுகளால் வரலாறு நிரம்பியுள்ளது.

எடுத்துக்காட்டாக, நேபிள்ஸ் நகரத்தில் ஒரு சிறுவன் ஒரு தொழிற்சாலையில் பணிபுரிந்து கொண்டிருந்தான். அவன் ஒரு பாடகனாகவேண்டுமென்று ஏங்கினான் ஆனால் அவனது முதல் ஆசான் அவனுக்கு ஊக்கமளிக்கவில்லை. 'உன்னால் பாட முடியாது,' என்றார். 'உனக்கு அதற்கான குரலே இல்லை. மூடிய கதவின் மேல் வீசும் காற்று போன்று உன் குரல் உள்ளது.'

ஆனால் சாதாரண ஏழைப்பெண்மணியாக இருந்த அவன் அம்மா அவனை அன்போடு தழுவிக்கொண்டு பாராட்டி, அவனால் பாட முடியுமென்று தனக்குத்தெரியும் என்று கூறினார். ஏற்கனவே நல்ல முன்னேற்றத்தை அவனிடம் காண்பதாகவும் கூறி, காலணி கூட இல்லாமல் நடந்து சென்று உழைத்து அவனது பாட்டுப்பயிற்சிக்கான பணத்தை சேமித்தார். அந்த ஏழைத்தாயின் போற்றுதலும் ஊக்கமும்

அந்த சிறுவனின் வாழ்க்கையை மாற்றியது. அவன் பெயர் என்ரிக்கோ காரூஸோ. தனது காலத்தின் சிறந்த ஓபெரா பாடகராக பின்னர் அவர் விளங்கினார்.

19 ஆம் நூற்றாண்டின் துவக்கத்தில் லண்டனை சேர்ந்த இளைஞன் ஒருவன் எழுத்தாளனாக விரும்பினான். ஆனால் அனைத்தும் அவனுக்கு எதிராக நடப்பது போல் தோன்றியது. நான்கு வருடங்களுக்கு மேல் அவனால் பள்ளிக்குச் செல்ல முடியவில்லை. கடன் பாக்கியை தீர்க்கமுடியாத காரணத்தால் அவனது தந்தை சிறையில் அடைக்கப்பட்டார். இதனால் அந்த சிறுவன் அடிக்கடி பசியால் துடித்தான். இறுதியில், எலிகள் நிறைந்த ஒரு கிடங்கு ஒன்றில் பாட்டில்கள் மேல் ஸ்டிக்கர் ஒட்டும் வேலை ஒன்று கிடைத்தது அவனுக்கு. இரவில் வேறு இரு சிறுவர்களுடன் உப்பரிகையில் படுத்து உறங்கினான். அவர்களும் லண்டன் நகரத்தின் சேரியில் இருந்த சாக்கடைகளில் உழன்றவர்கள். தனது எழுத்துத்திறமையின் மேல் மிகக்குறைவான நம்பிக்கையே இருந்ததால் யாரும் தன்னைப்பார்த்து எள்ளி நகையாடக்கூடாது என்று நள்ளிரவின் இருளில் தனது கையெழுத்துப்பிரதியை தபால் பெட்டியில் போட்டான். ஒன்றன் பின் ஒன்றாக அவன் கதைகள் நிராகரிக்கப்பட்டன.

இறுதியில் ஒரு கதை ஏற்றுக்கொள்ளப்பட்ட சிறந்த நாள் வந்தது. அதற்கு அவனுக்கு ஒரு நயா பைசா கூடகிடைக்கவில்லை என்பது உண்மைதான், ஆனால் அதன் ஆசிரியர் அவனை புகழ்ந்திருந்தார். ஒரு ஆசிரியர் அவனுக்கு அங்கீகாரம் அளித்திருந்தார். கன்னங்களில் நீர் வழிய அவன் எந்த இலக்குமில்லாமல் ஆனந்தமாக தெருக்களில் சுற்றித்திரிந்தான்.

ஒரு கதை பிரசுரம் ஆனதன் மூலம் அவனுக்குக் கிடைத்த அந்தப் போற்றுதல் மற்றும் அங்கீகாரம் அவனது முழு வாழ்வையும் மாற்றியது. அவனுக்கு அந்த ஊக்கம் அளிக்கப்படவில்லையென்றால் எலிகள் நிறைந்த அந்த தொழிற்சாலையில் தன் முழு வாழ்வையும் அவன் கழித்திருப்பான். அவன் பெயர் சார்லஸ் டிக்கென்ஸ். லண்டனில் மற்றுமொரு சிறுவன் உலர்ந்தபொருட்கள் விற்கப்படும் பல சரக்குக்கடையில் குமாஸ்தாவாக வேலை செய்து தனது வாழ்க்கையை ஓட்டினான். அவன் தினமும் காலையில் ஐந்து மணிக்கு எழுந்துகொள்ளவேண்டியிருந்தது. கடையை சுத்தம் செய்து ஒரு அடிமைபோல் பதினான்கு மணிநேரம் வேலை செய்யவேண்டியிருந்தது. அது கடினமான வேலை. அவன் அதனை வெறுத்தான்.

இரண்டு வருடங்களுக்குப்பிறகு அதை இனி தாங்கிக்கொள்ளமுடியாத நிலையில் ஒரு நாள் காலை எழுந்தபின் உணவிற்காக காத்திராமல் தூய்மைப் பணியாளராக வேலை செய்த தன் அம்மாவைப் பார்க்க பதினைந்து மைல் தூரம் நடந்து சென்றான்.

அவன் வெறித்தனமாக நடந்துகொண்டான். அவளிடம் மன்றாடினான். அழுதான். அந்தக்கடையில் இனி இருக்கவேண்டிவந்தால் தன் உயிரை மாய்த்துக்கொள்வான் என்றும் சூளுரைத்தான். பிறகு அவன் மனமுடைந்துவிட்டதென்றும் இனி வாழவிரும்பவில்லையென்றும் கூறி தனது பழைய பள்ளி ஆசிரியருக்கு வருத்தமான நீண்ட கடிதம் ஒன்றை எழுதினான். அவன் பள்ளி ஆசிரியர் அவனை கொஞ்சம் போற்றிப்பேசி அவன் நிஜமாகவே புத்திசாலியானவன் என்றும் சிறப்பான விஷயங்களுக்கு தகுதியானவன் என்றும் அதே பள்ளியில் ஒரு ஆசிரியர் பதவியையும் வழங்குவதாக உறுதி யளித்தார்.

அந்த பாராட்டு அச்சிறுவனின் வருங்காலத்தை மாற்றி ஆங்கில இலக்கியத்தில் மாறாத ஈடுபாட்டை உண்டாக்கியது. அச்சிறுவன் எண்ணில் அடங்காத சிறந்து விற்பனையாகிய புத்தகங்களின் ஒன்றாக அமைந்த எழுத்தாளர் ஆனான். நீங்கள் ஒருவேளை அவனைப்பற்றி கேள்விப்பட்டிருக்கலாம். அவன் பெயர்: ஹச் ஜி வெல்ஸ்.

கடுமையான விமர்சனத்திற்கு பதிலாக புகழ்ச்சியை பயன்படுத்துவது பி எப் ஸ்கின்னர் அவர்களின் படிப்பினையாகும். இந்த சிறந்த சமகாலத்திய உளவியலாளர், விலங்குகள் மற்றும் மனிதர்கள் மீது செய்த பரிசோதனைகள் மூலம், நிந்தனை குறைக்கப்பட்டு பாராட்டு வலியுறுத்தப்பட்டால் மக்கள் செய்யும் நல்லது வலியுறுத்தப்படும் மற்றும் அவர்களது குறைகள் மீது குறைந்த கவனம் செலுத்தப்படும் என்று காட்டியுள்ளார்.

வடக்கு கரோலினாவின் ராக்கி மௌண்டனை சேர்ந்த ஜான் ரிங்கெல்ஸ்பா இதனை மக்களை கையாளும்போது பயன்படுத்தினார். பல குடும்பங்களில், கத்துவதே பெற்றோர் குழந்தைகளுடன் பேசும் பிரதான முறை என்று தோன்றியது. மேலும் இந்த செயல்பாட்டால் குழந்தைகளின் நடத்தை முன்பை விட சிறிது மோசமானதாகவே ஆகிவிட்டது என்பதை பல சந்தர்ப்பங்களில் காண முடிந்தது. பெற்றோரும் அப்படியே ஆகிவிட்டனர். கண் எட்டும் தொலைவு வரை இந்தப்பிரச்சனைக்கு ஒரு தீர்வு காணப்படவில்லை. அவர் இந்த நிலைமைக்கு தீர்வு காண எங்கள் வகுப்பில் கற்றுக்கொண்ட சில பாடங்களை பயன்படுத்துவது என்று உறுதிசெய்துகொண்டார். அவர் கூறியது: 'அவர்களது தவறுகளின் மீதே தொடர்ந்து கவனம் செலுத்துவதைவிட அவர்களை போற்றுவது என்று தீர்மானித்தோம். அவர்கள் செய்த எதிர்மறையான விஷயங்களை மட்டுமே பார்த்துக்கொண்டிருந்தபோது அதனை செய்வது சுலபமாக இல்லை. போற்றுதலுக்கு உரிய விஷயங்களை காண்பது கடினமாக இருந்தது. ஏதோ ஒன்றை நாங்கள் கண்டவுடன் எங்களை வருத்தத்திற்கு உள்ளாக்கிய அவர்கள் நிஜமாகவே செய்து வந்த சில தவறுகள் குறைவதை ஓரிரு நாட்களுக்குள்ளேயே கண்டோம். பிறகு அவர்களது

வேறு சில தவறுகள் மறையத்துவங்கின. நாங்கள் கொடுத்த போற்றுதலை அவர்கள் மூலதனமாக்கினர். வழக்கத்திற்கு மாறான விஷயங்களை முயற்சித்து வேலைகளை சரியாகச்செய்தனர். எங்களால் நம்பமுடியவில்லை. கண்டிப்பாக அது என்றென்றும் நீடித்ததென்று சொல்லமுடியாது. ஆனால் சமன்படுத்தப்பட்டபின் விதிமுறைகள் முன்பைவிட சரியாக இருந்தன. முன்பு நாங்கள் செய்தது போல் எதிர்வினையாற்றவேண்டிய அவசியம் இல்லாமல் போயிற்று. குழந்தைகள் தவறான விஷயங்களை விட சரியான விஷயங்களை அதிகமாகச்செய்தனர்.' இவை அனைத்தும் தவறு செய்தபோது கண்டனம் செய்வதை விட குழந்தைகளில் கண்ட சிறிய முன்னேற்றத்தை போற்றியதனால் ஏற்பட்டதுதான்.

இது வேலையில் பயனளிக்கும். காலி∴போர்னியாவில் உள்ள வுட்லாண்ட் ஹில்ஸ் என்ற இடத்தைசேர்ந்த கீத் ரொபெர் இந்த கொள்கையை தம் நிறுவனத்தில் பிரயோகித்தார். அவரது அச்சிடும் நிறுவனத்திற்கு சிறந்த தரம் கொண்ட சில பொருட்கள் வந்தன. இந்த வேலையை செய்தவர் சமீபத்தில் பணியில் சேர்ந்து அங்கு தம்மை பொருத்திக்கொள்ள மிகவும் கடினமாக முயன்று கொண்டிருந்த ஒருவர். எதிர்மறையான மனப்பாங்கு உடையவர் என்று நினைத்த கண்காணிப்பாளர் அவரை பிடிக்காமல் பணியிலிருந்து நீக்கிவிட தீர்மானித்திருந்தார். மிஸ்டர் ரொபெருக்கு இந்த தகவல் தெரிவிக்கப்பட்டபோது அவர் தானே அந்த கடைக்குச்சென்று அந்த இளைஞனுடன் பேசினார். அப்போது அந்நிறுவனத்தில் நடக்கும் வேலை குறித்து தாம் மிகவும் மகிழ்ச்சியாக இருப்பதாகவும், சமீபகாலத்தில் சிறப்பாக இருந்தது அவர்களது வேலைதான் என்றும் கூறினார். அது ஏன் மேம்பட்டதாக உள்ளது என்று நினைத்தார் என்பதை தெளிவாக சுட்டிக்காட்டி அந்த நிறுவனத்திற்கு அந்த இளைஞனின் பங்களிப்பு எவ்வளவு முக்கியம் என்றும் கூறினார்.

இது நிறுவனத்தின் பால் அந்த இளைய அச்சாளரின் மனப்போக்கை பாதித்திருக்கும் என்று நினைக்கிறீர்களா? சில நாட்களிலேயே நிலைமை தலைகீழாக மாறிவிட்டது. அவன் தனது பல சகஊழியர்களிடம் அந்த உரையாடலைப்பற்றி குறிப்பிட்டு அந்த நிறுவனத்தில் எப்படி நிஜமாகவே நல்ல வேலை போற்றி பாராட்டப்படுகிறது என்று கூறினான். அந்த நாளிலிருந்து அவன் ஒரு நல்ல விசுவாசமான பணியாளாக இருந்தான்.

மிஸ்டர் ரொபெர் அந்த இளைஞனை, 'நீ நன்றாக வேலை செய்கிறாய்,' என்று மட்டும் சொல்லி வெற்றுப்புகழ்ச்சியால் மகிழ்விக்கவில்லை. அவனது பணியில் மேம்பட்டதாக இருந்ததை குறிப்பிட்டு சுட்டிக்காட்டியிருந்தார். பொதுவாக பேசாமல் அவர் குறிப்பிட்ட செயலை தனிமைப்படுத்தி பாராட்டியது அதிக பலனை அளித்தது. எல்லோருக்கும் போற்றப்படுவது பிடிக்கும் ஆனால் அந்த பாராட்டு ஒன்றை குறிப்பிட்டு செய்யப்படும்போது அது நேர்மையானதாக

பார்க்கப்படுகிறது. மற்றவர் சிறப்பாக உணரவேண்டும் என்ற காரணத்தினால் சொல்லப்பட்டது போல் இருக்காது.

நாம் அனைவரும் போற்றுதல் மற்றும் அங்கீகாரத்திற்கு ஏங்குகிறோம். அதனை பெற கிட்டத்தட்ட எதைவேண்டுமானாலும் செய்வோம். ஆனால் எவரும் நேர்மையற்ற தன்மையை விரும்பமாட்டார்கள். எவரும் முகஸ்துதியை விரும்பமாட்டார்கள்.

நான் மீண்டும் ஒரு முறை கூறுகிறேன்: மனதார செய்தால் மட்டுமே இந்தப்புத்தகத்தில் கற்றுக்கொடுக்கப்படும் கொள்கைகள் பயனளிக்கும். அற்புதங்கள் நிகழ்த்தும் பை எதையும் நான் உங்களுக்கு கொடுக்கவில்லை. புது மாதிரியான வாழ்வியல் பற்றி பேசுகிறேன்.

மக்களை மாற்றுவதைப்பற்றி பேசும்போது நீங்களும் நானும் அவர்களுடன் தொடர்பு கொள்ளும்போது அவர்களுக்குள் மறைந்திருக்கும் பொக்கிஷங்களை அவர்கள் உணரும்படி செய்தால் மக்களை மாற்றுவதைவிட மிக அதிகமாகவே செய்வோம். நாம் நிஜமாகவே அவர்களை முழுமையாக உருமாற்றலாம். மிகைப்படுத்துதலா? அப்படித்தோன்றினால் அமெரிக்கா உருவாக்கிய தனிப்பெருமைகொண்ட உளவியல் நிபுணர்கள் மற்றும் தத்துவவாதிகளில் ஒருவரான வில்லியம் ஜேம்ஸ் அவர்களின் விவேகமான வார்த்தைகளை கேளுங்கள்:

> நாம் இருக்கவேண்டியதை விட பாதி அளவில்தான் விழிப்புடன் இருக்கிறோம். நமக்கு அளிக்கப்பட்டுள்ள உடல் மற்றும் மன வளத்தில் ஒரு சிறு பகுதியையே நாம் பயன்படுத்துகிறோம். விரிவாக கூறவேண்டுமானால் தனிப்பட்ட மனிதன் தனது எல்லைக்கு உள்ளேயே இதுவரை வாழ்ந்து வருகிறான். பலதரப்பட்ட சக்திகள் அவனுக்குள் உண்டு. வழக்கமாக அதனை அவன் பயன்படுத்துவதில்லை.

ஆமாம், இந்த வரிகளை படிக்கும் நீங்கள் பலதரப்பட்ட சக்திகள் கொண்டுள்ளீர்கள். அதனை பயன்படுத்தாமல் விட்டுவிடுவது உங்களுக்கு வழக்கமாகிவிட்டது; நீங்கள் பயன்படுத்தாமல் விடும் சக்திகளில் ஒன்று மந்திர சக்தியுடையவர் போல் மக்களை அவர்களுக்குள் அடங்கியிருக்கும் சாத்தியக்கூறுகளை உணர்ந்து ஊக்கம் அளிக்கும் வகையில் பாராட்டாமல் இருப்பதுதான். கடுமையான விமர்சனத்தின் கீழ் திறமைகள் வாடிவிடும்; ஊக்கத்தினால் அவை மலரும். மக்களின் சிந்தனைகளை நல்ல விதமாக பாதிக்கக்கூடிய தலைவராக ஆக இந்த விதியை பின்பற்றுங்கள்....

விதி 24
ஒவ்வொரு சிறு முன்னேற்றத்தையும் பாராட்டுங்கள்.

நேர்மையின் இயல்பு ஒருவர் தனது மனதில் அனைத்து உயிர்களின் மீது கருணை மற்றும் அனுதாபத்துடன் இருத்தல்
—கான்பியூசியஸ்

25

நாய்க்கு ஒரு நல்ல பெயரிடுங்கள்

நன்கு வேலை செய்துகொண்டிருந்த ஒரு மனிதர் மோசமாக பணிபுரியத் துவங்கும்போது நீங்கள் என்ன செய்வீர்கள்? அவனையோ அவளையோ பணியிலிருந்து நீக்கிவிடலாம் ஆனால் அது எந்த பிரச்சனையையும் தீர்க்காது. அவரை அவமானப்படுத்தலாம் ஆனால் வழக்கமாக அது வெறுப்பை உண்டாக்கும். இண்டியானா லொவெல்லை சேர்ந்த பெரிய டிரக் டீலர்ஷிப்பில் சேவை மேலாளராக பணிபுரிந்த ஹென்றி ஹெங்கேவிடம் மனநிறைவு அளிக்காத முறையில் பணிபுரிந்த மெக்கானிக் ஒருவர் இருந்தார். அவரை கோபித்து மிரட்டாமல் மிஸ்டர் ஹெங்கே அவரை தன் அலுவலகத்திற்கு அழைத்து அவருடன் மனம் திறந்து பேசினார். 'பில்,' என்றார் அவர். 'இந்த தொழிலில் நீங்கள் நிறைய வருடங்களாக இருக்கிறீர்கள். வாடிக்கையாளர்கள் திருப்தியடையும் அளவில் பல வாகனங்களை சரி செய்து கொடுத்திருக்கிறீர்கள். உண்மையில், நீங்கள் செய்த வேலைக்காக பல பாராட்டுக்களை நாம் பெற்றுள்ளோம். இருப்பினும், சமீப காலமாக ஒரு பணியை செய்து முடிக்க நீங்கள் எடுத்துக்கொள்ளும் கால அளவு அதிகரித்துவருகிறது மற்றும் முன்பு இருந்த அளவில் உங்கள் பணி நேர்த்தியாகவும் இல்லை. இவ்வளவு காலமாக நீங்கள் தலைசிறந்த மெக்கானிக் ஆக இருந்துவருவதால் இந்த நிலைமை குறித்து நான் மகிழ்ச்சியாக இல்லை என்பதை நீங்கள் அறியவிரும்புவீர்கள் என்று நான் உறுதியாக நினைத்தேன். இந்த பிரச்சனையை நாம் இணைந்து சரி செய்யலாமோ என்று எனக்குத்தோன்றியது.'

தனது கடமையில் தவறுவதைதான் உணரவில்லையென்று பில் கூறினார். தான் பார்க்கும் வேலை தனது திறனுக்கு அப்பாற்பட்டது இல்லையென்றும் அதனால் வருங்காலத்தில் மேம்பட்ட வகையில் பணிபுரிவதாகவும் உறுதியளித்தார். அதை அவர் செய்தாரா? அவர் செய்தார் என்பதை நீங்கள் நிச்சயமாக நம்பலாம். மீண்டும் ஒரு முறை அவர் வேகமாகவும் சரியாகவும் பணிபுரியும் மெக்கானிக் ஆனார். அந்த நற்பெயருடன் வாழ ஹெங்கே வற்புறுத்தியபிறகு முன்பு செய்த அளவில் சிறப்பாக பணிபுரியாமல் எப்படியிருக்க முடியும்.

பால்டுவின் லோகோமோடிவ் ஒர்க்ஸ் நிறுவனத்தின் ப்ரெசிடெண்ட் சாமுவேல் வாக்களின், 'சராசரி நபரை சிறப்பாக பணிபுரிய வழிநடத்திச்செல்லமுடியும், அவரது மதிப்பை நீங்கள் பெற்றிருந்தால் அல்லது அவரிடம் உள்ள ஒரு திறமையை நீங்கள் மதிக்கிறீர்கள் என்று அவருக்கு நீங்கள் உணர்த்தியிருந்தால்' என்றார்.

சுருக்கமாக, ஒரு குறிப்பிட்ட அம்சத்தில் ஒருவரை நீங்கள் மேம்படுத்தவேண்டும் என்று விரும்பினால் அந்த குறிப்பிட்ட குணம் அவரிடம் ஏற்கனவே உள்ள சிறந்த அம்சம் என்பது போல் நடந்து கொள்ளுங்கள். ஷேக்ஸ்பியர், 'ஒரு நல்ல பண்பு உங்களிடம் இல்லையென்றால் அது உள்ளதாக பாவனை செய்யுங்கள்.' மற்றவர்களிடம் அந்த பண்பு உள்ளதாகவும் அதனை நீங்கள் மேம்படுத்த விரும்புவதாகவும் வெளிப்படையாக கூறுங்கள். ஒரு நற்பெயரை அவர் நிலைநிறுத்திக்கொள்ள வற்புறுத்தினால் நீங்கள் ஏமாறுவதை விட அதனை மெய்ப்பிக்க அற்புதமான முயற்சிகள் செய்ய அவர் முனைவார்.

சுவெனிர்ஸ், மை லை:ப் வித் மேடெர்லின்க் என்ற தன் புத்தகத்தில் ஜார்ஜெட் லே பிளாங்க் ஒரு தாழ்ந்த பெல்ஜியன் சிண்ட்ரெல்லாவின் திடுக்கிடச்செய்யும் உருமாற்றத்தை விளக்குகிறார்.

'அண்டையிலிருந்த ஹோட்டலில் இருந்து எனது உணவை வாங்கி வந்தாள் ஒரு பணிப்பெண்,' அவள் எழுதினாள். 'அவள்,"பாத்திரங்கள் கழுவும் மேரி" என்று அழைக்கப்பட்டாள்' ஏனென்றால் அவள் அந்தப்பணியைச்செய்யும் உதவியாளாகத்தான் துவங்கியிருந்தாள். அவள் பார்ப்பதற்கு விகாரமாகவும் கோணப்பார்வையுடன் ஒல்லியாகவும் மனதளவில் சோர்ந்தும் இருந்தாள்.

'ஒரு நாள் தன் கையில் எனது மக்கரோனி தட்டை ஏந்தியிருந்தபோது அவள் முகத்தைப்பார்த்து நேராக, "மேரி, உன்னிடம் எத்தகைய பொக்கிஷங்கள் உள்ளது என்று உனக்குத்தெரியாது" என்றேன்.

'தனது உணர்ச்சிகளை வெளிக்காட்டாமல் தேக்கிவைக்கும் பழக்கம் கொண்டிருந்த மேரி சில நொடிகள் காத்திருந்தாள். லேசான சைகை கூட பெரும் பாதிப்பை ஏற்படுத்திவிடக்கூடுமென்று பயந்தாள். பிறகு அந்த தட்டை மேஜை மேல் வைத்துவிட்டு பெருமூச்சு ஒன்றை வெளியிட்டு சலித்துக்கொண்டபடி,"மேடம், நீங்கள் கூறியதை நான் ஒருபொழுதும் நம்பியிருக்கமாட்டேன்." என்றாள். அவள் சந்தேகப்படவில்லை, அவள் எந்த கேள்வியும் கேட்கவில்லை. சமையலறைக்கு சாதரணமாக நடந்து சென்று நான் கூறியதை மீண்டும் சொன்னாள். எவரும் அவளை கேலி செய்யமுடியாத அளவில் அவள் நம்பிக்கையின் சக்தியிருந்தது. அன்றிலிருந்து அவள் மற்றவர்களால் ஒரு பொருட்டாக கருதப்பட்டாள். ஆனால் எல்லாவற்றிற்கும் மேலாக புதுமையான ஒரு மாற்றம் மேரியிடம் ஏற்பட்டது.

அதுவரை கண்டிராத அற்புதங்களின் கூடாரமாக அவள் விளங்குவதாக நம்பிக்கை வைத்து அவள் தன் முகம் மற்றும் உடலை பராமரிக்க கவனம் எடுத்துக்கொண்டதில் அதுவரை பட்டினி கிடந்த அவளது இளமை அவளது வெற்றுத்தன்மையை மறைத்து பூத்துக்குலுங்க துவங்கியது போல் தோன்றியது.

'இரண்டு மாதங்களுக்குப்பிறகு, முதன்மை சமையற்காரரின் மருமகனுடன் தனது திருமணம் நடக்கவிருப்பதை அறிவித்தாள். "நான் இப்போது ஒரு சீமாட்டியாகப்போகிறேன்," என்று கூறி எனக்கு நன்றி தெரிவித்தாள். ஒரு சிறிய சொற்றொடர் அவளது முழு வாழ்க்கையை மாற்றிவிட்டது.'

ஜார்ஜெட் லே பிளாங்க், 'பாத்திரங்கள் கழுவும் மேரிக்கு' ஒரு நற்பெயரை கொடுத்திருந்தாள் அவள் தக்கவைத்துக்கொள்ள—அந்த நற்பெயர் அவளை உருமாறச்செய்தது.

ஃப்ளோரிடா மாகாணத்தில் டேடோனா பீச்சில் இருந்த ஒரு உணவுப்பொருட்கள் தயாரிக்கும் நிறுவனத்தின் விற்பனையாளர் பில் பார்க்கர் தனது நிறுவனம் அறிமுகப்படுத்தவிருந்த புதிய பொருட்கள் குறித்து மிகவும் உற்சாகமாக இருந்தார். சுதந்திரமாக செயல்படும் ஒரு பெரிய உணவு சந்தையின் மேலாளர் தன் கடையில் அவற்றை வைக்க மறுத்துவிட்ட போது வருத்தமடைந்தார். தான் நிராகரிக்கப்பட்டது குறித்து பில் ஒரு நாள் முழுவதும் புலம்பிய பின்னர் அன்று மாலை வீடு திரும்பும் முன்னர் அதே கடைக்கு திரும்பச்செல்வதென்று முடிவு செய்தார்.

'ஜாக்,' என்றார், 'இன்று காலை இங்கிருந்து நான் சென்றதிலிருந்து எங்களது புதிய பொருட்களைப்பற்றிய முழுமையான காட்சியை உங்களுக்கு கொடுக்கவில்லையென்பதை உணர்ந்தேன். நான் முன்பு சொல்லாமல் விட்டுவிட்டிருந்த சில விஷயங்களைப்பற்றி உங்களிடம் சொல்ல உங்களிடமிருந்து சிறிது நேரம் கிடைப்பதை வெகுவாக பாராட்டுவேன். நீங்கள் எப்போதுமே கேட்கத்தயாராக இருப்பவர் மற்றும் சொல்லப்படும் விஷயத்தில் உண்மையிருந்தால் உங்கள் மனதை மாற்றிக்கொள்பவர் என்பதையும் நான் எப்போதும் மதித்துள்ளேன்.'

இப்படிக் கூறினால் ஜாக்கால் மீண்டும் நேரம் ஒதுக்க மறுக்க முடியுமா? அவர் அந்த நற்பெயரை காப்பாற்றிக்கொள்ளவேண்டுமென்றால் அது முடியாது.

அயர்லாந்து டப்ளின் நகரத்தை சேர்ந்த டாக்டர் மார்ட்டின் பிட்ஸ்ஹூக் என்ற பல் மருத்துவர் தனது நோயாளி ஒருவர் ஒரு நாள் காலை தன் வாயை சுத்தம்செய்ய தான் உபயோகித்த இரும்பினாலான கப் ஹோல்டர் சுத்தமாக இல்லையென்பதை சொல்லக்கேட்டு அதிர்ச்சியடைந்தார். உண்மைதான். அந்த நோயாளி பேப்பர் கப்பிலிருந்துதான் தண்ணீரை பயன்படுத்தி வாயை கழுவினாள். இரும்பு ஹோல்டரை பயன்படுத்தவில்லை. இருந்தாலும் பழுதுபட்ட கருவியை பயன்படுத்துவது நிச்சயமாக நல்ல தொழிலுக்கு அழகில்லை. நோயாளி கிளம்பிச்சென்றதும் டாக்டர் மார்ட்டின் பிட்ஸ்ஹூக் தனது தனிப்பட்ட அலுவலகத்திற்கு திரும்பிச்சென்று வாரம் இருமுறை அந்த இடத்தை

சுத்தம் செய்த பிரிட்ஜிட் என்ற பெண்மணிக்கு குறிப்பு ஒன்றை எழுதினார். அவர் எழுதியது:

> என் அன்பான பிரிட்ஜிட்,
>
> நான் உன்னை வெகு அரிதாகத்தான் பார்க்கிறேன். நீ செய்து வரும் நல்ல பணிக்கு உன்னை நேரில் சந்தித்து நன்றி கூற நேரம் எடுத்துக்கொள்ளவேண்டும் என்று விரும்பினேன். அதோடு, இரண்டு மணிநேரம் என்று வாரத்திற்கு இரண்டு நாட்கள் மிகக்குறைவான நேரம் என்பதால் அவ்வப்போது கூடுதல் அரைமணி நேரம் எடுத்துக்கொண்டு சில பணிகள், இரும்பு கப் ஹோல்டரை மெருகூட்டுவது போன்ற பணிகளை செய்யவும். நிச்சயமாக கூடுதல் நேரத்திற்கான பணத்தை நான் கொடுக்கிறேன்.

'அடுத்த நாள் என் அலுவலகத்திற்குள் நான் நுழைந்தபோது வழுக்கி விழக்கூடிய அளவில் என் நாற்காலியைப்போன்றே என் மேஜையும் கண்ணாடிபோல் நன்கு மெருகூட்டப்பட்டிருந்தது. சிகிச்சை அறைக்குள் நுழைந்தவுடன் மின்னும் சுத்தமான கப் ஹோல்டரை நான் பார்த்தேன். சிறந்த முறையில் சுத்தம் செய்பவர் என்ற நற்பெயரை நான் அவளுக்கு கொடுத்திருந்தேன் அந்த சிறிய செய்கையால் அவள் தனது பழைய முயற்சிகள் அனைத்தையும் மிஞ்சும் அளவில் பணிபுரிந்திருந்தாள். இதில் எவ்வளவு கூடுதல் நேரம் அவள் எடுத்திருக்கக்கூடும்? எதுவுமில்லை என்பதே சரி.'

பழமொழி ஒன்றுள்ளது: 'ஒரு நாயை அவதூறாக பேசினால் அதற்கு நீ அதனை சுட்டுகொன்றுவிடலாம்.' ஆனால் அதற்கு நற்பெயர் ஒன்றை வழங்கு-பிறகு நடப்பதென்னவென்று பார்!

நியூ யார்க் நகர புரூக்ளின் பகுதியில் நான்காம் வகுப்பு ஆசிரியை மிஸஸ் ரூத் ஹாப்கின்ஸ் பள்ளியின் முதல் நாள் தனது வகுப்பு பட்டியலை பார்த்தபோது புதிய கால துவக்கம் குறித்து அவளது மகிழ்ச்சி மற்றும் உற்சாகத்துடன் சிறிது கவலையும் கலந்திருந்தது. அவளது வகுப்பில் இந்த வருடம் 'மோசமான சிறுவன்' என்று பெயர் வாங்கிய டி டாமி இருப்பான். அவனது மூன்றாம் வகுப்பு ஆசிரியை அவனைப்பற்றி தனது சக ஊழியர்கள், தலைமை அதிகாரி என்று எவரெல்லாம் இருந்தாரோ அவர்களிடமெல்லாம் குறைகூறியிருந்தாள். அவன் குறும்புக்கார சிறுவன் மட்டுமல்ல; வகுப்பறையில் சில தீவிரமான ஒழுங்குமுறை பிரச்சனைகளையும் உண்டாக்கியிருந்தான். மற்ற சிறுவர்களை சண்டைக்கு இழுப்பது, பெண்களை சீண்டுவது போன்றவை ஆரம்பத்தில் புதிதாக இருந்தாலும் பின்னர் அவன் வயது அதிகரிக்க அதிகரிக்க நடத்தை மோசமானது. தன் கெட்டபெயரிலிருந்து

மீள அவனிடமிருந்த ஒரே திறன் விரைவாக கற்கும் ஆற்றல் மற்றும் வீட்டுப்பாடத்தை சுலபமாக முடிப்பது.

டாமி பிரச்சனையை உடனே நேர்கொள்வதென்று மிஸஸ் ஹாப்கின்ஸ் முடிவுசெய்தாள். அவள் தனது புதிய மாணவர்களை வாழ்த்தியபோது ஒவ்வொருவரை பற்றியும் சில சிறிய விமர்சனங்களை முன் வைத்தாள்: 'ரோஸ், நீ அணிந்திருக்கும் ஆடை அழகாக உள்ளது,' 'அலிசியா நீ அழகாக வரைவாய் என்று கேள்விப்பட்டேன்.' டாமியிடம் வந்தபோது அவனது கண்களில் நேராக பார்த்து, 'டாமி நீ இயல்பாகவே சிறந்த லீடர் என்று புரிகிறது. நான்காவது வருடத்திலேயே சிறந்த வகுப்பு இந்த வகுப்பு என்று எல்லோரும் சொல்லும் வகையில் செய்வதற்கு நான் உன்னை சார்ந்திருக்கப்போகிறேன்.' தொடர்ந்து வந்த முதல் சில நாட்களில் அவள் இதே விஷயத்தை மீண்டும் வலியுறுத்தும் வகையில் டாமி என்ன செய்தாலும் அதற்கு அவனை பாராட்டி எப்படி அந்த செயல் அவன் நல்ல மாணவன் என்று காட்டுகிறது என்று கூறினாள். அப்படியொரு நல்ல பெயரை தக்கவைத்துக்கொள்ளவேண்டி யிருந்தது அந்த ஒன்பது வயது சிறுவனுக்கு. அவனால் அவள் நம்பிக்கையை இழக்க முடியாது-அவன் அப்படிச்செய்யவில்லை. அந்த கடினமான தலைமைப்பொறுப்பில் நீங்கள் வல்லமை பெற விரும்பினால் மற்றவர்களது நடத்தை அல்லது மனப்போக்கை மாற்ற இதனை பயன்படுத்துங்கள்...

விதி 25
தக்கவைத்துக்கொள்ள விரும்பும் அளவில் மற்றவருக்கு நற்பெயர் வழங்குங்கள்.

மற்ற காலங்களில் இருந்த கலையை நவீன கலையிலிருந்து வேறுபடுத்துவது விமர்சனமே.

—ஆக்டேவியோ பாஸ்

உங்களால் தூங்கமுடியவில்லையென்றால் அங்கு படுத்துக்கொண்டு வருந்துவதற்கு பதிலாக எழுந்து எதையேனும் செய்யுங்கள். உங்களுக்கு தீங்கானது தூக்கமின்மையல்ல கவலைதான்.

—டேல் கார்னெகி

26

சுலபமாக திருத்தக்கூடியது என்பது போல் தவறை தோன்றச்செய்யுங்கள்

சுமார் நாற்பது வயதான திருமணம் ஆகாத எனது நண்பர் ஒருவரின் திருமணம் நிச்சயமானது. அவரது வருங்கால மனைவி காலம் தாழ்ந்து விட்டாலும் அவர் நடன பயிற்சி எடுத்துக்கொள்ளவேண்டுமென்று அவரை வற்புறுத்தினாள். 'எனக்கு நடன வகுப்புகள் தேவையென்று கடவுள் அறிந்திருந்தார்,' அவர் என்னிடம் இந்தக்கதையை சொல்லும்போது ஒப்புக்கொண்டார், 'ஏனென்றால் இருபது வருடங்கள் முன்பு நான் துவங்கியபோது எப்படி நடனம் ஆடினேனோ அப்படியே இப்போதும் ஆடினேன். நான் முதல் முதலாக கற்கச்சென்ற எனது ஆசிரியர் என்னிடம் உண்மையை சொல்லியிருந்தாளோ? நான் முழுவதுமாக தவறாக நடனமிடுவதாக கூறினாள்; நான் அனைத்தையும் மறந்து மீண்டும் புதிதாக துவங்கவேண்டும் என்று கூறினாள். அது எனக்கு வேதனை அளித்தது. அதனால் நான் அவள் வகுப்பிற்கு செல்வதை கைவிட்டேன்.

'அடுத்த ஆசிரியை ஒரு வேளை பொய் சொல்லியிருக்கக்கூடும். ஆனால் எனக்கு அது பிடித்திருந்தது.

எனது நடனம் பழமையாக இருந்தாலும் அடித்தளம் சரியாக இருந்தது என்று அலட்சியமாக சொல்லி சில புதிய நல்ல அசைவுகளை கற்றுக்கொள்வதில் எனக்கு எந்த பிரச்சனையும் இருக்காது என்று உறுதியளித்தாள். முதல் ஆசிரியை எனது தவறுகளை வலியுறுத்தி என்னை ஊக்கமிழக்கசெய்திருந்தாள். புதிய ஆசிரியை அதற்கு நேர்மாறாக நடந்துகொண்டாள். எனது தவறுகளை குறைவாக மதிப்பிட்டு நான் எதை சரியாக செய்தேனோ அதை போற்றியபடியிருந்தாள். "உனக்கு தாளம் பற்றிய அறிவு இயற்கையாகவே உள்ளது," அவள் எனக்கு உறுதியளித்தாள். 'பிறப்பிலேயே நீ ஒரு நடன கலைஞன்" என்றாள். எனது பொது அறிவு நான் எப்போதும் நான்காவது தரமான நடனம் ஆடுபவன் என்றும் எப்போதும் அப்படியே இருப்பேன் என்றும் கூறுகிறது; இருப்பினும் மனதின் ஆழத்தில் *ஒருவேளை* அவள் கூறியதை உண்மையாக உணர்ந்து சொல்லியிருப்பாளோ என்றே எனக்கு நினைக்கத்தோன்றுகிறது. அதை உறுதி செய்யும் வகையில் அவள் அப்படிச்சொல்ல அவளுக்கு பணம் கொடுக்கிறேன்; ஆனால் அந்த விஷயத்தை ஏன் கொண்டு வரவேண்டும்?

'எந்த வகையில் பார்த்தாலும் தாளம் குறித்த உள்ளார்ந்த ஞானம் எனக்கு இருப்பதாக அவள் சொல்லவில்லையென்றால் முன்பைவிட

சிறப்பாக நடனமிட என்னால் முடியாது. அது எனக்கு ஊக்கமளித்தது. அது எனக்கு நம்பிக்கை கொடுத்தது. நான் இன்னமும் சிறப்பாக மேம்பட வேண்டுமென்ற விருப்பத்தை ஏற்படுத்தியது.'

உங்கள் குழந்தை உங்கள் பணியாளர் அல்லது உங்கள் கணவரிடம் ஒரு குறிப்பிட்ட விஷயம் குறித்து அவர் முட்டாள் அல்லது மூடர் என்றும், எதையும் செய்யும் திறன் இல்லை என்றும் அனைத்தையும் தவறாகவே செய்வதாகவும் சொல்லுங்கள். அவர் மேம்பட முயற்சி செய்யும் எந்த ஒரு ஊக்கத்தையும் நீங்கள் சிதைத்து விட்டீர்கள். ஆனால் இதற்கு நேர்மாறான உத்தியை பயன்படுத்துங்கள்—ஊக்கமளிப்பதில் தாராளமாக இருங்கள், அந்தச்செயல் செய்ய எளிதானது போல் தோன்றச்செய்யுங்கள். அதை உங்களால் செய்யமுடியுமென்ற நம்பிக்கை உங்களுக்கு இருப்பதாக மற்றவர் அறியட்டும். அவர் வளர்த்துக்கொள்ளாத ஒரு சிறப்பு அம்சம் அவரிடம் உள்ளது என்று அவர் அறியட்டும்—அதில் வல்லமை பெற அவர் அயராது உழைப்பார்.

மனித உறவுகளில் சிறந்த கலைஞரான லோவல் தாமஸ் இந்த உத்தியை பயன்படுத்தினார். அவர் உங்களுக்கு நம்பிக்கை கொடுத்து, துணிவு மற்றும் ஆசுவாசமளித்து உங்களுக்கு உத்வேகம் அளிக்கிறார். உதாரணத்திற்கு, நான் தாமஸ் தம்பதியுடன் ஒரு வார இறுதியை கழித்தேன்; சனிக்கிழமை இரவு கொழுந்துவிட்டு எரிந்து கொண்டிருந்த தீயின் முன் அமர்ந்து சீட்டாட்டம் ஆடும்படி சொல்லப்பட்டேன். சீட்டாட்டமா? ஓ இல்லை! என்னால் முடியாது. எனக்கு அது பற்றி ஒன்றுமே தெரியாது. அந்த ஆட்டம் எப்போதுமே எனக்கு புரியாத புதிராகவே இருந்தது. இல்லை!இல்லை! சாத்தியமற்றது!

'ஏன் டேல், இதில் தந்திரம் ஒன்றுமில்லை,' லோவெல் பதிலளித்தார். 'ஞாபகம் வைத்துக்கொள்வது மற்றும் சரியான தீர்மானங்கள் எடுப்பது தவிர இந்த ஆட்டத்தில் எதுவுமே இல்லை. நீ நினைவாற்றல் பற்றி பல கட்டுரைகள் எழுதியுள்ளாய். இந்த ஆட்டம் உனக்கு சுலபமானதாக இருக்கும். உனக்குத்தெரிந்ததுதான்.'

உடனே என்ன செய்கிறேன் என்று நான் உணரும் முன்னர் முதல் முறையாக சீட்டாட்டம் ஆடும் மேஜையின் முன்பு இருப்பதாக என்னைக்கண்டேன். அது எனக்கு கைவந்த கலை என்றும் விளையாட மிகவும் எளிமையானது என்றும் சொல்லப்பட்டதனால்தான்.

இந்த சீட்டாட்டம் பற்றிப்பேசுவது ஏலி கல்பெர்ட்சனை நினைவு படுத்துகிறது. இந்த விளையாட்டைப்பற்றி ஒரு டஜன் மொழிகளில் அவரது புத்தகங்கள் மொழிபெயர்ப்பு செய்யப்பட்டு பல லட்சம் பிரதிகள் விற்பனை ஆகியுள்ளன. இருப்பினும் இதற்கான உள்ளார்ந்த ஞானம் இருப்பதாக ஒரு இளம் பெண் அவரிடம் உறுதியாக

சொல்லியிருக்கவில்லையென்றால் இந்த விளையாட்டை தனது தொழிலாக மாற்றியிருக்கமாட்டார் என்று கூறினார்.

1922 இல் அவர் அமெரிக்கா வந்தபோது தத்துவ ஞான சாஸ்திரம் மற்றும் சமூகவியல் கற்பிக்கும் ஒரு வேலையை பெற முயற்சி செய்தார். ஆனால் அவரால் அது முடியவில்லை. பிறகு அவர் கரி விற்க முயற்சி செய்து தோற்றுப்போனார். பிறகு அவர் காபி விற்க முயற்சி செய்து அதிலும் தோற்றுப்போனார். அவர் சீட்டு விளையாடியிருந்தாலும் அதை ஒரு நாள் மற்றவர்களுக்கு சொல்லிக்கொடுக்க நேரிடும் என்று அவருக்கு தோன்றவேயில்லை. அதில் அவர் மோசமாக இருந்ததுடன் பிடிவாதமாகவும் இருந்தார். ஆட்டம் முடிந்தபின் பல கேள்விகள் கேட்டு துளைத்ததால் யாரும் அவருடன் விளையாட விரும்பவில்லை.

பிறகு அந்த ஆட்டம் ஆடுவதை சொல்லிக்கொடுத்த ஒரு அழகிய ஆசிரியை ஜோசஃபின் தில்லான் என்பவரை சந்தித்து அவரை காதலித்து திருமணமும் செய்துகொண்டார். அவர் எவ்வளவு கவனமாக தன் சீட்டுகளை ஆராய்ந்தார் என்று கவனித்து அதில் மேதாவியாகும் தகுதி அவரிடம் இருப்பதாக வலியுறுத்தினார். அதுதான். அந்த ஊக்கம் மட்டும்தான் கல்பெர்ட்சனை சீட்டாட்டத்தை தன் தொழிலாக்கி கொள்ளச்செய்தது.

ஓஹயோ சின்சினாட்டி பகுதியில் எங்களது வகுப்பு ஒன்றில் ஆசிரியராக இருந்த கிளாரென்ஸ் எம் ஜோன்ஸ் ஊக்கமும், தவறுகளை திருத்த எளிதானது என்று நம்பவைத்ததும் தன் மகனின் வாழ்க்கையை எப்படி மாற்றியது என்று கூறினார்.

'1970 இல் பதினைந்து வயதான என் மகன் டேவிட் என்னுடன் வாழ சின்சினாட்டி வந்திருந்தான். அவன் கடினமான வாழ்க்கை வாழ்ந்திருந்தான். 1958 இல் நடந்த ஒரு கார் விபத்தில் அவனது மூளை திறக்கப்பட்டு அறுவை சிகிச்சை செய்யப்பட்டது. அது அவன் நெற்றியில் ஒரு பெரிய தழும்பை விட்டிருந்தது. 1960 இல் எனக்கும் அவனது அம்மாவிற்கும் விவாகரத்து முடிந்து அவன் தன் அம்மாவுடன் வாழ டெக்சாஸ் மாகாணத்தில் உள்ள டல்லாஸ் நகரத்திற்கு சென்றிருந்தான். டல்லாஸ் பள்ளி அமைப்பில் மெதுவாக கற்கும் மாணவர்களுக்கான விசேஷ வகுப்புகளுக்கு அவனது பதினைந்தாம் வயது வரை சென்றிருந்தான். அந்த தழும்பினால் பள்ளி நிர்வாகிகள் அவனது மூளை காயம் அடைந்துவிட்டது அவனால் சாதாரணமாக வேலை செய்யமுடியாது என்று முடிவு செய்துவிட்டிருந்தனர். அவன் தனது வயதிற்கு ஒத்த மாணவர்களை விட இரண்டு வருடங்கள் பின்தங்கியிருந்தான். அதனால் ஏழாம் வகுப்பில்தான் படித்துக்கொண்டிருந்தான். இருப்பினும் அவனுக்கு வாய்ப்பாடு தெரியவில்லை மற்றும் கூட்டல் கழித்தலை கூட விரல்களின்

உதவியுடன் செய்துகொண்டிருந்தான். அவனால் படிக்கக்கூட முடியவில்லை.

'ஒரேயொரு நேர்மறையான விஷயம் இருந்தது. அவன் வானொலி மற்றும் தொலைக்காட்சி பெட்டிகளில் வேலை செய்வதை விரும்பினான். அவன் டிவிகளை பழுதுபார்க்கும் தொழில்நுட்பாளராக ஆக விரும்பினான். அதை நான் ஊக்குவித்து அதற்கான பயிற்சிக்கு கணிதம் தேவை என்பதை சுட்டிக்காட்டினேன். அந்தத்துறையில் அவன் வல்லமை பெற உதவுவது என்று முடிவு செய்தேன். நாங்கள் நான்கு செட் பிளாஷ் கார்டுகள் வாங்கினோம்: பெருக்கல், வகுத்தல், கூட்டல் மற்றும் கழித்தல். ஒவ்வொன்றாக அதனை பார்த்து வகைப்படுத்தி வைத்தோம். ஒன்றை டேவிட் தவரவிட்டபோது சரியான விடையை அவனிடம் கொடுத்து அவன் அதனை முழுமையாக புரிந்துகொள்ளும் வரை மீண்டும் மீண்டும் செய்ய சொன்னேன். அவன் ஒவ்வொருமுறை சரியான கார்டை எடுத்தபோதும் அதனை மிகைப்படுத்தினேன், குறிப்பாக அதற்கு முன் அவன் தவறு செய்து விட்டிருந்தால் அதனை உதாசீனம் செய்து சரியாக செய்தபோது பாராட்டினேன். ஒவ்வொரு இரவும் இந்தப்பயிற்சியின் கால அளவை குறித்துவைத்துக்கொண்டோம். எட்டு நிமிடங்களுக்குள் எந்த தவறும் இல்லாமல் எல்லா கார்டுகளையும் சரியாக பொருத்தினால் அதன் பிறகு அந்த பயிற்சியை நிறுத்திவிடுவோம் என்று கூறியிருந்தேன். இது டேவிடால் செய்ய முடியாத சாத்தியமற்ற ஒரு இலக்காக தோன்றியது. முதல் நாள் இரவு 52 நிமிடங்கள் எடுத்தது. இரண்டாம் நாள் 48, பின் 45, 44, 41 பிறகு 40 நிமிடங்களுக்கும் கீழாக. ஒவ்வொரு முறை கால அளவு குறைந்தவுடன் அதை நாங்கள் கொண்டாடினோம். நான் என் மனைவியை வரச்சொல்லுவேன். நாங்கள் இறுக அணைத்து நடனமாடி மகிழ்வோம். அந்த மாதத்தின் இறுதியில் அனைத்து கார்டுகளையும் எட்டு நிமிடங்களுக்குள் செய்யத் துவங்கிவிட்டான். குறைவான வளர்ச்சியே இருந்தால் மீண்டும் செய்யவேண்டுமென்று கேட்டுக்கொள்வான். கற்பது சுலபமானது மற்றும் மகிழ்ச்சியூட்டுவது என்ற அற்புதமான கண்டுபிடிப்பை உணர்ந்திருந்தான்.

'இயல்பாக அல்ஜீப்ராவில் அவன் நல்ல மதிப்பெண்கள் வாங்கத் துவங்கினான். பெருக்கல் தெரிந்தால் அல்ஜீப்ரா எவ்வளவு சுலபமானது என்பது ஆச்சரியம் அளிக்கிறது.

கணிதத்தில் 'பி' கிரேடு வாங்கி தன்னைத்தானே ஆச்சரியத்தில் ஆழ்த்தியிருந்தான். அது போன்று முன்பு நடந்திருக்கவில்லை. மற்ற மாற்றங்களும் நம்பமுடியாத அளவில் வேகமாக வந்தன. அவனது படிக்கும் திறனும் சீக்கிரமே மேம்பட்டது. தனது இயல்பான திறனை வரைவதிலும் பயன்படுத்தத் துவங்கினான். பிறகு பள்ளியாண்டில் அவனது ஆசிரியை பள்ளி பொருட்காட்சியில் காட்சிக்கு வைக்க ஒரு பொருளை கொண்டு வருமாறு அவனுக்கு வேலை கொடுத்தாள்.

மிகவும் சிக்கலான விசைகளின் ஒரு தொகுப்பு ஒன்றை தயாரிக்க முடிவு செய்தான். அதற்கு மாதிரி செய்யும் திறன் மட்டுமல்லாமல் கணிதத்தை பயன்படுத்தவேண்டிய அவசியமும் இருந்தது. அவனது பள்ளி அறிவியல் பொருட்காட்சியில் அவன் செய்த மாதிரி முதலாவதாக தேர்ந்தெடுக்கப்பட்டு முதல் பரிசையும் அவன் வென்றான். மொத்த சின்சினாட்டி நகரத்திற்கான போட்டியில் சேர்க்கப்பட்டு அதிலும் மூன்றாவது பரிசை வென்றான்.

'அதுதான் வேலை செய்தது. இரண்டாம் வகுப்பில் தேர்ச்சி பெறாத குழந்தை, மூளை பாதிக்கப்பட்டவன் என்று சொல்லப்பட்டவன், தலையை வெட்டித்திறந்தபோது உன் மூளை வெளியே விழுந்திருக்கும் என்று கேலியாக பேசப்பட்டு பிரான்கென்ஸ்டீன் என்று தன் சக மாணவர்களால் அழைக்கப்பட்டவன்.

கற்று சாதனைகள் புரிய தன்னால் முடியும் என்பதை திடீரென்று அவன் உணர்ந்தான். அதன் விளைவு? எட்டாம் வகுப்பின் கடைசி காலாண்டில் துவங்கி மேல் நிலைப்பள்ளி வரும் வரை சிறந்த மாணவன் என்ற கௌரவ பட்டியலில் அவன் பெயர் இடம்பெறாத வருடமே இல்லை. மேல் நிலைப்பள்ளியில் நேஷனல் ஹானர் சொசைட்டிக்கு தேர்ந்தெடுக்கப்பட்டான். கற்பது சுலபம் என்று தெரிந்ததும் அவனது முழு வாழ்க்கையும் மாறியது. 'மற்றவர்கள் மேம்பட நீங்கள் உதவவேண்டுமென்று நினைத்தால் இதனை நினைவில்வைத்துக்கொள்ளுங்கள்.

விதி 26

ஊக்குவித்தலை பயன்படுத்துங்கள்.

உற்சாகமாக இருப்பது போல் நடியுங்கள். நீங்கள் உற்சாகமாக இருப்பீர்கள்.

—டேல் கார்னெகி

27

நீங்கள் விரும்புவதை மக்கள் மகிழ்ச்சியுடன் செய்ய வைப்பது

முன்பு 1915 அமெரிக்கா பீதியில் இருந்தது. ஒரு வருடத்திற்கும் மேலாக ஐரோப்பிய நாடுகள் கனவிலும் நினைத்திராத அளவில் ஒன்றை ஒன்று கொன்றுகுவித்துக்கொண்டிருந்தன. அமைதியை நிலவச்செய்யமுடியுமா? எவரும் அறியவில்லை. ஆனால் வூட்ரோ வில்சன் அவர்கள் முயற்சி செய்வதென்று உறுதியாக இருந்தார். அவர் அந்தரங்க பிரதிநிதியை ஒரு அமைதித் தூதராக ஐரோப்பாவில் சண்டையிட்டுக்கொண்டிருந்த போர் அரசர்களுக்கு ஆலோசனை கூற அனுப்பி வைத்தார்.

செகிரேட்டரி ஆ:ப் ஸ்டேட் வில்லியம் ஜென்னிங்ஸ் பிரையன் அமைதிக்காக வாதாடுபவர். அவர் செல்ல விரும்பினார். ஒரு பெரிய சிறந்த சேவை செய்து தன் பெயர் அழிவற்று வரலாற்றில் நிலைக்க ஒரு வாய்ப்பாக இதனைக்கண்டார். ஆனால் வில்சன் வேறொருவரை அந்தப்பணிக்கு நியமித்தார். அது அவரது நெருங்கிய நண்பர் மற்றும் ஆலோசகர் கர்னல் எட்வர்ட் எம் ஹவுஸ்; அந்த வரவேற்கப்படாத வேதனையான செய்தியை எந்த எதிர்ப்பும் வராத வகையில் பிரையனிடம் தெரிவிக்கும் வேலையும் அவருடையதானது.

'அமைதித் தூதராக நான் ஐரோப்பா செல்லவிருந்த செய்திகேட்டு பிரையன் மிகத்தெளிவாக ஏமாற்றமடைந்தனர்.' கர்னல் ஹவுஸ் அத்தினத்தை தன் டைரியில் குறிப்பிட்டுள்ளார். 'இதைத்தானே செய்வதென்று திட்டமிட்டிருப்பதாக அவர் கூறினார்.....

'இதை அதிகாரபூர்வமாக செய்வது விவேகமற்றது என்று ஜனாதிபதி நினைத்ததாக நான் பதிலளித்தேன். *அவரே அங்கு செல்வது அதிக கவனத்தை ஈர்க்கும்.* அவர் ஏன் அங்கு வந்துள்ளார் என்று மக்கள் திகைத்துப்போவார்கள்...'

தெரிவித்த விதத்தை பார்க்கிறீர்களா? இந்தப்பணியை தானே சென்று முடிக்க அவர் *மிகவும் முக்கியமான* மனிதர் என்று ஹவுஸ் தெரிவித்தது நடைமுறையானது போல் தோன்றியது. புத்திசாலியான கர்னல் ஹவுஸ் உலகம் இயங்கும் வழிகளை நன்கு அறிந்தவர். மனித உறவுகளில் ஒரு முக்கியமான விதியை கடைபிடித்தார். *நீங்கள் கூறும் ஆலோசனையை ஏற்று செய்வது குறித்து மற்றவர் மகிழும்படி செய்யுங்கள்.*

வுட் ரோ வில்சன் வில்லியம் கிப்ஸ் மக் அடூ அவர்களை தனது மந்திரிசபையில் உறுப்பினராக ஆக அழைத்தபோது இந்த கொள்கையை

பின்பற்றினார். ஒருவருக்கு அளிக்கப்படக்கூடிய மாபெரும் கௌரவம் இதுதான். இருப்பினும் வில்சன் மக் அடூதான் இரட்டிப்பு மடங்கு முக்கியம் என்று உணரும்படி அந்த அழைப்பை நீட்டித்தார். மக் அடூவின் சொந்த வார்த்தைகளில் இந்தக்கதை இதோ: 'அவர்(வில்சன்) சபையை கூட்டுவதாகவும் அதில் செகிரேட்டரி ஆ.ஃப் ட்ரஷரி பதவியை நான் ஏற்றால்தான் மிகவும் மகிழ்ச்சியடைவார் என்றும் கூறினார். விஷயங்களை இனிமையான வகையில் கூறுபவர் அவர்; இந்த மாபெரும் கௌரவத்தை ஏற்றால் அவருக்கு நான் உதவி செய்வது போலிருக்கும் என்பது போன்ற ஒரு பிம்பத்தை உருவாக்கினார்.'

துரதிர்ஷ்டவசமாக, வில்சன் எப்போதும் அதுபோன்ற நுட்பத்தை கையாளவில்லை. அவர் அப்படிசெய்திருந்தால் வரலாறு வேறு விதமாக இருந்திருக்கும். உதாரணத்திற்கு, அமெரிக்காவை லீக் ஆப் நேஷன்ஸில் சேர்க்காமல் செனட் மற்றும் ரீபப்ளிக்கன் பார்ட்டி இரண்டையும் மகிழ்விக்கவில்லை. எலிஹூ ரூட் அல்லது சார்லஸ் எவன்ஸ் அல்லது ஹென்றி காபொட் லாட்ஜ் போன்ற பிரபல ரீபப்ளிக்கன் தலைவர்களை அமைதி மாநாட்டிற்கு அழைத்துச்செல்ல மறுத்துவிட்டார். பதிலாக, தன் சொந்த கட்சியிலிருந்து எவரும் அறியாத மனிதர்களை அழைத்துச்சென்றார். லீக் குறித்த கருத்து இருதரப்பினருடையது என்று ரீபப்ளிக்கன் கட்சியினரை உணர வைக்க மறுத்தார். அந்தப்பெருமையை அவர்கள் அனுபவிக்கக்கூட அனுமதிக்கவில்லை; மனித உறவுகளை அப்படி கடினமாக கையாண்டதன் விளைவாக அவர் தனக்கு தொழில்ரீதியான பாதிப்பை ஏற்படுத்தியதுடன் தனது உடல் நலத்தையும் குலைத்துக்கொண்டு வாழ்நாட்காலத்தை சுருக்கி அமெரிக்கா அந்த லீகிலிருந்து வெளியே இருப்பதென்று முடிவு செய்து உலக வரலாற்றையே மாற்றிவிட்டார்.

நீங்கள் விரும்புவதை செய்ய மற்றவர்கள் மகிழ்ச்சி அடைவது என்ற இந்த அணுகுமுறையை உபயோகிப்பவர்கள் தலைவர்களும் தூதரக அதிகாரிகள் மட்டும் இல்லை. இண்டியானாவின் போர்ட் வைனை சேர்ந்த டேல் ஓ .ஃபேரியர் என்பவர் தான் கொடுத்த வேலைகளை தன் குழந்தைகள் எப்படி மகிழ்ச்சியுடன் செய்யும்படி ஊக்கமளித்தார் என்று கூறினார்.

'பேரிக்காய் மரத்தின் அடியில் சென்று கீழே விழுந்திருந்த பேரிக்காய்களை எடுத்து வருவது ஜெ.ஃபின் வேலைகளில் ஒன்று. அப்படிச்செய்வதால் அம்மரத்தடியில் வளர்ந்துள்ள புல் வெட்டப்படும்போது புல்லை வெட்டிக்கொண்டிருப்பவர் நிறுத்தி பழங்களை பொறுக்கவேண்டியதில்லை. அவனுக்கு இந்த வேலை பிடிக்கவில்லை. அது செய்யப்படாமலோ அல்லது சரியாக செய்யப்படாமலோ இருந்தது. அதனால் புல் மேயும் இயந்திரத்தை இயக்குபவர் நிறுத்தி கீழே விழுந்திருந்த பேரிக்காய்களை பொறுக்கவேண்டிய நிலைமை இருந்தது. இது குறித்து நேரடியாக

மோதிக்கொள்ளாமல் அவனிடம் நான் இவ்வாறு கூறினேன்: "ஜெஃப் உன்னிடம் நான் ஒரு ஒப்பந்தம் வைத்துக்கொள்கிறேன். நீ சேகரிக்கும் பேரிக்காய் கூடை ஒவ்வொன்றிற்கும் நான் ஒரு டாலர் பணம் கொடுக்கிறேன். ஆனால் நீ வேலையை முடித்தபின்னர் அங்கு மீதமிருக்கும் பேரிக்காயின் எண்ணிக்கை அளவு டாலர்களை திரும்பப்பெறுவேன். இது எப்படி இருக்கிறது?" நீங்கள் எதிர்பார்க்கும் படி அவன் கீழே விழுந்திருந்த பேரிக்காய்களை பொறிக்கியது மட்டுமல்லாமல் மரத்திலிருந்து இன்னும் சிலவற்றை பறித்துப்போட்டு கூடையை நிரப்பாமல் இருக்கிறானா என்று பார்க்கவேண்டியதாகிவிட்டது.'

சொற்பொழிவுகள் ஆற்ற நண்பர்களிடமிருந்து வந்த அழைப்புகளை நிராகரித்த ஒரு மனிதரை நான் அறிவேன்; அவர்களுக்கு பிரதிஉபகாரம் செய்ய அவர் கடமை பட்டிருந்தாலும் அத்தகைய அழைப்புகளை அவர் நிராகரிக்க வேண்டியிருந்தது. இருப்பினும் அவர் அவை அனைத்தையும் மிக சாமர்த்தியமாக மறுத்தது மற்றவர் அந்த மறுப்பினால் குறைந்தபட்சம் மனநிறைவு அடையவும் செய்தது. அவர் அதனை எப்படி செய்தார்? வேலையில் பரப்பரப்பாக இருப்பதாக மட்டும் கூறி அவர் அழைப்பை மறுக்கவில்லை. அழைப்பை பாராட்டிய பிறகு அதனை ஏற்கமுடியாமல் போவதற்கு வருத்தம் தெரிவித்து அவருக்கு பதிலாக பேசக்கூடிய வேறொரு நபரின் பெயரையும் குறிப்பிட்டு மறுத்தார். வேறு வார்த்தைகளில், அந்த மறுப்பைப்பற்றி மற்றவர் வருந்த நேரமே கொடுக்கவில்லை. உடனே அவரது எண்ணங்களை அழைப்பை ஏற்கக்கூடிய மற்ற பேச்சாளரின் பக்கம் திருப்பிவிட்டார். மேற்கு ஜெர்மனியில் எங்கள் வகுப்புகளை எடுத்த குண்டெர் ஸ்சமிடட், அலமாரிகளில் அடுக்கி வைக்கப்பட்ட பொருட்களின் மேல் சரியான விலை பற்றிய குறிப்பை போட தவறிய ஒரு உணவுப்பொருட்கள் விற்கும் கடை பணியாளர் பற்றி கூறினார். இது குழப்பம் மற்றும் வாடிக்கையாளரின் புகார்களுக்கு காரணமானது. இது பற்றிய நினைவூட்டல்கள், கண்டித்தல்கள், நேரடி அறிவுறுத்தல்கள் எதுவும் பலனளிக்கவில்லை. இறுதியில் மிஸ்டர் ஸ்சமிடட் அந்தப்பணியாளரை தன் அலுவலகத்திற்குள் அழைத்து மொத்த கடையில் உள்ள பொருட்களின் மேல் விலை குறியீடு போடும் வேலையை மேற்பார்வையிட அவளை நியமிப்பதாக கூறினார். எல்லா அலமாரிகளிலும் உள்ள அனைத்துப்பொருட்களின் மீதான விலை குறியீடு சரியாக இருக்கவேண்டியது அவளது பொறுப்பாகும். இந்த புதிய பொறுப்பும் பதவி மாற்றமும் அவளது மனப்பாங்கை முழுமையாக மாற்றியது. அப்போதிலிருந்து தனது கடமைகளை திருப்திகரமான வகையில் செய்தாள்.

குழந்தைத்தனமாக உள்ளதா? இருக்கக்கூடும். லிஜென் ஆஃப் ஹானர் உருவாக்கி பதினைந்தாயிரம் வீரர்களுக்கு சிலுவைகள் கொடுத்து நெப்போலியன் தனது பதினெட்டு தளபதிகளை 'மார்ஷல்ஸ்

ஆ:ப் பிரான்ஸ்' ஆக்கி, தனது படையை கிராண்ட் ஆர்மி என்று அழைத்தார். போரின் கடுமையினால் பாதிக்கப்பட்ட வீரர்களுக்கு விளையாட பொம்மைகள் கொடுத்தாக நெப்போலியன் விமர்சிக்கப்பட்டார். 'ஆண்கள் பொம்மைகளால் ஆளப்படுகிறார்கள்' என்று நெப்போலியன் அதற்கு பதிலளித்தார்.

பதவி மாற்றம் மற்றும் அதிகாரம் கொடுக்கும் இந்த உத்தி நெப்போலியனுக்கு வேலை செய்தது. உங்களுக்கும் வேலை செய்யும். உதாரணத்திற்கு தனது புல்வெளியில் ஓடிக்குதித்து நாசம் செய்த அண்டை வீட்டு சிறுவர்களால் மிகவும் தொல்லை அடைந்தார், நியூயார்க் ஸ்கேர்ஸடேலை சேர்ந்த எனது நண்பர் மிஸஸ் எர்னஸ்ட் ஜெண்ட். அவள் கெஞ்சிப்பார்த்தாள். அது வேலை செய்யவில்லை. பிறகு அந்த குழுவினருள் மிகவும் மோசமான நடத்தை கொண்ட ஒரு சிறுவனுக்கு சிறப்பு பதவியளித்து அவனுக்கு அதிகாரம் உள்ளதாக உணரச் செய்தாள். அந்த சிறுவனை துப்பறிபவர் என்று கூறி எவரும் அந்த புல்வெளியில் நடக்காமல் பார்த்துக்கொள்ளவேண்டியது அவனது பொறுப்பு என்றும் அறிவித்தாள். அது அவள் பிரச்சனையை தீர்த்தது. அந்த துப்பறியும் சிறுவன் பின் தோட்டத்தில் தீ ஒன்றை மூட்டி அதில் இரும்பு கம்பியை காய்ச்சி அந்த புல்வெளியில் கால் பதிப்பவருக்கு சூடு போட இருப்பதாக அனைவரையும் அச்சுறுத்தினான்.

நடத்தை அல்லது மனப்பாங்கை மாற்றி ஒரு நல்ல பாதிப்பை ஏற்படுத்தும் தலைவர் பின்வரும் வழிமுறைகளை மனதில் வைத்துக்கொள்ளவேண்டும்:

1. *உண்மையாக இருங்கள். உங்களால் செய்ய முடியாத எதையும் செய்வதாக வாக்களிக்காதீர்கள். உங்களுக்கு கிடைக்கப்போகும் நன்மைகளை மறந்து மற்றவருக்கு கிடைக்கப்போகும் நன்மைகளில் கவனம் செலுத்துங்கள்.*
2. *மற்றவர் என்ன செய்யவேண்டும் என்பதை நீங்கள் மிகச்சரியாக அறிந்திருங்கள்.*
3. *அனுதாபத்துடன் இருங்கள். மற்றவர்கள் நிஜமாகவே விரும்புவது என்னவென்று உங்களை நீங்களே கேட்டுக்கொள்ளுங்கள்.*
4. *உங்கள் ஆலோசனை படி நடந்துகொண்டால் மற்றவர் அதிலிருந்து என்ன நன்மைகளை பெறுவார் என்பதை கருதுங்கள்.*
5. *அந்த நன்மைகளை அவர்களது விருப்பங்களுடன் ஒப்பிடுங்கள்.*
6. *நீங்கள் ஒரு வேண்டுகோளை முன் வைக்கும்போது மற்றவர் அதனால் நன்மை அடைவார் என்பது போல் அந்த*

விஷயத்தை தெரியப்படுத்துங்கள். நாம் இது போன்ற வெட்டு ஒன்று துண்டு இரண்டு என்பது போலான கட்டளையிடலாம்: ஜான் நாளை வாடிக்கையாளர்கள் வருகிறார்கள், நமது கையிருப்பு பொருட்கள் அறை சுத்தமாக இருக்கவேண்டும். அதனால் அவ்விடத்தை கூட்டி சுத்தம் செய்து சீராக பொருட்களை அலமாரிகளில் அடுக்கி வையுங்கள்.' அல்லது அதே எண்ணத்தை ஜான் அதிலிருந்து எப்படி நன்மைகள் பெறுவார் என்பதை அறிவுறுத்துவதாக காட்டலாம்: 'ஜான் நாம் உடனே செய்து முடிக்கவேண்டிய ஒரு வேலை இருக்கிறது. அது இப்போதே செய்து முடிக்கப்பட்டால் அதனை பின்னர் எதிர்கொள்ள நேரிடாது. நமது இடத்தை காட்ட நாளை சில வாடிக்கையாளர்களை நான் அழைத்து வருகிறேன். கையிருப்பு பொருட்கள் வைக்கும் அறையை அவர்களுக்கு காட்ட விரும்புகிறேன் ஆனால் அது நல்ல நிலைமையில் இல்லை. உங்களால் அந்த இடத்தை சுத்தம் செய்து பொருட்களை சீராக அலமாரிகளில் அடுக்கிவைத்து அந்த இடத்தை மெருகூட்ட முடிந்தால் அது நாம் நம் பணியில் சிறப்பானவர்கள் என்று நமக்கும் நமது நிறுவனத்திற்கும் நல்ல பெயர் பெற்றுத்தரும்.'

நீங்கள் கூறும் ஆலோசனையை கேட்டு நடக்க ஜான் மகிழ்ச்சி அடைவாரா? மிகவும் மகிழ்ச்சி அடைவார் என்று சொல்லமுடியாது ஆனால் அந்த நன்மைகளை சுட்டிக்காட்டாமல் இருந்தால் இருக்கக்கூடிய அளவை விட அதிகமாகவே மகிழ்ச்சி அடைவார். இருப்புச்சரக்கு அறை விளங்கும் விதத்தில் பெருமைகொள்பவர் மற்றும் நிறுவனத்தின் நற்பெயருக்கு பங்களிப்பதையும் விரும்புபவர் ஜான் என்று உங்களுக்குத்தெரியும் என்று வைத்துக்கொள்வோம், அவர் ஒத்துழைக்கும் வாய்ப்பு அதிகம். எப்படியும் அந்த வேலை செய்யப்பட வேண்டும் இப்போதே செய்து முடித்துவிட்டால் பின்னர் அதனை எதிர்கொள்ளவேண்டிய அவசியம் இருக்காது என்பதையும் நீங்கள் சுட்டிக்காட்டியதாக இருக்கும்.

இந்த அணுகுமுறைகளுக்கு எப்போதும் சாதகமான எதிர்வினையே கிடைக்கும் என்று நினைப்பது அப்பாவித்தனம் ஆனாலும் இந்த கொள்கைகளை பயன்படுத்தாமல் இருப்பதை விட இப்படிச் செய்தால் மக்களின் மனப்பாங்கை மாற்றமுடியும் என்று பெரும்பாலானோரின் அனுபவம் கூறுகிறது. உங்கள் வெற்றியை வெறும் 10 சதவிகிதம் அதிகரித்தால் முன்பை விட அதிக பயனுள்ள தலைவராக நீங்கள் விளங்குவீர்கள். அதுதான் உங்களுக்கு கிடைக்கும் நன்மை.

மக்கள் என்ன செய்யவேண்டுமென்று நீங்கள் விரும்புகிறீர்களோ அதனை அவர்கள் செய்வதற்கு....

விதி 27
நீங்கள் தரும் ஆலோசனை எதுவானாலும் அது மற்றவர்கள் மகிழ்ச்சியுடன் செய்யும்படி இருக்கட்டும்.

நம்மை மகிழ்விப்பவர்களுக்காக நாம் நன்றியுணர்வோம். நமது ஆன்மாக்களை பூக்கவைக்கும் இனிமையான தோட்டக்காரர்கள் அவர்கள்தான்.

—மார்க்ஸ் ப்ரௌஸ்

பகுதி 4

28

விமர்சனம் செய்யும் முன் சிந்தித்து செயல்படுங்கள்

மனித வரலாற்றில் ஒருபோதும் அறியப்படாத மிகவும் உணர்ச்சிகரமான மனித வேட்டையின் உச்ச கட்டம் 1931 ஆம் ஆண்டு மே மாதம் ஏழாம் தேதி அன்று நியூயார்க் நகரத்தில் நடந்தது. வாரக்கணக்கிலான தேடுதல் வேட்டைக்குப்பின், புகைபிடித்தல், மது அருந்துதல் போன்ற பழக்கங்கள் இல்லாத "இரண்டு துப்பாக்கி" க்ரௌலே என்ற கொலைகாரன் வெஸ்ட் என்ட் அவென்யூவில் தனது காதலியின் அடுக்கு மாடிக்குடியிருப்பில் உள்ள அறையில் சிறை பிடிக்கப்பட்டான். நூற்று ஐம்பது போலீஸ்காரர்களும், புலனாய்வு அதிகாரிகளும் அவனுடைய மேல்மாடி மறைவிடத்தை முற்றுகையிட்டார்கள். "கொலைகாரன்" க்ரௌலேயை வெளிக்கொண்டு வர அந்த வீட்டின் மேற்கூரையில் துளையிட்டு அதன் வழியாக கண்ணீர் புகையைப் செலுத்தினார்கள். அண்டையிலிருந்த கட்டிடங்களில் இயந்திரத் துப்பாக்கிகளைப் பொருத்தி ஒருமணி நேரத்திற்கும் மேலாக நியூயார்க்கின் மிகச்சிறந்த குடியிருப்புப் பகுதிகள் கைத்துப்பாக்கி வெடிப்புச்சத்தம் மற்றும் இயந்திரத் துப்பாக்கிகள் தொடர்ந்து இயங்கும் சத்தத்தால் எதிரொலிக்கும்படி செய்தார்கள். க்ரௌலே மெத்தென்ற துணி கொண்டு மூடப்பட்ட நாற்காலியின் பின்னிருந்தபடி போலீஸ்காரர்களை நோக்கி இடைவிடாது துப்பாக்கியால் சுட்டுக்கொண்டிருந்தான். இந்தப் போராட்டத்தை பத்தாயிரத்திற்கும் மேற்பட்ட மக்கள் அதிர்ச்சியுடன் பார்த்தனர். நியூயார்க்கின் நடைபாதைகளில் அதுபோன்ற சம்பவம் முன்பு எப்போதும் பார்க்கப்பட்டதேயில்லை.

நியூயார்க் நகர வரலாற்றில் மிகவும் அபாயகரமான குற்றவாளி என்று க்ரௌலி பிடிபட்டபோது அவனைப்பற்றி, இரண்டு துப்பாக்கி அஞ்சா நெஞ்சன் என்று போலீஸ் கமிஷனர் ஈ.பி. மல்ரூனே வெளிப்படுத்தினார். "அவன் நினைத்தால் நினைத்த மாத்திரத்திலேயே கொன்று விடுவான்" என்று கமிஷனர் கூறினார்.

ஆனால் "இரட்டைத் துப்பாக்கி" க்ரௌலே தன்னை எப்படிப்பட்டவன் என்று கருதினான்? நாம் அறிவோம், ஏனென்றால் போலீஸ்காரர்கள் துப்பாக்கிச்சூடு நடத்திக்கொண்டிருந்தபோது, அவன் "இதனுடன் தொடர்புடையவர்களுக்கு" என்று குறிப்பிட்டு ஒரு கடிதம் எழுதினான். இந்தக் கடிதத்தை எழுதிக்கொண்டிருக்கும்போது அவன் உடலில் ஏற்பட்டிருந்த காயங்களிலிருந்து கசிந்த இரத்தம் சிவப்பு நிறமாக அந்தத் தாளில் படிந்திருந்தது. அந்தக் கடிதத்தில் க்ரௌலே இவ்வாறு

கூறினான்: என் மேல்ச்சட்டைக்குள் களைப்புற்ற ஆனால் கனிவான இதயம் ஒன்று இருக்கிறது. அது யாருக்கும் எந்தத் தீங்கும் செய்ததில்லை."

இதற்குச் சற்று நேரம் முன்பு, க்ரௌலே நீண்ட தீவின் ஒரு கிராமத்துச் சாலையில் தன் பெண் தோழியுடன் நெருக்கமாக அமர்ந்து முத்தங்கள் வழங்கி மகிழ்ந்து கொண்டிருந்தான். திடீரென்று ஒரு போலீஸ்காரர் காருக்கு அருகில் வந்து, "உங்கள் ஓட்டுநர் உரிமத்தைக் காட்டுங்கள்" என்றார்.

ஒரு வார்த்தைக்கூடப் பேசாமல், க்ரௌலே திடீரெனத் தன் துப்பாக்கியை எடுத்து அந்த காவல்காரரை சரமாரியாகச் சுட்டு வீழ்த்தினான். இறந்துகொண்டிருந்த அந்த அதிகாரி கீழே விழும்பொழுதே, க்ரௌலே காரைவிட்டு வெளியே வந்து, அவரது கைத் துப்பாக்கியைப் எடுத்து தரையில் கிடந்த தலைதொங்கிப்போன அவரது உடலில் மீண்டும் சுட்டான். "என் மேல்ச்சட்டைக்குள் களைப்புற்ற ஆனால் கனிவான இதயம் இருக்கிறது. அது யாருக்கும் எந்த தீங்கும் செய்ததில்லை." என்று சொன்ன கொலையாளிதான் அவன்.

க்ரௌலே மின்சார நாற்காலியில் அமர்த்தப்பட்டு கொல்லப்பவேண்டுமென்று தண்டனை வழங்கப்பட்டான். சிங் சிங்கில் உள்ள கொலைத்தண்டனை நிறைவேற்றும் பகுதிக்கு வந்தபோது, அவன், "இதுதான் மக்களைக் கொலை செய்ததற்கு எனக்கு கிடைக்கும் தண்டனை!" என்றா கூறினான். இல்லை, அவன் இப்படிக் கூறினான்: "இதுதான் என்னைத் தற்காத்துக் கொண்டதற்கு எனக்கு கிடைத்த பரிசு."

இந்தக் கதையின் கருத்து இதுதான்: "இரட்டைத் துப்பாக்கி" க்ரௌலே எதற்காகவும் தான் தவறு என்று தன் மீது பழியை ஏற்றுக்கொள்ளவில்லை.

இது குற்றவாளிகளுக்கிடையில் காணப்படும் வழக்கத்திற்கு மாறான ஒரு நடவடிக்கையா? அப்படி நீங்கள் நினைத்தால் இதனைக் கவனியுங்கள்: "மக்களுக்கு சில சிறிய வகைகளில் மகிழ்ச்சியளித்து அவர்கள் நன்றாக நேரத்தை செலவிட என் வாழ்க்கையின் மிகச்சிறந்த வருடங்களை செலவிட்டுள்ளேன். பதிலுக்கு எனக்கு கிடைத்ததெல்லாம் வேட்டையாடப்பட்ட மனிதனின் வாழ்க்கை நிலை என்ற அவலம்."

அது அல் கேபோன் கூறுவது. ஆம், அமெரிக்க பொது மக்களின் மிகவும் மோசமான எதிரி. சிகாக்கோவில் துப்பாக்கி சூடுகள் நடத்திய ஒரு கொலைகார கும்பலைச் சேர்ந்தவன் அல் கேபோன். கேபோன் தன்னை நிந்தித்துக்கொள்ளவில்லை. உண்மையில் அவன் தன்னை பொதுமக்களின் நலம்விரும்பியாகத்தான் கருதினான். பாராட்டப்படாத, தவறாகப் புரிந்துகொள்ளப்பட்ட பொதுமக்களின் நலம் விரும்பி என்று தன்னை கருதினான்.

நெவார்க்கில் கொலைகார கும்பலால் சுட்டுவீழ்த்தப்படும் முன் டச் ஸூல்ட்ஸ் கூட இப்படித்தான் செய்தான். டச் ஸூல்ட்ஸ் நியூயார்க்கின்

மிகவும் மோசமான குற்றவாளிகளில் ஒருவன். அவன் ஒரு செய்தித்தாளுக்கு அளித்த பேட்டியில் தான் பொதுமக்களின் நலன் விரும்பி என்று குறிப்பிட்டான். அதனை அவன் நம்பினான்.

தவறான காரணங்களுக்காக பிரபலமாக விளங்கிய நியூயார்க்கின் சிங் சிங் சிறைச்சாலையின் வார்டனாக பல காலங்கள் இருந்த லீவிஸ் லாவ்ஸ் என்பவருடன் இதைப்பற்றிப் பலமுறை கடிதத்தொடர்பு கொண்டிருந்தேன். 'சிங் சிங்கில் உள்ள குற்றவாளிகளில் சிலரே தங்களைக் கெட்டவர்களாக கருதுகிறார்கள். அவர்களும் நம்மைப்போன்ற மனிதர்கள்தான். ஆகவே தங்களை குறித்து பகுத்தாராய்ந்து விளக்குகிறார்கள். பிறரது பணப்பெட்டியை திருட வேண்டிய காரணம் அல்லது துப்பாக்கியை விரைந்துப் பயன்படுத்த வேண்டிய அவசியம் ஏற்பட்டது எப்படியென்று அவர்களால் சொல்லமுடியும். அவர்களில் பெரும்பாலானவர்கள் காரணகாரியங்களை விளக்க முற்படுகிறார்கள். அது தவறாக இருந்தாலும் தர்க்கரீதியாக சரியாக இருந்தாலும். தங்களது சமூகவிரோத நடவடிக்கைகளை தங்களுக்கே நியாயப்படுத்த முற்படுவதன் விளைவாக தாங்கள் கைதுசெய்யப் பட்டிருக்கக் கூடாது என்பதை உறுதியாக கூறிக்கொண்டிருப்பார்கள்.' என்று அவர் தன் கருத்தை வெளிப்படுத்தினார்.

அல் கபோன், "இரட்டைத்துப்பாக்கி" க்ரௌலே, டச் ஸூல்ட்ஸ் மற்றும் சிறைச் சுவர்களுக்குப் பின்னாலிருக்கும் பல நம்பிக்கையிழந்த ஆண்களோ பெண்களோ தங்களைக் குற்றம் சொல்லிக்கொள்ளவில்லை என்றால், நீங்களும் நானும் அன்றாடம் தொடர்பு கொள்ளும் மக்கள் எப்படிப் பட்டவர்கள்?

தன் பெயரில் பல அமெரிக்க கடைகள் துவங்கிய ஜான் வானமேக்கர், இவ்வாறு ஒருமுறை ஒப்புக்கொண்டார்: "திட்டுவது முட்டாள்தனமானது என்று நான் முப்பது ஆண்டுகளுக்கு முன்பு கற்றுக்கொண்டேன். கடவுள் அறிவுத்திறமை என்னும் வரப்பிரசாதத்தை எல்லோருக்கும் சரிசமமாகப் பகிர்ந்தளிக்கவில்லை என்ற உண்மையை உணர்ந்து நொந்து போகாமல் என் குறைபாடுகளை நீக்கிக் கொள்வதிலேயே போதிய அளவு துன்பத்தை நான் எதிர்கொள்கிறேன்."

வானமேக்கர் இந்தப் பாடத்தை ஆரம்பத்திலேயே கற்றுக் கொண்டார். ஆனால் மக்கள் எவ்வளவு மோசமாக இருந்தாலும் தங்களை அதற்காக விமர்சனம் செய்து கொள்வதில்லை என்ற உண்மையை உணரும் முன் நான் தனிப்பட்ட முறையில் தவறுகள் புரிந்தபடி இவ்வுலகில் ஏறத்தாழ முப்பது ஆண்டுகளை கழித்திருந்தேன்.

மோசமாக விமர்சனம் செய்வது என்பது பயனற்றது. ஏனென்றால் அது ஒரு மனிதரை தற்காப்பு நிலைக்கு கொண்டுசென்று அவர் தன்னை நியாயப்படுத்தும் நிலைமையை உருவாக்குகிறது. அது மிகவும்

அபாயகரமானது. ஏனென்றால் அது அவரது தன்மானத்தை இழுவுபடுத்தி தனக்கான முக்கியத்துவத்தை குறைத்து வெறுப்பை தூண்டுகிறது.

உலகப் புகழ்பெற்ற மனோதத்துவ நிபுனர் பி. எ.்ப். ஸ்கின்னர் தன் பரிசோதனைகள் மூலம் மோசமான நடவடிக்கைகளுக்காக தண்டிக்கப்படும் மிருகத்தைவிட நல்ல நடத்தைக்காக பாராட்டப்படும் மிருகம் மிகவேகமாகவும் அதிகமாகவும் கற்றுக்கொண்டு அதனை தக்கவும் வைத்துக் கொள்கிறது என்று நிரூபித்துள்ளார். பின்னர் நடத்தப்பட்ட பரிசோதனை ஆய்வுகள் மனிதர்களுக்கும் இது பொருந்துகிறது என்று காட்டுகிறது. மோசமாக விமர்சிப்பதன்மூலம் நிலையான மாற்றத்தைப் பெறமுடிவதில்லை. பெரும்பாலும் கோபத்தையே சம்பாதிக்கிறோம்.

ஹென்ஸ் செல்யே என்ற மற்றுமொரு மிகப்பெரிய மனோதத்துவ நிபுனர், "எவ்வாறு நாம் ஏற்றுக்கொள்ளப்படுவதற்க்காக தீராத தாகம் கொண்டுள்ளோமோ அதே அளவில் நாம் குற்றும் கூறப்படுவதையும் வெறுக்கிறோம்." என்று கூறினார். மோசமான விமர்சனம் உண்டாக்கும் கோபமானது, ஊழியர்கள், குடும்பத்தினர் மற்றும் நண்பர்களையும் ஊக்கமிழக்கச்செய்துவிடும். இருப்பினும் குற்றம் கூறப்பட்ட சூழ்நிலையையும் அதனால் மாற்றவியலாது.

ஒகலஹமாவின் ஈனிட்டைச் சேர்ந்த ஜார்ஜ் பி. ஜான்ஸ்டன் ஒரு பொறியியல் கம்பெனியில் பாதுகாப்பு ஒருங்கிணைப்பாளராக இருக்கிறார். களப்பணியில் இருக்கும்போது ஊழியர்கள் தங்களது தலைக்கவசம் அணிந்திருப்பதை கண்காணிப்பது அவரது பொறுப்புகளில் ஒன்று. எப்பொழுதெல்லாம் ஊழியர்கள் தலைகவசம் அணியாமல் காணப்பட்டார்களோ அப்பொழுதெல்லாம் அவர்கள் கடைபிடிக்க வேண்டிய ஒழுங்கு முறைகளை அதிகார தோரணையில் எடுத்துரைப்பார். அதன் விளைவாக உள்ளுக்குள் கோபத்துடன் அவர் வார்த்தைகளை அவர்கள் ஏற்றுக்கொண்டாலும் அவர் அங்கிருந்து சென்றவுடன் அடிக்கடி தங்களது தலைக்கவசங்களை கழற்றி விடுவார்கள்.

அவர் ஒரு வித்தியாசமான அணுகுமுறையை முயற்சி செய்ய முடிவெடுத்தார். அடுத்த முறை ஊழியர்கள் சிலர் தலை கவசம் அணியாமலிருந்ததைப் பார்த்தபோது அவர்களிடம் அது அணிய வசதியற்றதாக இருக்கிறதா அல்லது சரியாகப் பொருந்தாமல் இருக்கிறதா என்று கேட்டார். பிறகு கனிவான குரலில் இனிமையான முறையில் அந்தத் தலைக்கவசம் அவர்களது தற்காப்பிற்காக உருவாக்கப்பட்டுள்ளது என்றும் வேலையில் இருக்கும் போது அதனைத் தவறாமல் அணிந்து கொள்ளுமாறும் அந்த ஊழியர்களுக்கு நினைவுபடுத்தினார். விளைவு, கோபம் கொள்ளாமலும் உணர்ச்சிவசப்படாமலும் அந்த விதிமுறையைப் பின்பற்றுவதில் முன்னேற்றம் காணப்பட்டது.

மோசமான விமர்சனத்தின் பயனற்றத்தன்மை வரலாற்றின் ஆயிரக் கணக்கான பக்கங்களில் நிறைந்திருப்பதை நீங்கள் காண்பீர்கள். உதாரணத்திற்கு தியோடர் ரூஸ்வெல்ட் மற்றும் ஜனாதிபதி டா∴ப்ட் இடையில் நடைபெற்ற வாக்குவாதத்தை எடுத்துக் கொள்ளுங்கள். இந்த சச்சரவு ரிபப்ளிக்கன் கட்சியை இரண்டாகப் பிரித்து, உட்ரோ வில்சனை வெள்ளை மாளிகையில் அமர்த்தி முதல் உலகப்போரின் போக்கையே மாற்றி வரலாற்று வரிகளில் பெரும் எழுத்துக்களில் இடம்பெற்றது. நாம் உண்மைகளை விரைவாக மீள்பார்வை செய்யலாம். 1908ஆம் ஆண்டில் தியோடர் ரூஸ்வெல்ட் வெள்ளை மாளிகையை விட்டு வெளியேறிய போது, ஜனாதிபதியாக தேர்ந்தெடுக்கப்பட்ட டா∴ப்ட்டை அவர் ஆதரித்தார். பிறகு தியோடர் ரூஸ்வெல்ட் சிங்க வேட்டைக்காக ஆப்பிரிக்கா சென்றுவிட்டார். அவர் திரும்பி வந்த போது உணர்ச்சிக் கொந்தளிப்பில் வெடித்தார். பழமைவாதத்திற்காக அவர் டா∴ப்ட்டை கண்டித்து மூன்றாவது முறையாகத் தேர்தலுக்கு முன்மொழியப்பட முயற்சித்தார். புல் மூஸ் கட்சியை உருவாக்கி ரிபப்ளிக்கன் கட்சியை சிதைத்தார். தொடர்ந்து நடந்த தேர்தலில் வில்லியம் ஹோவார்ட் டா∴ப்ட்டும், ரிபப்ளிகன் கட்சியும் வெர்மோன்ட் மற்றும் உடா ஆகிய இரண்டு மாகாணங்களைத்தான் பெற்றன. அதுவரை அந்தக்கட்சி அறிந்திராத பேரழிவாக முடிந்த தோல்வி அது.

தியோடர் ரூஸ்வெல்ட் டா∴ப்ட்டைக் குற்றம் கூறினார் ஆனால் ஜனாதிபதி டா∴ப்ட் தன்னைக் குற்றம் கூறிக்கொண்டாரா? கண்டிப்பாக இல்லை. கண்களில் கண்ணீருடன் டா∴ப்ட் இவ்வாறு கூறினார்: 'நான் இதை வேறு விதமாக எப்படி செய்திருக்கவேண்டுமென்று எனக்கு புலப்படவில்லை.'

யார் மீது பழி சுமத்தப்படவேண்டும்? ரூஸ்வெல்ட் அல்லது டா∴ப்ட்? வெளிப்படையாக, எனக்குத்தெரியாது. அது பற்றி எனக்கு கவலையுமில்லை. நான் சொல்லவருவது என்னவென்றால் தியோடர் ரூஸ்வெல்ட் அவர்களின் கடுமையான விமர்சனம் டா∴ப்ட்டை தான் தவறு செய்துவிட்டதாக நினைக்க வற்புறுத்தவில்லை.

டா∴ப்ட் தன்னை நியாயப்படுத்திக் கொண்டு கண்ணீருடன் இவ்வாறு கூறி மீண்டும் போராட மட்டுமே வழிவகுத்தது: 'நான் இதை வேறு விதமாக எப்படி செய்திருக்கவேண்டுமென்று எனக்கு புலப்படவில்லை.'

அல்லது, டீ பாட் எண்ணெய் ஊழலை எடுத்துக் கொள்ளுங்கள். அது 1920ஆம் ஆண்டின் முற்பகுதிகளில் செய்தித்தாள்களை கோபத்துடன் ரீங்கரிக்கச் செய்தது. அது நாட்டையே உலுக்கியது. அப்போது வாழ்ந்த மக்களின் நினைவைப் பொறுத்தவரை இது போன்ற எதுவும் அமெரிக்கப் பொதுவாழ்வில் அதுவரை நடைபெறவில்லை. அந்த ஊழலைப் பற்றிய அப்பட்டமான உண்மைகள் இவைதான்: ஹார்டிங்ஸின் அமைச்சரவையில் உள்துறைச் செயலாளராக இருந்த ஆல்பர்ட் பி. ∴பால் கடற்படையின் எதிர்காலப் பயன்பாட்டிற்காக ஒதுக்கப்பட்ட எல்க்

ஹில் மற்றும் டீபாட் டோம்மின் அரசு எண்ணெய் கிடங்குகளை வாடகைக்கு விடும் பொறுப்பை பெற்றிருந்தார். செயலாளர் ஃபால் போட்டி முறையில் ஏலமிட அனுமதி அளித்தாரா? இல்லை அய்யா. அவர் இந்த கொழுத்த ஒப்பந்தத்தை தன் நண்பர் எட்வர்ட் எத். டோஹெனிக்கு நேரடியாக கொடுத்துவிட்டார். அதற்கு டோஹெனி என்ன செய்தார்? கடன் என்ற பெயரில் அவர் செயலாளர் ஃபாலுக்கு ஒரு லட்சம் டாலர்கள் கொடுத்தார். பிறகு, திரு ஃ பால் அவர்கள் மேலாதிக்க முறையில் எல்க் ஹில் அவர்களின் எண்ணெய் கிடங்குகளுக்கு அருகிலிருந்து எண்ணெய் உறிஞ்சக்கூடிய மற்ற போட்டியாளர்களை அமெரிக்க கடற்படை கொண்டு அங்கிருந்து விரட்டியடிக்க உத்தரவிட்டார். பாதிக்கப்பட்ட போட்டியாளர்கள் தங்கள் நிலத்திலிருந்து துப்பாக்கி முனையில் துரத்தப்பட்டதனால், நீதிமன்றத்திற்கு விரைந்து டீபாட் டோம் ஊழலை அம்பலப்படுத்தினார்கள். வெறுக்கத்தக்க அளவிலான ஊழல் துர்நாற்றம் பரவி ஹார்டிங்கின் நிர்வாகத்தை அழித்து, முழு தேசத்திற்கும் சேதம் ஏற்படும் வகையில் ரிபப்ளிக்கன் கட்சி சிதைந்து போக காரணமாகி ஆல்பர்ட் பி. ஃபால் அவர்களை சிறைக்குச் செல்ல வைத்தது.

ஃபால் மிகுந்த கண்டனத்திற்கு உள்ளானார். பொதுவாழ்வில் அதுவரை மிகச்சிலரே கண்டனம் செய்யப்படும் வகையில் மிகவும் வன்மையாக கண்டிக்கப்பட்டுள்ளனர். அவர் அதற்காக வருந்தினாரா? ஒருபோதும் இல்லை! சில ஆண்டுகளுக்குப் பிறகு, ஹெர்பர்ட் ஹூவர் ஒரு பொதுமேடையில் பேசும் போது, ஜனாதிபதி ஹார்டிங்கின் மரணம் ஒரு நண்பரின் துரோகம் ஏற்படுத்திய மன உளைச்சல் மற்றும் கவலை காரணமாக ஏற்பட்டது என்று தெரியப்படுத்தினார். திருமதி. ஃபால் இதனைக் கேட்டவுடன் தன் இருக்கையிலிருந்து துள்ளி எழுந்து, அழுதபடி தன் விதியை நொந்தவாறு கூக்குரலிட்டாள்: 'என்ன! ஃபால் ஹார்டிங்கிற்கு துரோகம் செய்தாரா? இல்லை. என் கணவர் யாருக்கும் துரோகம் செய்ததேயில்லை. என்னுடைய இந்த வீட்டை தங்கம் கொண்டு நிரப்பினாலும் என் கணவரைத் தவறு செய்ய தூண்ட முடியாது. அவர்தான் வஞ்சிக்கப்பட்டு சிலுவையில் அறையப்படுவதற்கு இணையாக கொடுமையான முறையில் கொல்லப்பட்டார்.

மிகச் சரியாக; தவறு செய்பவர்கள் தங்களைத் தவிர மற்ற எல்லோரையும் குறை சொல்வதுதான் மனித இயல்பின் நடைமுறை. நாம் அனைவரும் அப்படித்தான். அதனால் நீங்களோ நானோ நாளை யாரையாவது கடுமையாக விமர்சனம் செய்யத் தூண்டப்பட்டால் அல்கேபோன், 'இரண்டு துப்பாக்கி' க்ரௌலே மற்றும் ஆல்பர்ட் ஃபாலை நினைத்துப்பார்த்துக் கொள்வோம். கேலியான விமர்சனங்கள் வீட்டுக்கே திரும்பி வரும் புறாக்களைப் போன்றவை என்பதை உணர்வோம். அவை எப்போதும் வீடு திரும்பிவிடும். நாம் குற்றம் கூறி திருத்த நினைக்கும் நபர் தன்னை நியாயப்படுத்திக் கொண்டு நம்மையே குற்றம்

சொல்வார்; அல்லது மென்மையான டா∴ப்டைப் போல இப்படி சொல்வார்: 'நான் இதை வேறு விதமாக எப்படி செய்திருக்கவேண்டுமென்று எனக்கு புலப்படவில்லை.'

ஜான் வில்கெஸ் பூத் 1865ஆம் ஆண்டு ஏப்ரல் மாதம் 15ஆம் தேதி, ஆப்ரஹாம் லிங்கனைச் சுட்டுக் கொலை செய்த ∴போர்டு அரங்கத்தின் எதிரில் ஒரு எளிமையான தங்கும் விடுதியின் படுக்கையறையில் அவர் உயிர் பிரியும் நிலையில் கிடத்தப்பட்டிருந்தார். அவரது உடல் பாரத்தினால் தொய்ந்துபோன கட்டிலின் குறுக்கே அவர் கிடத்தப்பட்டிருந்தார். ரோஸா போன்ஹீயரின் புகழ் பெற்ற *தி ஹார்ஸ் ∴பேர்* என்ற ஓவியத்தின் மலிவான பதிப்பு அக்கட்டிலின் மேல் தொங்கிக்கொண்டிருந்தது. ஒரு மந்தமான வாயு விளக்கு மஞ்சள் ஒளியை படபடத்துக் கொண்டிருந்தது.

மரணப்படுக்கையில் லிங்கன் இருக்க, அவருடைய போர்ப்படை செயலாளர் ஸ்டேன்டன் "உலகம் கண்ட மிகச் சிறந்த ஆட்சியாளர் அங்கே படுத்துக்கிடக்கிறார்" என்று கூறினார்.

மக்களைக் கையாள்வதில் லிங்கன் அடைந்த வெற்றியின் ரகசியம் என்ன? ஆப்ரஹாமின் வாழ்க்கையை நான் பத்து வருடங்கள் படித்தேன். லிங்கன் தி அன்நோன் என்ற புத்தகத்தை மீண்டும் மீண்டும் எழுதி சரிபார்க்க மூன்று வருடங்களை அர்பணித்தேன். எந்த மனிதராலும் மிகச்சிறப்பான வகையில் செயல்பட முடிந்த அதிகபட்ச அளவில் இருந்த அவரது குடும்ப வாழ்க்கை மற்றும் அவரது ஆளுமை பற்றி விரிவான மற்றும் முழுமையான அளவில் படித்திருந்தேன் என்று நான் நம்பினேன். மக்களை அவர் கையாண்ட விதம் பற்றி விசேஷமான படிப்பை மேற்கொண்டேன். அவர் விமர்சனத்தில் ஈடுபட்டாரா? ஓ, ஆமாம். இண்டியானாவின் பிஜன் க்ரீக் வேலிப் பகுதியின் இளைஞராக அவர் கடுமையான விமர்சனங்களை முன்வைத்தது மட்டுமல்லாமல், மக்களைக் கேலி செய்து கடிதங்களும் கவிதைகளும் எழுதி, கண்டிப்பாக மக்களின் கண்களில் படும் வகையில் அவற்றை நாட்டுப்புற பகுதிகளில் காட்சிப்படுத்தி வைத்தார். இந்தக் கடிதங்களில் ஒன்று அவர் வாழ்நாள் முழுவதும் கொழுந்துவிட்டு எரிந்த சீற்றத்தை உருவாக்கியது.

இல்லினாய் ஸ்பிரிங்∴பீல்டில் புகழ் பெற்ற வழக்கறிஞராக லிங்கன் செயலாற்றிய போதும் கூட, பத்திரிகைகளில் வெளி வந்த கடிதங்களின் மூலம் தன் எதிரிகளை அவர் வெளிப்படையாக தாக்கி எழுதினார். ஆனால் இதனை அடிக்கடி செய்தார்.

1842ஆம் ஆண்டின் இலையுதிர் காலத்தில் ஜேம்ஸ் ஷீல்ட்ஸ் என்ற தகுதியற்ற, கசப்பான அரசியல்வாதியை ஏளனமாக விமர்சனம் செய்தார். ஸ்பிரிங் ∴பீல்டு *ஜர்னலில்* வெளியிடப்பட்ட பெயரிடப்படாத கடிதத்தின் மூலம் லிங்கன் அவரைச் சாடினார். நகரம் கைக்கொட்டி சிரிக்க. உணர்ச்சிபூர்வமானவராகவும், தற்பெருமை கொண்டவராகவும்

இருந்த ஷீல்ட்ஸ் கோபத்தில் கொதித்தெழுந்தார். அதை எழுதியது யார் என்பதை அறிந்து தன் குதிரையின் மீது தாவி ஏறி லிங்கனை நோக்கிச் சென்று அவரிடம் ஒற்றைக்கு ஒற்றை சண்டையிட வருமாறு சவால்விட்டார். லிங்கன் சண்டையிட விரும்பவில்லை. நேருக்கு நேர் சண்டையிடுவதற்கு எதிர்ப்பு தெரிவித்தார். ஆனால் அவரால் அதை தவிர்க்கவும் முடியவில்லை. தன் கௌரவத்தைக் காப்பாற்றிக்கொள்ள விரும்பினார். எந்த ஆயுதங்கள் பயன்படுத்தலாம் என்று தேர்ந்தெடுக்கும் வாய்ப்பும் அளிக்கப்பட்டார். தனக்கு மிக நீண்ட கைகள் இருந்ததால் குதிரைப்படை வீரர்கள் பயன்படுத்தும் பரந்த வாளைத் தேர்ந்தெடுத்து, வெஸ்ட் பாயின்ட் பட்டதாரி ஒருவரிடம் வாள் வீச்சு பயிற்சியும் பெற்றார். குறிப்பிட்ட நாளில், மிஸிசிபி ஆற்றங்கரையில் மணல் வெளியில் அவரும் ஷீல்ட்ஸும் சந்தித்து உயிருள்ள வரை போராட தயாரானார்கள். ஆனால் கடைசி நிமிடத்தில், அவருடைய இரண்டாம் நிலை அதிகாரிகள் குறுக்கிட்டு சண்டையை தடுத்து நிறுத்திவிட்டார்கள். இதுதான் லிங்கனின் வாழ்க்கையில் நடந்த மிகப் பெரிய வெறுப்பூட்டும் தனிப்பட்ட நிகழ்ச்சியாகும். மக்களைக் கையாளும் கலை என்னும் விலைமதிப்பற்ற பாடத்தை அது அவருக்கு கற்றுக் கொடுத்தது. அதன் பிறகு பிறரை அவமதிக்கும் வகையிலான கடிதங்களை அவர் எழுதவில்லை. பிறகு ஒருபோதும் எவரையும் ஏளனம் செய்யவில்லை. அந்த நேரத்திலிருந்து, கிட்டத்தட்ட எவரையும் எதற்காகவும் கடுமையாக விமர்சனம் கூட செய்யவில்லை.

உள்நாட்டுப் போரின் போது பல சந்தர்ப்பங்களில் மீண்டும் மீண்டும், இராணுவ படைத் தளபதியாக பல புதிய நபர்களை அவர் நியமித்தார். மேக்மில்லன், போப், பர்ன்சைட், ஹூக்கர், மீயடே போன்ற ஒவ்வொருவரும் தங்கள் பங்கிற்கு பாதகங்கள் புரிந்து லிங்கனை பதட்டமடையச்செய்தார்கள். நாட்டின் ஒரு பாதி மக்கள் இந்த தகுதியற்ற இராணுவத் தலைவர்களை கொடூரமாக குறை கூறினார்கள். ஆனால் லிங்கன், 'யார் மீதும் வன்மமின்றி, எல்லோரிடமும் கருணையுடன்' நடந்து கொண்டு தனது அமைதியை காத்தார்.

அவருக்கு விருப்பமான வாசகங்களில் ஒன்று: 'மற்றவர்களால் மதிப்பிடப்படுவதை எப்படி நீங்கள் விரும்பமாட்டீர்களோ அப்படியே அவர்களையும் மிதிப்பிடாதீர்கள்.'

தென்மாநில மக்கள் பற்றி மிஸஸ் லிங்கனும் மற்றவர்களும் கடுமையாகப் பேசிய போது, லிங்கன் இவ்வாறு பதில் கூறினார்: 'அவர்களை கடுமையாக விமர்சனம் செய்யாதீர்கள்; அத்தகைய சூழ்நிலையில் நாம் எப்படி இருப்போமோ அப்படித்தான் அவர்கள் இருக்கிறார்கள்.'

இருப்பினும் ஒரு மனிதருக்கு விமர்சனம் செய்யும் சந்தர்ப்பம் கிடைத்ததென்றால் நிச்சயமாக அது லிங்கன்தான். நாம் ஒரேயொரு எடுத்துக்காட்டை மட்டும் எடுத்துக் கொள்வோம்:

1863ஆம் ஆண்டின் ஜூலை மாதத்தின் முதல் மூன்று நாட்களில் கெட்டிஸ்பர்க் போர் நடந்தது. ஜூலை 4ஆம் தேதி இரவில், புயல் போன்ற சூழ்நிலை உருவாகி நாட்டை மழையால் வெள்ளக்காடாக ஆக்கிய போது, லீ தெற்கு நோக்கிப் பின்வாங்கத் தொடங்கினார். தோற்றுப்போன படைகளுடன் லீ போட்டோமாக்கை அடைந்த போது, வெற்றி பெற்ற யூனியன் படை அவருக்குப் பின்னாலும் வெள்ளத்தால் பெருகிய நீர்மிகுந்த கடக்க முடியாத ஆற்றை முன்னாலும் கண்டார். லீ ஒரு பொறிக்குள் மாட்டிக்கொண்டுவிட்டார். அவரால் தப்பிக்கமுடியவில்லை. லிங்கன் அதனைப் பார்த்தார். சொர்கம் ஏற்படுத்திய தங்கமான வாய்ப்பு—லீயின் படையை கைப்பற்றி உடனே போரை முடிக்கும் வாய்ப்பு. ஆகவே, உயர்ந்த நம்பிக்கையுடன், போர் குழுவை அழைத்து ஆலோசனைகள் கேட்காமல் உடனடியாக லீயைத் தாக்கும்படி லிங்கன் மீயேட்டிற்கு உத்தரவிட்டார். தனது உத்தரவைத் தந்தியாக அனுப்பிவிட்டு, ஒரு சிறப்பு தூதுவர் மூலம் மீயேட் உடனடியாக நடவடிக்கை எடுக்க வேண்டும் என்று உத்தரவிட்டார்.

ஜெனரல் மீயேட் என்ன செய்தார்? தனக்கு உத்தரவிடப்பட்டதிலிருந்து முற்றிலுமாக மாறுபட்டு போர் குழுவை ஆலோசனைக்காக அழைத்தார். அவர் தயங்கினார். தனது நடவடிக்கைகளைத் தள்ளிப்போட்டார். எல்லா வகையான சாக்குபோக்குகளையும் தந்தியாக அனுப்பினார். லீயைத் தாக்க முடியாதென்று அப்பட்டமாக மறுத்தார். இறுதியாக ஆற்றில் வெள்ளம் வடிந்தது. லீ தன் படையுடன் தப்பிச் சென்றார்.

லிங்கன் மிகவும் கோபமடைந்தார். 'இதற்கு என்ன அர்த்தம்?' என்று லிங்கன் தன் மகன் ராபர்ட்டிடம் கத்தினார். 'இறைவா! இது எதைக் குறிக்கிறது? அவர்களை நமது கைப்பிடிக்குள் வைத்திருந்தோம். கையை நீட்டி அவர்களை பிடித்திருந்தால் அவர்கள் நம்மிடம் சிக்கியிருப்பார்கள்; இருப்பினும் எனது படைகளை நகர்த்த என்னால் இயலவில்லை; இது போன்ற சூழ்நிலைகளில், எந்த ஒரு தளபதியும் லீயைத் தோற்கடித்திருக்க முடியும். நான் அங்கே சென்றிருந்தால் என்னால் அவனை அடித்து விளாசியிருக்கமுடியும்.'

கசப்பான ஏமாற்றத்துடன், லிங்கன் உட்கார்ந்து மீயேடுக்கு இந்தக் கடிதத்தை எழுதினார். நினைவிருக்கட்டும், தனது வாழ்க்கையின் இந்த காலக்கட்டத்தில் லிங்கன் மிகவும் பழமைவாதக் கருத்துக்களுடனும் சொற்களை பயன்படுத்துவதில் கட்டுப்பாடுடனும் இருந்தார். ஆகவே 1863ஆம் ஆண்டில் லிங்கன் எழுதிய இந்தக் கடிதம் மிகக் கடுமையான கண்டனத்தை ஒத்ததாக இருந்தது.

என் அன்பான ஜெனரல்,

லீ தப்பித்ததினால் ஏற்பட்டுள்ள துரதிர்ஷ்டத்தின் அளவை நீங்கள் உணர்ந்திருப்பதாக நான் நம்பவில்லை. எளிதில் பிடிபடக்கக்கூடிய வகையில் அவர் இருந்தார். நமது சமீபத்திய

> வெற்றிகளை கருத்தில் எடுத்துக்கொண்டால் இவரை பிடிப்பதன் மூலம் நம்மால் போரை முடித்திருக்கமுடியும். தற்போதைய சூழ்நிலையில் போர் காலவரம்பின்றி நீடிக்கும். கடந்த திங்களன்று லீயை லாவகமாகத் தாக்க முடியவில்லை என்றால், நம் படையின் மூன்றில் இரண்டு பங்கை மட்டுமே கொண்டு அவரை ஆற்றின் தென்கரையில் வைத்து எப்படி உங்களால் தாக்க முடியும்? அப்படி எதிர்பார்ப்பது நியாயமற்றது. இப்போது உங்களால் அதனை திறன்பட செய்யமுடியுமென்று நான் எதிர்பார்க்கவில்லை. உங்களுக்குக் கிடைத்த பொன்னான வாய்ப்பு கைநழுவிப்போய்விட்டது. இதன் காரணமாக நான் அளவிட முடியாத துன்பத்தில் இருக்கிறேன்.

மீயேட் இந்தக் கடிதத்தைப் படித்த பிறகு என்ன செய்திருப்பார் என்று நீங்கள் நினைக்கிறீர்கள்? மீயேட் அந்தக் கடிதத்தை பார்க்கவேயில்லை. லிங்கன் அதனை தபாலில் அனுப்பவேயில்லை. அவரது மரணத்திற்குப்பிறகு அவருடைய மற்ற தாள்களுடன் அந்தக் கடிதம் இருந்தது கண்டுபிடிக்கப்பட்டது.

என் யூகம் இதுதான். இது யூகம் மட்டும்தான். அந்தக் கடிதத்தை எழுதிய பிறகு, லிங்கன் ஜன்னல் வழியாக வெளியே பார்த்து தனக்குத்தானே, 'ஒரு நிமிடம். ஒருவேளை நான் இவ்வளவு அவசரப்படக்கூடாதோ. அமைதியான வெள்ளை மாளிகையில் அமர்ந்தபடி லீயை தாக்குமாறு மீயேடிற்கு உத்தரவிடுவது எனக்கு மிகவும் எளிதானதாக இருக்கலாம். ஆனால் ஒரு வேளை நான் கெட்டிஸ்பர்கில் இருந்து, கடந்த வாரத்தில் மீயேட் பார்த்த அளவிற்கு மிகுந்த ரத்தம் சிந்தப்பட்டதை பார்த்திருந்தால், என் காதுகள் அங்கு காயமடைந்தவர்கள் மற்றும் இறந்து கொண்டிருந்தவர்களின் கூக்குரல்களையும் அழுகைகளையும் கேட்டிருந்தால், நானும் தாக்குதல் நடத்த இத்தகைய அவசரமான ஆர்வத்தில் இருந்திருக்கமாட்டேனோ. மீயேட் போன்று பயந்த சுபாவம் கொண்டிருந்தால், அவர் செய்ததையேதான் நானும் செய்திருப்பேன். எப்படியோ அந்த விஷயம் நடந்துமுடிந்துவிட்டது. இந்தக் கடிதத்தை நான் அனுப்பினால், அது என் உணர்ச்சிகளுக்கு ஒரு வடிகாலாக இருக்கும் ஆனால் மீயேட் தன் செயலை நியாயப்படுத்த முயலச்செய்யும். அவர் என்னைப்பழிக்க தூண்டும். இது கடுமையான உணர்வுகளை தூண்டி, ஒரு படைத்தளபதியாக அவர் இன்னும் ஆற்ற வேண்டிய கடமைகளை முடக்கிவிடலாம். அவர் இராணுவத்திலிருந்து ராஜினாமா செய்யக்கூட வற்புறுத்தலாம்.'

எனவே, நான் ஏற்கனவே கூறியது போல், லிங்கன் அந்தக் கடிதத்தை ஒதுக்கிவைத்து விட்டார். ஏனென்றால் கூர்மையான விமர்சனங்களும்

கண்டனங்களும் நிச்சயமாக பயனற்றதாகவே முடியும் என்பதை அவர் கற்றுக்கொண்டார்.

தியோடர் ரூஸ்வெல்ட் ஜனாதிபதியாக இருந்த போதுதான் ஒரு குழப்பமான பிரச்சனையை சந்திக்க நேரிடும் போது வெள்ளை மாளிகையில் தனது இருக்கையில் அமர்ந்தபடி சாய்ந்து அங்கு மேலே தொங்கிக்கொண்டிருந்த லிங்கனின் பெரிய உருவ ஓவியத்தைத் பார்த்துத் தனக்குள்ளே, 'என் நிலைமையில் லிங்கன் இருந்தால் அவர் என்ன செய்திருப்பார்? இந்தப் பிரச்சனையை எப்படித்தீர்த்திருப்பார்?'என்று கேட்டுக்கொள்வேன் என்று கூறினார்.

மார்க் ட்வைன் அவ்வப்போது தன் சமநிலையை இழந்து கோபமடைவார். அப்போது காகிதம் பழுப்பு நிறம் ஆகும் வகையில் அதில் கடிதங்கள் எழுதுவார். உதாரணமாக, ஒருமுறை அவரது கோபத்தைத் தூண்டிய ஒரு நபருக்கு இப்படி எழுதினார்: 'உனக்குத்தேவை ஒரு கல்லறை. நீ பேச வேண்டும் அவ்வளவுதான். உன் விருப்பம் நிறைவேறுவதை நான் பார்த்துக்கொள்கிறேன்.' மற்றொரு சந்தர்ப்பத்தில் தனது கட்டுரையை சரிபார்த்த மற்றும் அதில் இருந்த பிழைகளை திருத்த முயன்ற ப்ரூப் ரீடர் குறித்து ஆசிரியருக்கு கடிதம் எழுதினார். அவர் இவ்வாறு கட்டளையிட்டார்: நான் எழுதியதே இறுதியானதாக இருப்பதை 'இனி உறுதி செய்யுங்கள். பிழைகள் திருத்துபவர் தான் கண்டுபிடிக்கும் தவறுகளை தனது மக்கிப்போன மூளையின் அடித்தளத்திலேயே வைத்திருக்கட்டும்.'

கொடுக்கு போல் வலியுடன் தாக்கும் இப்படிப்பட்ட கடிதங்கள் எழுதியது மார்க் ட்வைன் அவர்களை நன்றாக உணரச் செய்தது. இப்படிப்பட்ட உஷ்ணத்தை அவர் வெளிப்படுத்த அவர்கள் அனுமதித்தார்கள். இந்தக் கடிதங்கள் நிஜமான தீங்கு எதையும் விளைவிக்கவில்லை. ஏனென்றால் மார்க் ட்வைனின் மனைவி ரகசியமாக அவற்றை தபாலிலிருந்து எடுத்துவிடுவார். அவை அனுப்பப்படவில்லை.

நீங்கள் மாற்றம் ஏற்படுத்தி, ஒழுங்குபடுத்தி, முன்னேற்ற விரும்பும் எவரையாவது உங்களுக்குத் தெரியுமா? நன்று! அது நல்லது. நான் அதனை ஆதரிக்கிறேன். ஆனால் அதனை நீங்கள் ஏன் உங்களுடன் துவங்கக்கூடாது? உண்மையான சுயநல நிலைப்பாட்டிலிருந்து பார்த்தால் மற்றவர்களை மேம்படுத்த முயற்சி செய்வதைவிட இது அதிக பயனுள்ளதாக இருக்கிறது. ஆம்—இதில் அபாயங்களும் மிகக்குறைவே. 'உங்கள் வீட்டு வாசல்படி அழுக்காக இருக்கும்போது அண்டை வீட்டுக் கூரையில் சேர்ந்திருக்கும் பனிக்கட்டியைப்பற்றி நீங்கள் குறைகூறாதீர்கள்' என்றார் கன்ஃபூசியஸ்.

என் இளமை பருவத்தில் மக்களைக் கவர்வதற்கு இதைவிட அதிகம் முயற்சி செய்துகொண்டிருந்தபோது, அமெரிக்க இலக்கிய உலகில்

மிகவும் பிரபலமாக இருந்து கொண்டிருந்த ரிச்சர்ட் ஹார்டிங் டேவிஸ் என்ற எழுத்தாளருக்கு முட்டாள்தனமான ஒரு கடிதத்தை எழுதினேன். எழுத்தாளர்களைப்பற்றி பத்திரிகைக்காக கட்டுரை ஒன்று எழுத தயாராகிக் கொண்டிருந்தேன். தனது செயல்முறை பற்றி விளக்குமாறு நான் டேவிஸைக் கேட்டுக்கொண்டேன். அதற்குச் சில வாரங்களுக்கு முன் வேறு ஒருவரிடமிருந்து 'வாய்வழியாகச் சொன்னது ஆனால் படிக்கப்படவில்லை' என்ற அடிக்குறிப்போடு ஒரு கடிதத்தை நான் பெற்றேன். நான் இதனால் மிகவும் கவரப்பட்டேன். அதை எழுதியவர் பெரிய பரபரப்பான மற்றும் முக்கியமானவராக இருக்கவேண்டுமென்று நான் நினைத்தேன். நான் வேலையில் சிறிதும் பரபரப்பாக இல்லை. ஆனால் ரிச்சர்ட் ஹார்டிங் டேவிஸ் அவர்களின் இதயத்தில் நல்ல தாக்கம் ஏற்படுத்த ஆர்வமாக இருந்தேன். ஆகவே நான் எழுதிய கடிதத்தை 'வாய்வழியாகச் சொல்லப்பட்டது ஆனால் படிக்கப்படவில்லை' என்ற அடிக்குறிப்புடன் முடித்தேன்.

அந்தக் கடிதத்திற்கு பதிலெழுத அவர் அக்கறை எடுத்து கொள்ளவில்லை. "'உங்கள் கெட்ட பழக்கங்கள் உங்கள் தீய நடத்தைகளால் மட்டுமே மீறப்படுகின்றன.' என்ற ஒரு அடிக்குறிப்பைக் கிறுக்கி அந்தக் கடிதத்தை அப்படியே திருப்பி அனுப்பிவிட்டார். உண்மை, நான் மிகப்பெரிய தவறைச் செய்திருந்தேன். இந்தக் கண்டனத்துக்கு நான் தகுதியானவனாக இருக்கலாம். ஆனால் மனித இயல்பின் காரணமாக நான் சீற்றமடைந்தேன். எந்த அளவிற்கு நான் சீற்றமடைந்தேன் என்றால், பத்து ஆண்டுகளுக்குப் பிறகு, ரிச்சர்ட் ஹார்டிங் டேவிஸின் இறப்பைப் பற்றிப் படித்த போது கூட, என் மனத்தில் இன்னும் நிலைத்திருக்கிறது என்று ஒப்புக்கொள்ள வெட்கப்படும் ஒரு எண்ணம்-அது அவர் எனக்கு ஏற்படுத்திய காயம்தான்.

நீங்களும் நானும் பற்பல ஆண்டுகளைக் கடந்தும் மரணம் வரை மனதில் உறுத்திக் கொண்டிருக்கும் சீற்றத்தைக் கிளறிப் பார்க்க விரும்பினால், அது நியாயமானதுதான் என்று உறுதியாக நாம் நம்பினாலும், கசப்பைத் தூண்டும் விமர்சனத்தில் ஈடுபடுவோம்.

மக்களை கையாளும்போது நாம் பகுத்தறிவுள்ள உயிரினங்களை கையாள்வதாக நினைக்கவேண்டாம். நாம் உணர்வுபூர்வமான, பாரபட்சமுள்ள, தற்பெருமை, பகட்டு ஆகியவற்றால் தூண்டுதல் பெறும் உயிரினத்தை கையாள்கிறோம்.

ஆங்கில இலக்கியத்தை வளப்படுத்திய சிறந்த நாவலாசிரியர்களில் ஒருவரான தாமஸ் ஹார்டியை நாவல் எழுதுவதை கைவிடச் செய்தது, கடுமையான விமர்சனம். ஆங்கிலக் கவிஞர் தாமஸ் சேட்டர்டன் என்பவரை தற்கொலை செய்துகொள்ள தூண்டியது கடுமையான விமர்சனம்.

இளைஞராக இருந்த போது சாதுரியமற்றவராக இருந்த பெஞ்சமின் ஃப்ராங்க்ளின், எந்த அளவிற்கு நுட்பமாக விளங்குபவராகவும் மக்களைக் கையாள்வதில் கைதேர்ந்தவராகவும் விளங்கினார் என்றால் அவர் ஃப்ரான்ஸுக்கான அமெரிக்கத் தூதராக நியமிக்கப்பட்டார். அவரது வெற்றியின் ரகசியம்? 'நான் எந்த மனிதரைப்பற்றியும் தவறாகப் பேசமாட்டேன். அனைவரையும் பற்றி நான் அறிந்த நல்லவற்றை எல்லாம் பேசுவேன்' என்று அவர் கூறினார்.

எந்த முட்டாளாலும் விமர்சனம் செய்து, நிந்தித்து, குறை கூற முடியும்—பெரும்பாலான முட்டாள்கள் அதைச் செய்கிறார்கள்.

ஆனால் புரிந்து கொள்வதற்கும் மன்னிப்பதற்கும் நல்ல பண்பு மற்றும் சுய கட்டுப்பாடு தேவை.

'சாதாரண எளிய மனிதர்களை நடத்தும் விதத்தில் ஒரு உயர்ந்த மனிதன் தனது மேன்மையை காட்டுகிறான்.' என்று கார்லைல் கூறினார்.

புகழ் பெற்ற சோதனை விமானியும், அடிக்கடி ஆகாயத்தில் விமானக் காட்சிகளில் சாகசங்கள் புரியும் விமானியுமான பாப் ஹூவர் சாண்டியாகோவில் ஒரு விமானக் காட்சியை முடித்துவிட்டு லாஸ் ஏஞ்சல்ஸில் உள்ள தன் வீட்டிற்குத் திரும்பிக் கொண்டிருந்தார். ஃப்ளைட் ஆபரேஷன்ஸ் என்ற பத்திரிகையில் விவரித்திருந்தது போல, வானத்தில் முன்னூறு அடி உயரத்தில் பறந்து கொண்டிருந்தபோது இரண்டு விமான இயந்திரங்களும் திடீரென நின்றுவிட்டன. தனது திறமையால் அவர் லாவகமாக விமானத்தை தரையிறக்கினார். யாருக்கும் காயங்கள் எதுவும் ஏற்படவில்லையென்றாலும் விமானம் மோசமாக சேதமடைந்தது.

அவசரமாக விமானத்தை தரையிறக்கியபின், ஹூவர் செய்த முதல் வேலை விமானத்தின் எரிபொருளை ஆய்வு செய்ததுதான். அவர் சந்தேகப்பட்டது போலவே, இரண்டாம் உலகப்போரில் பயன்படுத்தப்பட்ட அந்த ப்ரொபெல்லர் விமானம் கேஸோலின் எரிபொருளுக்குப் பதிலாக ஜெட் எரிபொருளால் நிரப்பப்பட்டிருந்தது.

விமான நிலையத்திற்குத் திரும்பிய பிறகு, தனது விமானத்தை பழுதுபார்த்து பறக்க தயார் செய்த மெக்கானிக்கைப் பார்க்க வேண்டும் என்று கேட்டார். தனது தவறால் ஏற்பட்ட மன வருத்தத்தின் காரணமாக அந்த இளைஞன் மிகவும் பாதிக்கப்பட்டிருந்தான். ஹூவர் அவனை நெருங்கிய போது அவன் கண்களிலிருந்து கண்ணீர் வழிந்தது. அவன் செய்த தவறு விலை மதிப்புள்ள அந்த விமானத்திற்கு இழப்பை ஏற்படுத்தியதுடன் மூன்று உயிர் இழப்பையும் ஏற்படுத்தியிருக்கக் கூடும்.

ஹூவரின் கோபத்தை உங்களால் கற்பனை செய்து பார்க்க முடியும். இந்தக் கவனக்குறைவிற்காக, பெருமை வாய்ந்த திறமைமிக்க விமானி தன் வார்த்தைகளால் அவனை அடித்து வீழ்த்திவிடுவார் என்று

ஒருவரால் எதிர்பார்க்க முடியும். ஆனால் ஹூவர் அந்த மெக்கானிக்கைத் திட்டவில்லை; அவர் அவனை கடுமையாக விமர்சிக்கவுமில்லை. அதற்குப் பதிலாக, தனது நீளமான கரத்தை அவனது தோளில் போட்டு, 'இந்தத்தவறை நீ மீண்டும் செய்யமாட்டாய் என்பதை நான் உறுதியாக நம்புகிறேன் என்பதை காட்டுவதற்கு என்னுடைய எஃப் 51 விமானத்தை நாளை நீ சரிபார்க்க வேண்டும் என்று நான் விரும்புகிறேன்' என்று கூறினார்.

பெற்றோர்கள் அடிக்கடி தங்கள் பிள்ளைகளை கடுமையாக விமர்சனம் செய்ய தூண்டப்படுகிறார்கள். 'அப்படிச்செய்யக்கூடாது' என்று நான் சொல்வேன் என்று நீங்கள் எதிர்பார்ப்பீர்கள், ஆனால் நான் அப்படிச் சொல்லமாட்டேன். அவர்களை விமர்சனம் செய்யும் *முன்* அமெரிக்க பத்திரிகைகளில் வெளியான மிகச் சிறந்த படைப்புகளுள் ஒன்றான "ஃபாதர் ஃபர்கெட்ஸ்" என்ற வெளியீட்டைப் படியுங்கள். *பீப்பிள்ஸ் ஹோம் ஜர்னலில்* ஆசிரியரின் கட்டுரையாக அது முதலில் வெளிவந்தது. *ரீடர்ஸ் டைஜஸ்ட்* இதழில் சுருக்கி வெளியிடப்பட்ட அதனை ஆசிரியரின் அனுமதியோடு நாங்கள் இங்கே மறு பிரசுரம் செய்கிறோம்.

தொடர்ந்து மக்களது விருப்பத்திற்கு உரியதாக விளங்கும் மற்றும் மீண்டும் மீண்டும் பிரசுரிக்கப்படும் 'ஃபாதர் ஃபர்கெட்ஸ்' என்ற இந்த சிறிய படைப்பு நேர்மையான உணர்ச்சிபூர்வமான தருணத்தில் பகிர்ந்துகொள்ளப்படும்போது அதனை படிக்கும் பல வாசகர்களின் நெஞ்சங்களை சுண்டிவிட்டு எதிரொலிக்கச்செய்கிறது. முதன்முதல் வெளியானதிலிருந்து 'ஃபாதர் ஃபர்கெட்ஸ்' பலமுறை மறு அச்சாகி இருக்கிறது. அதைப்பற்றி அதன் ஆசிரியர் டபிள்யூ. லிவிங்ஸ்டன் லார்னெட் எழுதுகிறார்: " நாடெங்கிலும் நூற்றுக்கணக்கான இதழ்களிலும், ஹவுஸ் ஆர்கன் இதழ்களிலும், செய்தித்தாள்களிலும் மறுபடி மறுபடி வெளியாகி உள்ளது. பல வெளிநாட்டு மொழிகளிலும் மறுபதிப்பு செய்யப்பட்டுள்ளது. பள்ளிகள், தேவாலயங்கள்,. பொதுமேடைகள் ஆகியவற்றில் இதைப்படிக்க விரும்பிய ஆயிரக்கணக்கானவர்களுக்கு நான் அனுமதி அளித்திருக்கிறேன். எண்ணற்ற சந்தர்ப்பங்களில் வானொலி நிகழ்ச்சிகளிலும் இது ஒலிபரப்பாகியுள்ளது. கல்லூரி மலர்களிலும் பள்ளி சிறப்பு மலர்களிலும் போதுமான அளவுக்கு பயன்படுத்தப்பட்டுள்ளது. பல சமயங்களில் சிறு கட்டுரைகள் வியக்கத்தக்க வகையில் பிரபலமடைந்துள்ளன. இது கண்டிப்பாக பரபலமடைந்துள்ளது.'

ஃபாதர் ஃபர்கெட்ஸ்

டபிள்யூ. லிவிங்ஸ்டன் லார்னெட்

மகனே கவனி: உனது சிறிய கை உன் கன்னத்தின் கீழ் சுருண்டிருக்க, ஈரமான உன் நெற்றியில் பொன்னிறமான சுருள்

முடி படர்ந்திருக்க நீ உறங்கிக்கொண்டிருக்கும்போது இதனை கூறுகிறேன். உன்னுடைய அறைக்குள் சத்தமின்றி ரகசியமாக நுழைந்துள்ளேன். சில நிமிடங்களுக்கு முன்பு, நூலகத்தில் அமர்ந்து நான் என் புத்தகத்தைப் படித்துக் கொண்டிருந்தபோது திணறடிப்பது போன்ற ஒரு மன வருத்தம் என்னுள் படர்ந்தது. குற்ற உணர்ச்சியில் உன் அருகில் வந்து நிற்கிறேன். நான் சிந்தித்த சில விஷயங்கள் இவை, மகனே: நான் உன் மீது கோபமாக நடந்துகொண்டேன். நீ பள்ளிக்குச் செல்ல தயாராகிக்கொண்டிருந்தபோது நான் உன்னைக்கடிந்து கொண்டேன். ஏனென்றால் நீ உன் முகத்தை கழுவாமல் ஒரு துண்டால் ஒத்தி மட்டும் எடுத்திருந்தாய். உன் காலணிகளை நீ சரியாக சுத்தம் செய்யாததற்கு உன்னைக் கடிந்து கொண்டேன். உன்னுடைய சில பொருட்களை நீ தரையில் வீசியதற்காக கோபப்பட்டு கத்தினேன்.

நீ காலை உணவு சாப்பிட்டபோதும் உன்னிடம் குறைகள் கண்டுபிடித்தேன். நீ பொருள்களை சிந்தினாய். உன் உணவை மெல்லமால் அப்படியே விழுங்கினாய். உன் முழங்கைகளை மேஜையின் மீது வைத்தாய். ரொட்டித்துண்டின் மீது அதிக அடர்த்தியாக வெண்ணையை தடவினாய். நீ விளையாட வெளியில் செல்லும்போது நான் ரெயில் எற ஆயத்தமானேன். நீ என் பக்கம் திரும்பிப் பார்த்து கையசைத்து "குட்பை டாடி!" என்று கூறினாய். நான் முகம் சுளித்தேன். உன் வாழ்த்திற்கு பதில் அளிக்காமல், 'தோளை உயர்த்தி நேராக நில்!' என்றேன்.

பிறகு மதியம் முடியும் நேரத்தில் இது மறுபடியும் தொடர்ந்தது. நம் வீடு உள்ள சாலையில் நான் நுழைந்தபோது தெருவில் நீ முழங்கால்கள் தரையில் படும்படி உட்கார்ந்து கோலி விளையாடுவதை நான் ரகசியமாக கண்காணித்தேன். உன் காலுறைகளில் துளைகள் இருந்தன. உன் நண்பர்கள் முன் அவமானப்படுத்தி எனக்கு முன் வீடு சென்று சேரவேண்டுமென்று உன்னை கடிந்துகொண்டேன். காலுறைகள் விலைமதிப்பானவை. அவற்றை நீ வாங்குவதானால் அதிக கவனமுடன் இருப்பாய்! உன் அப்பாவின் நிலைமையை கற்பனை செய்.

பின்னர் நான் நூலகத்தில் படித்துக் கொண்டிருந்த போது கண்களில் வருத்தத்துடன் நீ பயந்து கொண்டு வந்தது உன் நினைவில் இருக்கிறதா? இடையூறால் பொறுமையிழந்து நான் படிப்பதை நிறுத்தி, உன்னைப் பார்த்த போது நீ கதவருகில் தயங்கியபடி நின்று கொண்டிருந்தாய். கோபத்தை அடக்க முடியாமல் நான் "உனக்கு என்ன வேண்டும்?" என்று எரிந்து விழுந்தேன்.

நீ ஒன்றும் சொல்லாமல் உணர்ச்சிவசப்பட்டவனாக ஓடி வந்து உன் கைகளால் என் கழுத்தை சுற்றி என்னை

முத்தமிட்டாய். உதாசீனத்தால் வாடாத அன்பை கடவுள் உன் மனதில் மலரச்செய்ய உன் பிஞ்சுக் கைகள் அன்புடன் என் கழுத்தை இறுகப் பற்றின. அதன் பிறகு நீ சத்தமிட்டபடி மாடிப்படிகளில் தாவி ஏறி சென்றுவிட்டாய்.

பார் மகனே, அதன் பிறகு சிறிது நேரத்தில் என் கைகளில் இருந்த தாள் நழுவி கீழே விழுந்தது. பயங்கரமான பயம் என்னை ஆட்கொண்டது. பழக்கம் எந்த விதமான தாக்கத்தை எனக்குள் ஏற்படுத்தி வந்துள்ளது? குற்றம் கண்டுபிடித்தல், தண்டித்தல் எனும் பழக்கம்—நீ ஒரு சிறுவனாக இருப்பதற்கு நான் உனக்கு வழங்கும் வெகுமதி இதுதான். இதனால் நான் உன்னை விரும்பவில்லை என்று அர்த்தமில்லை; இளமையிடமிருந்து நான் அதிகம் எதிர்பார்த்துவிட்டேன். நான் வாழ்ந்த காலங்களை வைத்து உன்னை எடைபோட்டு வந்திருக்கிறேன்.

உன் குணத்தில் நல்லதும் சிறந்ததும் உண்மையானதும் பல இருந்தது. பரந்த மலைமேல் விழும் கதிரவனின் விடியல் அளவிற்கு உன் இதயம் பெரிதாக இருந்தது. தன்னிச்சையாக நீ ஓடிவந்து முத்தமிட்டு இரவு வணக்கம் சொன்னது அதை காட்டுகிறது. இன்று இரவு வேறு எதுவும் ஒரு பொருட்டல்ல மகனே. நான் இருளில் உன் படுக்கைக்கு அருகில் வந்துள்ளேன். அங்கு வெட்கத்தில் மண்டியிட்டுள்ளேன்!

இது ஒரு பலவீனமான பிராயச்சித்தம்; நீ விழித்திருக்கும்போது இதை உன்னிடம் சொல்லியிருந்தால் நீ புரிந்துகொண்டிருக்க மாட்டாய் என்று எனக்குத்தெரியும். ஆனால் நாளை நான் நிஜமான அப்பாவாக இருப்பேன்! உனது நெருங்கிய நண்பனாக நீ தவிக்கும்போது நானும் தவிப்பேன். நீ சிரிக்கும்போது உன்னுடன் சிரிப்பேன். பொறுமை இழந்து வார்த்தைகள் வெளிபடும்போது என் நாக்கை கடித்துக்கொள்வேன். இதனை ஒரு சடங்கு போல் மீண்டும் மீண்டும் கூறுவேன்: 'அவன் ஒரு சிறுவன் மட்டுமே—ஒரு சிறிய பாலகன்!'

உன்னை ஒரு மனிதனாக கற்பனை செய்து விட்டேனோ என்று அஞ்சுகிறேன். இருப்பினும் தொய்ந்து போய் நீ கட்டிலில் சுருண்டு கிடப்பதை நான் பார்க்கிறேன். இன்னமும் நீ சிறு குழந்தைதான் என்பதை காண்கிறேன். நேற்று நீ உன் அம்மாவின் கரங்களில் இருந்தாய். உன் தலை அவள் தோளில் சாய்ந்திருந்தது. நான் உன்னிடம் அதிகம் எதிர்பார்த்துவிட்டேன். மிக அதிகம்.

மக்களை கடுமையாக நிந்திப்பதை விட்டுவிட்டு அவர்களை புரிந்துகொள்ள முயற்சி செய்வோம். அவர்கள் செய்வதை ஏன் செய்கிறார்கள் என்று புரிந்து கொள்ள முயற்சி செய்வோம். விமர்சனங்களை முன் வைப்பதை விட அதிக சுவாரஸ்யமானதும்

3. உறக்கம்.
4. பணம் மற்றும் அது கொண்டு வாங்க முடிந்த பொருட்கள்.
5. இனி வரப்போகும் வாழ்க்கை.
6. பாலியல் மனநிறைவு.
7. நமது குழந்தைகளின் நலம்.
8. முக்கியத்துவம் தரப்படுவதாக உணர்தல்.

ஏறத்தாழ இந்த அனைத்து விருப்பங்களும் வழக்கமாக நிறைவேறும்—ஒன்றைத்தவிர. ஆனால் நாம் ஏங்கும் ஒன்று உள்ளது—உணவு அல்லது உறக்கத்தை நாம் விரும்புவது போல—கிட்டத்தட்ட அதே அளவில் ஆழமானது, கிட்டத்தட்ட ஆதிக்கம் செலுத்துவது—ஆனால் அது அரிதாகவே நிறைவேற்றப்படுகிறது. பிரெட் கூறுவது போல் 'சிறந்தவராக விளங்கவேண்டுமென்ற விருப்பம்.' இதைத்தான் டூயி 'முக்கியமானவராக இருக்கவேண்டுமென்ற பெரும் விருப்பம்' என்று அழைக்கிறார்.

லிங்கன் ஒருமுறை இப்படிச்சொல்லி ஒரு கடிதத்தை துவங்கினார்: 'எல்லோருக்கும் பாராட்டு பிடிக்கும்.' வில்லியம் ஜேம்ஸ் சொன்னார்: 'மனித இயல்பின் ஆழமான கோட்பாடு பாராட்டப்பட வேண்டுமென்ற ஏக்கம் 'அவர் 'விருப்பம்' அல்லது 'ஆசை' இல்லை. பாராட்டப்படவேண்டுமென்ற தீராத ஆசையைப்பற்றி பேசவில்லை என்பதை நினைவில் கொள்ளுங்கள். அவர், 'பாராட்டப்பட வேண்டுமென்ற 'ஏக்கம்' என்று கூறினார்.

தவராது காணப்படும் தொடர்ந்து மனதை அரித்துக்கொண்டிருக்கும் மனித பசி இது. இதனை திருப்திப்படுத்தும் அந்த அரிய மனிதன் மக்களை தனது உள்ளங்கையில் வைத்திருப்பார். அவர் இறக்கும்போது அந்த இழப்பை எண்ணி அவரது சடலத்தை அடக்கம் செய்த மனிதரும் வருந்துவார்.'

முக்கியத்துவம் எனும் உணர்வின் மீதான ஆசைதான் மனிதர்களை மிருகங்களிடமிருந்து வேறுபடுத்தி காட்டுகிறது. உதாரணத்திற்கு: மிசௌரியில் வயல்களில் வேலைபார்த்த சிறுவனாக நான் இருந்தபோது எனது தந்தை சிறந்த இனங்களான டுரோக்-ஜெர்சி பன்றிகளும் வெள்ளை முகங்கள் கொண்ட கால்நடையும் வைத்திருந்தார். மத்திய மேற்கு பகுதிகளில் நாட்டுப்புறத்தில் நடைபெற்ற சந்தைகள் மற்றும் கால்நடை காட்சிகளில் நாங்கள் அவற்றை காட்சிப்பொருளாக கொண்டு செல்வோம். நாங்கள் இருபதிற்கும் மேற்பட்ட போட்டிகளில் முதல் பரிசை வென்றோம். என் தந்தை அந்தப்போட்டிகளில் கிடைத்த நீல நிற ரிப்பன்களை வெள்ளை மல் துணியில் குத்திவைத்தார். வீட்டிற்கு விருந்தாளிகள் அல்லது நண்பர்கள் வந்தபோது அதனை வெளியே எடுப்பார். நீளமான அந்தத் துணியின் ஒரு முனையை அவரும் மறு

முனையை நானும் இழுத்துப்பிடிக்க அவர் தான் வாங்கிய நீல நிற ரிப்பன்களை காட்டுவார்.

தாங்கள் வென்ற ரிப்பன்கள் பற்றி பன்றிகள் கவலைப்படவில்லை. ஆனால் அப்பா அது குறித்து பெருமைப்பட்டார். இந்த பரிசுகள் அவருக்கு முக்கியத்துவம் பெற்றதான உணர்வை கொடுத்தது. கொழுந்துவிட்டு எரியும் இந்த முக்கியத்துவம் வேண்டுமென்ற உணர்வு நம் மூதாதையர்களிடம் இல்லாதிருந்தால் நாகரீகங்கள் தோன்றியிருக்காது. அது இல்லாமல் நாமும் மிருகங்கள் போல்தான் இருந்திருப்போம்.

ஏழ்மையில் இருந்த படிக்காத குமாஸ்தாவை இந்த முக்கியத்துவ உணர்விற்கான ஆசைதான் ஐம்பது செண்ட்கள் கொடுத்துதான் வாங்கிய பீப்பாயினுள் இருந்த சில சட்டப்புத்தகங்களை படிக்கத்தூண்டியது. இந்த பல சரக்குக்கடையின் குமாஸ்தாவைப்பற்றி நீங்கள் கேள்விப்பட்டிருப்பீர்கள். அவர் பெயர் லிங்கன்.

முக்கியத்துவ உணர்விற்கான இந்த ஆசைதான் டிக்கென்ஸ் அவர்களை காலங்கள் கடந்தும் அழியாமலிருக்கும் நாவல்களை எழுதத்தூண்டியது. இந்த ஆசைதான் சர் கிறிஸ்டோபர் அவர்களை தன் இசைக்குறிப்புகளை கல்லில் எழுதவைத்தது. தான் செலவிடாத கோடிக்கணக்கான பணத்தை இந்த ஆசைதான் திரட்டச்செய்தது. உங்கள் நகரத்தில் வாழும் பணக்கார குடும்பம் தனது தேவைக்கு அப்பாற்பட்ட அளவில் பெரியதொரு வீட்டை கட்டவும் இதே ஆசைதான் உந்துதல் அளித்தது.

இந்த ஆசைதான் நவநாகரீக பாணியில் ஆடைகள் உடுத்தவும், சமீபத்தில் வெளியான வாகனங்களை ஒட்டவும் புத்திசாலித்தனமான உங்கள் பிள்ளைகளைப்பற்றி பேசவும் வைக்கிறது. இந்த ஆசைதான் ஆண்களையும் பெண்களையும் சில குழுக்களில் சேர்ந்து குற்றங்கள் புரியச்செய்கிறது. ஒருமுறை நியூயார்க்கின் காவல்துறை ஆணையராக இருந்த ஈ.பி. மல்ரூனே என்பவரின் கூற்றுப்படி, சராசரி இளம் குற்றவாளி, கைது செய்யப்பட்டவுடனே தன்னைப்பற்றிய செய்தியை செய்தித்தாள்கள் வெளியிட்டு தன்னை பிரபலமாக்க வேண்டும் என்று தற்பெருமையுடன் கேட்டுக்கொள்கிறான். சிறையில் நேரத்தை கழிப்பது அவமானம் என்ற எண்ணம் வெகுவாக நீங்கி, விளையாட்டு வீரர்கள், திரைப்பட மற்றும் தொலைக்காட்சிக் கலைஞர்கள் மற்றும் அரசியல்வாதிகளைப் போன்று பிரபலமாகக்கூடும் என்று நினைத்து பெருமைப்படுகிறான்.

நீங்கள் முக்கியமானவர் என்ற உணர்வை எப்படி பெறுகிறீர்கள் என்று நீங்கள் கூறினால் நீங்கள் எத்தகையவர் என்று நான் கூறுகிறேன். அது உங்கள் குணத்தை நிர்ணயிக்கிறது. அதுதான் உங்களைப் பற்றிய முக்கியமான விஷயம். உதாரணத்திற்கு, ஜான் டி. ராக்ஃபெல்லர் தான் முன்பு பார்த்திராத மற்றும் இனி ஒருபோதும் பார்க்கும் வாய்ப்பில்லாத

பல்லாயிர கணக்கான ஏழை மக்கள் பயனடைவதற்காக சீனாவின் பீகிங் நகரில் ஒரு நவீன மருத்துவமனையை நிறுவ பணம் கொடுத்து உதவினார். அதன் மூலம்தான் முக்கியமானவர் என்ற உணர்வைப் பெற்றார். இதற்கு மாறாக, டில்லிங்கர் என்பவன் திருடனாக ஒரு வங்கிக் கொள்ளையனாக மற்றும் கொலையாளியாக இருந்துதான் முக்கியமானவன் என்ற உணர்வைப் பெற்றான். எ.ஃப் பி ஐ அதிகாரிகள் அவனைத் தேடிக்கொண்டிருந்த போது மினிசோட்டாவில் ஒரு பண்ணை வீட்டிற்குள் நுழைந்து 'நான் டில்லிங்கர்!' என்று கூவினான். பொது மக்களின் எதிரிகளில் தான் முதன்மையானவன் என்பதில் பெருமிதம் கொண்டான். 'நான் உங்களைத் காயப்படுத்தப் போவதில்லை, ஆனால் நான்தான் டில்லிங்கர்!' என்று கூறினான்.

ஆமாம், டில்லிங்கர் மற்றும் ராக்.ஃபெல்லருக்கும் இடையே இருந்த ஒரு முக்கியமான வேற்றுமை அவர்கள் தாங்கள் முக்கியமானவர்கள் என்ற உணர்வை எப்படி பெற்றார்கள் என்பதுதான்.

பிரபலமானவர்கள் தாங்கள் முக்கியமானவர்கள் என்ற உணர்வைப்பெற எப்படி போராடினார்கள் என்பதற்கான நகைப்பூட்டும் உதாராணங்களால் வரலாறு நிரம்பியுள்ளது. ஜார்ஜ் வாஷிங்டன் கூட 'ஹிஸ் மைட்டினெஸ், தி பிரசிடென்ட் ஆ.ஃப் யுனைட்டட் ஸ்டேட்ஸ்' என்று அழைக்கப்பட வேண்டும் என்று விரும்பினார். 'அட்மிரல் ஆ.ஃப் தி ஓஷன் மற்றும் வைஸ்ராய் ஆ.ஃப் இந்தியா' என்ற தகுதிகளைப் பெற கொலம்பஸ் வழக்காடினார். 'ஹெர் இம்பீரியல் மெஜஸ்டி' என்று தலைப்பிடப்படாத கடிதங்களைத் திறந்து பார்க்கவே மறுத்தார், கேத்ரின் தி கிரேட். வெள்ளை மாளிகையில் திருமதி. லிங்கன் திருமதி. க்ரான்டை ப்பார்த்து புலி போல், "நான் அமரச்சொல்லும் முன் என் முன்னால் உட்காருவதற்கு உனக்கு எவ்வளவு தைரியம்!' என்று கர்ஜித்தார்.

1928ஆம் ஆண்டில் அட்மிரல் பயர்ட் மேற்கொண்ட அண்டார்டிக் பயணத்திற்கான செலவை நம்முடைய பணக்கார மில்லியனர்கள் ஏற்றுக்கொண்டனர். அதற்கு பிரதியுபகாரமாக தங்கள் பெயர் அந்த மலைச் சிகரங்களுக்கு சூட்டப்பட வேண்டும் என்ற நிபந்தனையிட்டனர். விக்டர் ஹுகோ சிறியதாக எதையும் விரும்பவில்லை. பாரிஸ் நகரத்திற்கு தனது பெயர் சூட்டப்படவேண்டுமென்று விரும்பினார். வலிமை மிக்கவர்களுள் வலிமையானவரான ஷேக்ஸ்பியர் கூட தன் பெயருக்கு புகழ் கூட்டிக் கொள்ள மரபுரிமைச் சின்னமாக பல விருதுகளையும் பதக்கங்களையும் சேர்த்துக் கொண்டார்.

சில சமயங்களில் மக்கள் இரக்கமும் கவனமும் பெற்று முக்கியமானவராக உணர ஒன்றுமில்லாதவர்களாக ஆகிவிடுகிறார்கள். உதாரணத்திற்கு திருமதி. மேக்கின்லியை எடுத்துக் கொள்ளுங்கள். அமெரிக்க நாட்டின் ஜனாதிபதியான தன் கணவரை நாட்டின் முக்கிய வேலைகளை புறக்கணித்து தன்னுடன் பல மணி நேரங்கள் படுக்கையில் இருந்து தனக்கு உறக்கம் வரும்வரை அரவணைப்பாகத் அவர் கைகளை

தன் மீது வைக்க வற்புறுத்துவதன் மூலம்தான் முக்கியமானவர் என்ற உணர்வைப்பெற்றாள். கணவரது கவனம் தன் மீதிருக்க வேண்டும் என்ற தீராத விருப்பத்தை நிறைவேற்றிக் கொள்ளதான் பல் மருத்துவரை சந்திக்கச்சென்றபோது தன் கணவரும் அலுவலக வேலைகளை விட்டுவிட்டு வரச்செய்ததோடு, தன் செயலாளரான ஜான் ஹேயோடு முன்னமே ஏற்பாடு செய்யப்பட்டிருந்த சந்திப்பை ரத்து செய்யவைத்து புயலடித்தது போன்ற ஒரு காட்சியை அங்கு உருவாக்கினார்.

தான் முக்கியமானவர் என்று உணர கூர்மையான அறிவுத்திறனும் சுறுசுறுப்பும் கொண்ட ஒரு இளம் பெண் தன்னை இயலாதவராக ஆக்கி கொண்டது பற்றி எழுத்தாளர் மேரி ராபர்ட்ஸ் ரினேஹர்ட் கூறினார். 'தனக்கு வயதாகிக்கொண்டிருக்கிறது, தனிமையான ஆண்டுகள் நீளப்போகின்றன போன்ற எண்ணங்கள் ஒரு நாள் தோன்றின' என்றார் மேரி

'அவள் நாள் முழுவதும் படுக்கையிலேயே இருக்கத்துவங்கினாள். பத்து ஆண்டுகள் வரை அவளது வயதான அம்மா மூன்றாம் மாடி வரை சென்று அவள் சாப்பிட்ட எச்சில் தட்டுகளை எடுப்பதும், அவளுக்கு மருத்துவ உதவிகள் செய்வதும் என தன் வாழ்க்கையை கழித்துக்கொண்டிருந்தாள். பிறகு ஒருநாள் அந்த வயதான அம்மா வேலை பளுவின் அயற்சியில் கீழே விழுந்து இறந்துபோனாள். சில வாரங்கள் வரை அந்தப்பெண் துயரத்தில் உழன்றாள். பிறகு தன் படுக்கையை விட்டு எழுந்து தன் உடைகளை அணிந்து கொண்டு முன்பு போல் வாழத் தொடங்கி விட்டாள்.'

நிஜ உலகத்தின் கடுமையில் முக்கியத்துவம் மறுக்கப்பட்டவர்கள், கற்பனை உலகில் அதனை அடைவதற்காக பைத்தியாமாகவே மாறி அதிகபட்சமான நடத்தையை வெளிப்படுத்துகிறார்கள் என்று சில நிபுனர்கள் கூறுகிறார்கள். அமெரிக்க நாட்டில் மக்களை தாக்கும் நோய்கள் அனைத்துடனும் ஒப்பிடும்போது மனநோயால் பாதிக்கப்பட்டவர்களே அதிகம்.

பைத்தியக்காரத்தனத்திற்கு என்ன காரணம்?

பொதுவான இந்தக் கேள்விகளுக்கு யாராலும் பதில் அளிக்கமுடியாது. ஆனால் சைபிலிஸ் போன்ற சில நோய்கள் ஒருவரது மூளையின் செல்களை அழித்து பைத்தியமடைய செய்கிறது என்பதை நாம் அறிவோம். உண்மையில், சுமாராக மனநோய்களில் பாதிக்கு மேல் உடல் ரீதியானவையே. மூளைச்சிதைவுகள், மது மற்றும் போதைப்பொருட்கள், காயங்கள் ஆகியவற்றை காரணமாகக் கூறலாம். ஆனால் மீதமுள்ள பாதி—இதுதான் இந்தக்கதையின் திகைக்க வைக்கும் பகுதி—பைத்தியமாகிறவர்களின் மூளை செல்களில் எவ்வித கோளாறும் இருப்பதில்லை. பிரேதப் பரிசோதனைகளில், அவர்களது மூளை திசுக்களை மிக சக்திவாய்ந்த நுண்நோக்கிகளைக் கொண்டு ஆய்வு

செய்தபோது அவை உங்களுடையதும் என்னுடையதும் போன்ற ஆரோக்கியமான தோற்றமே அளிக்கின்றன.

இவர்கள் ஏன் பைத்தியமாகிறார்கள்?

அந்தக் கேள்வியை முக்கியமான மனநல மருத்துவமனை ஒன்றின் தலைமை மனோதத்துவ மருத்துவரிடம் நான் கேட்டேன். இந்தத்துறையைப்பற்றி சிறப்பான அறிவிற்காக பற்பல விருதுகளையும் மிக உயர்ந்த கௌரவங்களையும் பெற்ற இந்த மருத்துவர், ஏன் பலர் பைத்தியமாக ஆகிறார்கள் என்று தனக்குத் தெரியவில்லை என்று என்னிடம் வெளிப்படையாகக் கூறினார். அதற்கான உறுதியான காரணத்தை எவரும் அறியவில்லை. ஆனால் பித்துபிடித்த நிலையில் இருப்பவர்கள் அதில் தனது முக்கியத்துவம் உணரப்படுகிறது என்ற காரணத்தால் பைத்தியமாகிறார்கள் என்று கூறினார். பிறகு அவர் எனக்கு இந்த கதையைக் கூறினார்:

'திருமணம் முறிந்த சோகத்தில் ஒரு நோயாளி என்னிடம் தற்போது சிகிச்சையில் இருந்தாள். அவள் காதல், அன்பு, பாலியல் உறவில் மனநிறைவு, குழந்தை, கௌரவம் ஆகியவற்றை விரும்பினாள். ஆனால் வாழ்க்கை அவளது நம்பிக்கைகளை சுக்கு நூறாக உடைத்துவிட்டது. அவளது கணவர் அவளை காதலிக்கவில்லை. அவன் அவளுடன் அமர்ந்து சாப்பிடக்கூட விரும்பாமல் மாடியில் தனது அறையில் உணவு பரிமாறப்படவேண்டுமென்று வற்புறுத்தினான். அவளுக்கு குழந்தையோ சமூக அந்தஸ்தோ இல்லை. அவள் பைத்தியமானாள். தனது கற்பனையில் தன் கணவனை விவாகரத்து செய்து திருமணத்திற்கு முன்பிருந்த பெயரை மீண்டும் சூட்டிக் கொண்டாள். இப்போதுதான் ஆங்கில பிரபுக்களின் குடும்பத்தில் திருமணம் செய்துகொண்டிருப்பதாக நம்புகிறாள். லேடி ஸ்மித் என்றுதான் அழைக்கப்பட வேண்டும் என்று வற்புறுத்துகிறாள்.'

'குழந்தைகளைப் பொறுத்தவரை தினம் இரவுதான் ஒரு புதிய குழந்தையைப் பெறுவதாகக் கற்பனை செய்கிறாள். ஒவ்வொரு முறை நான் அவளை சென்று பார்க்கும் போதும் 'டாக்டர், நேற்று இரவு நான் ஒரு குழந்தையை பெற்றெடுத்தேன்' என்று கூறுகிறாள்.

அவளது கற்பனை கப்பல்கள் அனைத்தையும் வாழ்க்கையின் நிஜம் எனும் பாறையின் மீது மோதி ஒருமுறை சிதைத்துவிட்டது. ஆனால் ஒளி நிறைந்த, அழகான பைத்தியகாரத் தீவுகளில் பாய்மரங்கள் மற்றும் கொடிமரத்தின் ஊடே காற்று வீச அவள் அதில் பயணம் செய்கிறாள்.

துயரமாக இருக்கிறதா? ஓ, எனக்குத்தெரியவில்லை. அவளது மருத்துவர் என்னிடம் இப்படி சொன்னார்: 'ஒரு கையை நீட்டி அவள் மனநோயை என்னால் தீர்க்க முடியுமென்றால், கூட நான் அதை செய்யமாட்டேன். ஏனென்றால் அவள் இந்த நிலையில் அதிக மகிழ்ச்சியாக இருக்கிறாள்.'

நிஜமாகவே பைத்தியமாகிவிடும் அளவிற்கு முக்கியமாக உணரப்படவேண்டுமென்ற பசி சில மனிதர்களிடம் இருந்தால் அவர்களுக்கு உண்மையான பாராட்டை நாம் வழங்கி எவ்வளவு சாதிக்கலாம் என்பதைக் கற்பனை செய்து பாருங்கள்.

ஐம்பது டாலர்கள் சம்பாதித்தவர்கள் கூட பணக்காரர்கள் என்று கருதப்பட்ட வருமான வரி இல்லாத அந்த காலத்தில், அமெரிக்க வர்த்தக உலகில் ஆண்டிற்கு மில்லியன் டாலர்கள் சம்பளமாக பெற்றவர்களில் முதல் மனிதராக இருந்தவர் சார்லஸ் ஸ்ச்வாப். 1921ஆம் ஆண்டில் முப்பத்தெட்டு வயதே நிரம்பிய ஸ்ச்வாப், புதிதாக தோற்றுவிக்கப்பட்ட யுனைடெட் ஸ்டேட் ஸ்டீல் கம்பெனியின் முதல் தலைவராக ஆன்ட்ரூ கார்னெகியால் தேர்ந்தெடுக்கப்பட்டார். (ஸ்ச்வாப் பின்னர் யு.எஸ். ஸ்டீலை விட்டு விலகி பெத்லஹெம் ஸ்டீல் கம்பெனியின் பொறுப்பேற்றார். பின்பு அதனை அமெரிக்காவின் லாபகரமான கம்பெனிகளில் ஒன்றாக மறுசீரமைத்தார்.)

ஆன்ட்ரூ கார்னெகி சார்லஸ் ஸ்ச்வாபுக்கு ஆண்டுக்கு மில்லியன் டாலர் அல்லது ஒரு நாளைக்கு மூவாயிரம் டாலருக்கு மேல் ஏன் வழங்கினார். ஏன்? ஸ்ச்வாப் மேதாவி என்பதாலா? இல்லை. ஸ்டீல் உற்பத்திப்பற்றி மற்றவர்கள் அறிந்ததை விட அதிகமாக அறிந்திருந்தார் என்பதாலா? அபத்தம். தன்னை விட ஸ்டீல் உற்பத்திப்பற்றி அதிகம் அறிந்தவர்கள் பலர் அவருக்காகப் பணியாற்றினார்கள் என்று சார்லஸ் ஸ்ச்வாப் தானே என்னிடம் கூறினார்.

மனிதர்களைக் கையாள்வதில் அவருக்கிருந்த சிறப்புத் திறனுக்காகவே பெருவாரியாக இந்தச் சம்பளம் வழங்கப்பட்டதாக ஸ்ச்வாப் கூறுகிறார். அதை அவர் எப்படிச்செய்தார் என்று கேட்டேன். அவரது ரகசியம் இதோ அவர் வார்த்தைகளில்—அழியாது நிலைநிறுத்தப்பட வேண்டிய மற்றும் பொன்னெழுத்துக்களால் பொறிக்கப்பட வேண்டிய சொற்கள். மண்ணின் ஒவ்வொரு வீட்டிலும் பள்ளிகளிலும் கடைகளிலும் அலுவலகங்களிலும் காட்சிக்கு வைக்கப்பட வேண்டியவை. லத்தீன் மொழியின் வினைச்சொற்களை இணைக்கக் கற்றுக் கொள்வது அல்லது பிரேசில் நாட்டின் ஆண்டு மழையளவை மனப்பாடம் செய்வதில் வீணாக்கும் நேரத்திற்குப் பதிலாக குழந்தைகள் இந்த சொற்களை மனப்பாடம் செய்ய வேண்டும். இந்த சொற்களை வாழ்க்கை கோட்பாடு என்று கருதி அதன்படி வாழ்ந்தால் அது உங்கள் மற்றும் என் வாழ்க்கையை மாற்றி அமைத்துவிடும்:

'மக்களின் ஆர்வத்தை தூண்டிவிடும் என் திறமையே எனது தனிச்சிறப்பான சொத்தாக நான் கருதுகிறேன். பாராட்டு மற்றும் ஊக்கம் மூலம் ஒரு மனிதரை சிறப்பானவராக மேம்படுத்தமுடியுமென்றும் நான் நினைக்கிறேன்' என்று ஸ்ச்வாப் கூறினார்.

மேல் நிலையில் உள்ளவர்களிடமிருந்து வரும் கடுமையான விமர்சனத்தைப்போன்று ஒரு மனிதரின் வாழ்க்கை இலக்குகளை அழிக்கக்கூடியது வேறு எதுவும் இல்லை. நான் ஒருபோதும் எவரையும் கடுமையாக விமர்சனம் செய்ததில்லை. ஒரு நபர் தன் பணியை சிறப்பாக செய்ய ஏதேனும் ஒரு வெகுமதி அல்லது ஊக்கத்தொகை கொடுப்பது நல்லது என்று நான் நம்புகிறேன். ஆகவே நான் குற்றம் கண்டுபிடிப்பதை விட பாராட்ட ஆர்வமாக இருக்கிறேன். *நான் விரும்புவதை பாராட்டுவதில் இதயபூர்வமாகவும் புகழ்வதில் அளவற்றும் இருப்பேன்.'*

அதைத்தான் ஸ்வாப் செய்தார். ஆனால் சராசரி மனிதர்கள் என்ன செய்கிறார்கள்? முற்றிலும் நேர்மறையான செயல். அவர்களுக்கு ஒரு விஷயம் பிடிக்கவில்லையென்றால், தங்களுக்கு கீழ் நிலையில் உள்ளவர்களைத் திட்டுகிறார்கள். அவர்களுக்கு அது பிடித்திருந்தால் ஒன்றும் பேசாமல் இருந்து விடுகிறார்கள். பழமொழி ஒன்று கூறுவது போல்: 'நான் ஒருமுறை தீயது செய்த போது அது பற்றிய தகவல் என்னிடம் திரும்பி வந்தது அதுவே நான் இருமடங்கு நன்மையானதைச் செய்தால் அது பற்றி நான் திரும்பி கேள்விப்படவில்லை.'

'உலகின் பல்வேறு பகுதிகளிலிருந்து நான் சந்தித்த எனக்கு பரிச்சயமான பெரிய மனிதர்களில், அவர்கள் எவ்வளவுதான் உயர்ந்த நிலையில் இருந்தாலும், மற்றவர்களிடமிருந்து கிடைத்த ஒப்புதலினால் உந்தப்பட்டு சிறந்த வேலைகளை செய்யாமல், கடுமையான விமர்சனங்களால் அதிக முயற்சியில் ஈடுபட்டவரை நான் சந்திக்கவில்லை.'

வெளிப்படையாக ஆன்ட்ரூ கார்னெகியின் தனிசிறப்புடைய வெற்றிக்கு இதுதான் காரணமென்று கூறினார். கார்னெகி தன் சக ஊழியர்களை பொதுவிலும், தனிப்பட்ட முறையிலும் பாராட்டினார். அவர் தன் சமாதியிலும் தன் உதவியாளர்களைப் பாராட்ட விரும்பினார். அவரது கல்லறையில் எழுதப்பட்ட வாசகம்: 'தன்னைச்சுற்றி தன்னை விட புத்திசாலியான மனிதர்களை வைத்திருப்பது எப்படி என்று அறிந்த ஒருவர் இங்கே உறங்குகிறார்.'

முதலாம் ஜான் டி ராக்ஃபெல்லரின் நேர்மையுடன் பாராட்டும் குணம்தான் மனிதர்களைக் கையாள்வதில் அவர் பெற்ற வெற்றியின் ரகசியங்களில் ஒன்று. எடுத்துக்காட்ட, அவரது பங்குதாரர்களில் ஒருவரான எட்வர்ட் டி. பெட்ஃபோர்ட் தென்அமெரிக்காவில், ஒரு தவறான கொடுக்கல் வாங்கல் பரிவர்த்தனையில் கம்பெனிக்கு பல மில்லியன் டாலர்கள் இழப்பு ஏற்படுத்தியபோது ஜான் டி அதை கடினமாக விமர்சனம் செய்திருக்க முடியும்; ஆனால் பெட்ஃபோர்ட் தன்னால் இயன்ற அளவில் சிறப்பாக செய்திருந்தார் என்றும் அந்த நிகழ்வு நடந்து முடிந்துவிட்டது என்றும் அவர் அறிந்திருந்தார். அதனால் ராக்ஃபெல்லர் பாராட்டப்படவேண்டிய ஒரு விஷயத்தைப்பார்த்தார்.

அவர் முதலீடு செய்த தொகையில் எட்வர்ட் 60 சதவிகிதத்தை சேமித்ததற்காக அவரை பாராட்டினார். 'மேல் மாடியில் நாங்கள் அவ்வளவு சிறப்பான வேலையை கூடச்செய்வதில்லை' என்று ராக்ஃபெல்லர் கூறினார்.

என் சேகரிப்புகளில் எப்போதும் நடக்கவில்லையென்று நான் அறிந்த ஒரு கதை உண்டு. ஆனால் அது உண்மையை எடுத்துக்காட்டுகிறது. எனவே அதனை இங்கே மீண்டும் கூறுகிறேன்:

இந்த முட்டாள்தனமான கதைபடி, பண்ணையில் பணிபுரியும் ஒரு பெண்மணி, கடுமையாக உழைத்து முடித்தபின் ஒரு நாள் வைக்கோல் குவியல் ஒன்றை அங்கிருந்த ஆண்களுக்கு முன்னால் வைத்தாள். அவளுக்குப் பைத்தியம் பிடித்துவிட்டதா என்று அவர்கள் கோபமாக கேட்டார்கள். அதற்கு அவள், 'ஏன், நீங்கள் கவனிப்பீர்கள் என்று எனக்கு எப்படித் தெரியும்? நான் உங்களுக்காகக் கடந்த இருபது ஆண்டுகளுக்கும் மேலாக சமைத்துக் கொண்டிருக்கிறேன். இது நாள்வரை நீங்கள் வைக்கோல் தின்னவில்லை என்று சொன்னதாக எனக்கு ஒரு வார்த்தை கூட கேட்கவேயில்லையே' என்று பதில் கூறினாள்.

வீட்டைவிட்டு ஓடிப்போகும் பெண்களைப் பற்றிய ஒரு ஆய்வு நடத்தப்பட்ட போது அவர்கள் அப்படி ஓடிப்போவதற்கான அடிப்படை காரணம் என்னவென்று எதை கண்டுபிடித்திருப்பார்கள் என்று நீங்கள் நினைக்கிறீர்கள்? அது 'பாராட்டுகளின் பற்றாக்குறைதான்.' வீட்டைவிட்டு ஓடிப்போகும் கணவர்கள் பற்றி ஆய்வு நடந்தாலும் இதே முடிவுதான் இருக்கும் என்று சவால் விடுகிறேன். நாம் பெரும்பாலும் நம் துணையை சாதாரணமாக எடுத்துக் கொள்கிறோம். நாம் அவர்களைப் பாராட்டுகிறோம் என்பதை வெளிப்படுத்துவதில்லை.

எங்களது வகுப்பின் உறுப்பினர் ஒருவர் தன் மனைவி விடுத்த ஒரு வேண்டுகோள் பற்றிக் கூறினார். அவரது மனைவியும் அவர்களது தேவாலயத்திற்கு வந்த பெண்கள் குழுவினரும் சுய மேம்பாட்டு நிகழ்ச்சி ஒன்றில் பங்கேற்றார்கள். தன்னை சிறந்த மனைவியாக விளங்கச்செய்ய உதவக்கூடியது என்று அவர் நம்பிய ஆறு விஷயங்கள் என்னவென்று பட்டியலிட்டுத் தருமாறு அவரிடம் கேட்டுக் கொண்டாள்.

அவர் வகுப்பில் கூறியது: 'அப்படியொரு வேண்டுகோளை கேட்டு நான் ஆச்சரியமடைந்தேன். வெளிப்படையாகச் சொல்ல வேண்டுமென்றால் அவள் மாற்றிக் கொள்ள வேண்டிய விஷயங்கள் என்று எளிதாக ஆறு விஷயங்களைப் பற்றி என்னால் பட்டியலிட்டுக் கூறியிருக்கமுடியும். ஆனால் நான் அதைச் செய்யவில்லை. கடவுளே, நான் மாற்றிக்கொள்ள வேண்டிய விஷயங்கள் என்று அவள் பட்டியலிட நேர்ந்தால் அவளால் ஆயிரம் விஷயங்களை பட்டியலிடமுடியும். 'இதைப்பற்றி சிந்தித்து காலையில் பதில் அளிக்கிறேன்' என்று அவளிடம் கூறினேன்.

'அடுத்த நாள் அதிகாலையிலேயே எழுந்து பூக்கள் விற்பனை செய்பவரை அழைத்து ஆறு சிவப்பு ரோஜாக்களை இந்தக் குறிப்புடன் என் மனைவிக்கு அனுப்புமாறு கூறினேன்: 'நீ மாற்றிக் கொள்ள வேண்டியதான ஆறு விஷயங்கள் என்னவென்று என்னால் சிந்திக்க முடியவில்லை. நீ இருப்பது போலவே நான் உன்னை நேசிக்கிறேன்.'

'அன்று மாலை நான் வீடு திரும்பிய போது வாசலில் யார் என்னை வாழ்த்தி வரவேற்றிருப்பார் என்று நீங்கள் நினைக்கிறீர்கள். ஆமாம் அது சரிதான். என் மனைவிதான்! ஏறத்தாழ அழுது விடுபவள் போல் கண்ணீர் துதும்ப நின்றாள். அவள் கேட்டுக்கொண்டபடி நான் அவளை விமர்சனம் செய்யவில்லை என்பதால் நான் மிகுந்த மகிழ்ச்சியுடன் இருந்தேன் என்பதைச் சொல்ல வேண்டியதில்லை.

'தொடர்ந்த ஞாயிறன்று தனக்கு கொடுக்கப்பட்ட வேலையை முடித்து அவள் தன் அறிக்கையை கொடுத்தபின், அவளுடன் ஆய்வு மேற்கொண்ட பல பெண்கள் தேவாலயத்தில் என்னைச் சந்தித்து, 'நான் இதுவரை கேள்விப்பட்டதிலேயே இதுதான் மிகவும் பரிவு மிக்க விஷயம்' என்று கூறினார்கள். அப்போதுதான் நான் பாராட்டுதலின் சக்தியை உணர்ந்தேன்.'

பிராட்வே வை திகைக்கச்செய்த அற்புதமான தயாரிப்பாளர் ஃப்லோரென்ஸ் ஜீக்ஃபெல்ட் 'அமெரிக்கப் பெண்களைப் பாராட்டுபவர்' என்ற நற்பெயரை தன் நுட்பமான திறமையால் பெற்றார். மீண்டும் மீண்டும் ஒருமுறை பார்த்தபின் மறுமுறை எவரும் திரும்பிப் பார்த்திராத சாமானியர்களை தேர்ந்தெடுத்து வசீகரம் மற்றும் புதிராக விளங்கியவர்களாக அவர்களை மேடையில் உருமாற்றினார். பாராட்டு மற்றும் தன்னம்பிக்கையின் மதிப்பை அறிந்து தனது வீரம் மற்றும் கருணை நிரம்பிய நடவடிக்கையால் அவர்கள் தங்களை துணிச்சலானவர்களாக உணரும்படிச்செய்தார். அவர் யதார்த்தமாக இருந்தார். குழுவில் பாடுபவர்களின் சம்பளத்தை வாரத்திற்கு முப்பது டாலரிலிருந்து நூற்றி எழுபத்தியைந்தாக உயர்த்தினார். அவர் தீரம் மிக்கவராகவும் இருந்தார். ஃபோல்லீஸில் தொடக்க இரவில் அன்று நடிக்கக்கூடிய நட்சத்திரங்களுக்கு தந்தி அனுப்பி மற்றும் குழுப்பாடகிகளுக்கு அழகிய அமெரிக்க ரோஜாக்கள் அனுப்பி அவர்களை மகிழ்ச்சியில் திளைக்கச்செய்தார்.

உணவு உண்ணாமல் விரதம் இருப்பது பற்றிய சிறப்புகளை கேள்விப்பட்டு ஒருமுறை நான் ஆறு நாட்கள் பட்டினி இருக்க நேர்ந்தது. பகல் இரவு என்று ஆறு நாட்களும் சாப்பிடாமல் இருந்தேன். அது கடினமாக இருக்கவில்லை. இரண்டாம் நாள் இருந்ததை விட ஆறாவது நாளன்று பசி குறைவாகவே இருந்தது. இருப்பினும், தங்கள் குடும்பத்தினரையோ தொழிலாளர்களையோ ஆறு நாட்கள் வரை உணவின்றி இருக்க விடுவது குற்ற உணர்ச்சியை தூண்டும் என்று நீங்கள் அறிந்தது போலவே எனக்கும் தெரியும். ஆனால்

உணவைப்போலவே மனமார்ந்த பாராட்டுக்களை எதிர்பார்ப்பவர்களுக்கு அதனை கொடுக்காமல் அவர்களை ஆறு நாட்கள், ஆறு வாரங்கள், சில சமயம் ஆறு ஆண்டுகள் கூட பட்டினியாக வைத்திருப்பார்கள்.

தனது காலத்தில் மிகப்பெரிய நடிகர்களில் ஒருவராக இருந்த ஆல்ஃப்ரட் லன்ட், வியன்னாவில் மறுசந்திப்பு என்ற நாடகத்தில் மிக முக்கிய பங்கு வகித்தபோது, 'என் சுயமரியாதைக்கு ஊட்டச்சத்து தேவைப்படும் அளவிற்கு வேறு எதுவும் எனக்குத் தேவையில்லை' என்று கூறினார்.

நாம் நம் குழந்தைகளுக்கும், நண்பர்களுக்கும், ஊழியர்களுக்கும் உடலுக்கு ஊட்டச்சத்து கொடுத்து வளர்க்கிறோம். ஆனால் அரிதாகவே அவர்களது சுயமரியாதைக்கான ஊட்டசத்தை வழங்குகிறோமா? அவர்களுக்கு வறுத்த மாட்டுக்கறியும் உருளைக்கிழங்கும் கொடுத்து சக்தியூட்டுகிறோம். ஆனால் காலை நட்சத்திரத்தின் இசையைப்போல் விளங்கும் காலமெல்லாம் அவர்களது நினைவில் நின்று எதிரொலித்து மகிழ்விக்கும் பாராட்டு நிறைந்த கனிவான சொற்களைக் கொடுப்பதற்கு தவறிவிடுகிறோம்.

இந்த வரிகளை படித்துக்கொண்டிருக்கும்போது சில வாசகர்கள் இதைகூறிக்கொண்டு இருக்கிறார்கள்: 'ஓ! முகஸ்துதி! *நான் இதை முயற்சி செய்திருக்கிறேன். அது வேலை செய்வதில்லை—* புத்திசாலியான மனிதர்களிடமில்லை.'

கண்டிப்பாக பகுத்தறியும் மக்களிடம் முகஸ்துதி சரிப்பட்டு வருவதில்லை. இது ஆழமற்றதாகவும் தன்னலத்தோடும் உண்மையற்றதாகவும் இருக்கிறது. இது தோல்வி அடையவேண்டும் வழக்கமாக அப்படித்தான் நடக்கிறது. பசியால் வாடும் ஒருவன் புல் மற்றும் புழுபூச்சியை கூட சாப்பிடுவது போல் பாராட்டிற்காக ஏங்குபவன் எதையும் முழுங்குவான் என்பது உண்மைதான்.

ராணி விக்டோரியாவும் கூட முகஸ்துதியால் சுலபமாக பாதிக்கப்பட்டுள்ளார். பிரதமர் பெஞ்சமின் டிஸ்ரேலி அரசியிடம் இதனைப் பயன்படுத்தியுள்ளதாக ஒப்புக்கொண்டுள்ளார். அவரது வார்த்தைகளிலேயே சொல்லவேண்டுமென்றால், 'மிகைப்படுத்தி பேசினேன்' என்று கூறினார். ஆனால் பரந்து விரிந்த ஆங்கிலேய அரசாட்சியில் இருந்த எவரையும் விட டிஸ்ரேலி மிகவும் பண்பட்ட, செயல்திறன் மிக்க, கைதேர்ந்த ஆட்சியாளர்களில் ஒருவராக இருந்தார். தனது துறையில் மேதாவியாக இருந்தார். அவருக்கு பொருத்தமானது உங்களுக்கும் எனக்கும் பொருந்தவேண்டுமென்பது அவசியமில்லை. காலப்போக்கில், முகஸ்துதி உங்களுக்கு நன்மையை விட அதிக தீமைகளையே செய்யும். முகஸ்துதி போலியான பணத்தைப்போல போலியானது. அதனை வேறு எவரிடமும் கொடுத்தால் அது உங்களைத் துன்பத்தில் ஆழ்த்திவிடும்.

பாராட்டிற்கும் முகஸ்துதிக்கும் இடையில் உள்ள வேறுபாடு என்ன? அது எளிமையானது. ஒன்று நேர்மையானது மற்றொன்று உண்மைத்தன்மையற்றது. ஒன்று இதயத்திலிருந்து வெளிபடுகிறது மற்றொன்று வாயிலிருந்து வெளிவருவது. ஒன்று தன்னலமற்றது மற்றொன்று சுயநலமானது. ஒன்று உலகளவில் புகழப்பட்டது. மற்றொன்று உலக அளவில் கண்டிக்கப்பட்டது.

மெக்ஸிகோ நகரத்தின் சபுல்டேபெக் அரண்மனையில் மெக்ஸிகன் தலைவர் ஜெனரல் அல்வாரோ ஒப்ரேகோன் அவர்களின் மார்பளவு சிலையை சமீபத்தில் பார்த்தேன். சிலையின் கீழ் பகுதியில் ஜெனரல் ஒப்ரேகோனின் தத்துவத்திலிருந்து எடுத்த இந்தச் சொற்கள் பொறிக்கப்பட்டுள்ளன: 'உங்களைத் தாக்கும் எதிரிகளைக்கண்டு பயப்படாதீர்கள். ஆனால் முகஸ்துதி செய்யும் நண்பர்களைக் கண்டு அஞ்சுங்கள்.'

இல்லை! இல்லை! இல்லை! நான் முகஸ்துதி செய்ய யோசனை கொடுக்கவில்லை! அதிலிருந்து விலகி ஒரு புதிய வாழ்க்கை முறையைப் பற்றிப் பேசிக்கொண்டிருக்கிறேன். மீண்டும் சொல்கிறேன். நான் ஒரு புதிய வாழ்க்கை முறையைப் பற்றிப் பேசிக்கொண்டிருக்கிறேன்.

பக்கிங்ஹாம் அரண்மனையில் தனது நூலகத்தில் மன்னர் ஐந்தாம் ஜார்ஜ் ஆறு வகையான கோட்பாடுகளை சுவர்களில் காட்சிப்படுத்தியிருந்தார். அந்தக் கோட்பாடுகளில் ஒன்று இப்படிக் கூறுகிறது: 'முகஸ்துதி செய்ய முன்மொழியவோ அல்லது அற்பமான பாராட்டுக்களையோ எனக்குக் கற்பிக்காதீர்கள்.' முகஸ்துதி பற்றிய வரையறையை நான் ஒருமுறை படித்தேன். அதனை மீண்டும் சொல்வது தகுதியானது என்று நான் நினைக்கிறேன்: *'மற்றவர் தன்னைப்பற்றி என்ன நினைக்கின்றாறோ அதனையே சொல்வதுதான் முகஸ்துதி.'*

'நீங்கள் எந்த மொழியைப் பயன்படுத்தினாலும் நீங்கள் எதுவோ அதைத்தவிர உங்களால் எதையும் சொல்லமுடியாது.' என்றார் ரால்ப் வால்டோ எமெர்சன்.

நாம் அனைவரும் செய்ய வேண்டியது முகஸ்துதி மட்டும்தான் என்றால், எல்லோரும் அதை பின்தொடர்ந்திருக்க வேண்டும் மேலும் மனித உறவுகளை பேணுவதில் நாம் அனைவரும் வல்லுனர்களாக இருக்கவேண்டும்.

எந்த ஒரு குறிப்பிட்ட பிரச்சனையைப் பற்றிய சிந்தனையில் இல்லாதபோது நம்மைப் பற்றி சிந்திப்பதில்தான் 95 சதவிகித நேரத்தை வழக்கமாக நாம் செலவழிக்கிறோம். இப்போது, நாம் நம்மைப்பற்றி சிந்திப்பதை நிறுத்திவிட்டு மற்றவர்களில் இருக்கும் நல்ல விஷயங்களைப்பற்றி சிந்திக்கத் துவங்கினால் மிகவும் அற்பமான

முகஸ்துதி நம் வாயிலிருந்து வெளிவரும் முன்பே அதனை அறிந்து கொண்டு நிறுத்திவிடலாம்.

நமது அன்றாட வாழ்க்கையில் மிகவும் புறக்கணிக்கப்படும் குணங்களில் ஒன்று பாராட்டுதல்தான். நம் மகன் அல்லது மகளை அவர்கள் பள்ளியிலிருந்து நல்ல மதிப்பெண்கள் பெற்று திரும்பும்போது எப்படியோ அவர்களைப் பாராட்டாமல் இருந்துவிடுகிறோம். நம் குழந்தைகள் முதன்முதலாக ஒரு கேக்கை செய்யும்போது அல்லது பறவைகளுக்கான ஒரு கூடு அமைத்துக் காட்டும் போது அவர்களைப் பாராட்டத் தவறிவிடுகிறோம். இது போன்ற பெற்றோர்களின் ஆர்வம் மற்றும் அங்கீகாரத்தை விட குழந்தைகளை மகிழ்விப்பது வேறு எதுவும் இல்லை.

அடுத்தமுறை நல்ல ஒரு உணவுப்பொருளை ஹோட்டலில் உண்டு மகிழும் போது, அது அற்புதமாக செய்யப்பட்டுள்ளது என்ற வார்த்தையை அதைத் சமைத்தவரிடம் சொல்லிப் பாராட்டுங்கள். களைத்துப் போயிருக்கும் விற்பனையாளர் ஒருவர் உங்களிடம் வழக்கத்திற்கு மாறான பரிவு காட்டினால், தயவு செய்து அதனை குறிப்பிட்டுப் பாராட்டுங்கள்.

தங்கள் ஆற்றல் முழுவதையும் வெளிப்படுத்தி பேசும் ஒவ்வொரு அமைச்சர், விரிவுரையாளர் மற்றும் மேடைப்பேச்சாளருக்கும் பார்வையாளர்களிடமிருந்து ஒரு சிறிய பாராட்டைக்கூட பெறாமல் இருப்பது ஊக்கம் இழக்கச்செய்யும். தொழில்முறை வல்லுநர்களுக்கு எது பொருந்துகிறதோ அது அலுவலகங்கள், கடைகள், தொழிற்சாலைகள் ஆகியவற்றில் பணிபுரியும் தொழிலாளர்களுக்கும், நம் குடும்பத்தினருக்கும், நண்பர்களுக்கும் கூட பொருந்தும். நாம் ஒருவருடன் ஒருவர் பழகும்போது நமது அனைத்து உதவியாளர்களும் மனிதர்களே என்றும் அவர்களும் பாராட்டுகளுக்காக ஏங்குபவர்கள் என்பதையும் நாம் மறக்கக் கூடாது. ஒவ்வொரு ஆத்மாவும் மகிழ்ந்து அனுபவிக்கும் நியாயமான விருப்பம் அது.

உங்கள் அன்றாட பயணங்களில் நீங்கள் சந்திக்கும் மக்களை நன்றி கலந்த நட்பான பாதையில் விட முயற்சி செய்யுங்கள். உங்களது அடுத்த சந்திப்பில் அவர்கள் வெளிப்படுத்தும் நட்பும் அதில் கலந்து உங்கள் பாதை ஒளிமயமாக இருப்பதைக் கண்டு நீங்கள் வியந்து போவீர்கள்.

கனெக்டிகட்டில் உள்ள நியூ ஃபேர்ஃபீல்டு என்ற இடத்தை சேர்ந்த பமீலா டன்ஹம் தன் மற்ற பொறுப்புகளுடன் திறமையற்ற ஒரு தூய்மை பணியாளரின் வேலையை மேற்பார்வையிடும் பொறுப்பையும் கொண்டிருந்தாள். மற்ற ஊழியர்கள் அவனை ஏளனம் செய்து வழியெங்கும் குப்பைகளை இரைத்துவிட்டு அவன் எவ்வளவு மோசமாக

வேலை செய்கிறான் என்று குறை கூறுவார்கள். அது கடையின் உற்பத்தி நேரத்தை மிகவும் மோசமாக வீணாக்கியது.

இந்த மனிதனை ஊக்கப்படுத்த பல்வேறு வழிகளை முயற்சி செய்தும் அதற்கு எந்த வெற்றியுமில்லாமல் போனது. அவன் சில சந்தர்ப்பங்களில் மிக நன்றாக வேலை செய்வதை அவள் கவனித்தாள். அதற்காக மற்றவர்கள் முன்பு அவனை பாராட்டினாள். ஒவ்வொரு நாளும் அவன் செய்த வேலையில் முன்னேற்றம் ஏற்பட்டது. வெகுவிரைவில் தனது வேலைகள் அனைத்தையும் சிறப்பாக செய்யத் துவங்கினான். இப்போது அவன் அற்புதமாக வேலை செய்கிறான். மற்றவர்களும் அதற்காக அவனை பாராட்டி அவன் வேலையை அங்கீகரிக்கின்றனர். கடுமையான விமர்சனமும் கேலி செய்வதும் தோற்றுப்போக, நேர்மையான பாராட்டுகள், மிகுந்த பலனைத் தந்தது.

புண்படுத்துவது மற்றவர்களில் எந்த மாற்றத்தையும் ஏற்படுத்தாது. அது அவசியமானதும் இல்லை. தினமும் நான் தவறாமல் பார்க்கும் ஒரு இடத்தில் ஒரு பழமொழியை ஒட்டி வைத்துள்ளேன்:

> நான் இந்த வழியாக ஒருமுறை மட்டுமே கடந்து செல்வேன்; அதனால் எந்த ஒரு மனிதருக்கும் என்னால் செய்ய முடிந்த எந்த ஒரு நல்ல செயலையும், என்னால் காட்டமுடிந்த கருணையையும் இப்போதே காட்டிவிடுகிறேன். அதிலிருந்து விலகவோ அல்லது அதனை நான் புறக்கணிக்கவோ கூடாது. ஏனெனில் இந்த வழியாக மீண்டும் நான் செல்லமாட்டேன்.

'நான் சந்திக்கும் ஒவ்வொரு மனிதனும் ஏதேனும் ஒரு வழியில் என்னைவிட சிறந்தவர்தான். அதனால் நான் அவரிடமிருந்து கற்றுக் கொள்கிறேன்' என்று எமர்சன் கூறினார்.

இது எமர்சனுக்குப் பொருந்தும் என்றால், எனக்கும் உங்களுக்கும் ஆயிரம் மடங்கு அதிகமாக உண்மையானதல்லவா? நமது சாதனைகள் மற்றும் நம் விருப்பங்களைப் பற்றி சிந்திப்பதை நிறுத்திவிடுவோம். மற்றவரிடம் இருக்கும் நல்ல விஷயங்களை கண்டுகொள்ள முயற்சி செய்வோம். பிறகு முகஸ்துதியை மறந்து விடுவோம். நேர்மையான உண்மையான பாராட்டுக்களை வழங்குவோம். உங்கள் 'ஒப்புதலை மனமுவந்தும் புகழ்ச்சியை தாராளமாகவும்' அளியுங்கள். உங்கள் வார்த்தைகளை மக்கள் விரும்பி கேட்பார்கள். அவற்றைப் பொக்கிஷமாகக் கருதுவார்கள். வாழ்நாள் முழுவதும் சொல்லிக் கொண்டிருப்பார்கள். நீங்கள் அவர்களை மறந்த பின்னரும் காலாகாலத்திற்கும் மீண்டும் மீண்டும் சொல்லிக் கொண்டேயிருப்பார்கள்.

விதி 29

**பாராட்டு நேர்மையானதாக இருக்கவேண்டும்.
வெறும் முகஸ்துதியாக இருக்கக்கூடாது.**

அனைவரும் தனிப்பட்ட மனிதர் என்ற முறையில் மதிக்கப்படவேண்டும் ஆனால் எவரும் இலட்சிய மனிதர் என்பது போல் நடத்தப்படக்கூடாது.

—ஆல்பர்ட் ஐன்ஸ்டைன்

நீங்கள் உற்சாகமாக இருக்க விரும்பினால் ஆர்வத்துடன் செயல்படுங்கள்.

—டேல் கார்னெகி

30

மற்றவர்களின் கண்ணோட்டத்தை புரிந்துகொள்ளுங்கள்

கோடைக்காலத்தில் நான் அடிக்கடி மைனே ஆற்றுப் பகுதிக்கு மீன்பிடிக்கச் சென்றேன். தனிப்பட்ட முறையில் எனக்கு ஸ்ட்ராபெர்ரியும் கேக்கும் பிடிக்கும். ஆனால் ஏதோ விநோதமான காரணங்களுக்காக மீண்களுக்கு புழுக்களை பிடித்திருக்கிறது என்று நான் கண்டு கொண்டேன். அதனால் மீன் பிடிக்கச் சென்ற போது எனக்கு என்ன விருப்பம் என்று நினைக்கவில்லை. தூண்டில் முள்ளில் நான் ஸ்ட்ராபெர்ரியையும் கிரீமையும் வைக்கவில்லை. மாறாக, ஒரு புழுவையோ அல்லது வெட்டுக்கிளியையோ மீனுக்கு முன்னால் ஆட்டி: ‘இது வேண்டுமென்று நீ விரும்பவில்லையா?’ என்று கேட்டேன்.

இதே பொதுஅறிவை மக்களைக் கவர முயலும் போது ஏன் பயன்படுத்தக்கூடாது?

முதலாம் உலகப்போரின் போது இங்கிலாந்து பிரதமராக இருந்த லாயிட் ஜார்ஜ் அதைத்தான் செய்தார். போர்க்காலத்தின் மற்ற தலைவர்களான வில்சன், ஆர்லேண்டோ, கிளமென்சா போன்றவர்கள் மறக்கப்பட்டபோது தான் மட்டும் எப்படி ஆட்சியில் தொடர்ந்தார் என்று சிலர் கேட்டதற்கு அவர், மேலே உயரத்தில் இருப்பது ஒரு விஷயத்தினால் சாத்தியமாகிறது. அதாவது, மீனுக்கு ஏற்ற இரையைத் தூண்டிலிடுவதன் அவசியத்தை அறிந்திருந்ததுதான் என்று பதில் அளித்தார்.

நமக்கு என்ன விருப்பம் என்பது பற்றி ஏன் பேசவேண்டும்? அது குழந்தைத்தனமானது. அபத்தமானது. கண்டிப்பாக உங்களுக்கு விருப்பமானதில் நீங்கள் ஆர்வமாக இருக்கிறீர்கள். அதில் உங்கள் ஆர்வம் நிலையானது. ஆனால் வேறு எவருக்கும் அதில் ஆர்வமில்லை. எங்களைப்போன்ற மற்றவர்களும் உங்களைப் போலத்தான்: நமக்கு என்ன விருப்பமோ அதில்தான் ஆர்வம் கொண்டுள்ளோம்.

ஆகவே இந்த உலகத்தில் உள்ள மற்றவர்களை கவர்வதற்கான ஒரே வழி அவர்கள் விரும்புவதைப் பற்றிப் பேசுவதும், அதை அவர்களால் எப்படி பெற முடியும் என்பதைக் காட்டுவதும்தான்.

நீங்கள் யாரிடமிருந்தும் ஒரு செயலை செய்விக்க நாளை முயல்கிறீர்கள் என்று வைத்துக்கொள்வோம். உதாரணத்திற்கு, உங்கள் குழந்தைகள் புகைப்பிடிக்கக்கூடாது என்று நீங்கள் விரும்பினால் அவர்களுக்கு போதனை செய்யாதீர்கள். மேலும் நீங்கள் என்ன

விரும்புகிறீர்கள் என்பது பற்றியும் பேசாதீர்கள். ஆனால் புகைப்பிடிப்பது அவர்களை கூடைபந்துப் போட்டியில் கலந்துகொள்ள இயலாமல் செய்துவிடும் அல்லது நூறு கஜ ஓட்ட பந்தயத்தில் வெற்றி பெற முடியாதபடி செய்துவிடும் என்று எடுத்துக்காட்டுங்கள்.

நீங்கள் கையாள்வது குழந்தைகளோ, கன்றுக்குட்டிகளோ அல்லது மனிதக்குரங்குகளோ அது எதுவானாலும் இது நினைவில் வைத்துக்கொள்த்தக்க நல்ல விஷயமாகும். உதாரணத்திற்கு, ஒருநாள் ரால்ஃப் வால்டோ எமர்சனும் அவரது மகனும் ஒரு கன்றுக்குட்டியைக் கொட்டகைக்குள் கொண்டு வர முயற்சி செய்தார்கள். ஆனால் தங்களுக்கு என்ன விருப்பம் என்று சிந்திக்கும் பொதுவான தவறைச் செய்தார்கள்: எமர்சன் தள்ள அவரது மகன் அதனை இழுத்தார். ஆனால் கன்றுக்குட்டியும் அவர்கள் என்ன செய்தார்களோ அதைத்தான் செய்தது: அதற்கென்ன விருப்பமோ அதைப்பற்றி மட்டுமே சிந்தித்தது. ஆகவே அது தன் கால்களை விரைப்பாக வைத்துக்கொண்டு தான் நின்றுகொண்டிருந்த மேய்ச்சல் நிலத்தை விட்டு வர மறுத்தது. அங்கிருந்த ஐரிஷ் பணிப்பெண் ஒருத்தி அந்த நிலைமையைப் பார்த்தாள். அவளால் கட்டுரைகளோ புத்தகங்களோ எழுத முடியாது; ஆனால் இந்த சமயத்தில் எமெர்சனுக்கு இருந்ததைவிட அதிக பொது அறிவு, (இந்த விஷயத்தில் கன்றுக்குட்டியின் அறிவு என்று சொல்லலாம்) இருந்தது. அந்த கன்றுக்குட்டிக்கு என்ன விருப்பம் என்பதைப்பற்றி நினைத்தாள். எனவே தாய்மை உணர்வுடன் அந்தக் கன்றுக்குட்டியின் வாயில் தன் விரலை வைத்து அது சூப்பிக்கொண்டிருக்குமாறு செய்து மென்மையாக அதனைக் கொட்டகைக்குள் வழிநடத்திச் சென்றாள்.

நீங்கள் பிறந்த நாள் முதல் செய்த ஒவ்வொரு செயலும் நீங்கள் எதையோ விரும்பியதால் செய்தீர்கள். ரெட் கிராஸ் நிறுவனத்திற்கு கொடுத்த பெரிய பங்களிப்புப் பற்றி என்ன சொல்கிறீர்கள்? 'ஆம்' அதுவும் இந்த விதிக்கு விலக்கானது இல்லை. நீங்கள் உதவிக்கரம் நீட்ட விரும்பியதால் அதற்கு நன்கொடை கொடுத்தீர்கள்; நீங்கள் ஒரு அழகான, தன்னலமற்ற, தெய்வீகமான செயலைச் செய்ய விரும்பினீர்கள். 'எனது சகோதரர்களில் எளிமையானவர்களுக்கு நீங்கள் செய்யும் சேவை எனக்குச் செய்தவை போலாகும்.'

பணத்தை விட அந்த உணர்வை அதிகம் விரும்பியிருக்காவிட்டால் நீங்கள் அந்த பங்களிப்பைச் செய்திருக்க மாட்டீர்கள். கண்டிப்பாக உங்கள் வாடிக்கையாளர் அல்லது வேறொருவர் கேட்கும்போது மறுக்க கூச்சப்பட்டுக்கொண்டு கூட நீங்கள் இதனைச் செய்திருக்கலாம். ஆனால் ஒன்று மட்டும் நிச்சயம். நீங்கள் எதையோ விரும்பியதால்தான் அந்தப் பங்களிப்பைச் செய்தீர்கள்.

வறுமையில் உழன்ற ஸ்காட்லாந்தைச் சேர்ந்த ஆன்ட்ரூ கார்னெகி ஒரு மணி நேரத்திற்கு இரண்டு சென்ட் என்ற ஊதியத்தில் தொடங்கியவர். மற்றவர்கள் மீது நல்ல தாக்கத்தை ஏற்படுத்த சிறந்தவழி அந்த தனிநபர்

எதை விரும்புகிறார் என்பதை அறிந்து அதன்படி செயல்படுவதுதான் என்பதை தனது ஆரம்ப கால வாழ்க்கையிலேயே கற்றுக் கொண்ட அவர் இறுதியில் தனது 365 மில்லியன் டாலர்களை மற்றவர்களுக்கு தானமாக கொடுத்துவிட்டார். அவர் நான்கு வருடங்களே பள்ளிக்குச்சென்று படித்தார்; ஆனால் மக்களைக் கையாள்வது எப்படி என்பதைக் கற்றுக் கொண்டார்.

இதை விளக்க: அவரது மைத்துனி தன் இரண்டு மகன்களைப்பற்றிய கவலையில் எப்போதும் இருந்தாள். அவர்கள் யேல் பல்கலைக்கழகத்தில் படித்துக்கொண்டிருந்தார்கள். அவர்கள் தங்கள் வேலைகளில் பரபரப்பாக இருந்த காரணத்தால் வீட்டிற்குக் கடிதம் எழுதாமல் அதுபற்றி எந்தவித அக்கறையும் இல்லாமல் தங்கள் அம்மா எழுதிய பதட்டமான கடிதங்களுக்கு பதிலும் அளிக்காமல் இருந்தார்கள்.

பிறகு கார்னெகி பதில் கடிதம் அனுப்பு என்று கேட்கப்படாமலேயே அம்மாவின் கடிதங்களுக்கு தன்னால் பதில் கடிதங்களை வரவழைக்கமுடியுமென்று சவால் விடுத்தார். யாரோ பந்தயமும் கட்டினார்கள். ஆகவே அவர் தன் மருமகன்கள் இருவருக்கும் தனித்தனியே நீண்ட விளாவரியான கடிதம் ஒன்றை எழுதி அதில் பின்குறிப்பாக அக்கடித்ததுடன் ஐந்து டாலர் அனுப்பியிருப்பதாகப் எழுதினார்.

இருப்பினும் வேண்டுமென்றே அந்தப் பணத்தை இணைக்கத் தவறினார். 'அன்புள்ள மாமா ஆன்ட்ரூ' என்று துவங்கி அவரது குறிப்புக்கு நன்றி கூறி பதில் கடிதங்கள் மறு தபாலிலேயே வந்து சேர்ந்தன. அந்த வாக்கியத்தை நீங்களே முடித்துக் கொள்ளலாம்.

தொடர்முயற்சி பற்றிய மற்றொரு உதாரணம் ஒஹாயோவின் கிளீவ்லேன்டைச் சேர்ந்த எங்கள் பயிற்சி வகுப்பில் பங்கேற்பவரான, ஸ்டான் நோவாக்கிடமிருந்து வருகிறது. ஒருநாள் மாலை ஸ்டான் வேலையிலிருந்து வீடு திரும்பிய போது தனது இளைய மகன், டிம் வரவேற்பறையின் தரையில் புரண்டபடி அழுது கொண்டிருந்தான். அடுத்த நாள் முதல் ஆரம்பப் பள்ளிக்கு செல்லவேண்டிய அவன் போகமாட்டேன் என்று மறுத்து போராடிக் கொண்டிருந்தான். உன் மனதை மாற்றிக்கொள் என்று சொல்லி அவனை அவனது அறைக்குச்செல்லுமாறு வழக்கம்போல் ஸ்டான் உத்தரவிட்டிருக்கலாம். அந்தக்குழந்தையும் வேறு எந்த வழியும் இல்லாமல் போயிருக்கும். நல்ல மனநிலையில் உற்சாகமாக டிம் பள்ளிக்குச் செல்வதற்கு இது நல்லமுறையில் பயன்படாது என்பதை உணர்ந்து அன்று இரவு ஸ்டான் என்ன செய்யவேண்டும் என்பது பற்றி உட்கார்ந்து சிந்தித்தார். 'நான் டிம்மாக இருந்தால் மழலையர் பள்ளிக்குச் செல்ல ஏன் ஆர்வமாக இருப்பேன்?' டிம் விரும்பிச் செய்யக்கூடிய செயல்களான விரலால் ஓவியம் வரைதல், பாடல்கள் பாடுதல், புதிய நண்பர்களை உருவாக்கிக் கொள்ளுதல் போன்ற மகிழ்ச்சிகரமான எல்லா விஷயங்களைப் பற்றி

அவரும் அவரது மனைவியும் உட்கார்ந்துப் பட்டியலிட்டார்கள். பிறகு அதனை செயல்படுத்தினார்கள்.

நான் என் மனைவி எங்களது மற்ற மகன் பாப் எல்லோரும் சேர்ந்து சமையலறை மேஜையில் அமர்ந்து மகிழ்ச்சியாக விரல்கள் கொண்டு ஓவியங்கள் வரையத் துவங்கினோம். விரைவில் தூரத்திலிருந்து எட்டிப்பார்த்தபடி டிம் அங்கே வந்து நின்றான். பிறகு அவன் அதில் பங்கு கொள்ள வேண்டுமென்று கெஞ்சத் துவங்கினான். 'ஓ! இல்லை இல்லை. விரல்களை பயன்படுத்தி ஓவியம் வரைவதை கற்றுக்கொள்வதற்கு நீ முதலில் மழலையர் பள்ளிக்குச் செல்ல வேண்டும்.' மிகுந்த உற்சாகத்துடன், அவன் புரிந்து கொள்ளக்கூடிய வகையில், நாங்கள் போட்டிருந்த பட்டியலைப் பார்த்து மழலையர் பள்ளியில் இருக்கும் மகிழ்ச்சி தரும் விளையாட்டுக்களைப் பற்றி அவனிடம் கூறினேன். அடுத்த நாள் காலையில், நான்தான் முதலில் தூக்கம் விழித்தேன் என்று எண்ணிக் கொண்டு கீழே இறங்கினேன். அங்கே ஒரு நாற்காலியில் டிம் உறங்கிக் கொண்டிருப்பதைப் பார்த்தேன்.

'"இங்கு என்ன செய்து கொண்டிருக்கிறாய்?" என்று கேட்டேன். "நான் மழலையர் பள்ளிக்குச் செல்ல காத்திருக்கிறேன். நான் அங்கு காலதாமதமாக செல்ல விரும்பவில்லை" என்றான். எங்கள் முழு குடும்பமும் அளித்த ஊக்கம் டிம்மின் மனத்தில் ஆர்வமிக்க விருப்பத்தை உருவாக்கி இருந்தது. அதனை வேறு எந்த வகையான உரையாடல் அல்லது பயமுறுத்தல் மூலமாகவும் சாதித்திருக்கமுடியாது.'

நாளை நீங்கள் எவரையேனும் ஒரு செயலை செய்ய வற்புறுத்த விரும்பலாம். பேசும் முன்பாக நிறுத்தி உங்களை நீங்களே கேட்டுக்கொள்ளுங்கள்: 'அந்த வேலையை செய்ய வேண்டும் என்ற விருப்பத்தை இந்த நபரில் எப்படி கொண்டுவருவது?'

நமது விருப்பங்கள் பற்றிய பயனற்ற பேச்சுக்களுடன், சிந்திக்காமல் அந்த சூழ்நிலைக்குள் விரைவதிலிருந்து இந்தக் கேள்வி நம்மைத் தடுத்துவிடும்.

ஒரு முறை ஒவ்வொரு பருவக்காலத்திலும் தொடர் வகுப்புகள் நடத்த நியூயார்கிலுள்ள ஒரு ஹோட்டலில் ஒரு ஆடம்பரமான நாட்டிய அரங்கத்தை இருபது நாட்களுக்கு வாடகைக்கு எடுத்திருந்தேன்.

ஒரு குறிப்பிட்ட பருவகால தொடக்கத்தில், நான் முன்பு கொடுத்த வாடகைத்தொகையை விட கிட்டத்தட்ட மூன்று மடங்கு அதிக வாடகை கொடுக்க வேண்டும் என்று எனக்கு திடீரென தெரிவிக்கப்பட்டது. வகுப்பிற்கான நுழைவுச் சீட்டுகள் அச்சடிக்கப்பட்டு விநியோகித்தப்பின்னர் இந்த அறிவிப்புகள் அனைத்தும் வெளியிடப்பட்டிருந்தன.

இயல்பாக, அந்த கூடுதல் தொகையை நான் கொடுக்கவிரும்பவில்லை. ஆனால் எனக்கு என்ன விருப்பம் என்று ஹோட்டலுக்கு சொல்வதால்

என்ன பயன்? அவர்கள் தங்கள் விருப்பத்தில்தான் குறியாக இருந்தார்கள். எனவே இரண்டு நாட்களுக்குப் பிறகு அந்த ஹோட்டல் மேலாளரைப் பார்க்கச் சென்றேன்.

'உங்கள் கடிதம் கிடைத்தவுடன் நான் சிறிது அதிர்ச்சி அடைந்தேன்' என்று கூறினேன். 'ஆனால் அதற்கான பழியை உங்கள் மீது சுமத்தவில்லை. உங்கள் இடத்திலிருந்திருந்தால் நானும் இதுபோன்ற கடிதத்தைத்தான் எழுதியிருப்பேன். ஹோட்டல் மேலாளர் என்ற வகையில் முடிந்த அளவில் லாபம் சம்பாதிப்பது உங்கள் கடமை. அதைச் செய்யாவிட்டால் நீங்கள் பணிநீக்கம் செய்யப்படுவீர்கள். அதற்காக அது செய்யப்படவேண்டும். இப்போது நாம் ஒரு காகிதத்தை எடுத்து இந்த வாடகை உயர்வை கட்டாயப்படுத்துவதன் மூலம் உங்களுக்கு ஏற்படக்கூடிய லாப நஷ்டங்களைப் பற்றிக் குறிப்பிட்டு எழுதுவோம்' என்று கூறினேன்.

பிறகு நான் ஒரு காகிதத்தை எடுத்து மத்தியில் ஒரு கோட்டைப் போட்டு ஒரு பக்கத்தில் 'நன்மைகள்' என்றும் மறு பக்கத்தில் 'தீமைகள்' என்றும் தலைப்பிட்டு எழுதத் துவங்கினேன். 'நன்மைகள்' என்பதற்குக் கீழே 'நடன அரங்கம் காலியாக இருக்கும்' என்ற வார்த்தைகளை எழுதினேன். மேற்கொண்டு: 'நடன நிகழ்ச்சிகள் மற்றும் மாநாடுகள் போன்ற கூட்டங்களுக்கு விடுவதற்கு அரங்கம் தயாராக இருக்கும். அம்மாதிரியான நிகழ்ச்சிகள் நடத்துபவர்கள் தொடர் உரை நிகழ்த்துபவர்களைவிட உங்களுக்கு அதிக வாடகை தருவார்கள். இது ஒரு மிகப்பெரிய நன்மை. நான் அந்த சமயத்தில் அரங்கத்தைத் தொடர்ந்து இருபது இரவுகளுக்கு எடுத்துக்கொண்டு விட்டால், உங்களுக்கு வரக்கூடிய லாபம் குறைந்து நஷ்டம் ஏற்படும் என்பது நிச்சயம்.

'இப்போது நஷ்டங்களைப் பற்றி எண்ணிப் பார்ப்போம். முதலாவதாக, என்னிடமிருந்து பெறும் வருவாயை அதிகரிப்பதற்குப் பதிலாக நீங்கள் அதனைக் குறைக்கப் போகிறீர்கள். உண்மையில் அதனை முழுவதுமாக இழக்கப் போகிறீர்கள். ஏனென்றால், நீங்கள் கேட்கும் வாடகையை என்னால் கொடுக்க முடியாது. நான் இந்த உரை நிகழ்ச்சிகளை வேறொரு இடத்தில் நடத்த நிர்ப்பந்திக்கப்படுவேன்.

'உங்களுக்கு வேறொரு நஷ்டமும் இருக்கிறது. இந்த உரைகள் படித்தவர்களையும் பண்பட்ட சான்றோர்களையும் உங்கள் ஹோட்டலுக்குள் ஈர்க்கும். இது உங்கள் ஹோட்டலுக்குப் பெரிய விளம்பரமாக அமையும் இல்லையா? உண்மையில், ஐயாயிரம் டாலர்கள் செலவழித்து செய்தித்தாள்களில் நீங்கள் விளம்பரம் செய்தாலும் நான் எனது உரைகள் மூலம் உங்கள் ஹோட்டலுக்கு அழைத்து வரும் அளவில் மக்களை உங்களால் அழைத்துவர முடியாது. இது ஒரு ஹோட்டலுக்கு அதிக மதிப்புடையது இல்லையா?'

நான் பேசிக்கொண்டே, இந்த இரண்டு குறைபாடுகளையும் பொருத்தமான தலைப்பின் கீழ் எழுதி மேலாளரிடம் கொடுத்துவிட்டு, 'இதிலிருக்கும் நன்மைகள் மற்றும் தீமைகளை கவனமாக ஆராய்ந்த பின்னர் எனக்கு இறுதியான முடிவை நீங்கள் தெரிவிக்கவேண்டுமென்று நான் விரும்புகிறேன்' என்று கூறினேன்.

அடுத்த நாளே 300 சதவிகித வாடகை உயர்விற்கு பதிலாக 50 சதவிகித உயர்வு மட்டுமே செய்யப்படுவதாக தெரிவித்த ஒரு கடிதத்தை பெற்றேன்.

ஒன்றை மனதில் கொள்ளுங்கள். நான் விரும்பியது என்னவென்று சொல்லாமலேயே இந்த வாடகைக் குறைப்பை பெற்றேன். எல்லா நேரத்திலும் மற்றவர் என்ன விரும்பினார் என்பதையும் அவர் அதனை எப்படி பெறலாம் என்பதைப் பற்றி மட்டுமே பேசினேன்.

ஒருவேளை மனித இயல்பின் உந்துதல்படி நடந்துகொண்டிருந்தேன் என்று வைத்துக்கொள்ளுங்கள்; ஒருவேளை கோபமாக அவரது அலுவலகத்திற்குள் நுழைந்து, 'நுழைவுச்சீட்டுகள் அச்சடிக்கப்பட்டு அறிவிப்புகள் எல்லாம் செய்த பின்னர், வாடகையை முன்னூறு சதவிகிதம் உயர்த்துவதன் மூலம் நீங்கள் என்ன நினைத்துக் கொண்டிருக்கிறீர்கள்? முன்னூறு சதவிகிதம்! பரிகசிப்பது போலிருக்கிறது! அபத்தமானது! நான் அதனைக் கொடுக்க மாட்டேன்!' என்று கூறியிருந்தால்?

பிறகு என்ன நடந்திருக்கும்? ஒரு காரசாரமான விவாதம் துவங்கி கொதித்துப் பொங்கியெழுந்து ஒருவருக்கொருவர் காறித்துப்பிக் கொள்ள நேர்ந்திருக்கும். விவாதங்கள் எப்படி முடியும் என்று உங்களுக்குத் தெரியும். அவர் செய்தது தவறு என்று அவரை நம்பச்செய்திருந்தாலும் அவரது சுய கௌரவம் அவர் பின்வாங்கி விட்டுக்கொடுப்பதை கடினமாக்கியிருக்கும்.

மனித உறவுகளை பராமரிக்கும் சிறந்த கலைப்பற்றி கொடுக்கப்பட்ட அறிவுரைகளில் மிகச் சிறப்பான ஒன்று இங்கே இருக்கிறது. 'வெற்றிக்கான ஒரு ரகசியம் என்று ஒன்று இருந்தால், அது மற்றவரின் கண்ணோட்டத்திலிருந்து, அவரது கோணத்தையும் உங்களது கோணத்தையும் பார்க்கும் திறனில் உள்ளது' என்று ஹென்றி ஃபோர்டு கூறினார்.

அது மிகவும் நல்ல கருத்து. அதனை மீண்டும் கூற விரும்புகிறேன்: 'வெற்றிக்கான ஒரேயொரு ரகசியம் உண்டு என்றால், அது மற்றவரின் கண்ணோட்டத்திலிருந்து விஷயங்களை பார்ப்பது, அவரது கோணம் மற்றும் உங்களது கோணத்திலிருந்தும் அவ்விஷயங்களை பார்க்கும் திறனில் உள்ளது'

அது மிகவும் எளிமையானது. எவராலும் உண்மையை ஒரே பார்வையில் பார்க்கக்கூடிய அளவில் தெளிவானது; இருப்பினும் இந்த

உலகத்தின் 90 சதவிகித மக்கள் 90 சதவிகித நேரம் அதனை புறக்கணித்து விடுகிறார்கள்.

ஒரு உதாரணம் வேண்டுமா? நாளை காலை உங்கள் மேஜைக்கு வரும் கடிதங்களைப் பாருங்கள். அவற்றில் பெரும்பாலானவை இந்த பெரிய முக்கியமான பொதுஅறிவினை மீறுபவையாக இருக்கும். கண்டம் முழுவதிலும் அலுவலகங்கள் கொண்ட ஒரு விளம்பர கம்பெனியின் வானொலி துறையின் தலைவரால் எழுதப்பட்ட இந்த ஒரு கடிதத்தை உதாரணமாக எடுத்துக் கொள்வோம். இந்தக் கடிதம் நாடெங்கும் உள்ள வானொலி நிலை மேலாளர்களுக்கு அனுப்பப்பட்டிருந்தது. (ஒவ்வொரு பகுதியின் முடிவிலும் எனது எதிர்வினையை அடைப்புக் குறிக்குள் கொடுத்திருக்கிறேன்)

மிஸ்டர். ஜான் ப்ளாங்க்
ப்ளாங்க்வில்லே
இண்டியானா
அன்புள்ள மிஸ்டர் ப்ளாங்க்,

வானொலித் தளத்தில் தலைமை இடத்தில்—விளம்பர கம்பெனி நிலைத்திருக்க விரும்புகிறது.

(உங்கள் கம்பெனியின் விருப்பத்தைப் பற்றி யார் கவலைப்படுகிறார்கள்?) நான் எனது சொந்தப் பிரச்சனைகளைப் பற்றிக் கவலைப்படுகிறேன். என் வீட்டு அடமானக் கடனை வங்கி முன்னதாக முடிக்கப் போகிறது, என் தோட்டத்தின் வண்ண மலர்ச்செடிகளை பூச்சி அரிக்கிறது, பங்குச்சந்தை நேற்று சரிந்துள்ளது, இன்று காலை நான் எட்டு-பதினைந்து வண்டியை தவறவிட்டேன், நேற்று இரவு நான் ஜோன்ஸின் நடனத்திற்கு அழைக்கப்படவில்லை, எனக்கு இரத்த அழுத்தம் அதிகரித்திருப்பதாகவும் நரம்புத் தளர்ச்சி உள்ளதாகவும், பொடுகு பிரச்சனை உள்ளதாகவும் எனது மருத்துவர் கூறுகிறார், அதன் பிறகு என்ன நடக்கிறது? நான் கவலையுடன் அலுவலகத்திற்கு வந்து தபால்களைத்திறந்தால் நியூ யார்க் நகர கம்பெனி ஒன்று எதை விரும்புகிறது என்பதைப் பற்றி சலசலப்பான அளவளாவளை அதில் காண்கிறேன். ச்ச! (தனது கடிதம் எப்படிப்பட்ட உணர்வை ஏற்படுத்துகிறது என்பதை மட்டும் அவர் உணர்ந்தால் விளம்பரத் தொழிலை விட்டுவிட்டு, ஆடுகளுக்கு பயன்படுத்தும் கிருமிநாசினி தயாரிப்பில் ஈடுபட்டு விடுவார்.)

இந்த நிறுவனத்தின் தேசிய விளம்பர வருவாய்க் கணக்குகள் அந்த அமைப்பின் அரணாக இருந்தது. அதைத் தொடர்ந்து நாம் நமது நிலைய நேரத்தை சரிபடுத்தியது ஒவ்வொரு ஆண்டும் நம்மை முதன்மை நிலையில் இருக்க உதவுகிறது.

(நீங்கள் பெரிய வளமுள்ள உயர்நிலையில் இருக்கிறீர்கள் இல்லையா? அதனால் என்ன? நீங்கள் ஜெனரல் மோட்டார்ஸ் போலவோ, ஜெனரல் எலெக்டிரிக் போலவோ அமெரிக்க இராணுவம் போன்றோ அல்லது அனைத்தும் ஒன்று சேர்ந்த சக்தியாக பெரிய அளவில் இருந்தாலும் எனக்கு அதுபற்றிக் கவலையில்லை. அரை அறிவு கொண்ட ஹம்மிங் பெர்ட் அளவில் நீங்கள் இருந்தாலும் நான் எவ்வளவு பெரியவனாக இருக்கிறேன் என்பதில் மட்டுமே என் ஆர்வம் உள்ளது என்பதை நீங்கள் உணர்வீர்கள். நீங்கள் எவ்வளவு பெரிய அளவில் இருக்கிறீர்கள் என்பதில் அல்ல. உங்களது பெரும் வெற்றியைப்பற்றிய பேச்சு என்னை சிறிதாகவும் முக்கியமற்றவனாகவும் உணரச்செய்கிறது.)

> *வானொலி நிலையம் குறித்த சில வார்த்தைகளை கூறி எங்கள் வாடிக்கையாளர்களுக்கு நாங்கள் சேவை புரிய விரும்புகிறோம்.*

(நீங்கள் விரும்புகிறீர்கள்! நீங்கள் விரும்புகிறீர்கள். கட்டுப்படுத்தப்படாத கழுதை நீங்கள். நீங்கள் என்ன விரும்புகிறீர்கள் என்றோ அல்லது அமெரிக்க ஜனாதிபதி என்ன விரும்புகிறார் என்பதிலோ எனக்கு ஆர்வம் கிடையாது. என் விருப்பத்தின் மேல்தான் நான் ஆர்வம் கொண்டுள்ளேன் என்பதை உங்களிடம் அறுதியாக சொல்லிவிடுகிறேன். அதைப்பற்றி ஒரு வார்த்தைக்கூட இதுவரை உங்களது அபத்தமான கடிதத்தில் நீங்கள் குறிப்பிடவில்லை.)

> *ஆகவே, வாராந்திர வானொலி நிலைய தகவலுக்காக நீங்கள் விரும்பும் கம்பெனிகளின் பெயர் பட்டியலை எழுதித் தரமுடியுமா?—நேரத்தை சாதுர்யமாக முன் பதிவு செய்ய உதவும் ஒவ்வொரு விவரத்தையும் எழுதவும்.*

('முதன்மைப்படுத்தும் பட்டியல்' என்ன தைரியம் உங்களுக்கு! உங்கள் கம்பெனியைப் பற்றி பெரிய அளவில் பேசி என்னை தாழ்வாக உணரச் செய்கிறீர்கள். பிறகு எங்களுக்கு விருப்பமான கம்பெனி என்னும் 'முதன்மைப்படுத்தும் பட்டியலில்' உங்களை சேர்க்குமாறு என்னிடம் கேட்கிறீர்கள். அதை கேட்கும் போது "தயவுசெய்து" என்று வார்த்தையை கூட சொல்லவில்லை.)

> *இந்தக் கடிதத்தைப் பெற்றுக் கொண்டதற்கான ஒப்புதலுடன் அண்மையில் உங்களது செயல்பாடுகள் பற்றியும் தெரிவித்தால் அது நம் இருவருக்கும் பயனுள்ளதாக இருக்கும்.*

(முட்டாளே. ஒரு மலிவான படிவ கடிதத்தை நீங்கள் எனக்கு அனுப்பியுள்ளீர்கள். இலையுதிர் காலத்தில் அங்கொன்றும்

இங்கொன்றுமாகச் சிதறிக் கிடக்கும் கடிதம். நான் எனது அடமான பிரச்சனை, மலர்ச்செடிகள் மற்றும் இரத்த அழுத்தம் பற்றிய கவலையிலிருக்கும் போது உங்கள் கடிதத்திற்கு நான் தனிப்பட்ட குறிப்புகள் அனுப்ப வேண்டும் என்று கேட்க உங்களுக்கு எவ்வளவு தைரியம்? அதையும் உடனே செய்யும்படிக் கேட்கிறீர்கள். 'உடனே' என்று சொல்வதன் அர்த்தமென்ன? நானும் உங்களைப் போலவே வேலையில் மும்மரமாக இருக்கிறேன் என்று உங்களுக்குத் தெரியாதா? குறைந்த பட்சம் நான் அப்படி இருப்பதாகத்தான் நினைக்க விரும்புகிறேன். நாம் இதுபற்றி பேசும்போது, இப்படி எனக்கு உத்தரவிட உயர்மட்ட அதிகாரத்தைக் உங்களுக்கு கொடுத்தது யார்?... 'இருவருக்கும் பயனுள்ளதாக இருக்கும்' என்று நீங்கள் கூறுகிறீர்கள். கடைசியாக, கடைசியாக என் கண்ணோட்டத்தை நீங்கள் பார்க்கத் துவங்கியிருக்கிறீர்கள். ஆனால் அது எனக்கு எந்தவகையில் பயனுள்ளதாக இருக்கும் என்று சொல்கிறீர்கள் என்பது தெளிவாக இல்லை.)

மிகவும் உண்மையுடன் தங்கள்,
ஜான் டோ
மேலாளர், வானொலித் துறை

பின்குறிப்பு: இத்துடன் இணைக்கப்பட்டுள்ள ப்ளாங்க்வில்லே இதழிலிருந்து எடுக்கப்பட்ட வாசகங்கள் உங்களுக்கு சுவாரசியமாக இருக்கும். உங்கள் நிலையம் மூலமாக இதனை நீங்கள் ஒலிபரப்ப விரும்பலாம்.

(நிறைவாக, கீழே இந்த பின்குறிப்பில் என் பிரச்சனைகளில் ஒன்றைத் தீர்க்க உதவலாம் என்று குறிப்பிட்டுள்ளீர்கள். இதைக்கொண்டு ஏன் உங்கள் கடிதத்தை நீங்கள் துவங்கவில்லை—ஆனால் அதனால் என்ன பயன்? நீங்கள் எனக்கு அனுப்பியுள்ளது போன்ற அபத்தத்தை மூளை கோளாறு உள்ள ஒருவரே செய்வார். நாங்கள் அண்மையில் செய்தவைப் பற்றிய ஒரு கடிதம் உங்களுக்குத் தேவையில்லை. உங்கள் தைராய்டு சுரப்பியில் சிறிதளவு அயோடின் மட்டுமே உங்களுக்குத்தேவை.)

விளம்பரத்துறைக்கு தங்கள் வாழ்க்கையை அர்ப்பணித்தவர்கள், மக்களைக் கவர்ந்திழுப்பதில் வல்லுநர்கள் என்று சொல்லிக்கொள்பவர்கள் இது போன்ற ஒரு கடிதத்தை எழுதினால், நாம் கசாப்புக்கடைக்காரர், ரொட்டிக்கடைக்காரார் அல்லது ஆட்டோ மெக்கானிக் ஆகியோரிடமிருந்து என்ன எதிர்பார்க்க முடியும்?

சரக்குகள் ஏற்றிச்செல்லும் ரயில் நிலையத்தின் கண்காணிப்பாளர் ஒருவர் இந்த பயிற்சி வகுப்பின் மாணவர் எட்வர்ட் வெர்மைலென் என்பவருக்கு எழுதிய மற்றுமொரு கடிதம் இதோ. அந்தக் கடிதம் அனுப்பப்பட்ட மனிதரின் மீது இந்தக் கடிதம் என்ன பாதிப்பை

ஏற்படுத்தியது? நீங்கள் முதலில் அதனை படியுங்கள். பிறகு நான் சொல்கிறேன்.

ஏ. ஜெரேகஸ் சன்ஸ் ஜஎன்சி
28 ∴ப்ரன்ட் தெரு
ப்ரூக்ளின், நியூயார்க். 11201
மிஸ்டர் எட்வர்ட் வெர்மைலென் அவர்களின் கவனத்திற்கு.
பண்பானவரே:

எங்களது மொத்த தொழிலின் பெருவாரியான பொருட்கள் பெரும்பாலாக பிற்பகல் நேரங்களில் வந்து சேர்வதால் சரக்குகள் வெளியேற்றப்படும் நிலையத்தில் வேலை வெகுவாக பாதிக்கப்படுகிறது. இந்த நிலைமையினால் பொருட்கள் தேங்கி இடம் அடைப்பு மற்றும் எங்கள் ஊழியர்களுக்கு கூடுதல் நேர ஊதியம், வண்டிகளில் சரக்கு ஏற்றப்படுவதில் காலதாமதம் அதன் காரணமாக தாமதமாக சரக்குகளின் வெளியேற்றம் என பல பிரச்சனைகள் உண்டாகிறது. கடந்த நவம்பர் 10ஆம் தேதி, உங்கள் கம்பெனியிலிருந்து 510 பொருட்கள் மாலை 4.20 மணிக்குத்தான் வந்து சேர்ந்தது.

காலதாமதமாக சரக்குகள் பெறப்படுவதால் ஏற்படும் விரும்பத்தகாத விளைவுகளை நீக்க உங்கள் ஒத்துழைப்பை நாடுகிறோம். முன்பு குறிப்பிட்ட நாளில் வரப்பெற்ற சரக்குகளை போல பெருமளவில் சரக்குகள் அனுப்பும் போது, சரக்கு வண்டி இங்கு முன்னதாக வந்தடையவோ அல்லது சரக்கின் ஒரு பகுதி காலை நேரத்திலேயே எங்களை வந்தடையுமாறு பட்டுவாடா செய்ய முயற்சிகள் எடுத்துக்கொள்ளமுடியுமா?

இப்படிப்பட்ட ஏற்பாட்டின் மூலம் உங்கள் சரக்குகள் அதே நாளில் வெளியேற்றப்பட்டு உங்கள் வாடிக்கையாளர்களுக்கு நீங்கள் குறிப்பிட்ட தேதியில் சரக்குகள் போய்சேர்வதும் உறுதிசெய்யப்படும்.

இப்படிக்கு உண்மையாக,
ஜே.பி., கண்காணிப்பாளர்

ஏ. ஜெரேகஸ் சன்ஸ் ஜஎன்சின் விற்பனை மேலாளர் மிஸ்டர் வெர்மைலென் அந்த கடிதத்தைப் படித்த பிறகு பின்வரும் விமர்சனங்களுடன் எனக்கு அனுப்பி வைத்தார்.

நான் கிடைக்கும் என்று எதிர்நோக்கியிருந்த விளைவிற்கு எதிர்மறையான விளைவு இந்த கடிதத்திற்கு இருந்தது. பொதுவாகச் சொல்வதென்றால் இந்த கடிதம் நமக்கு ஆர்வமில்லாத சரக்கு முனையத்தின் கஷ்டங்களைப் பற்றி விவரித்துத் தொடங்குகிறது. பிறகு எங்களுக்கு ஏதேனும்

தொந்தரவு இருக்குமா என்பதைப் பற்றிக் கவலைப்படாமல் எங்களது ஒத்துழைப்பு கோரப்பட்டுள்ளது. அதன் பின்னர் இறுதியில் நாங்கள் ஒத்துழைத்தால் எங்கள் சரக்கு வேகமாக அனுப்பி வைக்கப்படுமென்ற உண்மை குறிப்பிடப்பட்டுள்ளது. சரியான தேதியில் எங்களது சரக்கு அனுப்பப்படுமென்ற உறுதியும் அளிக்கப் பட்டுள்ளது.

வேறு வார்த்தைகளில் சொல்வதென்றால், நாங்கள் ஆர்வம் கொண்டுள்ள விஷயம் கடைசியில் குறிப்பிடப்பட்டுள்ளது. இதன் விளைவு ஒத்துழைப்பை நாடுவதாக இல்லாமல் எதிர்ப்பை தூண்டுவதாக இருக்கிறது.

இந்த கடிதத்தை மேம்படுத்தி மீண்டும் எழுதமுடியாவிட்டால் பார்க்கலாம். நமது பிரச்சனைகள் குறித்துப்பேசி நமது நேரத்தை வீணடிக்க வேண்டாம். ஹென்றி போர்ட் கடிந்து கொள்வது போல், 'மற்றவரது கண்ணோட்டத்தை எடுத்துக்கொண்டு இருவரது கோணத்திலிருந்தும் அவ்விஷயங்களை பார்க்கலாம்.' கடிதத்தை மாற்றி எழுத இதோ ஒரு முறை. உள்ளதிலேயே இதுதான் சிறந்த வழியாக இல்லாமல் இருக்கலாம் ஆனால் இதுவும் ஒரு முன்னேற்றம் தானே?

மிஸ்டர். எட்வர்ட் வெர்மைலென்
மே\பா ஏ. ஜெரேகஸ் சன்ஸ், ஐஎன்சி.
28 ∴ப்ரன்ட் தெரு, ப்ரூக்ளின், நியூயார்க் 11201
அன்புள்ள மிஸ்டர் வெர்மைலென்:

உங்கள் நிறுவனம் கடந்த பதினான்கு ஆண்டுகளாக எங்களது சிறந்த வாடிக்கையாளராக இருந்து வருகிறது. இயல்பாகவே, உங்களது ஆதரவுக்கு நன்றி தெரிவிப்பதுடன், உங்களுக்கு தகுதியான நீங்கள் விரும்பும் சேவையை வேகமான மற்றும் திறமையான முறையில் வழங்குவதற்கு ஆர்வமாக இருக்கிறோம். எனினும் கடந்த நவம்பர் 10ஆம் தேதியன்று நடந்தது போல் உங்கள் சரக்கு வாகனங்கள் பெரிய அளவிலான சரக்குகளை பிற்பகலில் கொண்டு வந்தால் அப்படிச் செய்ய எங்களால் இயலாது என்பதைத் தெரிவிப்பதில் வருந்துகிறோம். ஏன்? ஏனென்றால் வேறு பல வாடிக்கையாளர்களும் பிற்பகலில்தான் தங்கள் சரக்குகளை கொண்டு இறக்குகிறார்கள். இதனால் தேக்கநிலை உண்டாகி விடுகிறது. உங்கள் சரக்கு வாகனங்கள் கப்பல் துறையிலேயே தேவையில்லாமல் நிறுத்தப்பட்டு காத்திருப்பு நேரம் கூடுகிறது.

இது நல்லதல்ல. ஆனால் இதனைத் தவிர்க்க முடியும். உங்கள் சரக்குகளை காலை நேரத்தில் நீங்கள் கொண்டுவந்தால் உங்கள் வாகனங்கள் நகர்ந்தபடி இருக்கும். உங்கள் பொருட்களுக்கு உடனடி கவனமும் கிடைக்கும். எங்கள்

ஊழியர்களும் சீக்கிரமே வீடு திரும்பி நீங்கள் தயாரிக்கும் சுவையான மக்கரோனி மற்றும் நூடுல்ஸை மகிழலாம்.

உங்கள் பொருட்கள் எப்போது வந்தாலும் உங்களுக்கு உடனடியாகவும் உற்சாகத்துடனும் நாங்கள் சேவை புரிவோம்.

நீங்கள் வேலையில் மும்மரமாக இருப்பீர்கள். இந்த குறிப்பிற்கு பதில் எழுதும் தொல்லையை எடுத்துக்கொள்ளாதீர்கள்.

இப்படிக்கு உண்மையாக,
ஜே.பி., கண்காணிப்பாளர்

நியூயார்க்கில் ஒரு வங்கியில் பணிபுரிந்து வந்த பார்பரா ஆன்டர்சன், தன் மகனின் உடல்நலத்தைக் கருத்தில் கொண்டு அரிஸோனாவின் ஃபீனிக்ஸ் நகரத்திற்கு இடம்பெயர விரும்பினார். எங்கள் பயிற்சியில் அவர் கற்றுக்கொண்ட கொள்கைகளைக் கையாண்டு ஃபீனிக்ஸில் உள்ள பன்னிரெண்டு வங்கிகளுக்குக் கீழ்க்கண்ட கடிதத்தை எழுதினார்.

அன்புள்ள ஐயா,

விரைவாக வளர்ந்து வரும் உங்களது வங்கி போன்ற ஒரு வங்கிக்கு எனது பத்தாண்டு கால அனுபவம் விரும்பத்தக்கதாக இருக்கும்.

நியூயார்க் பேங்கர்ஸ் ட்ரஸ்ட் நிறுவனத்தில் தற்போதைய கிளை மேலாளர் நிலை வரை பலதரப்பட்ட வங்கிப்பணிச் செயல்பாடுகளில் பணியாற்றியுள்ளேன். முதலீட்டாளர்கள் நல்லுறவு, வைப்புகள், கடன்கள், நிர்வாகம் ஆகிய அனைத்துத் துறைகளிலும் எனக்கு அனுபவம் உள்ளது.

நான் மே மாதத்தில் ஃபீனிக்ஸ் நகரத்திற்கு குடிபெயர இருக்கிறேன். உங்கள் வளர்ச்சி மற்றும் லாபத்திற்கு என்னால் சிறந்த முறையில் பங்காற்றமுடியும். நான் இந்த வாரம் ஏப்ரல் 3ஆம் தேதியன்று ஃபீனிக்ஸில் இருப்பேன். உங்கள் வங்கி தன் இலக்கை அடைய என்னால் உதவ முடியும் என்று காட்ட நீங்கள் எனக்கு கொடுக்கும் வாய்ப்பிற்குப் நன்றி பாராட்டுகிறேன்.

உண்மையாக,
பார்பரா எல். ஆன்டர்சன்

திருமதி. ஆன்டர்சன் அவர்களுக்கு இந்தக் கடிதத்திற்கான பதில் எதுவும் கிடைத்தது என்று நீங்கள் நினைக்கிறீர்களா? அவர் விண்ணப்பித்த பன்னிரெண்டு வங்கிகளில் பதினோரு வங்கிகள் அவரை நேர்முகத் தேர்வுக்கு அழைத்தனர். எந்த வங்கியில் பணியில் சேர்வது என்ற தேர்வு அவருடையதாக இருந்தது. ஏன்? திருமதி. ஆன்டர்சன் தான் விரும்பியதைப் பற்றிக் கூறவில்லை. மாறாக தனது விருப்பங்களைப்பற்றி குறிப்பிடாமல் அவர்களது விருப்பத்திற்கு முக்கியத்துவம் கொடுத்து

தன்னால் எவ்வாறு அவர்களுக்கு உதவ முடியும் என்பதைக் குறிப்பிட்டார்.

ஆயிரக்கணக்கான விற்பனையாளர்கள் இன்று ஊக்கமிழந்து தளர்வாக குறைந்த வருமானம் பெற்று நடைபாதைகளில் அலைந்து கொண்டிருக்கிறார்கள். ஏன்? அவர்கள் எப்போதும் தங்களது விருப்பதைப்பற்றியே சிந்தித்துக் கொண்டிருக்கிறார்கள். நீங்களோ நானோ எதையும் வாங்க விரும்பவில்லையென்பதை அவர்கள் உணர்வதில்லை. நமக்கு விருப்பம் இருந்தால் நாம் வெளியில் சென்று வாங்குவோம். ஆனால் நாம் இருவரும் எப்போதுமே நமது சொந்தப் பிரச்சனைகளை தீர்த்துக்கொள்ள ஆர்வமாக இருக்கிறோம். தங்கள் பொருள்களோ சேவைகளோ நமது பிரச்சனைகளைத் எப்படி தீர்க்க உதவும் என்று விற்பனையாளர்களால் காட்ட முடிந்தால் அவர்கள் அதனை விற்க வேண்டிய அவசியமிருக்காது. நாமாகவே அவற்றை வாங்கி விடுவோம். வாடிக்கையாளர்களும் தங்களுக்கு ஒரு பொருள் விற்கப்படுவதை விட தாங்களாகவே வாங்குவதைத்தான் விரும்புகிறார்கள்.

எனினும், விற்பனையாளர்கள் வாடிக்கையாளரின் கண்ணோட்டத்திலிருந்து பார்க்காமல் பொருள்களை விற்பதில் தங்களது முழு வாழ்நாளையும் செலவிட்டு விடுகிறார்கள். உதாரணத்திற்கு, கிரேட்டர் நியூயார்க்கின் மையத்தில் போரெஸ்ட் ஹில்ஸ் பகுதியில் இருந்த சிறிய வீடுகளின் சமூகம் ஒன்றில் பல ஆண்டுகள் வாழ்ந்தேன். ஒரு நாள் நான் ரயில் நிலையம் நோக்கி விரைந்து கொண்டிருக்கும்போது பல வருடங்களாக அந்தப்பகுதியில் வீடு நிலம் மற்றும் மனைகள் வாங்குவது மற்றும் விற்கும் தொழிலில் ஈடுபட்டிருந்த ஒருவரை சந்தித்தேன். அவர் அந்தப்பகுதியை நன்றாக அறிந்திருந்தார் அதனால் நான் அவரிடம் என் வீடு எந்தப்பொருள் கொண்டு கட்டப்பட்டுள்ளது இரும்பா அல்லது ஹாலோ டைல் கொண்டா என்று அவசரமாக கேட்டேன். அவர் தனக்குத்தெரியாது என்று கூறி நான் ஏற்கனவே அறிந்த ஒரு விஷயத்தை கூறினார். போரெஸ்ட் ஹில்ஸ் அஸோஸியேஷனை அழைத்துக் கேட்கலாம் என்று ஆலோசனை கூறினார். அடுத்த நாள் காலை அவரிடமிருந்து ஒரு கடிதம் வந்தது. எனக்குத் தேவையான தகவலை அவர் கொடுத்திருந்தாரா? ஒரு தொலைபேசி அழைப்பு மூலம் அந்தத் தகவலை அவர் அறுபது நொடிகளில் பெற்றிருக்கலாம். ஆனால் அவர் அப்படிச் செய்யவில்லை. மீண்டும் என்னிடம் தொலைபேசி மூலம் அழைத்து தகவல் பெற முடியும் என்று கூறிவிட்டு தன்னை எனது காப்பீட்டை கையாள அனுமதிக்குமாறு கேட்டிருந்தார்.

எனக்கு உதவுவதில் அவருக்கு ஆர்வமில்லை. தனக்கு உதவி செய்துகொள்வதில்தான் அவருக்கு ஆர்வம் இருந்தது.

அலபாமாவின் பர்மிங்ஹாமைச் சேர்ந்த ஜெ. ஹோவார்ட் லூகாஸ் ஒரே நிறுவனத்தை சேர்ந்த இரண்டு விற்பனையாளர்கள் ஒரே மாதிரியான சூழ்நிலையில் எப்படிச் செயல்பட்டார்கள் என்பது பற்றிக் கூறுகிறார். அவர் கூறியதாவது:

'பல ஆண்டுகளுக்கு முன் ஒரு சிறிய நிறுவனத்தின் மேலாண்மைக் குழுவில் இருந்தேன். ஒரு மிகப்பெரிய காப்பீட்டு நிறுவனத்தின் தலைமை மாவட்ட அலுவலகம் எங்களுக்கு அருகில் இருந்தது. அவர்களது முகவர்களுக்கு பணி எல்லைகள் ஒதுக்கப்பட்டிருந்தன. எங்கள் நிறுவனத்திற்கு இரண்டு முகவர்கள் நியமிக்கப்பட்டிருந்தார்கள். அவர்களை கார்ல் மற்றும் ஜான் என்று இங்கு கூறுகிறேன்.

'ஒரு நாள் காலை கார்ல் எங்கள் அலுவலகம் வந்தார். நிர்வாக அதிகாரிகளுக்குப் பயன்படும் புதிய பாலிஸியை தங்கள் நிறுவனம் அறிமுகப்படுத்தியிருப்பதாக பேச்சுவாக்கில் குறிப்பிட்டார். பின்னர் அதன் மேல் எங்களுக்கு ஆர்வம் ஏற்படும் என்று கருதுவதாகக் கூறினார். அதைப்பற்றிய முழு விவரங்கள் அறிந்த பிறகு எங்களை மீண்டும் வந்து சந்திப்பதாகவும் சொன்னார்.

'அதே நாளில், காபி சாப்பிட கிடைத்த இடைவேளையிலிருந்து நாங்கள் திரும்பிக் கொண்டிருந்தபோது ஜான் நடைபாதையில் எங்களை சந்தித்து உரத்த குரலில்: 'ஹாய் ல்யூக், நில்லுங்கள் உங்கள் அனைவருக்காகவும் ஒரு சிறந்த செய்தி இருக்கிறது' என்றார். விரைந்து வந்து ஆர்வம் கலந்த மகிழ்ச்சியுடன் தனது நிறுவனம் நிர்வாக அதிகாரிகளுக்கான ஆயுள் காப்பீட்டுப் பாலிஸியை அன்று அறிமுகப்படுத்தியிருப்பதாகக் கூறினார். (கார்ல் முன்பு பேச்சுவாக்கில் குறிப்பிட்ட பாலிஸியும் இதுதான்.) முதன் முதலில் கொடுக்கப்படும் பாலிஸி எங்களுடையதாக இருக்கவேண்டும் என்று அவர் விரும்பினார். அதில் உள்ளடங்கியுள்ள விவரங்கள் மற்றும் முக்கியமான சிறப்பு அம்சங்களை விளக்கி தன் பேச்சை இப்படி முடித்தார்: 'இந்தப் பாலிஸி மிகவும் புதியது. என் தலைமை அலுவலகத்திலிருந்து சிலரை வரவழைத்து நாளை அது பற்றி விளக்கமாகச் சொல்லச்சொல்கிறேன். இதற்கு இடையில், இன்றே நாம் விண்ணப்பங்களைப் பூர்த்தி செய்துவிடலாம் நீங்களும் கையொப்பமிட்டு விடுங்கள். இப்படியாக மறுநாள் அதுபற்றி விளக்க வருபவரிடம் மிகுதியான தகவல்கள் இருக்கும்.' முழுமையாக விவரங்ளை அறியவில்லையென்றாலும் அவரது ஆர்வமிக்க ஊக்கம் எங்களுக்குள் பாலிஸி எடுக்கவேண்டுமென்ற விருப்பத்தைத் தூண்டியது. முழுமையான தகவல் கொடுக்கப்பட்டபோது முன்பு ஜான் கூறிய விஷயங்களே அதில் உறுதிசெய்யப்பட்டன. எங்கள் ஒவ்வொருவருக்கும் ஒரு பாலிஸியை அவர் விற்றிருந்தாலும் பின்னர் காப்பீடு தொகையை இரட்டிப்பாக்கிக் கொடுத்தார்.

'கார்ல் அந்த விற்பனைகளை செய்திருக்கமுடியும் ஆனால் அந்த பாலிசியை நாங்கள் வாங்குவதற்கு எங்கள் ஆர்வத்தை தூண்டவில்லை.'

இவ்வுலகில் கிடைக்கும் வாய்ப்பை கைப்பற்றும் மற்றும் சுயமாக நாடும் குணமுள்ளவர்கள் நிறைந்திருக்கிறார்கள். அதனால் சுயநலம் இல்லாமல் மற்றவர்களுக்கு சேவை புரிய முயற்சி செய்யும் அந்த ஒரு தனிநபருக்கு பெரிய நன்மைகள் கிடைக்கும். அவருக்கு போட்டி மிகக்குறைவு.

புகழ்பெற்ற வழக்கறிஞரும் அமெரிக்காவின் தொழிலதிபர்களில் ஒருவருமான ஓவன் டி. யங் ஒருமுறை இப்படிச் சொன்னார்: 'தங்களை மற்றவர்களின் இடத்தில் வைத்துப் பார்க்க முடிகின்றவர்களுக்கும் அவர்கள் மனம் செயல்படும் விதங்களை புரிந்து கொள்ளக் கூடியவர்களுக்கும் எதிர்காலம் தங்களுக்காக என்ன வைத்திருக்கிறது என்பதைப்பற்றிய கவலை தேவையில்லை.'

இந்தப்புத்தகத்தை படிப்பதன் மூலம் நீங்கள் ஒன்றை மட்டுமே கற்கிறீர்கள் என்றால்—மற்றவர்களின் கண்ணோட்டத்திலிருந்து அவர்களது கோணத்தை பார்ப்பது அதிகமாகட்டும்—அது ஒன்றை மட்டுமே நீங்கள் இந்தப் புத்தகத்திலிருந்து தெரிந்து கொண்டாலும் உங்கள் தொழில் வாழ்க்கையில் அது ஒரு முன்னேற்ற படியாக அமையும்.

மற்றவரது கண்ணோட்டத்தைப்பார்ப்பது மற்றும் அவர்களுள் ஆர்வத்தை தூண்டுவது உங்கள் நன்மை மற்றும் அவரது வீழ்ச்சிக்காக அவர் எதையேனும் செய்யவேண்டுமென்று அவர்களை தந்திரமாக கையாள்வதாக எடுத்துக்கொள்ளக்கூடாது.

இந்த பேச்சுவார்த்தையில் இருதரப்பினரும் லாபமடையவேண்டும். மிஸ்டர் வெர்மிலைனுக்கு எழுதப்பட்ட கடிதத்தில் என்ன ஆலோசனைகள் கூறப்பட்டதோ அதை நடைமுறைப்படுத்தியதன் மூலம் அந்தக் கடிதத்தை எழுதியவர் மற்றும் அதை பெற்றுக்கொண்டவர் இருவருமே பயனடைந்தார்கள். வங்கி மற்றும் திருமதி. ஆன்டர்சன் இருவரும் அவரது கடிதத்தால் வெற்றியடைந்தார்கள். வங்கி மிகச்சிறந்த மதிப்புள்ள ஒரு ஊழியரைப் பெற்றது. திருமதி. ஆன்டர்சன் ஒரு பொருத்தமான வேலையைப் பெற்றார். மிஸ்டர் லூகாஸுக்கு ஜான் காப்பீட்டு விற்பனை செய்த உதாரணத்தில் அந்த பரிவர்த்தனை மூலம் இருவருமே பயன் பெற்றார்கள்.

ஆர்வத்தை தூண்டி விருப்பத்தை வரவழைத்து எல்லோரும் லாபமடையும் கொள்கைக்கான மற்றொரு உதாரணம் ஒன்றுள்ளது. ரோட் ஐலண்ட் வாரவிக்கை சேர்ந்த மைக்கேல் இ விடேன் ஷெல் ஆயில் நிறுவனத்தில் விற்பனையாளராக பணிபுரிபவர். தனது மாகாணத்தின் தலைசிறந்த விற்பனையாளர் என்ற நிலையை அடையவேண்டுமென்று மைக்கேல் விரும்பினார். ஆனால் அவர் கீழ் இருந்த சேவை நிலையங்களில் ஒன்று அதை அவர் அடையமுடியாமல் தடுத்தது. தன் நிலையத்தை சுத்தமாக பராமரிக்க முடியாத ஒரு

வயதான மனிதரால் அது நடத்தப்பட்டது. அதன் மோசமான நிலைமையால் குறிப்பிடும் அளவில் விற்பனை குறைந்து கொண்டே வந்தது.

தனது நிலையத்தை மேலான முறையில் வைத்துக்கொள்ளும்படி மைக்கேல் கெஞ்சியதை இந்த மேலாளர் காது கொடுத்து கேட்கமாட்டார். பல முறை உபதேசங்கள் அளித்து மனமார்ந்த உரையாடல்கள் செய்த பின்னரும் அது எந்தவித பலனும் அளிக்காததனால் மைக்கேல் அந்த பகுதியில் திறக்கப்பட்ட புதிய நிலையம் ஒன்றை வந்து பார்க்குமாறு அவருக்கு அழைப்பு விடுத்தார்.

புதிய நிலையத்தில் இருந்த வசதிகளைப்பார்த்து மிகவும் கவரப்பட்ட மேலாளர் அடுத்த முறை மைக்கேல் அவரது நிலையத்திற்கு சென்றபோது அது சுத்தம் செய்யப்பட்டு அங்கு விற்பனையிலும் முன்னேற்றம் அடைந்திருப்பதை உறுதி செய்தார். இது மைக்கேல் அந்த மாகாணத்திலேயே சிறந்த பணியாளர் என்ற இடத்தை அவருக்கு பெற்றுக்கொடுத்தது. அவர் முன்பு செய்த விவாதங்கள் எதுவும் உதவவில்லை ஆனால் அந்த மேலாளருக்கு ஆர்வத்தை மூட்டும் வகையில் புதிய நிலையத்தை கொண்டு காண்பித்தது அவரது இலக்கை அடையச்செய்து இருவருக்கும் லாபகரமாக அமைந்தது.

பெரும்பாலானவர்கள் கல்லூரிக்கு சென்று படிக்கக்கற்றுக்கொண்டு கணிதத்தின் கடினமான பாடங்களையும் வெற்றி கொள்கிறார்கள் ஆனால் இவை அனைத்தையும் தங்கள் மூளை எப்படி வேலை செய்கிறது என்பதை அறியாமலேயே செய்கிறார்கள். உதாரணத்திற்கு:

கேரியர் கார்போரேஷன் என்னும் பெரிய குளிர்சாதன கருவிகள் தயாரிக்கும் நிறுவனத்தில் சேர இருந்த இளம் கல்லூரி பட்டதாரிகளுக்கு சிறந்த முறையில் பேசுவது எப்படியென்று ஒரு வகுப்பு நடத்தினேன். பங்கேற்றவர்களில் ஒருவர் மற்றொருவரை நேரம் கிடைக்கும்போது தன்னுடன் கூடைப்பந்தாட்டம் விளையாட அழைத்தார். அவர் கூறியது: 'நீ வெளியே வந்து கூடைப்பந்தாட்டம் ஆட வேண்டுமென்று நான் விரும்புகிறேன். எனக்கு கூடைப்பந்தாட்டம் ஆடுவது பிடிக்கும் ஆனால் கடந்த சில முறைகளாக நான் உடற்பயிற்சி கூடத்திற்கு சென்ற போதெல்லாம் விளையாட தேவையான போதுமான ஆட்கள் அங்கு இல்லை. நாங்கள் இரண்டு மூன்று பேர் பந்தை இங்குமங்குமாக வீசிக்கொண்டிருந்தோம். எனது கண்ணில் நான் தாக்கப்பட்டேன். நாளை இரவு நீ அங்கு வந்து விளையாட வேண்டுமென்று நான் விரும்புகிறேன். எனக்கு கூடைப்பந்தாட்டம் விளையாட வேண்டும்.'

உங்களுக்கு என்ன வேண்டுமென்பது பற்றி அவன் பேசினானா? வேறு எவரும் செல்லாத உடற்பயிற்சி கூடத்திற்கு செல்ல உங்களுக்கு விருப்பமில்லை, இருக்கிறதா என்ன? அவனுக்கு என்னவேண்டுமென்று

நீங்கள் கவலைப்படவில்லை. உங்களுக்கு அவனது நிலைமை ஏற்படக்கூடாது.

உடற்பயிற்சி கூடத்தை பயன்படுத்தி உங்களுக்கு என்ன வேண்டுமோ அதனை சாதிக்கலாம் என்று அவன் காட்டியிருக்கலாமா? நிச்சயமாக. அதிகமான ஊக்கம். உங்கள் பசிக்கு உகந்ததாக இருந்திருக்கும். தெளிவான மூளை. மகிழ்ச்சி. விளையாட்டு. கூடைப்பந்தாட்டம்.

பேராசிரியர் ஓவர்ஸ்ட்ரீட் அவர்களின் விவேகமான ஆலோசனை: முதலில் மற்றவருக்குள் விருப்பத்தை தூண்டுங்கள். எவன் ஒருவனால் இதை செய்யமுடிகிறதோ உலகம் அவனுடன் இருக்கும். எவனால் இதைசெய்யமுடியாதோ அவன் தனிமையில் நடப்பான்.

எழுத்தாளரின் பயிற்சி வகுப்பு ஒன்றின் மாணவர் ஒருவர் தனது சிறிய மகனைப்பற்றிய கவலையில் இருந்தார். இந்தக்குழந்தை சரியாக சாப்பிட மறுத்து இடை குறைவாக இருந்தது. அவனது பெற்றோர் வழக்கமான யுத்தியை பயன்படுத்தினார்கள். அவனை திட்டி நச்சரித்தார்கள். 'அம்மா நீ இதை சாப்பிடவேண்டும் அதைச்சாப்பிட வேண்டுமென்று விரும்புகிறாள்.' அப்பா நீ பெரிய ஆளாக வளரவேண்டுமென்று விரும்புகிறார்.'

அந்த சிறுவன் அந்த வேண்டுகோள்களுக்கு செவிசாய்த்தானா? மணல் நிறைந்த கடற்கரையோரத்தில் நீங்கள் ஒரு துகள் மணலுக்கு எவ்வளவு கவனம் செலுத்துவீரகளோ அவ்வளவுதான்.

பொது அறிவு உள்ள எவரும் முப்பது வயதான தந்தையின் பார்வை கோணத்தை மூன்று வயது குழந்தை பார்க்கும் என்று எதிர்பார்க்கமாட்டார்கள். இருப்பினும் அந்த அப்பா அதைத்தான் எதிர்பார்த்திருந்தார். அது அபத்தமாக இருந்தது. பின்னர் இறுதியில் அதனை அவர் பார்த்தார். அதனால் தனக்குள் கூறிக்கொண்டார்: 'சிறுவனுக்கு என்ன பிடிக்கும்? எனக்கு விருப்பமானதை அதனுடன் எப்படி முடிச்சுப்போடுவது?'

அதைப்பற்றி சிந்திக்க துவங்கியதும் அது அந்த தந்தைக்கு சுலபமாக இருந்தது. புரூக்ளின் பகுதியில் வீட்டிற்கு வெளியே நடைபாதையில் அவன் மூன்று சக்கிரவாகனங்கள் ஓட்ட விரும்பினான்.

சில வீடுகள் தள்ளி ஒரு பெரிய சிறுவன் அவனை எப்போதும் சீண்டிக்கொண்டிருந்தான்—அந்த சிறுவனை அந்த மூன்று சக்கிரவாகனத்திலிருந்து கீழே இறக்கிவிட்டுவிட்டு தானே அதனை ஓட்டத் துவங்குவான் அந்தப்பெரிய பையன்.

இயல்பாக அந்த சிறுவன் அழுதுகொண்டே தன் அம்மாவிடம் ஓடிவருவான். அம்மாவும் வெளியேவந்து அந்த பெரிய பையனிடமிருந்து சைக்கிளை பிடுங்கி மீண்டும் தன் மகனை அதில் அமரச்செய்வாள். இது ஏறத்தாழ தினமும் நிகழ்ந்தது.

அந்த சிறுவனுக்கு என்ன வேண்டும்? இதற்கான விடையை அளிக்க ஷெர்லாக் ஹோம்ஸ் தேவையில்லை. அவனது தற்பெருமை, அவனது கோபம்தான் முக்கியம் என்ற உணர்வை பெறும் அவனது ஆசை— அவனுக்குள் இருந்த அனைத்து உணர்ச்சிகளும் மேலோங்கின.

அந்த பெரிய பையனின் மூக்கை உடைத்து அவனை பழிவாங்க விரும்பினான். அம்மா சாப்பிடு என்று சொல்லும் உணவுப்பொருட்களை சாப்பிட்டால் அவனால் ஒருநாள் அந்த பெரிய பையனை பழிவாங்கமுடியுமென்று அவன் அப்பா உறுதியாக கூறியவுடன் அவனுடைய ஊட்டச்சத்தில் எந்த குறையும் இனி இல்லாமல் போனது. தன்னை அடிக்கடி அவமானப்படுத்திய அவனை பழிதீர்க்க அந்த சிறுவன் கீரை வகைகள் மீன் வகைகள் போன்ற சத்தான உணவு வகைகளை சாப்பிட்டிருப்பான்.

அந்தப்பிரச்சனையை தீர்த்து வைத்தபின் அந்த பெற்றோர் மற்றுமொரு பிரச்சனையை கையாண்டனர்:

அந்த சிறுவனுக்கு தூக்கத்தில் சிறுநீர் கழிக்கும் பழக்கம் இருந்தது. அவன் தன் பாட்டியுடன் உறங்கினான். காலையில் அவன் பாட்டி எழுந்து, படுக்கையை தொட்டுப்பார்த்து கூறுவாள்:

'பார் ஜானி, மீண்டும் நேற்று இரவு என்ன செய்திருக்கிறாய்.'

அவனும் அதற்கு பதிலாக, 'இல்லை, நான் அதைச்செய்யவில்லை. நீங்கள்தான் அப்படிச்செய்தீர்கள்.' என்பான்.

திட்டுவது, அடிப்பது அவமானப்படுத்துவது அதை அவன் செய்யக்கூடாது என்று மீண்டும் மீண்டும் பெற்றோர்கள் சொல்வது— இவை எதுவுமே படுக்கையை ஈரமாகாமல் தடுக்கமுடியவில்லை. அதனால் அந்த பெற்றோர்கள் கேட்டார்கள்: 'இவன் தன் படுக்கையை நனைக்காமல் இருக்க விரும்பச்செய்வது எப்படி?'

அவனது விருப்பங்கள் என்ன? முதலாவதாக பாட்டியைப்போல் நீண்ட கவுன் அணியாமல் அப்பாவைப்போல் பைஜாமா அணியவேண்டும். இரவு நேரங்களில் அவன் கொடுத்த தொல்லையிலிருந்து விடுபட அந்த பாட்டி அவனுக்கு பைஜாமா வாங்கித்தருவதாக மகிழ்ச்சியுடன் வாக்களித்தாள். இரண்டாவது, அவனுக்கென்று ஒரு தனிப்படுக்கை வேண்டும். பாட்டி அதற்கும் மறுப்பு தெரிவிக்கவில்லை. அவன் அம்மா அவனை ப்ரூக்ளினில் உள்ள ஒரு கடைக்கு அழைத்துச்சென்று விற்பனையாளராக இருந்த பெண்மணியைப்பார்த்து கண்சிமிட்டி கூறினாள்: 'இந்த சிறிய சீமான் சில பொருட்களை வாங்க விரும்புகிறார்.'

விற்பனை பெண்ணும் அந்தச்சிறுவன் தனது முக்கியத்துவத்தை உணரவேண்டுமென்று இவ்வாறு கூறினாள்:

'இளைஞரே நான் உங்களுக்கு எந்தப்பொருளை காட்டவேண்டும்?'

தன்னை உயரமாக காட்டிக்கொள்ளும் வகையில் கால் விரல்களில் பாரத்தைப்போட்டு நின்று கொண்டு கூறினான்: 'எனக்கென்று ஒரு மெத்தை வாங்க விரும்புகிறேன்.'

அவன் வாங்க வேண்டுமென்று அவன் அம்மா விரும்பிய மெத்தை காட்டப்பட்டதும் அவள் அந்த விற்பனை பெண்ணைப்பார்த்து கண்களை சிமிட்டினாள். அந்த சிறுவன் அதை வாங்க வற்புறுத்தப்பட்டான்.

அடுத்த நாள் மெத்தை வீட்டிற்கு வந்து சேர்ந்தது; அன்று இரவு அப்பா வீடு திரும்பியதும் அந்த சிறுவன் கதவை நோக்கி ஓடியபடி கத்தினான்: 'அப்பா! அப்பா! மேலே வந்து நான் வாங்கிய மெத்தையை பாருங்கள்!'

அந்தத் தந்தை படுக்கையைப் பார்த்துக்கொண்டே, சார்லஸ் ஸ்ச்வாபின் ஆலோசனைக்கு கட்டுப்பட்டு 'பாராட்டுவதில் மனப்பூர்வமாகவும் புகழ்வதில் தாராளமாகவும்' இருந்தார்.

'நீ இந்தப் படுக்கையை நனைத்துவிட மாட்டாய் இல்லையா?' என்று அந்த தந்தை கூறினார்.

'ஓ, இல்லை இல்லை! நான் படுக்கையை நனைக்கப் போவதில்லை' என்றான். இதில் அவனது சுயகௌரவம் உள்ளடங்கி இருப்பதால், அந்த சிறுவன் தன் உறுதிமொழியைக் காப்பாற்றினான். அது அவனது படுக்கை. அவன் மட்டுமே அதனை வாங்கியுள்ளான். அவனேதான் அதனைக் கொண்டு வந்தான். ஒரு சிறிய மனிதனைப் போல இப்போது அவன் பைஜாமா அணிந்திருந்தான். சிறுவனை போலில்லாமல் அவன் ஒரு மனிதனைப்போல் நடந்துகொள்ள விரும்பினான். அவன் அப்படியே நடந்து கொண்டான்.

இந்தப் பயிற்சி வகுப்பில் மாணவரும், தொலைபேசி பொறியாளருமான மற்றுமொரு தந்தை கே.டி. டச்மான்னால் தனது மூன்று வயது மகளை காலை உணவு சாப்பிட வைக்க முடியவில்லை. வழக்கமான திட்டுதல், கெஞ்சுதல், இனிமையாக பேசி ஒப்புகொள்ளச்செய்தல் ஆகிய அனைத்தும் பயனற்றதாகிவிட்டன. ஆகவே பெற்றோர்கள் தங்களை தாங்களே இந்த கேள்வியை கேட்டுக்கொண்டார்கள்: 'இதைச் செய்ய அவளை எப்படி விரும்பவைப்பது?'

அந்தச் சிறுமி தன் தாயைப் போல பெரியவளாக வளர்ந்தவளாகக் காட்டிக் கொள்ள விரும்பினாள். ஆகவே ஒருநாள் காலை அந்த பெற்றோர்கள் அந்த சிறுமியை ஒரு நாற்காலியில் நிற்க வைத்து காலை உணவை தயார் செய்ய சொன்னார்கள். அதில் மன நிறைவு அடைந்தவளாக அவள் அந்த உணவைக் கிளறிக் கொண்டு இருந்த போது தந்தை சமையலறைக்குள் நுழைந்தார். அவள், 'ஓ, அப்பா, இங்கே பாருங்கள் இன்று காலை உணவை நான் தயார் செய்கிறேன்' என்று கூறினாள்.

எந்த வித கெஞ்சலும் கொஞ்சலும் இல்லாமல் அன்று அவள் இரண்டு பங்கு அளவு சாப்பிட்டாள். ஏனென்றால் அவள் அதில் ஆர்வம் கொண்டிருந்தாள். தான் முக்கியம் என்ற உணர்வை அவள் பெற்றிருந்தாள். அந்த உணவை சமைப்பதன் மூலம் தன்னை வெளிப்படுத்திக் கொண்டாள்.

'சுய வெளிப்பாடு மனித இயல்பில் மேலோங்கி நிற்கும் முக்கியமான தேவை' என்று வில்லியம் விண்டர் ஒருமுறை குறிப்பிட்டார். தொழில் சம்மந்தமான செயல்பாடுகளிலும் நாம் ஏன் இந்த மனோதத்துவத்தைப் பயன்படுத்தக்கூடாது? நம்மிடம் ஒரு அற்புதமான எண்ணம் தோன்றும்போது அது நம்முடையது என்று மற்றவர்கள் தெரிந்து கொள்ள வைப்பதைவிட அவர்களையே ஏன் அதைப்பற்றிச் சிந்திக்க வைத்து அது அவர்கள் எண்ணம் என்பது போல் உணரச்செய்யக்கூடாது? பிறகு அதனை அவர்கள் தங்களுடையது என்று கருதுவார்கள். அவர்கள் அதனை விரும்பி ஏற்றுக் கொள்ளவும் செய்வார்கள்.

நினைவில் கொள்ளுங்கள்: 'முதலாவதாக, மற்றவருக்குள் வேண்டுமென்ற ஆர்வமிக்க விருப்பத்தை தூண்டுங்கள். எவன் ஒருவனால் இதை செய்யமுடிகிறதோ உலகம் அவனுடன் இருக்கும். எவனால் இதைசெய்யமுடியாதோ அவன் தனிமையில் நடப்பான்.'

விதி 30
மற்றவர்களிடத்தில் அந்த பொருள் வேண்டுமென்ற
ஒரு ஆர்வத்தை தூண்டுங்கள்.

நீங்கள் செய்வது மாற்றத்தை கொண்டுவரும் எந்த விதமான மாற்றத்தை கொண்டுவரவேண்டுமென்று நீங்கள் முடிவு செய்யவேண்டும்.

—ஜேன் குட்ஆல்

பயத்தை ஜெயிக்க விரும்பினால் வீட்டிற்குள் அமர்ந்து அதுபற்றி சிந்தித்துக்கொண்டிருக்காதீர்கள். வெளியே சென்று அதற்கான வேலையை பாருங்கள்

—டேல் கார்னெகி